AMAANYI AG'OMWOYO AGAKYUSA OBULAMU

DerekPrince

Nyweza okukkiriza kwo okyuse obulamu bwo

AMAANYI AG'OMWOYO AGAKYUSA OBULAMU

Amaanyi ag'omwoyo agakyusa obulamu

Bikuŋŋaanyiziddwa okuva mu bitabo mukaaga, nga mulimu ebibuuzo eby'okwefumiitirizaako ng'omuntu, n'ebiddibwamu ku buli kibuuzo, n'eby'okuyiga ebiralala okuva mu byawandiikibwa mu bayibuli.

The English title of *"Life Changing Spiritual Power"*

Obwannanyini © 1999, 2007, 2010 Derek Prince Ministries-International

Bifulumiziddwa: Derek Prince Ministries

Obwannanyini ku biwandiikiddwa mu kitabo kino tubwesigalizza.

3000/0413

Ebyawandiikibwa ebiteereddwako ennyukuta (KJV) biva mu King James bible.

Ebyawandiikibwa ebiriko ennyukuta (NASB) biva mu New American Standard Bible, © 1960, 1962, 1963, 1968, 1971, 1972, 1973, 1975, 1977 eyafulumizibwa aba Lockman Foundation. Byonna twabikozesezza nga tuweereddwa olukusa.

Ebyawandiikibwa ebiriko ennyukuta (NIV) biva mu Holy Bible, New International Version, © 1973, 1978, 1984 eyafulumizibwa aba International Bible Society. Twafuna olukusa olubikozesa.

Ebyawandiikibwa ebirirko ennyukuta (TLB) biva mu Living Bible, © 1971 eyafulumizibwa aba Tyndale House Publishers, Wheaton, Illinois. Twafuna olukusa okubikozesa.

Ekitabo kino tekikkirizibwa kwokebwamu mu ngeri zonna, wadde okukoppololamu obuwandiike bwonna, kakibe kubuteeka mu maloboozi n'engeri endala, nga tofunye lukusa okuva eri abaateeka ekitabo kino mu kyapa.

Cover Design, Appendix A and Appendix B: DPM-Asia/Pacific

All inquiries to:
DPM Uganda
PO Box 657
Post Office Building
Entebbe
UGANDA
derekprinceuganda@gmail.com

CONTENTS

OKWANIRIZA 10

OKUWANYISIGANYA KW'OBWAKATONDA 11

**ENGERI Y'OKUVA MU KIKOLIMO
   OKUDDA MU MUKISA** 31

Ekitundu 1:
Obwannamaddala bw'Emikisa n'Ebikolimo 33
Ekisooka: Engeri Katonda gye Yakyusa Endowooza Yange .. 34
Eky'okubiri: Engeri Emikisa n'Ebikolimo gye Bikolamu 40

Ekitundu 2:
Ensibuko y'Ebikolimo 47
Eky'okusatu: Katonda ng'Ensibuko y'Ebikolimo 48
Ekutundu eky'okuna:Ebikolimo okuva mu
   abo Abalina Obuyinza 60
Ekitundu Eky'okutaano: Ebikolimo-ebyesseeko
   n'Okwogera kw'omu Mmeeme 68
Ekitundu eky'Omukaaga: Obubonero musanvu
   obulaga ekikolimo 77

Ekitundu ekyo 3:
Engeri y'Okusumululwa 81
Eky'Omusanvu: Okuwanyisiganya kw'Obwakatonda 82
Ekitundu eky'Omunaana: Amadaala musanvu
okutuuka ku kusumululwa 87
Mwenda: Okuva mu Bisiikirize okudda mu Musana 93

OKUYIGA OKUKWO NG'OMUNTU OMU **99**

Omwoyo Omutukuvu mu Ggwe: Ekisooka Olunaku
   lwa Pentekoti nga terunnaba 100
Eky'okubiri: Omwoyo Omutukuvu mu bulamu bwa Yesu 107
Eky'okusatu: Ki ekyaliwo ku lunaku lwa Pentekoti 113
Eky'okuna: Omuyambi waffe atuula mu ffe 121
Eky'okutaano: Okubikkulibwa kw'Ekigambo kya
   Katonda 127
Eky'omukaaga: Tusituliddwa waggulu ku
   Mutindo gw'obwaKatonda 133
Eky'omusanvu: Obuyambi mu Kusaba 140
Eky'omunaana: Obulamu n'okuwonyezebwa ku
   lw'emibiri gyaffe 147
Eky'omwenda: Okufukibwa kw'Okwagala kw'Obwa
   Katonda 154
Eky'ekkumi: Engeri y'Okweggulawo Eri Omwoyo
   Omutukuvu 162

ECCUPA YA KATONDA EY'EDDAGALA **171**
Ekisooka: Mira nga bw'Olagiddwa 172
Eky'okubiri: Ssaayo Omwoyo 178
Eky'okusatu: Tega Okutu Kwo 183
Eky'okuna: Tebivanga Ku Maaso Go 189
Eky'okutaano Bikuumirenga wakati mu Mutima Gwo 195

OKUYIGA OKUKWO NG'OMU **201**
Ekitundu 1:
Engeri y'Olutalo 203
Ekisooka: Obwakabaka Obukontana Bubiri 204
Eky'okubiri: Ekitebe kya Setaani 211
Eky'okusatu: Olutalo lwa Bamalayika 218
Eky'okuna: Eby'okulwanyisa n'Eddwaniro 224
Eky'okutaano: Omusingi gw'Obuwanguzi Bwaffe 230

Ekitundu Ekyo 2:

Eby'okulwanyisa Byaffe Eby'Okwekuuma 237
Eky'omukaaga: Eby'okulwanyisa Ebijjuvu ebya Katonda 238
Eky'omusanvu: Omusipi ogw'Amazima 242
Eky'omunaana: Eky'omu kifuba eky'Obutuukirivu 245
Eky'omwenda: Engatto ez'Okweteekateeka okw'Enjiri 251
Eky'ekkumi: Engabo ey'Okukkiriza 255
Eky'ekkumi n'ekimu: Sseppewo ey'Obulokovu 258
Eky'ekkumi n'ebbiri: Ekitala ky'Omwoyo 266
Eky'Ekkumi n'Essatu: Ekitundu Ekitakuumiddwa 271

Ekitundu ekyo 3:

Eby'okulwanyisa eby'Okulumba 273
Eky'Ekkumi n'Ennya: Okulumba 274
Kkumi na ttaano: Eky'okulwanyisa eky'Okusaba 280
Kkumi na mukaaga: Eky'Okulwanyisa eky'Okutendereza 287
Kkumi na musanvu: Eky'Okulwanyisa eky'Okubuulira 294
Kkumi na munaana: Eky'Okulwanyisa eky' Obujulizi 302

OMUSOMO

Gwa Baibuli: Ogw'Okweyigiriza Wekka 311
Ennyanjula: Endagiriro Eri Omuyizi 312
OMUSOMO OGUSOOKA:
Baibuli: Ekigambo kya Katonda 320
OMUSOMO OGW'OKUBIRI:
Enteekateeka ya Katonda ey'Obulokozi (Ekitundu I) 331
OMUSOMO OGW'OKUSATU:
Enteekateeka ya Katonda ey'Obulokozi (Ekitund kyo 2) 340
OMUSOMO OGW'OKUNA:
Okubatizibwa Okw'omu mazzi: Mu ngeri ki? Ddi?
  Lwaki? 349
OMUSOMO OGW'OKUTAANO:
Omwoyo Omutukuvu 358

OMUSOMO OGW'OMUKAAGA:
Ebiva mu Kubatizibwa mu Mwoyo Omutukuvu 366
OMUSOMO OGW'OMUSANVU:
Okusinza n'Okusaba 380
OMUSOMO OGW'OMUNAANA:
Enteekateeka ya Katonda ku lw'Okuwonya
  Emibiri Gyaffe (Ekitundu 1) 390
OMUSOMO OGW'OMWENDA:
Enteekateeka ya Katonda ku lw'Okuwonya Emibiri Gyaffe 400
OMUSOMO OGW'EKKUMI:
 Okujulira n'Okuwangula Emmeeme 408
OMUSOMO OGW'EKKUMI N'OGUMU:
Enteekateeka ya Katonda ku lw'Okukulaakulana 418
OMUSOMO Eky'ekkumi n'ebbiri
Enteekateeka ya Katonda Ey'Enjawulo 433
OMUSOMO OGW'EKKUMI N'ESSATU
Okulemererwa n'Obununuzi 444
OMUSOMO OGW'EKKUMI N'ENNYA
Ekifaananyi kya Yesu Kristo (Ekitundu Ekisooka) 454
OMUSOMO OGW'EKKUMI N'ETTAANO
Ekifaananyi kya Yesu Kristo (Ekitundu ekyo 2) 465
OMUSOMO OGW'EKKUMI N'OMUKAAGA
Nnabbi nga Musa 476
OMUSOMO OGW'EKKUMI N'OMUSANVU
Okujja okw'Omulundi ogw'Okubiri okwa Kristo 491
OMUSOMO OGW'EKKUMI N'OMUNAANA
Obubonero bw'Okujja kwa Kristo okw'Okubiri 501

OMUSOMO OGW'EKKUMI N'OMWENDA:
Obwakabaka bwa Kristo Okussibwa ku Nsi 511
Okukebera w'otuuse Okusembayo 523
Okutunulako Emabega Okusembayo 525
OMUSOMO OGW'AMAKUMI ABIRI:
Okutunulako Emabega n'Okussa mu nkola
   okw'Obunt 527

OLUKALALA LW'EBIGAMBO EBIZIBU
N'AMAKULU GAABYO 533

OKWANIRIZA

Yesu Kristo awadde okwaniriza okukunuukiriza okutuuka ku baana b'abantu bonna: "Mujje gye ndi, mmwe mwenna abakooye era abazitoowereddwa, nange nnaabawummuza." (Matayo 11:28 NIV). Si nsonga olina mugugu ki ogw'enjawulo oba kyetaago oba kizibu, Katonda alina eky'okuddamu ku lulwo.

Naye waliwo ekifo kimu kyokka gy'oyinza okuzuula eky'okuddamu: omusalaba Yesu kwe yafiira. Ekkubo lya kuyita mu musalaba – era omusalaba gwokka – nti oyinza okufuna obugabirizi bw'ekyetaago kyo, eky'okuddamu eri ekizibu kyo, okusumululwa okuva mu mugugu gwo.

Soma emiko egiddako n'essuubi!

>>Okuwanyisiganya kw'Obwakatonda

Obubaka bwonna obw'enjiri bwekulungulira ku kintu kimu eky'enjawulo ekyaliwo mu byafaayo: okufa kwa Yesu okw'okwewaayo ku musaalaba. Ku bikwata ku nsonga eno omuwandiisi w'Ekitabo ky'Abaebbulaniya agamba: **"Kubanga olw'okuwaayo ssaddaaka emu yatuukiriza okutuusa emirembe gyonna abatukuzibwa"** (Abaebbulaniya 10:14). Ebigambo bibiri eby'amaanyi bigattiddwa wamu: "*yatuukiriza*" ne "*emirembe gyonna*." Awamu, biraga ssaddaaka ezingira awamu buli kyetaago eky'abaana b'abantu bonna. Okwongereza ku ekyo, okukola kwaayo kugenda mu maaso mu nnaku zonna ez'oku nsi okutuukira ddala mu butaggwaawo.

Nga yeesigama ku musingi gwa ssaddaaka eno Pawulo awandiika mu Abafiripi 4:19: "Era Katonda wange anaatuukirizanga *buli kye mwetaaga*, ng'obugagga bwe bwe buli mu kitiibwa mu *Kristo Yesu*." *Buli kye mwetaaga* kizingiramu buli kitundu kyonna eky'obulamu bwo – omubiri gwo, emmeeme yo, ebirowoozo byo, empulira zo, n'ebyetaago byo byonna eby'ebikozesebwa n'eby'ensimbi. Tewali kintu kinene nnyo oba kitono nnyo ekitali mu bugabirizi bwa Katonda. Ne ekikolwa kimu ekikulu, Katonda n'agatta wamu ebyetaago byonna n'okubonaabona kwonna okw'abaana b'abantu mu kaseera kamu akakulu.

Katonda tagabiridde bya kuddamu bingi ku lw'ebizibu ebingi ennyo eby'abaana b'abantu. Mu kifo ky'ekyo, atuwa eky'okuddamu ekimala mu byonna nga ky'eky'okwanukula kwe eri buli kizibu. Tuyinza okuba nga tuva mu byafaayo eby'enjawulo bingi, buli kinnoomu ku ffe nga tuzitoowereddwa n'obwetaavu bwaffe obw'enjawulo, naye okufuna eky'okuddamu kya Katonda fenna tuteekwa okugenda mu kifo kye kimu: omusalaba gwa Yesu.

Olugero olusinga okuba olujjuvu olw'ekyo ekyatuukirizibwa ku musalaba lwaweebwa okuyita mu nnabbi Isaaya – emyaka 700 nga tekinnaba kubaawo. Mu Isaaya 53:10 nnabbi annyonnyola "omuddu wa MUKAMA" emmeeme ye nga yali ya kuweebwayo eri Katonda nga ekiweebwayo eky'ekibi. Abawandiisi b'Endagaano Empya bakkiriziganyiza ddala awatali kwesalamu nti "omuddu" ono ataweereddwa linnya ye Yesu. Ekiruubirirwa ky'obwakatonda ekyatuukirizibwa ne ssaddaaka Ye kiwumbibwawumbibwa mu Isaaya 53:6:

Ffe fenna twawaba ng'endiga;
Twakyamira, buli muntu, mu kkubo lye ye;
Era Mukama atadde ku Ye obutali butuukirivu bwaffe fenna.

Wano we wali ekizibu ekya wamu, ekikulu eky'abantu bonna: tukyamye, buli muntu mu ffe, mu kkubo lyaffe ffe. Waliwo ebibi ebirambulukufu eby'enjawulo bangi ku ffe bye tutakolangako, nga ettemu, obwenzi, obubbi n'ebirala. Naye ekintu kino ekimu fenna tukifaanaganya: fenna tuwabye mu kkubo lyaffe ffe. Mu kukola ekyo, tukyusirizza Mukama emigongo gyaffe. Ekigambo ky'Olwebbulaniya ekiwumbawumba kino kye kiyitibwa *avon* – wano nga kivvuunuliddwa nga "obutali butuukirivu." Oba oli awo ekigambo ekikiriraanye ennyo mu Luzungu lw'omulembe guno kye kyandibadde kitegeeza "obujeemu" – si eri mwana wa muntu, naye eri Katonda.

Naye, tewali kigambo kya Luzungu n'ekimu – oba nga kiyitibwa "obutali butuukirivu" oba "obujeemu" – ekyo ekirimu amakulu amajjuvu aga *avon*. Mu nkozesa yaakyo eya baibuli, *avon* kinnyonnyola si butali butuukirivu bwokka naye era n'ekibonerezo – oba ebivaamu eby'obubi – obutali butuukirivu bye buleeta mu mukululo gwabwo.

Eky'okulabirako mu Lubereberye 4:13, oluvannyuma lwa Katonda okuba nga alangiridde omusango ku Kayini olw'okutemula muganda we, Kayini n'agamba: "Okubonerezebwa kwange tekuyinzika kugumiikirizika." Ekigambo wano ekivvuunulibwa okutegeeza "okubonerezebwa" kye kiyitibwa *avon*. Kyazingiramu si "butali butuukirivu" bwa Kayini bwokka, naye era ne "okubonerezebwa" kwe bwamuleetera.

Mu ky'Abaleevi 16:22, ku bikwata ku mbuzi eyasitulanga obutali butuukirivu eyatebwanga ku Lunaku lw'Okutangirira, Mukama yagamba: "Embuzi eneesitulanga ku yo obutali butuukirivu bwabwe bwonna n'ebutwaala mu nsi eteriimu bantu…." Mu ngeri eno ey'ekifaananyi, embuzi yatwalanga si butali butuukirivu bwa Baisiraeri bwokka, naye era n'ebyandivuddemu byonna mu butali butuukirivu bwabwe.

Mu Kukungubaga essuula 4, *avon* kirabika emirundi ebiri n'amakulu ge gamu. Mu lunyiriri olwo 6 kivvuunulibwa: "Okubonerezebwa okw'obutali butuukirivu obw'omuwala w'abantu bange" Nate era, mu lunyiriri olwa 22: "Okubonereza obutali butuukirivu bwo … Ai omuwala wa Sayuuni…" Mu buli kimu ku bino, ekigambo kye kimu *avon* kivvuunulibwa n'ebigambo ebijjuvu "okubonereza obutali butuukirivu." Mu ngeri endala, mu makulu gaakyo amajjuvu *avon* tekitegeeza "butali butuukirivu" kyokka, naye era kizingiramu ebikivaamu byonna eby'obubi omusango gwa Katonda bye guleeta ku butali butuukirivu.

Kino kikwata ku ssaddaaka ya Yesu ku musalaba. Yesu yennyini yali talina musango mu kibi kyonna. Mu Isaaya 53:9 nnabbi agamba, "Yali tagize kyejo, so nga temuli bukuusa mu kamwa ke." Naye mu lunyiriri olwo 6 agamba, "Mukama atadde ku Ye obutali butuukirivu *[avon]* bwaffe fenna" Yesu teyakoma ku kya kufaananyizibwa na butali butuukirivu bwaffe. Era yagumiikiriza ebyavaamu byonna ebibi eby'obutali butuukirivu obwo. Okufaananako nga embuzi eyatwalanga obutali butuukirivu eyali emaze okulaga ekifaananyi Kye nga eyali ow'okukola omulimu gwe gumu, Ye yabitwaala, bwe kityo bireme okutuddira nate okutukomako.

Gaagano amakulu amatuufu n'ekiruubirirwa eky'omusalaba. Ku gwo empanyisiganya eyategekebwa obw'obwakatonda yabaawo. Okusooka, Yesu yagumiikiriza mu kifo kyaffe ebyavaamu byonna eby'obubi ebyaali bigwanira n'obwenkanya bw'obwakatonda eri obutali butuukirivu bwaffe. Kaakano, mu kuwanyisiganya, Katonda atuwa ebirungi byonna ebyo ebyaali bigwanira eri obuwulize obutaalimu kibi obwa Yesu.

>>
Katonda atuwa ebirungi byonna ebyo ebyaali bigwanira eri obuwulize obutaalimu kibi obwa Yesu.

Okukyogera mu bigambo ebisingawo obutono, obubi obutugwanira bwajja ku Yesu, nti, mu kuddira, ebirungi ebigwanira Yesu bisobole okutuweebwa. Katonda asobola okutuwa bino awatali kukyusa bwenkanya Bwe obw'olubeerera, kubanga Yesu yamala dda okugumiikiriza ku lwaffe okubonereza kwonna okw'obwenkanya okugwanira obutali butuukirivu bwaffe.

Bino byonna biva mu kisa ekitategeerekeka kyokka ekya Katonda, era nga bifunibwa na kukkiriza kwokka. Tewali kunnyonnyola kwa magezi mu ngeri ya ki ekyakireetera okubaawo n'ebikivaamu. Tewali n'omu ku ffe eyali akoze ekintu kyonna okugwanira okuweebwa okw'engeri eyo, era tewali n'omu ku ffe aliyinza okukola ekintu kyonna okukifuna.

Ebyawandiikibwa bibikkula engeri nnyingi ez'enjawulo ez'okuwanyisiganya, n'ebitundu bingi eby'enjawulo mw'ekolera. Mu buli nsonga, wewaawo, ennono y'emu erimu ebirungi: obubi bwajja ku Yesu nti obulungi obwali obubwe bulyoke butuweebwe.

Engeri ebbiri ezisooka ez'empanyisiganya zibikkuliddwa mu Isaaya 53:4-5:

Mazima yeetikka obuyinike bwaffe [mu butuufu, ze ndwadde]
N'asitula ennaku zaffe [mu butuufu, bwe bulumi]**;**
Naye twamulowooza nga yakubibwa,
Yafumitibwa Katonda n'abonyaabonyezebwa.
Naye yafumitibwa olw'okusobya kwaffe,
Yabetentebwa olw'obutali butuukirivu bwaffe;
Okubonerezebwa okw'emirembe gyaffe kwaali ku Ye,
Era emiggo gye [ebiwundu] **gye gituwonya.**

Amazima ga mirundi ebiri galukiddwa wamu wano. Enkozesa y'amazima agamu ya mwoyo, n'ey'amalala ya mubiri. Ku ludda olw'omwoyo, Yesu yafuna okubonerezebwa okugwanira okwonoona kwaffe n'obutali butuukirivu nti ffe, mu kuddira, tulyoke tusonyiyibwe era bwe kityo tube n'emirembe ne Katonda. (Laba Abaruumi 5:1) Ku ludda olw'omubiri, Yesu yeetikka endwadde zaffe n'obulumi bwaffe nti ffe okuyita mu biwundu bye tulyoke tuwonyezebwe.

Enkozesa ey'omubiri ey'empanyisiganya ekakasibwa mu nnyiriri bbiri ez'Endagaano Empya. Matayo 8:16-17 kijuliza emabega mu Isaaya 53:4 era kyawandiikibwa nti Yesu "yawonya bonna abaali abalwadde, bwe kityo kiryoke kituukirire ekyayogerwa nnabbi Isaaya, ng'agamba:

'Ye yennyini yeetikka obunafu bwaffe
Era n'atwaala endwadde zaffe.' "

Nate era mu 1 Peetero 2:24, omutume ajuliza emabega mu Isaaya 53:5-6 era ayogera ku Yesu:

... **eyeetikka Ye yennyini ebibi byaffe mu mubiri gwe ku muti, ffe nga tumaze okufa ku bibi, tulyoke tubeerenga abalamu eri obutuukirivu – okukubibwa kw'oyo kwe kwabawonya.**

Empanyisiganya ey'emirundi ebiri ennyonnyoddwa mu nnyiriri ezo waggulu eyinza okuwumbibwawumbibwa mu ngeri bw'eti:

Yesu **yabonerezebwa** bwe kityo ffe tulyoke **tusonyiyibwe**.
Yesu **yafumitibwa** bwe kityo ffe tulyoke **tuwonyezebwe**.

Engeri ey'okusatu ey'empanyisiganya ebikkuliddwa mu Isaaya 53:10, egamba nti Mukama yafuula emmeeme ya Yesu "ekiweebwayo olw'ekibi." Kino kiteekwa okutegeerwa mu ngeri y'ebiragiro bya Musa ku lw'engeri ez'enjawulo ez'ekiweebwayo ku lw'ekibi. Omuntu eyali ayonoonye kyaali kimwetaagisa okuleeta ekiweebwayo kye ekya ssaddaaka – endiga, embuzi, sseddume w'ente, oba ensolo endala yonna – eri kabona. Yayatuliranga ekibi kye ku kiweebwayo, era ne kabona mu ngeri y'akabonero n'akyusa ekibi kye yali ayatudde okukiggya ku muntu n'akizza ku nsolo. Olwo ensolo n'eryoka ettibwa, bw'etyo ng'esasulira ekibi ekyali kigissiddwaako.

Mu kumanya kwa Katonda okw'ebigenda okubaawo, bino byonna byategekebwa okusiikiriza ekyo ekyalina okutuukirizibwa ne ssaddaaka ya Yesu esembayo, emala-byonna. Ebyavaamu binnyonnyolwa mu Isaaya 12: "Yafuka obulamu Bwe okutuusa ku kufa." Ne okufa kwe okwa ssaddaaka, okw'okutukiikirira, Yesu yakola okutangirira kulw'ekibi eky'abaana ba bantu bonna.

Mu 2 Abakkolinso 5:21 Pawulo ajulira mu Isaaya 53;10 era, mu kiseera kye kimu, era atuwa engeri entuufu ey'okuwanyisiganya:

Kubanga ye [Katonda] **yamufuula** [Yesu] **ataamanya kibi okuba ekibi ku lwaffe, ffe tulyoke tufuuke obutuukirivu bwa Katonda mu ye.**

Pawulo wano tayogera ku ngeri yonna ey'obutuukirivu bwe tusobola okufuna olw'okufuba kwaffe ffe, naye ku butuukirivu bwa Katonda yennyini – obutuukirivu obutamanyanga ku kibi. Tewali n'omu ku ffe aliyinza okufuna kino, Buli waggulu nnyo aw'obutuukirivu obwaffe fennyini nga eggulu bwe liri waggulu w'ensi. Busoboka kufunibwa na kukkiriza kwokka.

Engeri eno ey'okusatu ey'okuwanyisiganya eyinza okufunzibwa mu ngeri eno:

Yesu yafuulibwa **ekibi n'okwonoona kwaffe**
ffe tulyoke tufuulibwe
abatuukirivu n'obutuukirivu Bwe.

Engeri eddako ey'empanyisiganya kwe kukola okw'amagezi okw'eyo gye twakamala okulaba. Baibuli yonna, mu Ndagaano zombi Enkadde n'Empya, ekikkaatiriza nti ebivaamu eby'oluvannyuma eby'ekibi kwe kufa. Mu Ezeekyeri 18:4 Mukama agamba, "Emmeeme ekola ekibi ye erifa."

Mu Yakobo 1:15 omutume agamba, "okwonoona, bwe kumala okukula, ne kuzaala okufa." Yesu bwe yatuuka okwefaananyiriza n'ekibi kyaffe, kyaali tekyewalika nti naye yalina okuloza ku kufa nga kwe kuva mu kibi.

Mu kukakasa kino, mu Abaebbulaniya 2:9, omuwandiisi agamba nti, "Yesu, ... yakolebwa okubulako akatono okuba nga bamalayika, olw'okubonaabona okw'okufa ... nti Ye, olw'ekisa kya Katonda, alyoke alege ku kufa ku lwa buli muntu." Okufa okwo kwe yafa kwe kwaali tekwewalika okwava mu kwonoona kw'abantu kwe yali yeetaddeko Ye yennyini. Yeetikka okwonoona kw'abantu bonna, era bwe kityo n'afa okufa okugwaanira eri abantu bonna.

Mu kuddira, eri bonna abakkiriza ssaddaaka Ye ey'okudda mu kifo kyaffe, Yesu kaakano atuwa ekirabo eky'obulamu obutaggwaawo. Mu Abaruumi 6:23 Pawulo ateekawo eby'okulondako nga biriraanaganye: "Kubanga empeera (empeera egwaanira) y'ekibi kwe kufa, naye ekirabo kya Katonda (ekitafunibwa nga ky'okoleredde) bwe bulamu obutaggwaawo mu Kristo Yesu Mukama waffe."

Bwe kityo engeri ey'okuna ey'okuwanyisiganya eyinza okufunibwa bw'eti:

> Yesu yafa **okufa** kwaffe
> ffe tulyoke tufune **obulamu** Bwe.

Engeri endala ey'empanyisiganya eyogerwako Pawulo mu 2 Abakkolinso 8:9: "Kubanga mutegeera ekisa kya Mukama waffe Yesu Kristo, nti bwe yali omugagga, naye n'afuuka omwavu ku lwammwe, obwavu Bwe bulyoke bubagaggawaze mmwe." Empanyisiganya etegeerekeka bulungi: kuva mu bwavu kudda mu bugagga. Yesu yafuuka omwavu ffe mu kuddira tulyoke tugaggawale.

Yesu yafuuka ddi omwavu? Abantu abamu bamulaga nga Ye eyali omwavu okuyita mu buweereza Bwe bwonna obw'oku nsi, naye kino si kituufu. Ye yennyini teyatambulanga na ssente nnyingi nnyo, naye tewali n'omulundi n'ogumu gwe yabulwa ekintu kyonna kye yeetaaga. Bwe yasindika abayigirizwa Be okufuluma ku lwabwe, nabo mu ngeri y'emu tebaabulwa kintu kyonna *(Laba Lukka 22:35)*. Bwe kityo, olw'obutaba baavu n'akatono, Ye n'abayigirizwa Be baakola empisa eya buli kiseera ey'okugabira abaavu. *(Laba Yokaana 12:4-8; 13:29)*.

Kituufu, enkola za Yesu ez'okufuna ssente oluusi zaalinga ezitali za bulijjo, naye ssente zirina omuwendo gwe gumu, oba nga ziggyiddwa mu bbanka oba mu kamwa ka ky'ennyanja.*(Laba Matayo 17:27.)* Enkola ze ez'okugabirira emmere nazo oluusi zaali nga ezitali za bulijjo, naye omusajja asobola okugabirira ekijjulo ekinene ku lw'abasajja 5000 (ng'ogasseeko abakazi n'abaana) mu buli ngeri teyanditwaliddwa kuba mwavu n'emitindo egya bulijjo! *(Laba Matayo 14:15-21.)*

Mu butuufu, okuyita mu buweereza Bwe obw'oku nsi, Yesu yaweera ddala eky'okulabirako ekya "obungi," nga bwe kinnyonnyolwa mu Baibuli. Bulijjo yalinanga ebyo byonna bye yali yeetaaga okukola okwagala kwa Katonda mu bulamu Bwe ye. Okwongereza ku bino byonna, yawangayo bulijjo eri abalala, era obugabirizi Bwe tebwaggwaawo n'omulundi n'ogumu..

Kati Yesu yafuuka ddi omwavu ku lwaffe? Eky'okuddamu kiri: ku musalaba. Mu ky'Amateeka 28:48 Musa yafunza obwavu obwa ba lunkupe mu bigambo bina: enjala, ennyonta, obutaba na bya kwambala (okuyita obwereere) era abeetaaga ebintu byonna. Yesu yalega ku bino byonna mu bujjuvu ku musalaba.

Yalumwa enjala. Yali tannalya okumala kumpi essaawa 24.

Yalumwa ennyonta. Ekimu ku bigambo Bye ebyasembayo kyaali: "Nnina ennyonta!" *(Yokaana 19:28).*

>>
Pawulo yeegendereza okukikkaatiriza wonna nti omusingi gwokka ku lw'empanyisiganya eno kye kisa kya Katonda.

Yali bwereere. Abaserikale baali bamuggyeeko engoye ze zonna. *(Yokaana 19:23).*

Yali yeetaaga ebintu byonna. Yali takyalina bwannannyini ku kintu kyonna. Oluvannyuma lw'okufa Kwe yaziikibwa mu munagiro ogwali omweyazike era mu ntaana eyali enneyazike *(Lukka 23:50-53).* Bwe kityo, Yesu, mu ngeri yennyini era mu bujjuvu, **yagumiikiriza** obwavu obw'obwa lunkupe ku lwaffe.

Mu 2 Abakkolinso 9:8 Pawulo ayanjula mu ngeri esingawo obujjuvu oludda olulungi olw'empanyisiganya: "Era Katonda ayinza okwaza ekisa kyonna gye muli; mmwe nga mulina ebibamala byonna ennaku zonna mu bigambo byonna mulyoke musukkirirenga mu bikolwa byonna ebirungi." Pawulo yeegendereza okukikkaatiriza wonna nti omusingi gwokka ku lw'empanyisiganya eno kye kisa kya Katonda. Teyinza n'omulundi n'ogumu kufunibwa olw'omulimu gwonna omuntu yenna gw'ayinza okukola. Eyinza kufunibwa lwa kukkiriza kwokka.

Emirundi mingi "obungi" bwaffe bujja kuba nga obwa Yesu we yabeerera ku nsi. Tetujja kutambula na mudidi gwa ssente, oba ssente ennyingi ennyo eziterekeddwa mu bbanka. Naye lunaku ku lunaku tujja kuba n'ezitumala ku lw'ebyetaago byaffe ffe, ate n'ezisingawo ku lw'ebyetaago by'abalala.

Ensonga emu enkulu ku lw'eddaala lino ery'obugabirizi eragibwa n'ebigambo bya Yesu ebyajulizibwa mu Ebikolwa by'Abatume 20:35: "Okugaba kwa mukisa okusinga okutoola." Ekiruubirirwa kya Katonda kiri nti abaana Be bonna basobole okunyumirwa omukisa ogusingawo obunene. N'olw'ekyo, Ye atuwa ssente ezitumala okusisinkana ebyetaago byaffe ffe ate era n'okuwa abalala.

Engeri eno ey'okutaano ey'empanyisiganya eyinza okuwumbibwawumbibwa:

> Yesu yagumiikiriza **obwavu** bwaffe
> tulyoke tugabane **obungi** Bwe.

Okuwanyisiganya kw'omusalaba kuzingiramu era engeri z'okubonaabona ez'empulira ezigoberera okuva mu butali butuukirivu bw'abantu. Na wano era, Yesu yagumiikiriza obubi nti ffe mu kuddira tulyoke tunyumirwe obulungi. Bibiri ku biwundu ebisinga okuluma ebyatuteekebwako obutali butuukirivu bwaffe ze nsonyi n'okugaanibwa. Bino byombi byajja ku Yesu ku musalaba.

Ensonyi ziyinza okwawukana mu maanyi okuva ku buteekakasa obuyitiridde okutuuka ku mpulira ey'obutasaanira ekuumira emabega eyo esalako omuntu okuva mu kusseekimu okw'amakulu ne Katonda oba n'abantu. Ekimu ku bisinga okukireeta – ekikyaase ennyo mu bantu b'omulembe guno – y'engeri emu ey'okukakibwa omukwano oba mu buseegu obw'engeri endala oba okusobezebwako mu biseera by'okuba omwana omuto. Emirundi mingi kino kireka enkovu ezisobola okuwonyezebwa n'ekisa kya Katonda kyokka.

Nga ayogera ku Yesu ku musalaba, omuwandiisi w'ekitabo ky'Abaebbulaniya agamba nti Ye "yagumiikiriza omusalaba, ng'anyooma ensonyi ..." (Abaebbulaniya 12:2). Okuttibwa ku musalaba ye yali engeri esinga okuba ey'ensonyi mu ngeri zonna ez'okufa, eyateekebwawo kulw'ekiti ky'abamenyi b'amateeka abasinga okuba aba wansi. Omuntu ow'okuttibwa yayambulwangamu engoye ze zonna n'ateekebwa mu lujjudde nga ali bukunya abayise ne beerolera, abaabanyoomanga n'okubasekereranga. Lino lye lyaali eddaala ly'ensonyi Yesu lye yagumiikiriza nga bwe yali ku musalaba. (Matayo 27:35-44).

Mu kifo ky'ensonyi Yesu ze yatwaala, ekiruubirirwa kya Katonda kwe kuleeta abo abateeka obwesige mu Ye okugabana ekitiibwa kye eky'olubeerera. Mu Abaebbulaniya 2:10 omuwandiisi agamba: "Kubanga kyamusaanira (Katonda) ... ng'aleeta abaana bangi mu kitiibwa, okutuukiriza omukulu w'obulokozi bwabwe olw'ebibonyoobonyo." Ensonyi Yesu ze yagumiikiriza ku musalaba zaggulawo ekkubo ku lwa bonna abateeka obwesige mu Ye okusumululwa okuva mu nsonyi zaabwe bo. Si ekyo kyokka, naye Ye olwo n'agabana naffe ekitiibwa ekikye eky'obwebange eky'olubeerera!

Waliwo ekiwundu ekirala emirundi mingi ekisingawo okuluma okusinga n'ensonyi. Kuno kwe kugaanibwa. Bulijjo kuno kuva mu ngeri emu ey'enkolagana emenyese. Mu ngeri yaakwo esookera ddala, kuleetebwa abazadde abagaana abaana baabwe bennyini. Okugaana kuyinza okuba nga kukola, nga kulagibwa mu ngeri ezikontana, ez'ekkabyo; oba kuyinza okuba okulemererwa kwokka okulaga okwagala n'okukkirizibwa. Singa omukazi ow'olubuto akkiriza empulira ezikontana eri omwana mu lubuto lwe, omwana oba oli awo alizaalibwa n'engeri y'okugaanibwa – okusobola okugenda mu maaso okutuuka mu bukulu bwe, era oba oli awo n'okutuuka mu ntaana.

Okumenyeka kw'obufumbo y'ensibuko endala ey'olulango ey'okugaanibwa. Kino kyeyolekera bulungi mu bigambo bya Mukama mu Isaaya 54:6:

"Mukama alikuyita okukomawo ng'omukazi eyalekebwawo n'omwoyo gwe nga guliko obuyinike, omukazi ow'omu buvubuka, n'amala n'agobebwa," bwayogera Katonda wo. (NIV).

Enteekateeka ya Katonda kulw'okuwonya ekiwundu ky'okugaanibwa yawandiikibwa mu Matayo 27:46 ne 50, ezinnyonnyola okulinnya okw'obulumi bwa Yesu:

"Obudde bwe bwatuuka ng'essaawa ey'omwenda Yesu n'ayogerera waggulu, ng'agamba, "Eri, Eri, lama sabakusaani? Amakulu gaakyo nti "Katonda wange, Katonda wange, kiki ekikundesezza?"
Yesu bwe yamala okwogerera nate waggulu n'eddoboozi ddene, n'ata omwoyo Gwe.

Omulundi ogusookera ddala mu byafaayo by'obutonde bwonna okutwalira awamu, Omwana wa Katonda yakoowoola eri Kitaawe n'atafuna kuddibwamu. Engeri yali nzijuvu nnyo Yesu gye yeefaananyirizaamu n'obutali butuukirivu bw'abantu nti obutukuvu bwa Katonda obutekkiriranya bwamuleetera okugaana n'Omwana We yennyini. Mu ngeri eno Yesu yagumiikiriza okugaanibwa mu ngeri yaakwo esinga okuluma: okugaanibwa taata. Kumpi mangu ddala oluvannyuma lw'ekyo, n'afa, si lwa biwundu bya kukomererwa, naye lwa mutima ogumenyeddwa olw'okugaanibwa.

Likoda ya Matayo yeeyongerayo mangu ddala: "Laba eggigi lya yeekaalu ne liyulikamu wabiri okuva waggulu okutuuka wansi ..." Mu ngeri y'akabonero kino kyalaga nti ekkubo lyaali ligguddwaawo kulw'omuntu omwonoonyi okuyingira mu kusseekimu okw'essimbalaala ne Katonda omutukuvu. Okugaanibwa kwa Yesu kwaali kutugguliddewo ekkubo ffe okukkirizibwa Katonda nga abaana Be. Kino kiwumbibwa wumbibwa Pawulo mu Abaefeso 1:5-6: "bwe yatwawula edda okumufuukira abaana ku bwa Yesu Kristo ... Ye (Katonda) atuleetedde okukkirizibwa mu Mwagalwa"(KJV). Okugaanibwa kwa Yesu kwavaamu okukkirizibwa kwaffe.

Eky'okuddamu kya Katonda ku lw'ensonyi n'okugaanibwa tekyetaagibwangako nnyo okusinga bwe kyetaagibwa leero. Okuteebereza kwange kuli nti wakiri ebitundu kimu-kya-kuna eky'abantu abakulu wonna mu nsi olwa leero banyigirizibwa okuva mu biwundu by'ensonyi oba okugaanibwa. Kimpadde essanyu eritaliiko kipimo okulaga abantu ab'engeri eyo eri okuwonyezebwa okukulukuta okuva ku musalaba gwa Yesu.

Engeri ebbiri ez'empulira ez'empanyisiganya ku musalaba ezeekenneenyezeddwa waggulu ziyinza okufunzibwa bwe ziti:

> Yesu yeetikka **ensonyi** zaffe
> ffe tulyoke tugabane **ekitiibwa** Kye.
> Yesu yagumiikiriza **okugaanibwa** kwaffe
> ffe tulyoke tufune **okukkirizibwa** Kwe ne Kitaawe.

Engeri z'empanyisiganya ze tuyize waggulu zikoma ku bimu ku byetaago by'abantu ebisinga okuba ebikulu era ebyetaaga okukolebwako amangu, naye tezimalaayo byonna. Ekituufu, tewali kyetaago ekiva mu bujeemu bw'abantu ekitakomebwako n'ennono y'emu ey'empanyisiganya: obubi bwajja ku Yesu nti obulungi bulyoke butuweebwe. Bwe tumala okuyiga okussa mu nkola ennono eno mu bulamu bwaffe, esumulula obugabirizi bwa Katonda ku lwa buli kyetaago.

Wakyasigaddeyo engeri emu enkulu esembayo, ey'empanyisiganya, ennyonnyolwa Pawulo mu Abaggalatiya 3:13-14:

Kristo yatununula mu kikolimo ky'amateeka, bwe yafuuka ekikolimo ku lwaffe: (kubanga kyawandiikibwa, "Akolimiddwa buli awanikiddwa ku muti"), omukisa gwa Ibulayimu gulyoke gutuuke eri amawanga mu Kristo Yesu; tulyoke tuweebwe ekyasuubizibwa eky'Omwoyo okuyita mu kukkiriza.

Pawulo akissa ku Yesu ku musalaba ng'alaga okukola kw'etteeka lya Musa, eryogerwako mu ky'Amateeka 21: 23, okusinziira ku lyo omuntu attibwa nga awanikiddwa ku "muti" (ekiti okwawanikibwanga abo abattiddwa) mu ngeri eyo yajjanga wansi w'ekikolimo kya Katonda. Ate olwo n'asonga ku kigambo ekikontana: gwe mukisa.

Tekyetaagisa muntu mukugu mu nsonga ezikwaata ku Katonda okulambika engeri eno ey'empanyisiganya:

> Yesu yafuuka **ekikolimo**
> ffe tulyoke tuyingire mu **mukisa**.

Ekikolimo ekyajja ku Yesu kinnyonnyolwa nga "ekikolimo ky'etteeka." Mu ky'Amateeka 28, Musa awa olukalala olumalayo byonna olw'emikisa egiva mu kugondera amateeka n'ebikolimo ebiva mu kugamenya. Ebikolimo ebirambikiddwa mu ky'Amateeka 28:15-68 biyinza okuwumbibwawumbibwa bwe biti:

Okuswazibwa,
Obugumba, obutabala bibala
Endwadde ez'obwongo n'ez'omubiri
Okusasika kw'amaka
Obwavu
Okuwangulwa
Okunyigirizibwa
Okulemererwa
Obutaganja eri Katonda.

Ebimu ku bigambo bino bikwata ku bitundu mu bulamu bwo? Waliwo ebintu ebikka nga ekisiikirize ekikwafu waggulu wo, nga biggalira omusana gw'omukisa gwa Katonda ogwo gw'oyaayaanira? Bwe kiba bwe kityo, kiyinzika okuba nti ensibuko y'ebizibu byo ya kikolimo, ekyo kye weetaaga okusumululwamu.

Okutegeera entiisa enzijuvu ey'ekikolimo ekyajja ku Yesu, gezaako okukuba ekifaananyi Kye nga bwe yali eyo ku musalaba.

Yesu yali agaaniddwa bannansi Be bennyini, ng'aliiriddwamu olukwe n'omu ku bayigirizwa Be, ate n'alekebwawo abalala abasigaddewo (newakubadde abamu oluvannyuma baakomawo okugoberera obulumi Bwe obusembayo). Yawanikibwa nga ali bukunya wakati w'ensi n'eggulu. Omubiri gwe gwazikirizibwa n'obulumi bw'ebiwundu ebitabalika. Emmeeme ye ng'ezitoowereddwa n'omusango gw'abantu bonna. Ensi yali emugaanye, n'eggulu teryayanukula eri kukaaba Kwe. Enjuba nga bwe yaggyawo ekitangaala kyayo n'enzikiza n'emubikka, omusaayi gw'obulamu Bwe gwakenenuka nga gutonnya ku ttaka ery'olwaziyazi, ery'enfuufu. Naye okuva mu kizikiza, nga ebula akaseera katono afe, ne wavaayo okukaaba kumu okusembayo, okw'obuwanguzi: "Kiwedde!"

Mu Lulimi Oluyonaani ebigambo ebitegeeza, "Kiwedde," mulimu ekigambo kimu kyokka. Ye enjogera etuukiridde ey'ekigambo ekikozi ekitegeeza "okufuna ekintu ekijjuvu oba ekituukiridde." Mu Luzungu, kiyinza okwogerwa: "Kiggweeredde ddala" oba "Kituukiridde mu ngeri etuukiridde."

Yesu yali yeetaddeko ye yennyini buli ekivaamu eky'obubi ekyo obujeemu kye bwaali buleese ku baana ba bantu. Yali aggyeewo buli kikolimo eky'etteeka lya Katonda eryamenyebwa. Bino byonna, nti ffe mu kuddira, tulyoke tuweebwe buli mukisa olw'obuwulize Bwe. Ssadaaka ng'eyo yeewunyisa mu bugazi bw'okukola kwayo, naye ate yeewunyisa mu bwangu bwayo.

Osobodde okumatira awamu n'okukkiriza olugero luno olwa ssaddaaka ya Yesu era n'ebyo byonna Ye by'afunye ku lulwo? Kaakano weetegese okuyingira mu bugabirizi bwa Katonda obujjuvu?

Waliwo omusanvu gumu fenna gwe tulina okukolako – omusanvu gw'ekibi ekitasonyiyiddwa. Wamala dda okufuna obukakafu obutegeerekeka nti ebibi byo byasonyiyibwa olwa ssaddaaka ya Yesu? Bwe kitaba bwe kityo, awo w'oteekwa okutandikira.

Oyinza okuwaayo essaala ennyangu ennyo:

Katonda, ntegedde nti ndi mwonoonyi era waliwo ekibi ekitannasonyiyibwa mu bulamu bwange. Naye nzikiriza nti Yesu yabonerezebwa nze ndyoke nsonyiyibwe, era kyenva nkusaba kaakano: Sonyiwa ebibi byange byonna, mu linnya lya Yesu.

Ekigambo kya Katonda kisuubiza nti "Bwe twaatula ebibi byaffe, ye wa mazima era omutuukirivu okusonyiwa ebibi byaffe, n'okutunaazaako byonna ebitali bya butuukirivu (1 Yokaana 1:9). Kkiriza Katonda olw'ekigambo kye! Mu kaseera kano kennyini kkiriza nti Ye akusonyiyidde ddala ku lw'ebibi byo byonna!

>> *Waliwo omusanvu gumu fenna gwe tulina okukolako – omusanvu gw'ekibi ekitasonyiyiddwa.*

Waliwo okwanukula okwangu kumu kwe weetaaga okukola – okwanukula nga kwe kulaga okusinga obwangu n'obulongoofu okw'okukkiriza okw'amazima. Kwe kugamba "Webale!"

Kola ekyo kaakano! Gamba, "Webale! Webale, Mukama Yesu, nti wabonerezebwa nze ndyoke nsonyiyibwe.

Sitegeerera ddala byonna, naye nzikiriza era nsiima kye wankolera!

N'omusingi gw'ekibi nga guggyiddwaawo, ekkubo liggule ku lulwo okuyingira mu bugabirizi obulala bwonna Katonda bwe yakola okuyita mu musalaba. Okufaananira ddala nga okusonyiyibwa kw'ekibi, buli bumu buteekwa okutwalibwa olw'okukkiriza okwangu mu Kigambo kya Katonda.

Buli kinnoomu ku ffe alina ebyetaago bya enjawulo era buli kinnoomu ku ffe ateekwa okujja eri Katonda okukkiriza obugabirizi Bwe. Ziizino engeri ez'awamu ez'ebigambo by'oyinza okukozesa okukaayanira obumu ku bugabirizi obulala bwonna obunnyonnyoddwa mu kitabo kino.

Mukama Yesu, nkwebaza nti wafumitibwa
   nze ndyoke *mponyezebwe*.
Mukama Yesu, nkwebaza nti wafuulibwa *ekibi*
   ne *obubi* bwange nze ndyoke nfuulibwe *omutuukirivu* *n'obutuukirivu* bwo.
Mukama Yesu, nkwebaza nti wafa *okufa* kwange
   nze ndyoke mpeebwe *obulamu* bwo.
Mukama Yesu, nkwebaza nti wagumiikiriza *obwavu* bwange
   nze ndyoke ngabane *obungi* bwo.
Mukama Yesu, nkwebaza nti watwaala *ensonyi* zange
   nze ndyoke ngabane *ekitiibwa* kyo.
Mukama Yesu, nkwebaza nti wabonaabona *okugaanibwa*
   kwange nze ndyoke nfune *okukkirizibwa* ne Kitaffe.
Mukama Yesu, nkwebaza nti wafuulibwa *ekikolimo*
   nze ndyoke nnyingire mu *mukisa*

Buli bugabirizi bw'osabidde bweyongera mu maaso. Essaala yo esooka esumuludde amaanyi ga Katonda mu bulamu bwo. Naye, eyo ntandikwa butandikwa. Okusobola okufuna obugabirizi obujjuvu obwo bw'onoonya, ojja kwetaaga okukola ebintu bisatu:

1. **Weenonyeze amazima gano mu Baibuli.**
2. **Weyongere mu maaso nga oddamu okukakasa engeri eyo yennyini ey'empanyisiganya eyo eyanukula eri ekyetaago kyo.**
3. **Weyongere mu maaso ng'oggumiza okukkiriza kwo nga webaza Katonda ku lw'ekyo Ye ky'agabiridde.**

Gy'okoma okwebaza Katonda, gy'onookoma okukkiriza ki ky'akukoledde. Era gy'onookoma okukkiriza, gy'onookoma okwagala okumwebaza.

Ebintu ebibiri – okukkiriza n'okwebaza, okwebaza n'okukkiriza – biri nga amadaala agetooloola mu nkola yaago ebinaakutwaala buli kiseera nga bikwongera waggulu okuyingira mu bujjuvu bw'obugabirizi bwa Katonda.

Okuwanyisiganya Okwakolebwa ku Musalaba

Waliwo omusingi gumu – era gumu gwokka – ogumalabyonna ku lwa buli bugabirizi bw'okusaasira kwa Katonda: empanyisiganya eyaliwo ku musalaba.

Yesu **yabonerezebwa** ffe tulyoke **tusonyiyibwe**.
Yesu **yafumitibwa** ffe tulyoke **tuwonyezebwe**,
Yesu yafuulibwa **ekibi n'okwonoona kwaffe** ffe tulyoke tufuulibwe **abatuukirivu n'obutuukirivu Bwe**.
Yesu yafa **okufa** kwaffe ffe tulyoke tufune **obulamu** Bwe.
Yesu yagumiikiriza **obwavu** bwaffe ffe tulyoke tugabane **obungi** Bwe.
Yesu yeetikka **ensonyi** zaffe ffe tulyoke tugabane **ekitiibwa** Kye.
Yesu yagumiikiriza **okugaanibwa** kwaffe ffe tulyoke tufune **okukkirizibwa** Kwe ne Kitaawe.
Yesu yafuulibwa **ekikolimo** ffe tulyoke tuyingire mu **mukisa**

Olukalala luno si lujjuvu. Waliwo engeri endala ez'empanyisiganya eziyinza okugattibwako. Naye zonna njuuyi ez'enjawulo ez'obugabirizi Katonda bw'akoze okuyita mu ssaddaaka ya Yesu. Baibuli ezigatta mu kigambo kimu ekinene, ekizingiramu-byonna: obulokozi. Abakristaayo emirundi mingi bateeka ekkomo ku bulokozi, ku mbeera y'ebibi by'omuntu okusonyiyibwa n'okuzaalibwa omulundi ogw'okubiri. Newakubadde kino kya kyewuunyo, wewaawo, kitundu butundu ekisooka eky'obulokozi obujjuvu obubikkuliddwa mu Ndagaano Empya.

Okuyiga okukwo ng'omuntu Omu

Kaakano mwattu genda ku Nnyongereza y'Ebigambo A (omuko 337) ku lw'ebibuuzo by'omusomo ebikwatagana n'*Okuwanyisiganya okw'Obwakatonda*. Eby'okuddamu eri ebibuuzo bino bisangibwa mu Nnyongereza y'Ebigambo B (omuko 354).

>>Engeri y'Okuva mu Kikolimo okudda mu Mukisa

Ennyanjula

Nga bwe ntambula n'okuweereza mu bitundu bingi eby'ensi nkiraba nti waliwo okwanukula okukulu kwa mirundi ebiri eri amaanyi ag'obwakatonda. Ensi y'Ebulaaya okumala ebbanga ddene ebadde ekomebwako n'enkola ey'okukozesa obwongo n'amagezi ga sayansi nti abantu abasinga obungi bakisanga nga kizibu okukkiriza ekintu kyonna ekisukka ku ekyo ekiyinza okufunibwa okuyita mu busimu obutaano. Kirowoozo ekitali kya bulijjo eri abantu bangi nti waliwo ekigera eky'obwakatonda ekiyinza okukoma ku bulamu bwabwe obwa bulijjo ku lw'obulungi ne ku lw'obubi.

Ku ludda olulala, kumpi buli wantu wonna mu kitundu ky'ensi ekitali kye Bulaaya, ka kibe mu bibuga ebinene oba mu byaalo eby'ewala ennyo, abantu abasingira ddala obungi bakimanyi bulungi nti okubeerawo kw'ekigera eky'obwakatonda si bigambo bikalu. Newakubadde okumanya okwo kusinga obutamanya, bangi bakyabeerawo mu kutya okw'okuba nti balina okukolagana n'ebintu bino ebya nnamaddala buli lunaku olukedde. Mu makulu amatuufu kino era kiyinza okutegeeza nti abantu ab'engeri eyo era begguliddewo ddala eri amaanyi ga Katonda okuleeta okusumululwa okuva mu busibe.

Nzikiriza nti obubaka buno obw'engeri abantu gye bayinza okuva mu kikolimo okudda mu mukisa buyinza okuyamba ennyo abantu bangi, yonna gye babeera ne mu byafaayo byabwe ka bibe bya ngeri ki. Nkakasizza kino okumala emyaka mingi. Obubaka buno bulina amaanyi okukyusa obulamu, ebitundu, amakanisa, n'amawanga amalamba.

Nzikiriza waliwo abantu bangi abalwanyisa ekintu mu bulamu bwabwe kye batategeera bulungi. Buli mulundi nga banaatera okuwangula, ekintu ekimu kirabika okweyingizaamu n'okubaziyiza baleme okuwangula. Ekintu ekimu kibasika kibazze emabega baleme okubeera abantu abatuukiridde, okubalemesa okubeera ab'eddembe ddala, okubalemesa okusobola okuweereza Mukama mu ngeri y'obuwanguzi nga bwe bandyagadde. Bayinza okuba nga tebagyekenneenyanga oba okugyaŋanga naye nzikiriza nti ekizibu kye balwana nakyo kiri nti waliwo ekikolimo ku bulamu bwabwe.

Ekitabo kino kijja kulaga, okuva mu Baibuli, engeri ebikolimo gye bikolamu, wa gye biva, engeri abantu gye bayinza okusumulirwa ddala n'okusobola okuyingira n'okunyumirwa obujjuvu bw'omukisa ogwo Katonda bulijjo gw'abadde aluubirira ku lwabwe.

Ekitundu 1:
Obwannamaddala bw'Emikisa n'Ebikolimo

Ogenda mu maaso okutawanyizibwa n'endwadde, okunyigirizibwa n'ebizibu bya ssente oba okutaataaganyizibwa mu mikwano? Otera okugwa ku bubenje ggwe n'ab'omu nnyumba yo? Weewuunya lwaki abantu abamu balabika okufuna ekisinga ne ku mugabo gwabwe ogw'okukulaakulana n'okumatizibwa?

Nzikiriza nti waliwo amaanyi ga mirundi ebiri agakolera mu bulamu bwa buli muntu: emikisa n'ebikolimo. Agamu mulimu emiganyulo, amalala galumya. Okunyumirwa emiganyulo gy'emikisa gya Katonda n'okukuumibwa okuva mu bikolimo, twetaaga okutegeera amaanyi gano engeri gye gakolamu.

Ekikolimo si nzikiriza ya bisiraani ey'Omulembe gw'Edda ennyo. Ka ndeete eby'okulabirako eby'embeera eza nnamaddala ez'abantu abaawuniikirira okukivumbula nti tebaakosebwa na bintu ebyaliwo olw'obutanwa nga tebiliiko gye biva wadde okuba eby'ensikirano. Ekikolimo kiyinza okunnyonnyolwa nga omukono omubi, omuwanvu ogukuwummulirako n'amaanyi aganyigiriza, ag'ekizikiza – oguziyiza okuvaayo okujjuvu okw'obuntu bwo. Kiyinza okuba n'ensibuko yaakyo mu biseera by'obulamu bwo oba okuddako emabega mu mulembe ogw'emabegako.

33

>>Ekisooka
Engeri Katonda gye Yakyusa Endowooza Yange

Saali nga mumativu nnyo nga bwe ndi olwaleero ku bikwatagana n'obwannamaddala bw'emikisa n'ebikolimo. Nnamanya nti byaali ndowooza za baibuli naye nnali simanyidde ddala makulu gaabyo. Embeera Katonda gye yakozesa okukyusa endowooza yange yaliwo emyaka mitono egiyise.

Nnali naakamala okubuulira mu Kkanisa ya Presbyterian mu America ne ndyoka ndaba eb'ennyumba emu – taata, maama ne muwala waabwe ow'emyaka egy'ekivubuka. Omwoyo Omutukuvu n'awulikika ng'aŋamba, "Waliwo ekikolimo ku famile eyo." Tewaaliwo nsonga ya butonde elabika okulowoozesa kino bwe kityo ne ŋenda eri taata ne mugamba, "Ssebo, nzikiriza Katonda andaze nti waliwo ekikolimo ku nnyumba yammwe." Wandyagadde nzize emabega ekikolimo ekyo era nkusumulule okuva mu maanyi gaakyo mu linnya lya Yesu?" Mangu ddala n'agamba, "Ye."

Ne nsaba essaala ey'amangu, ennyimpi era newakubadde nnali sitadde mukono ku n'omu ku bo, waaliwo okweyolesa kw'omubiri okulabika mu buli kinnoomu ku bo bwe nnamenya ekikolimo. Ne ndyoka ndaba muwala waabwe nga okugulu kwe kuli mu ki seminti okuviira ddala waggulu ku kisambi okutuuka mu ntobo y'ekigere. Ne mbuuza kitaawe, "Wandyagadde nsabire okuwonyezebwa kwa muwala wo?" N'agamba, "Wewaawo, naye weetaaga okumanya nti yakakumenya emirundi esatu mu myezi kkumi na munaana egiyise era abasawo bagamba nti tekugenda kuwona."

Olwaleero singa mpulidde ekiri nga ekyo, nnanditegedde nti waliwo ekikolimo ku nnyumba eyo. Nnasaba essaala ennyangu. Nga wayiseewo ennaku ntono maama n'ampandiikira nga anneebaza ku lw'ekyo ekyaliwo. Yagamba nti bwe baddayo mu ddwaliro, ekisi-rwe (x-ray) n'eraga nti okugulu kwaali kuwonye era mangu ddala n'ava mu kiseminti.

Nga bwe nnalowooza ku ekyo ekyaliwo, ne ntegeera nti Katonda yali andaze nti waaliwo ekikolimo ku nnyumba eyo era n'annuŋamya okumenya ekikolimo nga tannanzikiriza kusabira kuwonyezebwa kwa muwala. Lwaki?

Okuwunzika kwange kwaali nti tekyandisobose ye kuwonyezebwa okutuuka nga ekikolimo kimenyeddwa. Mu ngeri endala ekikolimo kyaali musaanvu ogutalabika ogwamuziyiza okuva ku mikisa Katonda gye yayagala afune.

>>
Mu ngeri endala ekikolimo kyaali musaanvu ogutalabika ogwamuziyiza okuva ku mikisa Katonda gye yayagala afune.

Olwo Katonda n'alyoka atandika okukolagana nange ku bikwata ku nsonga eno yonna ey'emikisa n'ebikolimo. Ne nnewuunya ebigambo ebingi Baibuli by'eyogera ku musomo guno. Naye, okutwalira awamu, teritera kukoonebwako mu kubuulira.

Embeera emu mu bulamu bwange bwennyini yeeyongera okuggumiza obwannamaddala bw'amaanyi gano agatalabika. Mu mwaka 1904 omu ku bajjajjaange yali alagidde ekibinja mu ggye lya Bungereza eryasindikibwa mu China okukkakkanya akeegugungo akaaliyo (Boxer Rebellion). Yakomawo eka n'ebibumbe bye China ebyo, mu myaka egyaddirira, ebyafuuka eby'omuwendo mu maka. Oluvannyuma lwa maama wange okufa ebimu ne mbisikira.

Ebintu ebyaali bisinga okusanyusa gwe gwaali omuteeko gw'agasolosolo ana agaayondebwa obulungi ennyo ge twawanikanga ku kisenge omwo mwe twasulanga.

Mu kiseera kino natandika okuwulira okuziyizibwa eri obuweereza bwange naye nga sisobola kutegeera nsibuko yaakwo. Kwalabisibwa mu ngeri y'okuterebula okw'enjawulo, okuziyizibwa mu by'ensimbi, okuyiibwa n'ebizibu by'empuliziganya.

Ekyavaamu, oluvannyuma lw'ekiseera eky'okusaba okw'amaanyi n'okusiiba, ne ntandika okuwulira enkyukakyuka mu ndowooza yange eri agasolosolo ku kisenge. Ne nneebuza, ani mu Baibuli akiikirirwa nga ogusota? Kyaali kitegeerekeka bulungi nti yali Setaani. Ne ntandika okutegeera nga bwe kyaali tekiggya nze okubeera n'ebintu eby'engeri eyo ku kisenge kyange era bwe kityo, eky'enkomerero, nga ekikolwa ekyangu eky'obuwulize, ne nneggyako agasolosolo.

Mu myezi egyaddirira waaliwo okutereera okw'amaanyi mu by'ensimbi zange ng'omuntu. Nga bwe nnafumiitiriza ku mbeera eyo nnafuna okulaba okuggya okw'ebuziba mu ky'Amateeka 7:25-26 Musa we yalabulira Isirairi obutaba na nkolagana yonna n'okusinza ebifaananyi okw'amawanga ge Kanani.

Munayokyanga n'omuliro ebifaananyi ebyole ebya bakatonda baabwe; teweegombanga feeza oba zaabu ebiriko, so tewetwaliranga, oleme okutegebwa mu ebyo; kubanga muzizo eri Mukama Katonda wo.

So toleetanga kya muzizo mu nnyumba yo, naawe n'ofuuka ekyakolimirwa okufaanana nga kyo, onookikyayiranga ddala era onookitamirwanga ddala, kubanga kintu ekyakolimirwa.

Mu kuleeta ekifaananyi kino ekya ka katonda ak'obulimba mu nnyumba yange, mu butamanya nnali nnegguddewo n'ab'omu nnyumba yange eri ekikolimo. Nga nnasiima Omwoyo Omutukuvu olw'okuzibula amaaso gange eri ki ekyali kanaaluzaala w'ebizibu byange!

Natandika okulaba ennono ekwataganya okutereera kw'ensimbi zange ez'obuntu n'okuwonyezebwa kw'omuwala ow'okugulu okwamenyeka. Mu nsonga zombi ekikolimo kyali ng'omusanvu ogutalabika. Awamu n'essaala ey'okusumululwa okuwonyezebwa kwajja era, mu nsonga yange, okukulaakulana mu by'ensimbi.

Ka ngabane nammwe embeera endala emu etuwa ekifaananyi ekitegeerekeka ku bwannamaddala bw'emikisa n'ebikolimo. Olumu bwe nnali nga ndi mu South Africa nnasisinkana omukyala Omuyudaaya gwe nja okuyita Miryamu. Mukkiriza mu Yesu, eyalokoka era n'abatizibwa mu Mwoyo Omutukuvu. Yali mutendeke nnyo mu kukuuma ebiwandiiko era omukugu mu kutambuza emirimu gy'ebitongole, eyasasulibwanga obulungi. Ekyava mu ssaala eyanukuddwa yeesanga ng'akolera omusajja eyali pulezidenti wa bizinensi ye ye. Mangu ddala n'akizuula nti omukulu oyo, awamu n'abakulu ba kkampuni abalala, baali mu njigiriza enkyamu eyakulemberwa nnabbi omukazi.

Nga wayiseewo akaseera katono, mukamaawe n'amugamba, "Omukulembeze waffe ow'omwoyo omukyala atulangiriddeko emikisa era twandyagadde ogituteere mu buwandiike." Naye, Miryamu mangu ddala n'akivumbula nti byaali kintu kirala nnyo naye si mikisa. Nga omukristaayo eyeewaddeyo n'annyonnyola mukamaawe nti teyawulira mirembe kubiwandiika mu kompyuta. Yali wa kisa nnyo era ne yeetonda olw'obutategeera nti kyandikontanye n'omwoyo gwe.

Naye, kumpi mangu ddala oluvannyuma lw'ekyo, engalo za Miryamu mu mikono gyombi ne zeefunya ne zikakanyalira ddala. Yali tasobola kuzifunyulula n'akatono era n'olw'ekyo yali tasobola kukola. Obulumi bwaali bw'amaanyi nnyo nti yali tasobola kwebaka. Omusawo ekizibu ekyo yakituuma endwadde ey'olutentezi erimu okuzimba kw'ennyingo n'obulumi obungi, evaamu okugongobalira ddala.

Mukwano gwa Miryamu Omukristaayo eyali awulidde obubaka bwange "Ebikolimo, Ensibuko yaabyo n'Eky'okuddamu", n'amuteekeramu kaseti mu kitundu we nkulemberera abantu mu kusaba okw'okusumulwa okuva mu kikolimo kyonna mu bulamu bwabwe. Awatali kulabula, awatali nsonga ya mu butonde, kaseti ne y'erya era nga tesobola kuva mu laadiyo.

Okutuuka mu kiseera kino Miryamu yali abadde tabikkiriza era yali awulirizza kusanyusa mukwano gwe. Naye oluvannyuma lwa byonna Miryamu n'akkiriza okusoma essaala y'emu ey'okusumululwa nga eri mu buwandiike mukwano gwe gye yeesanga ng'agirina wamu naye.

We yamalira okugisoma engalo ze zaali zeefunyululidde ddala n'obulumi bwaali bugenze.

Omusawo y'omu n'amukebera nate era n'akakasa nti yali awonedde ddala. Jjukira, waali tewabaddeewo kusaba kwonna ku lw'okuwonyezebwa, kusaba kwa kusumululwa kuva mu kikolimo kwokka.

Si nsonga tulina byafaayo bya ngeri ki, kikulu nnyo ffe okutegeera nti omusomo guno gwonna ogw'emikisa n'ebikolimo si kutya bintu ebitaliiyo okw'abaasigala emabega okwaaliwo ko mu biro eby'edda ennyo. Bino ebibiri bya nnamaddala era Katonda ayagala abantu Be okuba n'okutegeera okulungi okw'ensonga ezo tusobole okubeerawo mu buwanguzi, nga tufuna omukisa omujjuvu ogwa Katonda.

>>Eky'okubiri
Engeri Emikisa n'Ebikolimo gye Bikolamu

Okukola kw'emikisa n'ebikolimo mu bulamu bwaffe si kwa butanwa okutaliiko nteekateeka yadde obutamanyika nti kunaabaawo. Ku ludda olulala, byombi bikola okusinziira ku mateeka agatakyuka, ag'olubeerera. Okwekomako kwa bino ebibiri kwe kusalawo ebiva mu bintu eby'enjawulo. Bwe tuteeka essira ku bintu ebirabwako n'amaaso era eby'obutonde emirundi mingi tetujja kusobola kunnyonnyola lwaki ebintu ebimu bibaawo engeri gye bibaawo.

Fenna tuwulira bulungi mu nsi ey'omubiri, ey'obutonde kubanga eyo gye tumanyidde buli lunaku. Abantu bangi tebamanyiiyo kintu kyonna ekisukka ku kino. Naye, Baibuli ebikkula ekigera ekirala ekitalabika ekitali kya mubiri naye eky'omwoyo.

Pawulo ayogera ku bigera bino byombi mu 1 Abakkolinso 4:18:

Ffe tetutunuulira ebirabika, wabula ebitalabika. Kubanga ebirabika bya kiseera, naye ebitalabika bya mirembe na mirembe.

Ebintu by'obutonde si bya lubeerera; mu mbeera y'ebitalabika yokka mwe tusanga obwannamaddala obw'amazima era obubeerera. Wano amagenda gaffe we gajja okukolebwa.

Emikisa n'ebikolimo bya mu kigera kya mwoyo, ekitalabika. Birina amaanyi ag'omwoyo, ag'obwakatonda. Emikisa gireeta ebivaamu ebizimba, ebirungi so nga ate ebikolimo bireeta ebivaamu ebikontana, ebibi. Byombi mitwe emikulu mu Baibuli.

Ebintu ebikulu bibiri birabika eri byombi. Okusooka byonna, ebiva mu mikisa n'ebikolimo emirundi mingi biyinza okusukka ku muntu omu yekka. Bammemba b'ennyumba abalala, abantu be baberaamu, ekika oba n'eggwanga eddamba liyinza na lyo okukomebwako.

Eky'okubiri, emikisa n'ebikolimo bisobola okweyongerayo okuva mu mulembe ogumu okudda mu mulala okutuuka nga waliwo ekikoleddwa okusazaamu okukola kwabyo. Kino mu buli ngeri kirina amakulu ag'ebikolwa. Omuntu akomebwako okukola kw'omukisa oba ebikolimo kiyinza obutamwanguyira kutegeera wa gye biva, kubanga ensibuko yaabyo eyinza okuba mu biseera ebyayita, n'emyaka bikumi na bikumi egyayita.

Olumu bwe nnali nga njigiriza ku nsonga eno mu Adelaide, Australia, omukyala n'ampandiikira ebbaluwa oluvannyuma. Bajjajjaabe baali bava mu Scotland, okuva mu kika ekiyitibwa Nixon. Yalina obukakafu mu byafaayo nti ng'ekyava mu ntalo z'ebika wakati w'aba Scot n'Abangereza mu kyasa ekye 16, Omulabirizi w'Ekkanisa ya Scotland yali atadde ekikolimo ku kika kya Nixon. Yakitegeera nti nga wayiseewo ebyasa bina oluvannyuma, ebintu byaali bigenda mu maaso mu nnyumba ye ebyali biyinza okunonyerezebwa emabega nga biva ku kikolimo ekyo.

Emikisa n'ebikolimo bye bigambo ebipakiddwa

n'amaanyi ag'obwakatonda – oba oli awo amaanyi ga Katonda, oba oli awo amaanyi ga setaani – naye bigambo ebirina obusobozi okukoma ku bulamu bw'abantu era n'okusalawo amagenda gaabwe. Si ekyo kyokka, okukola kwabyo kuyinza okweyongerayo okuva mu mulembe ogumu okutuuka mu mulala.

Naye, njagala okukitangaaliza ddala bulungi nti bw'oba ng'okomeddwaako okukola kw'ekikolimo, Katonda amaze okuteekawo eky'okuddamu ku lulwo. Tewetaaga kweyongera kubonaabona okuva mu kukola kwakyo. Naye okusooka, ka mpe ekisingawo eky'ekifaananyi eky'awamu.

Katonda ng'Ensibuko y'Emikisa

Katonda y'ensibuko yokka era ensukkulumu ey'emikisa gyonna, newakubadde nga giyinza okujja gye tuli okuyita mu mikutu mingi. Omulundi ogusooka gwe tulaba emikisa nga gikolera mu Baibuli guli mu Lubereberye 22 Ibulayimu we yali nga yaakamala okubeera nga mwetegefu okuwaayo omwana we Isaaka mu kwanukula eri ekiragiro kya Katonda. Ku ssaawa envannyuma Mukama n'agabirira embuzi ensajja okuweebwayo mu kifo kya Isaaka.

Olwo Malayika wa Mukama n'akoowoola Ibulayimu omulundi ogw'okubiri okuva mu ggulu n'ayogera nti, "Nneerayidde nzekka, bw'ayogera Mukama, kubanga okoze bw'otyo, n'otonnyima mwana wo, omwana wo omu, okukuwa omukisa naakuwanga omukisa, n'okwongera naakwongerangako ezzadde lyo ng'emmunyeenye ez'omu ggulu, ng'omusenyu oguli ku ttale ly'ennyanja; era ezzadde lyo balirya omulyango ogw'abalabe baabwe.

Mu nsigo yo amawanga gonna ag'omu nsi mwe galiweerwa omukisa, kubanga owulidde eddoboozi lyange.
Olubereberye 22:15-16

Kikulu nnyo okulaba ensonga ku lw'omukisa – kubanga Ibulayimu yawulira eddoboozi lya Katonda. Eyo ye nsonga enkulu ku lw'omukisa gwa Katonda. Kyetegereze era nti omukisa gwaali gugenda kubeera ku bazzukulu ba Ibulayimu bonna.

Oluvannyumako, Isaaka bwe yali ng'akaddiye, Olubereberye 27 kituwa likoda engeri gye yawaamu omukisa mutabani we Yakobo. Naye ekintu ekitategeerekeka kiri nti Isaaka yalowooza nti yali awa omukisa Esawu, eyali mutabani we omubereberye. Esawu yali agenze okuyigga omuyiggo Isaaka gwe yayagala okulya nga tannaba kulangirira mukisa. Muka Isaaka, Lebbeeka, yalaba omukisa okukozesa embeera eyo ku lwa Yakobo, mutabani waabwe omuto eyali omuganzi gy'ali.

Okulimba Isaaka (eyali muzibe) yayambaza Yakobo engoye za Esawu era n'azinga eddiba ly'embuzi okwetooloola obulago bwe n'emikono gye okufaanana nga Esawu eyalina ebyoya okusinga Yakobo. Yafumba ennyama y'embuzi ento mu ngeri Isaaka gye yayagala. Yakobo yeefuula okuba Esawu n'agitwaala eri kitaawe.

Isaaka yabuuza alabe oba nga ye ye ng'amubuuza, "Ddala ye ggwe mwana wange Esawu?" Yakobo n'amuddamu nti yali ye; yalimba. Isaaka yamatira bw'atyo n'alya n'alyoka alangirira omukisa,

> **Laba akaloosa k'omwana wange**
> **Kali nga akaloosa ak'ennimiro**
> **Mukama gy'awadde omukisa**
> **Era Katonda akuwenga**
> **Ku musulo oguva mu ggulu**
> **Ne ku bugimu obw'ensi**
> **N'eŋŋano nnyingi n'omwenge mungi.**
> **Abantu bakuweerezenga**
> **N'amawanga gakuvunnamirenga.**
> **Ofugenga baganda bo,**
> **N'abaana ba nnyoko bakuvunnamirenga.**
> **Akolimirwenga buli akukolimira,**
> **Era awebwenga omukisa buli akusabira omukisa.**
>
> *Olubereberye 27:27-29*

Tegeera nti omukisa gwaali gwa maanyi mu bugazi era gweyongera mu maaso okuva mu mulembe okutuuka ku mulembe oguddako.

Nga wayiseewo akaseera oluvannyuma, Esawu n'ayingira n'omuyiggo gw'agezaako okuwa kitaawe. Isaaka akitegeera nti era awadde omukisa Yakobo mu kifo kya Esawu. Naye weetegereze okwanukula kwa Isaaka,

> **Isaaka n'akankana nnyo nnyini, n'ayogera nti Kale "Ani? Ali wa oyo eyayizze omuyiggo n'agundeetera? nange ndidde ku byonna nga tonnajja, ne musabira omukisa – era naye n'okuweebwa aliweebwa omukisa.**
>
> *Olubereberye 27:33*

Isaaka yalowooza nti yali awa omukisa Esawu naye yamanya nti ebigambo tebyava mu ye yennyini. Gwaali mukisa gwa bunnabbi era olw'okuba gwaali gwa bunnabbi yali tasobola kuguzzaayo. Bwe kityo Yakobo n'afuna omukisa naye Esawu yaviiramu awo.

Njagala olabe engeri y'omukisa, nti gwa bwakatonda. Si kirowoozo kya kwagaliza oba ekirowoozo eky'empulira ey'ekisa. Kye kintu ekiweebwa amaanyi obwakatonda era ekisalawo amagenda g'abantu. Kino kituufu, kikola ku mikisa n'ebikolimo mu ngeri y'emu.

Essuula emu ennamba ey'Eky'Amateeka 28 eriwo okulaga engeri ez'enjawulo emikisa n'ebikolimo gye biyinza okulabisibwamu. Ennyiriri ekkumi n'ennya ezisooka zikwata ku mikisa n'ennyiri ataano mu ennya ezisigadde zikwata ku bikolimo. Mu nnyiriri 1 ne 2 Musa akoona okusooka ku nsibuko y'emikisa: "Awo olunaatuukanga, bw'onoonyiikiranga okuwulira eddoboozi lya Mukama Katonda wo, okukwata ebiragiro bye byonna ... n'emikisa gino gyonna ginaakujjiranga, bw'onoowuliranga eddoboozi lya Mukama Katonda wo."

Wansi w'endagaano empya, mu Yokaana 10:27, Yesu mu ngeri y'emu yannyonnyola abo be yamanya nga "Endiga ze" – nga be bayigirizwa be abannamaddala: "Endiga zange ziwulira eddoboozi lyange ... era zingoberera.." Ebiragiro ebikulu bisigala nga bye bimu: okuwulira eddoboozi lya Mukama n'okumugoberera mu buwulize.

>>
Emikisa n'ebikolimo bya mu kigera kya mwoyo, ekitalabika. Birina amaanyi ag'omwoyo, ag'obwakatonda.

Ensibuko y'ebikolimo y'ekontanira ddala n'eyo ey'emikisa. Ebikolimo biva mu butawulira ddoboozi lya Mukama n'obutakola ky'agamba. Okugaana kuno okuwulira n'okugondera eddoboozi lya Katonda kuyinza okufunzibwa mu kigambo kimu: obujeemu – si eri muntu naye eri Katonda.

Okuva mu kuyiga kwange nze, ngezezzaako okukola enkalala bbiri eziwumbawumba emikisa n'ebikolimo mu mitendera gye byogerebwamu mu ky'Amateeka 28. Olukalala lwange ndowozezza lwe luno wammanga:

- **Okugulumizibwa**
- **Obulamu**
- **Okuzaala**
- **Okukulakulana**
- **Obuwanguzi**
- **Obuganzi bwa Katonda**

Mu lukalala lw'ebikolimo, Musa agenda mu bugazi nnyo okusinga n'emikisa. Ekikulu, wewaawo, ebikolimo by'ebikontana n'emikisa. Buno bwe bufunze bwange bwe ndowoozezzaako:

- **Okutoowazibwa**
- **Obugumba, obutabala bibala**
- **Okumenyeka kw'amaka**
- **Endwadde ez'obwongo n'ez'omubiri**
- **Obwavu**
- **Okuwangulwa, okulemererwa**
- **Okunyigirizibwa**
- **Obutaba na kuganja ne Katonda**

Mu lunyiriri lwe 13, Musa awumbawumba olukalala lwe olw'emikisa n'ekifaananyi ky'ebigambo ebitegeerekeka. Buli kinnoomu ku ffe yandikoze bulungi okulowooza ku ngeri ki ekifaananyi kino gye kiyinza okukola mu bulamu bwaffe.

Agamba: "Era Mukama anaakufuulanga mutwe so si mukira ..." Olumu nasaba Mukama okundaga ngeri ki kino gye kyandikoze mu bulamu bwange. Nnawulira nga Mukama anzizeemu bw'ati: omutwe gwe gukola okusalawo ate omukira guwalulibwa buwalulibwa wano na wali.

Weeyisa ng'omutwe, ng'ofuga mu buli mbeera, ng'okola okusalawo okusaanidde era ng'olaba okusalawo kwo okwo nga kuteekebwa mu nkola mu ngeri ey'okuyitamu? Oba okola kitundu kya mukira kyokka, ng'owalulibwa wano ne wali n'amaanyi n'embeera by'ototegeera era by'otoyinza kufuga?

EKITUNDU 2:
Ensibuko y'Ebikolimo

Sulemaani akitangaaza bulungi mu Ngero 26:2 nti bulijjo waliwo ensonga ku lwa buli kikolimo.

Ng'enkazaluggya mu kuwaba kwayo, era ng'akataayi mu kubuuka kwako, Bwe kityo n'ekikolimo eky'obwereere tekigwa.

Ennono eno erina enkola ya mirundi ebiri. Ku ludda olumu, ekikolimo tekisobola kukola okujjako nga kirina ensonga ekireeta. Ku ludda olulala, ekikolimo era kisobola okugwa nga waliwo we kiva. Buli awabeera ekikolimo nga kikola, wabaawo ensonga ku lwakyo. Twetaaga okwawula okuva mu Mwoyo Omutukuvu si kuvumbula nsonga ereeta bikolimo yokka naye era n'ensibuko y'ebikolimo. Bw'oba ng'osobola okuvumbula ensonga ereeta ekizibu kyo ojja kuba mu kifo ekisingawo obulungi okukikolako mu ngeri ey'obuwanguzi.

Ekitundu kino kibikkula ensonga ezireeta ebikolimo ebikulu ebitera okubonyaabonya obulamu bwaffe. Oluvannyuma lw'okukisoma ojja kuba n'obusobozi okutegeera obulungi n'okussa mu nkola eky'okuddamu kya Katonda, ekirambikiddwa mu kitundu ekiddako.

>>Eky'okusatu:
Katonda ng'Ensibuko y'Ebikolimo

Abantu bangi baziyizibwa n'okutegeera okukyamu okw'embala ya Katonda. Balowooza Balaba Endagaano Enkadde ng'eraga Katonda nga Katonda w'obusungu n'okusala omusango ne mu Ndagaano Empya nga Katonda ow'okwagala n'okusaasira.

Naye ebitundu byombi eby'Ebyawandiikibwa bikwatagana era byombi tubyetaaga okuba n'ekifaananyi ekituufu ekya Katonda. Mu Abaruumi 11:22 Pawulo ayanjula engeri zino ebbiri ez'enkola za Katonda ludda ku ludda: "Kale laba obulungi [oba ekisa] n'obukambwe bwa Katonda." Emikisa gye giva mu kisa Kye, naye emisango gye giva mu bukambwe Bwe. Byombi byenkana okuba ebyannamaddala.

Emirundi mingi Katonda alangiridde ekikolimo ku bassekinnoomu oba ne ku mawanga amalamba. Ekiruubirirwa kye kwe kusika ebirowoozo by'abantu ng'abalabula ku bivaamu ebibi eby'obujeemu. Ekikolimo kye kimu ku ngeri za Katonda ezisinga okuba enkambwe ez'okusala omusango naye okwegomba kwe bulijjo kuliwo ku lw'abantu okwenenya n'okukyuka okudda gy'ali.

Ekimu ku by'okulabirako ebyasookera ddala ekya Katonda okuba ensibuko y'ekikolimo kisangibwa mu kuyitibwa kwa Ibulayimu mu Lubereberye 12. Waaliwo mu butuufu amadaala musanvu eri okuyitibwa kuno era mukaaga ku go bisuubizo bya mukisa gwa Katonda naye era mulimu okulabula okutiisa:

(1) **Nange ndikufuula eggwanga eddene**
(2) **Naakuwanga omukisa**
(3) **Era naakuzanga erinnya lyo**
(4) **Era beeranga mukisa ggwe**
(5) **Nange naabawanga omukisa abanakusabiranga omukisa,**
(6) **N'oyo anaakukolimiranga naamukolimiranga nze;**
(7) **Ne mu ggwe ebika byonna eby'omu nsi mwe biriweerwa omukisa.**

Olubereberye 12:1-3

Okukontana-n'Abayudaaya

Kigenderere nti ekitundu eky'omukaaga eky'okuyita kwa Katonda eri Ibulaamu kikolimo ku buli muntu anaakolimiranga Ibulaamu.

Ekyo kiriwo ku lwa Ibulaamu n'abazzukulu be. Katonda bw'ayita omuntu eri omulimu ogw'enjawulo, omuntu oyo afuuka ekiruubirirwa ku lw'okuziyizibwa kwa Setaani bw'atyo Katonda assaawo ebigambo eby'obukuumi ku lulwe.

Oluvannyumako mu Lubereberye 27:29 Isaaka bwe yawa omukisa mutabani we Yakobo, yayongerayo obukuumi bwe bumu, "Akolimirwenga oyo anaakukolimiranga." Bwe kityo omukisa n'ekikolimo Katonda olubereberye bye yalangirira ku Ibulaamu era byayongezebwayo ne ku bazzukulu be. Kikulu okukiraba nti kino butereevu kyeyongerayo eri abantu Abayudaaya okutwalira awamu n'eggwanga lya Isiraeri.

Kigenderere nti Katonda teyakifuula kizibu ku lw'abalabe be okukolimira oba okuyigganya Ibulaamu n'abazzukulu be naye yakakasa nti wandibaddewo ebivaamu eby'entiisa ku lw'okukikola. Ebyafaayo byonna eby'entiisa eby'okukontana-n'Abayudaaya birimu obujulizi obulabula eri kino. Okuziyiza-Abayudaaya kuleeta ekikolimo okuva eri Katonda.

Eky'omukisa omubi, okuyita mu byasa bingi, ekkanisa eyatula okuba Enkristaayo bulijjo ebadde n'omusango gw'okusaasaanya obukyayi-eri-Abayudaaya obuswaza. Naye ate Ekkanisa erina ebbanja lya buli mukisa ogw'omwoyo eri abo ababadde abayigganyizibwa baayo: abantu Abayudaaya. Awatali Bayudaaya, Ekkanisa teyandibadde na batume, tebandibadde na Baibuli era tebandibadde na Mulokozi.

Oba oli awo ggwe oba bajjajjaabo babadde balabe b'abantu Abayudaaya. Oyinza okuba nga wabavumirira oba nga wabakolimira. Ebikolwa ng'ebyo birina ebibivaamu; kijja kuleeta ekikolimo ku bulamu bwo. Naye oyinza okusumululwa.

Obujeemu

Mu ky'Amateeka 27:11-26 Katonda yalagira nti Abaana ba Israeri bwe bandituuse mu nsi yaabwe ensuubize, baali ba kwerangirirako ebikolimo kkumi na bibiri singa baajeemera Katonda mu ngeri ezimu. Baali tebasobola kuyingira nsi nsuubize awatali kubeera baggule eri omukisa singa baali bawulize n'ekikolimo singa baali bajeemu. Wakati wa bino ebibiri tewali kifo kya wakati. Tewaali kirala kya kukola ekyaliwo ku lwabwe.

Ebikolimo kkumi na bibiri ebirambulukufu byassibwa

ku lukalala ebiyinza okuwumbibwawumbibwa wansi w'emitwe gino wansi:

- **okusinza ebifaananyi n'okusinza bakatonda ab'obulimba**
- **obutassa kitiibwa mu bazadde**
- **okwegatta mu mukwano mu ngeri emenya amateeka oba etali ya butonde**
- **obutali bwenkanya eri abanafu n'abatalina buyambi**

Okusinza ebifaananyi n'okusinza bakatonda ab'obulimba

Mu Kuva 20:3, erisooka ku Mateeka Ekkumi, Mukama yagamba, "Nze Mukama Katonda wo ... toba nga na bakatonda balala we ndi ... teweekoleranga ekifaananyi ekyole okukisinza." Bwe kityo tulaba nti okusinza bakatonda ab'obulimba n'engeri zonna ez'okusinza ebifaananyi bujeemu butereevu eri Katonda. Katonda ow'amazima, eyeebikkulira okusooka mu butonde ate oluvannyuma mu ngeri esingawo obujjuvu mu Byawandiikibwa, mutukuvu, wa ntiisa, wa kitiibwa, wa maanyi gonna. Okumukiikiriza mu kifaananyi eky'ekitonde kyonna – abeere muntu oba nsolo – kuba kumuwa kivumo mu bugenderevu. Tekyewuunyisa nti kisiikuula obusungu bwa Katonda.

>> *Bwe kityo tulaba nti okusinza bakatonda ab'obulimba n'engeri zonna ez'okusinza ebifaananyi bujeemu butereevu eri Katonda.*

Akolimirwe omuntu akola ekifaananyi ekyole oba ekifumbe, eky'omuzizo eri Mukama, omulimu gw'engalo z'omukozi, n'akisimba mu kyama.

Eky'amateeka 27:15

Wewaawo, waliwo era engeri ey'okubiri ey'ebikolwa esingawo obugazi ebiteeraga mu lwatu nti bya kusinza bifaananyi, era nga si bya ddiini. Kubanga ekikula kyabyo ekituufu kikwekebwa olw'ebigambo eby'obulimba, binnyonnyolwa mu ngeri entuufu nga *ebikisiddwa* (ekyaggyibwa mu kigambo ky'Oluyonaani ekitegeeza "ebikwekeddwa" oba "ebibikiddwa"). Ebikolwa bino ebikisiddwa biteeka essira ku kuyaayaana okusinga amaanyi kwa mirundi ebiri okw'ekikula ky'obuntu nga kwe kwegomba ku lw'okumanya n'okwegomba ku lw'obuyinza. Okutuuka ku ddaala erimu, omuntu asobola okumatiza okuyaayaana kuno okuva mu nsibuko ez'obutonde era n'enkola ez'obutonde. Bw'aba nga tamatiziddwa ddala n'ebyo by'afuna mu ngeri eno, awatali kukyewala ajja kukyukira ensibuko ez'omwoyo. Mu kiseera nga kino omuntu w'ategebwa mu maanyi agakisiddwa ag'obubi.

Ensonga lu lwa kino eri nti mu butuufu waliwo ensibuko bbiri zokka eziriwo ez'okumanya n'obuyinza bw'obwakatonda mu bwengula: eba Katonda oba Setaani. Singa okumanya okwo n'obuyinza eby'obwakatonda biva ewa Katonda, biba mu mateeka; bwe biva ewa Setaani biba bikyaamu. Kwaali kuyaayaana kuno okw'okumanya okubi okuva ku muti ogwagaanibwa ogw'okumanya obulungi n'obubi okwaleeta okwonoona kw'omuntu okwasooka mu Lusuku lwa Adeni. Mu kukola ekyo, omuntu yasala ensalo etalabwa na maaso n'ayingira mu matwaale ga Setaani. Okuviira ddala ku lunaku olwo omuntu abadde muggule eri obulimba.

Enjawulo z'engeri z'obulimba ebikolwa ebyo ebikusike ebibi ze bisobola okulabisibwamu teziriiko kkomo. Naye, kisoboka okutegeera engeri enkulu ssatu: eddogo, obufumu n'obulaguzi.

Eddogo ly'ettabi ery'amaanyi ery'ebyama ebikisiddwa.

Omulandira gwalyo gubikkuliddwa n'ebigambo bitono mu 1 Samwiri 15:23: "Kubanga okujeema kuli ng'ekibi eky'obufumu." Eddogo kwe kunnyonnyola kw'obujeemu bw'omuntu eri Katonda. Kwe kufuba kw'omuntu okutuuka ku biruubirirwa bye awatali kugondera mateeka ga Katonda. Amaanyi agalivuga kwe kwegomba okufuga abantu n'embeera. Okutuuka ku kino liyinza okukozesa okunyigiriza kw'ebirowoozo oba obukodyo bw'okumanya ebiri ebuziba, ebitali bya mu nsi emanyiddwa, oba ekintabuli kya byombi okukozesa omuntu by'oyagala, okutiisatiisa n'okumaamira.

Okulagula ly'ettabi ly'okumanya ery'ebyama ebikisiddwa, nga liwaayo engeri z'okumanya ez'enjawulo nnyingi ezitasobola kufunika na makubo ga butonde gokka. Mu ngeri yaakwo esinga okulabika, *ng'okutegeeza-eby'omu maaso,* kuwa okumanya okw'obwakatonda okw'ebyo ebiri mu maaso. Era kulimu engeri zonna ez'okubikkulirwa okw'eddiini okw'obulimba okwefuula okuva mu nsibuko y'obwakatonda.

Obufumu bukola okuyita mu *bintu ebikalu* oba okuyita mu ngeri endala ez'okukoma ku busimu bw'omubiri, nga *ebiragalalagala* n'*ebivuga.* Mu Kubikkulirwa 9:21 ekigambo ekitegeeza amalogo kyaggyibwa butereevu mu kigambo ky'Oluyonaani ekitegeeza *ebiragalalagala.* Ebika by'ebintu ebikalu bingi eby'enjawulo ebiyinza okukozesebwa: ebifaananyi by'eddiini, ebifaananyi by'abakafiiri oba akakomo, ebyambalo by'obukuumi, ekyuma ekitwalibwa okuba eky'omwoyo okuba ennyukuta empeerezi bye bimu ku by'okulabirako ebisinga okulabika. Kikulu nnyo okutegeera nti ebitabo biyinza okuba emikutu gy'amaanyi amekusifu. Abakristaayo ba Efeso (Ebikolwa 19:18,19) bategeera nti emizingo gyabwe emingi egy'amaanyi ameekusifu gyaali nsibuko ya buwambe bwe kityo, ng'oggyeeko omuwendo gwagyo ogw'amaanyi, baagikunganya ne bagyokya. Engeri yokka esaanidde okukola ku bintu ebyo eby'amaanyi ag'ekizikiza amekusifu kwe kubizikiririza ddala.

Abo abasaaliimbira mu bitundu bino eby'amaanyi amabi amekusifu banoonya okuva eri Setaani okumanya okw'omwoyo oba obuyinza Katonda byatakkiriza muntu kubinoonyeza mu nsibuko ndala yonna okujjako Ye yennyini. Mu kukola ekyo, mu butuufu, bassa ekitiibwa mu Setaani nga katonda ku ludda lwa Katonda omu owa nnamaddala, era bwe batyo ne baba nga bamenya etteeka erisooka ku Mateeka Ekkumi.

Mu ngeri eno beggulawo eri ekikolimo Katonda ky'alangiridde ku abo bonna abamenya amateeka Ge – ekikolimo ekyeyongerayo okutuukira ddala ku mulembe ogw'okuna. Abaisiraeri bonna baalina okwerangirirako ekikolimo singa beenyigira mu kusinza ebifaananyi, mu kusinza bakatonda ab'obulimba oba mu kye tuyita ennaku zino, amaanyi amabi amakusike, mu ngeri zaago zonna. Eno y'ensibuko enkulu ey'ebikolimo mu bulamu bw'abantu. Katonda agamba nti singa twenyigira mu bikolwa ng'ebyo, "Ndikivunaana ku mirembe esatu egiddirira. Tekigenda kukyalirwa ku ggwe wekka naye ku mirembe esatu egiddako."

Bw'otyo nno oyinza okuba ng'omeggana n'ekintu mu bulamu kaakano ekireetebwa bakadde bo, bajjajjaabo oba bajjajjaabo bannakabirye oba omukadde yenna gw'osibukamu. Olaba bwe kiri ekikulu okunoonyereza n'okutegeera ekizibu kisobole okukolebwako obulungi.

Katonda yebazibwe atuwadde engeri y'okusumululwa okuva mu kikolimo kyonna ekiyinza okuba nga kyava mu nsibuko eno! Obugabirizi bwe we buli lu lwaffe. Ku lunaku olusembayo olw'okuwa embalirira, Katonda

>>
Olaba bwe kiri ekikulu okunoonyereza n'okutegeera ekizibu kisobole okukolebwako obulungi.

tagenda kutuvunaana kituufu nti bajjajjaffe baatuleetako ekikolimo, naye agenda kutuvunaana omusango bwe tugaana okufuna obugabirizi bw'atukoledde okusumululwa okuva mu kikolimo eky'engeri eyo.

Obutassa kitiibwa mu bazadde

Tulina okuba abeegendereza mu nsonga eno. Nga bwe kiyinza okuba ekituufu nti ebimu ku bizibu byaffe biyinza okuba nga biddayo ku bikolwa by'abalala, tulina okwegendereza obutanenya balala ku lw'ebintu ffe fekka bye tuvunaanyizibwako.

Okwegendereza okw'enjawulo kwetaagisa nga bwe tutunuulira enkolagana yaffe ne bakadde baffe. Abantu bangi abatabalika leero – nga mwe muli n'Abakristaayo bangi – tebamanyi nti obutassa kitiibwa mu bazadde kireeta ekikolimo kya Katonda. Abantu bangi balina ebizibu mu bulamu bwabwe kubanga endowooza zaabwe eri bazadde baabwe si ntuufu. Newakubadde teri muzadde atuukiridde, kino tekitegeeza nti tebagwanira kitiibwa ng'abazadde. Jjukira nti etteeka erisooka eririko omukisa linnyonnyolwa mu ngeri ennungi, "Ssanga ekitiibwa mu kitaawo ne nnyoko ennaku zo zibe nnyingi mu nsi eyo Mukama Katonda wo gy'akuwa."

Okuyita mu buweereza bwange bwonna, sisisinkananga muntu yenna atassa kitiibwa mu bazadde be obulamu ne bumugendera bulungi. Tekibangawo. Empisa ng'ezo zikuggulawo eri ekikolimo. Sitegeeza nti olina okukkiriziganya ne bakadde bo oba okukola buli kintu kyonna kye bakugamba okukola – ekyo kisinziira ku ngeri bakadde bo gye babeerawo – naye olina okubassaamu ekitiibwa nga bakadde bo. Nsisinkanye bangi nnyo obulamu bwabwe nga bwatereezebwa bwe baatereeza endowooza zaabwe eri bakadde baabwe.

Ndowooza ku balala abataakikola era abataaweebwa mukisa. Ndowooza ku mmemba omu ow'omu nnyumba yaffe eyafa kookolo ku myaka amakumi ana. Yali mulokole, ng'abatiziddwa mu Mwoyo Omutukuvu era n'aweereza Mukama, naye teyanyumirwa mukisa gwa Katonda kubanga teyatereeza nkolagana ye ne nnyina. Nnyina yali akolagana n'emizimu gy'abaafa, bw'atyo yalina ebizibu byonna by'oyinza okulowoozaako. Yandisobodde okuwona ebizibu bino singa yali akoze ku nkolagana ye ne nnyina. Siyigiriza ku bigambo bugambo – njigiriza ku bintu bye mmanyi okuva mu bumanyirivu.

Okwegatta okumenya amateeka oba okwegattaokutali kwa butonde

Engeri yonna ey'okwegatta okutali kwa butonde ereeta ekikolimo. Muno mulimu engeri yonna ey'okulya ebisiyaga oba okwebereka ku nsolo. Okwegatta mu mukwano ne bammemba b'omu nnyumba yo ebweru w'abo b'okkirizibwa okwegatta nabo nakyo kijja kuleeta kikolimo. Eky'ennaku, leero tulina okukikkiriza nti waliwo abaana bukadde na bukadde abatulugunyiziddwa ne bakitaabwe mu nsonga y'okwegatta.

Obutali bwenkanya eri abanafu n'abatalina buyambi

Olw'okuba gavumenti ya Amerika yateranga okumenya endagaano zaayo n'ebika eby'enjawulo eby'Abayindi b'omu Amerika, Abayindi bateeka ekikolimo ku Nnyumba Enkulu (White House). Y'ensonga lwaki, okuva mu 1860 okutuuka mu 1980, buli Pulezidenti eyalondebwa mu mwaka ogwa 20 yafiiranga mu yafeesi. Oyinza okunoonyereza ekyo okuddayo ku bintu bibiri. Obutali bwesigwa bwa gavumenti ya Amerika eri Abayindi b'omu Amerika n'ensonga nti Abraham Lincoln, eyali Pulezidenti eyalondebwa mu 1860, yakkiriza mukyala we okwebuuza ku mizimu gy'abaafa ng'akikolera mu White House. Omukazi ono oluvannyuma yafiira mu ddwaliro ly'abalwadde b'emitwe. Laba okwenyigira mu kikolwa nga kino bwe kitakoma ku bantu bassekinnoomu, kisobola era okukoma ku mawanga amalamba.

Nzikiriza Pulezidenti Reagan naye yandifiiridde mu yafeesi – nga bw'omanyi, omutemu bwe yeegeza mu bulamu bwe nga yakafuna obwapulezidenti. Naye, nga tannaba kulayira nga Pulezidenti, ekibinja kyaffe mu lukungaana olunene, nga twegasse mu kusaba n'okukkiriza era ne tusumulula si ye yekka naye n'obwapulezidenti okuva mu kikolimo. Olaba engeri ekikolimo gye kyaali okumpi okutuukirizibwa; essasi lyawummulira mu bbanga lya insi emu yokka okuva ku mutima gwe. Nzikiriza okwo kwaali kukakasa kwa Katonda okw'essaala eyasumulula ekikolimo. Bino si bigambo ebiggye mu bbanga; ebintu ng'ebyo mu ngeri enkyamu bikoma ku bulamu bw'abantu n'amawanga buli wantu.

Okwesigama ku buntu Bwo

Ekika ky'ekikolimo eky'enjawulo ddala kisangibwa mu Yeremiya 17:5, 6.

> Bw'ati bw'ayogera Mukama:
> "Akolimiddwa omusajja oyo eyeesiga abantu
> N'afuula omubiri okuba omukono gwe
> N'omutima gwe guva ku Mukama [era kino kikolimo]
> Kubanga alifaanana omwoloola oguli mu ddungu,
> So taliraba ebirungi bwe birijja,
> Naye alibeera mu biwalakate mu ddungu,
> Ensi ey'omunnyo so eteriimu bantu.

Kino ky'ekibeera ku muntu ali wansi w'ekikolimo. Buli muntu omulala yenna afuna enkuba (omukisa, okukulaakulana) naye wakati mu nkuba eyo yonna, ye abeera mu biwalakate era n'atalega ku mukisa ku lulwe. Lwaki? Olw'ekikolimo. Akolimirwe omusajja eyeesigama ku busobozi bw'abantu n'ensibuko z'ebintu ebikwatibwako era omutima gwe guva ku Mukama. Kino tekirina we kiragira kwegomba kukola bubi naye kikakasa okwegomba obuteesigama ku Katonda. Abantu ab'engeri eyo bayinza n'okunoonya okukola ebikolwa eby'obutuukirivu naye awatali kwesigama ku kisa ky'obwakatonda ekya Katonda.

Nzikiriza nti ekikolimo kino kiwummulidde ku makanisa mangi ag'Abakristaayo agalozezza ku kisa kya Katonda naye ate ne gakyuka ne gatandika okuteeka obwesige mu kufuba kwaago, mu bwakagezi munnyo bwaago n'eddiini. Nga Abaggalatiya, bayinza okuba nga "baatandikira mu Mwoyo" naye ne bamaliriza nga bakolera mu mubiri. Omukisa gwa Katonda gusituse era ekikolimo kibasseeko. Mbulidde enjiri mu makanisa mangi ge nnakakasibwa nti gali wansi wa kikolimo. Si nsonga obuulira otya, olwana otya n'okufuba wabaawo ebibala bitono ddala okutuuka nga ekikolimo kikoleddwaako.

Obubbi n'obulimba mu kulayira

Bannabbi abasatu abasembayo ab'Endagaano Enkadde, Kaggayi, Zakaliya ne Malaki, bonna bakoona ku bitundu eby'enjawulo ebyo Isiraeri mwe yalegera ku kukola kw'ekikolimo kya Katonda Mu Zakaliya 5:1-4, nnabbi yafuna okwolesebwa kw'omuzingo ogwaaliko ebikolimo ku njuuyi zombi. Oludda olumu lwaali ku muntu eyabba; oludda olulala lwaali ku muntu eyalimba era n'alayirira obwereere mu linnya lya Mukama.

Ekifaananyi ekitegeerekeka kigoberera eky'okuzikirira okujja mu kukola kw'ekikolimo kino. Mu Lwebbulaniya lwa Baibuli, ekigambo "ennyumba" tekikoma ku kizimbe kyokka, naye ku bantu abagibeeramu. Okutabanguka kw'abantu ab'omunnyumba emu okuli wonna kwe tulaba leero kabonero kamu kokka ak'okukola okw'enkomeredde okw'ekikolimo eky'engeri eyo.

Awatali kwenenya n'okusasula kiyinza okuleeta okusaanawo kw'amawanga amalamba era n'abantu abatwalibwa okuba nga bafunye enkulakulana eya waggulu nnyo. Neewuunya abantu bameka leero abandibadde wansi w'ekikolimo singa ozingiddemu abo bonna ababbangana n'okulayiragana eby'obulimba. Bameka abatali beesimbu mu kusasula emisolo? Mu buli ggwanga kino kyandizingiddemu abantu bangi; bameka abandibadde bagenda mu kkanisa?

Kaggayi 1:4-6 asiiga ekifaananyi kye kimu eky'abantu abasiga ebingi ne bakungula bitono n'okuteeka ssente zaabwe mu nsawo ejjudde ebituli. Katonda yalina okusindikira Isiraeri nnabbi okubalaga nti amaanyi agatalabika agaali gasanyaawo ebintu byabwe kyaali kikolimo kye baali beereseeko olw'okukulembeza ebyetaago byabwe eby'obuntu nga ebyetaago by'ennyumba ya Katonda tebabifuddeeko.

>>Ekutundu eky'okuna:
Ebikolimo okuva mu abo Abalina Obuyinza

Nga bwe tulabye, emikisa n'ebikolimo kitundu kya bwengula bw'omwoyo, obutalabika obugazi, obukoma ku bulamu bwa buli kinnoomu ku ffe. Ensonga emu enkulu esalawo ekinene mu bwengula buno bwe buyinza. Awatali kutegeera okw'ennono z'obuyinza, tekisoboka kukola bulungi mu nsi y'omwoyo.

Abasajja Abakiikirira Katonda

Okwetooloola wonna mu nsi, waliwo ensibuko y'obuyinza ensukkulumu emu era emu yokka: Katonda Omutonzi. Katonda tatera kukozesa buyinza bwe butereevu, wewaawo, naye abuwa abalala be yeerondedde. Obuyinza omuntu ow'engeri eyo bw'akozesa ku lwa Katonda mulimu, ng'ogasseeko ebintu ebirala, obusobozi okuwa omukisa n'okukolimira.

Newakubadde nga tulabye mu kyasa kino obujeemu mu nsi yonna eri obuyinza, ennono y'obuyinza ekyakola mu ngeri enkakafu nga ennono y'amaanyi agasika ebintu okubiggya mu bbanga okubizza ku ttaka.

Eby'okulabirako bitono eby'abasajja abakiikirira

Katonda bijja kumala okutuwa ekifaananyi ky'ennono eno. Mu Yoswa 6:26, abaana ba Isiraeri bwe baawamba ekibuga kya Yeriko mu ngeri y'eky'amagero, Yoswa yalangirira ekikolimo ku muntu yenna eyandizzeemu okukizimba. Guno gwaali mwaka gwa 1300 nga Yesu tannazaalibwa.

Nga wayiseewo emyaka ebikumi bitaano oluvannyuma lw'ekyo, nga bwe tusoma mu 1 Bassekabaka 16:34, omusajja ayitibwa Kyeri okuva mu Beseri yagezaako okuddamu okuzimba mu kifo kye kimu. Kyamutwalira obulamu bwa babiri ku baana be. Awatali nsonga yonna erabika ey'ekisawo baazikirira buzikirizi. Tewaali musawo yali asobola kuzuula bulwadde bwabwe naye wano waaliwo okukola butereevu okw'ekikolimo ekyalangirirwa Yoswa. Mu bulamu bwo ggwe oyinza okuba nga okolagana n'ebintu ebyaleetebwa ekintu ekiddayo emabega emyaka bikumi na bikumi.

Eky'okulabirako ekirala kisangibwa mu bigambo bya Dawudi mu luyimba lwe oluvannyuma lw'okufa kwa Sawulo ne Yonasaani mu 2 Samwiri 1:21. Dawudi yali mukolimi ow'amaanyi – sitegeeza mu makulu nti bangi bakozesa ekigambo ekyo leero. Yalangirira ebikolimo ebimu eby'entiisa ku bantu abamu; naye kino kitundu ku buweereza obw'omusajja wa Katonda.

Bino bye yayogera mu luyimba luno olulungi olukwata ku Sawulo ne Yonasaani:

Mmwe ensozi za Girubowa;
Ka mmwe muleme okubaako omusulo, newakubadde enkuba,
Newakubadde ensuku ez'ebiweebwayo.
Kubanga eyo engabo ey'ab'amaanyi gye yasuulibwa obubi!
Engabo ya Sawulo, ng'ataafukibwako mafuta.

Newakubadde ebigambo bino byayogerwa emyaka egisukka mu nkumi 3000 emabega, oyinza okugenda ku nsozi za Girubowa leero era nga tekumerangako muddo na miti gya kiragala ku zo. Newakubadde wabaddewo okufuba okw'amaanyi okwa gavumenti ya Isiraeri okuddamu okusimba ebibira, tewali kimeze ku nsozi ezo! Ebyo byonna bibaddewo lwa nsonga ya bigambo ebyayogerwa Dawudi emyaka nkumi ssatu egiyise.

Ojjukira Gekazi eyali omuddu wa nnabbi Erisa? Gekazi yajeemera Erisa n'adduka okusisinkana Naamani eyali yaakawonyezebwa mu ngeri y'eky'amagero. Yasaba ssente n'engoye era n'abikweka Erisa. Bwe yakomawo Erisa n'amugamba, "Omutima gwange tegugenze naawe?" N'alyoka amugamba bw'ati, "Kale ebigenge bya Naamani bineegatta naawe n'ezzadde lyo emirembe gyonna." N'ava w'ali nga mugenge atukula ng'omuzira (2 Bassekabaka 5:27). Ekyo kyaali kiva ku ki? Ekikolimo ekyayogerwa omusajja wa Katonda.

Abantu abalina Obuyinza obw'Enkolagana

Eno nsibuko ndala ey'ebikolimo era nga nkulu nnyo. Katonda ategese bw'atyo abaana b'abantu nti mu mbeera ezimu omuntu omu alina obuyinza ku muntu omulala oba abantu.

>>
Eky'okulabirako ekisinga okutegeerekeka ye taata, oyo, okusinziira ku Kigambo kya Katonda, alina obuyinza ku b'omu nnyumba ye.

Eky'okulabirako ekisinga okutegeerekeka ye taata, oyo, okusinziira ku Kigambo kya Katonda, alina obuyinza ku b'omu nnyumba ye. Oba abantu bakyagala oba nedda, oba bakirwanyisa oba nedda, si kikulu – ekituufu kiri nti, ye y'alina obuyinza ku b'omu nnyumba ye. Bw'atabukozesa ekyo kizibu kye.

Omuntu omulala alina obuyinza ye mwami ku mukyala we. Balina enkolagana ey'oku lusegere ennyo. Baibuli egamba nti Katonda ye mutwe gwa Kristo, Kristo ye mutwe gw'omusajja n'omusajja ye mutwe gw'omukazi. Abakyala bayinza okwogera ki kye baagala ku nsonga eyo, naye ekituufu kisigala nti ago ge mazima. Toyinza kukyusa butuufu bwakyo olw'okukiwakanya.

Tunuulira ensonga ya Yakobo n'ennyumba ye. Yakobo yali aweerezza kojja we, Labbaani, okusukka mu myaka kkumi n'ena. Yali afunye abakyala babiri, n'abakazi abalala n'abaana kkumi n'omu. N'alyoka asalawo adduke addeyo mu nsi eyo Katonda gye yali amusuubizza. Yakobo yadduka mu kyama kubanga yatya nti Labbaani yandikaayanidde bakyala be basigale – ndaba baali bawala ba Labbaani.

Bwe badduka, Lakeeri, eyali mukyala wa Yakobo ow'okubiri, n'abba bakatonda b'omu nnyumba ya Labbaani. Teyandibadde na bakatonda ba mu nnyumba era ne Lakeeri teyandikoze kya kubabba naye yakikola. Kino kyanyiiza nnyo Labbaani bw'atyo n'abagoberera era bwe yabasisinkana, n'anenya Yakobo olw'okubba bakatonda be.

Yakobo teyamanya Lakeeri kye yali akoze bw'atyo n'alyoka anyiiga olw'okumunenya. Mu Lubereberye 31:32 yagamba, "Buli gw'onoolaba ng'alina bakatonda bo, taabe mulamu." Kino mu butuufu kikolimo, nga kirangiriddwa Yakobo mu butamanya ku mukyala we yennyini.

Mu ngeri ey'akabi tebyali bigambo bikalu naye byalimu obuyinza bwe obw'enkolagana. Mu butuufu yayogera amagenda ga mukyala we kye gaali gagenda okuba; omulundi ogwaddako okuzaala, yafiira mu ssanya. Embeera eno ng'ezibula amaaso.

Bataata nabo bakola omulimu ogulina okukola okufaanaganako nga okwo. Ekiddirira omukisa gwa

Katonda, ekintu ekisinga okwegombebwa mu bulamu gwe mukisa gwa taata. Era n'ekimu ku bintu ebirina okusinga okutiibwa kye kikolimo kya taata. Ba taata bangi batadde ekikolimo ku baana baabwe nga tebakimanyi. Kino nkimanyi kubanga nkolaganye n'abantu bangi ddala era ne mbayamba okukivaamu.

Teeberezaamu taata ng'alina abaana basatu. Asooka n'ow'okusatu nga bagezi naye owa wakati si mugezi nnyo era ne kitaabwe ng'ono tamwagala nnyo nga banne. (Kino nkigenderedde ku bazadde – bwe wabaawo omu ku baana baabwe gwe batayagala; atera kubeera oyo asinga okufaanana nga bo. Ndowooza tebaagala ki kye batya mu bo.) Taata ayinza okugamba omwana ono, "Ggwe toliyitamu. Baganda bo balungi naye ggwe ogenda kuba alemererwa obulamu bwo bwonna."

Omanyi ki ekyo kye kitegeeza? Kiba kikolimo. Kituufu kisoboka mu ngeri y'emu ku lwa maama okwogera ebintu bye bimu ebizikiriza nga babyogera ku baana baabwe oba nga babigamba abaana baabwe. Wandyewuunyizza abantu bameka ababonaabona obulamu bwabwe bwonna olw'ekikolimo ky'omuzadde nga kino nga kirangiriddwa ku bulamu bwabwe.

Okusukka ku b'omu nnyumba emu

Abasomesa be bantu abalala abasobola okulangirira ebikolimo olw'obuyinza bwe balina ku baana. Kiyinzika okuba nti omusomesa omukazi mu myaka egisooka alina omwana omu gwatasobola kugenda naye mu maaso. Ayinza okwogera ebigambo nga, "Toliyiga. Tolina busobozi; toliyitamu." Nate era neesanga nga nnina okukola ku bantu abeetaaga okusumululwa okuva mu kikolimo ng'ekyo ekyayogerwa omusomesa.

Olw'obuyinza obw'omwoyo bw'alina ku kibiina kye

omusumba ye muntu omulala alina obuyinza okwogera ebintu ebirungi oba ebibi ku bulamu bw'abantu be. Ka tugambe omusumba alina obutategeeragana ne mmemba w'ekibiina kye, era omuntu oyo n'agenda, oba oli awo mu mwoyo omubi. Omusumba ayinza okugamba, "Buli gy'oliraga, toliyitamu okutuuka nga otereezezza ensonga n'ekkanisa eno."

> > *Setaani yamala dda okukozesa obufuzi ku baana b'abantu abasinga obungi*

Nate era kino kikolimo. Ebibiina by'eddiini emirundi mingi bibi mu ngeri eno; bwe weesala ku bibiina ebimu bajja kukussaako ekikolimo. Nzikiriza, kino si kye kintu ekitalina buzibu; kya nnamaddala nnyo.

Abaddu ba Setaani

Endowooza eri Setaani mu Bakristaayo zaawukana wakati w'enjuuyi bbiri. Abamu tebafiirayo ddala ku Setaani era ne bagezaako okweyisa nga ye atali wa nnamaddala. Abalala bamutya era ne bamussaako nnyo omwoyo okusinga bw'agwanira. Wakati w'enjuuyi zino waliwo okuyimirira okw'ebyawandiikibwa okutuufu.

Erinnya Setaani litegeeza "Omulabe" oba "Omuziyiza". Ye mulabe atakyuka omumalirivu owa Katonda Yennyini era ow'abantu n'ebiruubirirwa bya Katonda. Ekiruubirirwa kye kwe kuleeta abaana b'abantu bonna wansi w'obufuzi bwe. Akakodyo ke akakulu bwe bulimba, nga mw'obwo ye mukulu.

Setaani yamala dda okukozesa obufuzi ku baana b'abantu abasinga obungi – abo bonna abali mu ndowooza y'obujeemu eri Katonda. Mu Abaefeso 2:2 annyonnyolwa nga "omwoyo akolera kaakano mu baana abatawulira." Abasinga obungi mu bano tebalina kifaananyi kitegeerekeka eky'embeera yaabwe yennyini.

Bayuuzibwa eno n'eri n'amaanyi ge batategeera era ge batayinza kufuga.

Waliwo abo abali mw'abo, wewaawo, abegguddewo mu bugenderevu eri Setaani, newakubadde bayinza obutamanya ki ky'ali ddala. Mu kunoonya obuyinza n'okufuna ebintu ebikwatibwako bagoberera bulungi enkozesa y'amaanyi ag'omwoyo Setaani g'asumuludde gye bali. Abaddu ba Setaani ab'engeri eyo bamanyiddwa kumpi mu buli buwangwa bwonna era baweereddwa amannya ag'enjawulo. Omusamize, omusawo w'ekinnansi oba oli awo ge gasinga okukozesebwa wonna naye buli buwangwa bulina amannya gaabwo.

Yesu teyeegaana nti Setaani yali wa nnamaddala oba nti teyalina maanyi. Naye yasuubiza abayigirizwa Be nti obuyinza bwe yabawa bwandibafudde abawanguzi ku maanyi ga Setaani era bwandibakuumye eri okufuba kwe kwonna okubalumya.

Ebikolimo kye kimu ku by'okulwanyisa ebikulu ebyo abaddu ba Setaani bye bakozesa eri abantu ba Katonda. Kino kiragibwa bulungi nnyo mu lugero lwa Balaki ne Balaamu mu Kubala 22-24. Kabaka we Mowaabu yamanya nti yali tasobola kuwangula Isiraeri mu lutalo bw'atyo n'apangisa Balaamu n'amusaba okulangirira ekikolimo ku bo. N'olwa leero, ebika bwe birwanagana, omusamize ateeka ekikolimo ku balabe baabwe nga tebannagenda mu lutalo.

Naye, buli mulundi Balaamu gwe yagezaako okukolimira Isiraeri, Katonda yabiyingiramu n'akyusa ebikolimo ebyateesebwa ne bifuuka mikisa! Kikulu okutegeera nti Katonda teyatunuulira kikolimo kya Balaamu kye yali ateesezza eri Isiraeri nga bigambo bikalu ebitaalina maanyi. Yabitwaala nga entiisa ey'amaanyi eri Isiraeri era eno y'ensonga lwaki yabiyingiramu ye yennyini okutaataaganya ekigendererwa kya Balaamu. Ebiseera ebiyiseewo tebikyusizza Katonda ngeri gy'alabamu bintu. Tabuusa maaso oba okunyooma ebikolimo ebisindikibwa eri abantu Be nga kikolebwa abaddu ba Setaani. Ku ludda olulala, ayambaza abantu Be n'amaanyi agasukkulumye ku g'omulabe.

Abantu ba Katonda bwe bafuna amaanyi ago n'amaanyi g'ebikolimo ne gamenyebwa, enjawulo mu bulamu bw'abantu eba yeewuunyisa. Ebitundu bingi eby'ensi bimaamiddwa n'amaanyi g'abasamize ag'omwoyo agatalabika. Mu Bufirika tulabye enkyukakyuka eziwuniikiriza mu bulamu bw'abantu oluvannyuma lw'okusumululwa okuva mu bikolimo olw'okwatula n'okusaba. Abantu abo emabega, abaatamwenyanga, bafuuka abamu ku bantu abasinga okuba abasanyufu. Enkyukakyuka yali nga kuva mu kiro kudda mu musana.

Olunaku olumu, omusajja omu ono yajja gye tuli oluvannyuma lw'olukungaana. Yali ayambadde bulungi naye ne yeekulukuunya mu ttaka, nga ye yali engeri yaabwe ey'okulaga okusiima kwabwe. Yagamba, "Mbadde musajja ajjudde ennaku obulamu bwange bwonna. Mbadde mu bulumi obutasalako okumala emyaka. Kaakano ndi wa ddembe. Sikyalina bulumi era ndi musanyufu."

Ekintu kyokka ekyali kibaddewo kyaali nti twaali tumusumuludde okuva mu kikolimo ekyo. Tukulaakulanye nnyo mu bifo ebimu nti tetukyamanyi ebintu ebimu ebyo ebya nnamaddala ennyo. Newakubadde tetubikkiririzaamu tukyasobola okukomebwako byo.

>>Ekitundu Eky'okutaano:
Ebikolimo-ebyesseeko n'Okwogera kw'omu Mmeeme

Tulabye nti ebigambo, oba nga byogeddwa oba nga biwandiikiddwa, bisobola okuba n'okukola okw'amaanyi ku lw'obulungi oba obubi. Fenna tufunye ebiseera ebigambo mwe bibeeredde ensibuko y'okuzzibwamu amaanyi ebituwa essuubi okugenda mu maaso. Biyinza okuba ebigambo abalala bye boogedde gye tuli oba tuyinza okuba nga twabyeyogerako ffe fennyini. Eky'omukisa omubi, abantu bangi tebamanyi nti era kisobokera ddala, n'ebigambo byabwe bo, okuba n'okukola okukontana ku bo bennyini n'abalala. Mu kukola kino kye baliko ddala kwe kulangirira ebikolimo ku bo bennyini.

Ebikolimo - bye twetaddeko fekka

Lowooza nate ku lugero lwa Lebbeeka ne Yakobo. Jjukira nti Lebbeeka yali asenzesenze Yakobo okufuna omukisa gwa kitaawe Isaaka mu kifo kya mukulu we Esawu, eyali nnanyini gwo omutuufu. Yakobo yali mugezi n'alowooza mu maaso ku ki ekyali kiyinza okubaawo era bwe kityo mu Lubereberye 27:12, 13 n'agamba,

"Mpozzi kitange anampeeweetako, nange naafaanana gy'ali ng'omulimba, era nneereetako okukolimirwa, so si mukisa." Naye nnyina n'amugamba nti okukolimirwa kwo kubeere ku nze, Mwana wange."

Mu kukola ekyo yalangirira ekikolimo ku bulamu bwe ye. Oluvannyumako mu ssuula yeemulugunya eri omwami we Isaaka ku nsonga y'abakyala Esawu be yali awasizza era ye baatakkiririzaamu.

Lebbeeka yali tafuna bintu mu ngeri gye yabyagalamu bw'atyo n'agamba Isaaka,

"Obulamu bwange bunkoyesezza olw'abawala ba Keesi, Yakobo bw'aliwasa omukazi ku bawala ba Keesi, abali nga abo, ku bawala ab'omu nsi eno, obulamu bwange bulingasa butya?"

Olubereberye 27:46

Yali alangiridde ebikolimo bya mirundi ebiri ku bulamu bwe. Yagamba nti yali akooye obulamu bwe n'abuuza kugasibwa ki okwaliwo mu kubeera omulamu – yawulira nti ne bwe yandifudde.

Siyinza kukutegeeza bantu bameka be tukolaganye nabo abalangiridde ekikolimo eky'engeri ng'eyo ku bulamu bwabwe nga bagamba, "Singa nnali nafa. Kigasa ki okubeera omulamu? Sirina kalungi ke ngenda kufuna." Teweetaaga kwogera kintu kya ngeri eyo mirundi mingi. Kino kiri nga kwaniriza okw'enkukulana omwoyo gw'okufa era teweetaaga kugwaniriza mirundi mingi; gujja kuyingira. Tulabye abantu makumi na makumi abasumuluddwa okuva mu mwoyo gw'okufa.

Mu lukungaana olumu mu Ireland ey'Amambuka, nasaba essaala ey'awamu ku lw'abantu abaali beetaaga okusumululwa okuva mu mwoyo gw'okufa. Mu kibiina eky'abantu nga 2000 abantu nga 50, abasinga obungi mu bo nga bavubuka, baafuna okusumululwa bonna mu kiseera kye kimu!

Endowooza eno ey'obutaba na ssuubi eyingira etya? Mu kwogera ebintu nga, "Tekigasa kuba mulamu. Obulamu bulimu kalungi ki gyendi? Singa nafa." Bino bintu bya kabenje nnyo okwogera kubanga mu butuufu olangirira kikolimo ku bulamu bwo. Oyinza okugamba "Naye nnabadde sikitegeeza" naye Yesu alina okulabula okw'amaanyi eri ebigambo eby'okubalaata, ebitaliimu kwegendereza ebiri nga bino. Mu Matayo 12:36, 37 yagamba,

"Era mbagamba nti buli kigambo ekitaliimu abantu kye boogera, balikiwoleza ku lunaku olw'omusango. Kubanga ebigambo byo bye birikuweesa obutuukirivu, n'ebigambo byo bye birikusaliza omusango."

Ekituufu nti omwogezi "abadde tabitegeeza" tekirina mu ngeri yonna gye kikendeeza oba okusazaamu amaanyi g'ebigambo bye. Newakubadde okumusumulula okuva mu mbalirira ye. Setaani nga yandyagadde nnyo okukukema okwogera ebigambo ng'ebyo. Emirundi mingi ebigambo ng'ebyo byogerwa ku lw'ensonga ezitamatiza n'akamu. Oyinza okuba ng'otabuddwa oba ng'oterebuddwa n'oyogera ebigambo ng'ebyo nga totegeera makulu gaabyo naye ate oyinza okuba ng'onyweza amagenda go gennyini.

Eky'okulabirako ekisinga okuba eky'akabi era ekituuka-ewala eky'ekikolimo- ekyerangirireko kisangibwa mu Matayo 27:24, 25. Ekyaliwo kwe kwaali okulamulwa kwa Yesu ne Piraato. Piraato bwe yalaba nga tasobola kuwangula n'akatono, naye ate ng'oluyogaano lwaali lutandika, n'afuna amazzi n'anaaba mu ngalo ze mu maaso g'ekibiina, ng'agamba, "Nze ssirina musango lwa musaayi gwa muntu ono omutuukirivu. Mmwe mulabe eky'okumukolera."

Era abantu bonna ne baanukula ne bagamba, "Omusaayi gwe gubeere ku ffe n'abaana baffe."

Ggwe mu butuufu toyinza kutegeera byafaayo by'abantu Abayudaaya mu byasa ekkumi n'omwenda ebiyise okutuuka ng'olabye ensonga eyo emu enkulu ekirimu ky'ekikolimo kino ekyerangirireko ekigenda mu maaso okuva mu mulembe okudda mu mulembe omulala. Katonda yekka y'amanyi okuyigganyizibwa bwe kwenkana n'okubonaabona kw'Abayudaaya okuyinza okunoonyerezebwa okuddayo ku nsibuko eno.

>> *Endagaano y'engeri y'enkolagana esinga okuba enkalaativu era ey'amaanyi eyo omuntu gy'ayinza okuyingiramu.*

Emabegako twalabye engeri gye yagabirira obukuumi eri Yakobo n'abazzukulu be – abantu Abayudaaya – okuva mu bonna abaandinoonyezza okubassaako ekikolimo. Naye waaliwo ekika ky'ekikolimo kimu ekyo ne Katonda kye yali tasobola kuziyiza kuva ku bantu Be: ekikolimo kye beerangirirako bo.

Endagaano ezitali mu Byawandiikibwa

Mu Kuva 23:32, nga bwe baali baanatera okuyingira mu nsi ensuubize, Katonda n'alabula Isiraeri eri amawanga amabi, agasinza ebifaananyi agaaliyo, "Temukolanga ndagaano nabo, wadde ne bakatonda baabwe."

Endagaano y'engeri y'enkolagana esinga okuba enkalaativu era ey'amaanyi eyo omuntu gy'ayinza okuyingiramu. Setaani kino akimanyi bulungi era n'olw'ekyo akozesa enkolagana ez'endagaano ze yeekoredde asobole okufuna obufuzi obusoboka obusinga okuba obw'amaanyi ku bantu. Bw'okola endagaano n'abantu abali wansi w'amaanyi g'amaanyi amabi, olwo naawe ojja wansi w'obufuzi bw'amaanyi ago ge gamu.

Kino kituufu ddala ku bibiina by'abantu eby'ekyama. Bafulimasonizi (Freemasons) ky'eky'okulabirako ekisinga okutegeerekeka ekya bino ku mutindo gw'ensi yonna. Okusobola okuyingizibwa, omuntu alina okwesiba n'ebirayiro ebisinga okuba ebikambwe era ebitali bya bugunjufu obutayasanguzanga kyama kya Masonry kyonna. Kyandibadde tekisoboka okusanga awantu wonna eky'okulabirako ekisinga okutiisa eky'ebikolimo ebyerangirireko-wekka okusinga ebirayiro bino.

Masonry ddiini ya bulimba kubanga egulumiza ka katonda ak'obulimba. Bingi ku bintu n'obubonero obukwatagana n'Obukristaayo – nga mw'otadde ne Baibuli – bikozesebwa mu Masonry, naye buno bulimba obugenderere. Katonda eddiini eno eya Masonry gw'egulumiza si ye Katonda owa Baibuli.

Okukwatagana n'ebibinja eby'engeri eyo kkubo kkakafu okuyingira mu kanyamberege ku lulwo n'abazzukulu bo. Katonda yekka y'amanyi omuwendo gw'abaana abagongobavu, abaakona, abatali basanyufu ng'ebizibu byabwe biva mu kwetaba ne ba Fulimasonizi (Freemasons). Oyinza okukola ky'oyagala ku kyo, naye ebivaamu biragirwa Katonda era toyinza kubikyusa.

Endagaano ez'engeri ez'enjawulo za maanyi era zisiba. Toli wa ddembe kukola ndagaano n'abantu ku musingi gw'ekintu kyonna okujjako endagaano ekolebwa mu musaayi gwa Yesu.

Okwogera oba Okusaba okw'omu Mmeeme

Kirina okuba nga kitegeerekese bulungi kampegaano nti ebigambo byaffe bisobola okuba n'okukomako okw'amaanyi, okuyinza okuba okulungi oba okubi mu kukola kwaakwo. Okwogera oba okusaba okutandikira mu mmeeme y'omuntu kuleeta ebivaamu ebibi mu ngeri efaanaganako n'ebikolimo-ebyeteekeko. Abakristaayo bangi bayinza okwewuunya olwa kino naye kikulu okutegeera nti Yakobo awandiikira Abakristaayo n'ebikwata ku Bakristaayo bw'alabula:

Naye bwe muba n'obuggya obukambwe n'okuyomba mu mutima gwammwe, temulimbanga so temwenyumirizanga okuziyiza amazima. Amagezi gano si ge gakka okuva waggulu, naye ga mu nsi, ga buzaaliranwa, ga Setaani.

Yakobo 3:14-15

Ekisumuluzo eky'okutegeera omutendera ogukka wansi guli mu kigambo 'buzaaliranwa'. Ekigambo ky'Oluyonaani kiyitibwa psuchikos, nga kiggyibwa butereevu okuva mu psuche, ekitegeeza 'emmeeme'. Ekigambo ekifaanaganya amakulu eky'Oluzungu kye kyandibadde 'kya mu mmeeme'.

Mu 1 Abasaseloniika 5:23 Pawulo asaba, "Era Katonda ow'emirembe yennyini abatukulize ddala; era omwoyo gwammwe n'obulamu n'omubiri byonna awamu bikuumibwenga awatali kunenyezebwa." Pawulo wano agatta wamu ebitundu ebisatu ebikola obuntu bw'omuntu omujjuvu, ng'abirambika mu ngeri y'okukka wansi okuva mu kisinga okuba waggulu okutuuka ku kisembayo wansi: okusooka omwoyo, n'azzaako emmeeme, n'azzaako omubiri.

Mu kugwa, ng'ekyava mu bujeemu bw'omuntu, omwoyo gwe gwasalibwako okuva ku Katonda. Mu kiseera kye kimu emmeeme ye yatandika okwennyonnyolako nga teyesigamye ku mwoyo gwe. Enkolagana eno empya 'esaliddwaako' kye kyaali kiva mu bujeemu n'okunnyonnyola kw'obujeemu bw'omuntu eri Katonda.

I Abakkolinso 2:14-15 ne Yuda 16-17 bituyamba okutegeera omuntu owa bulijjo oba ow'emmeeme bw'afaanana. Omuntu ow'omwoyo nga bw'akola okusinziira ku kwagala kwa Katonda, omuntu ow'emmeeme ali bweru wa nkolagana ne Katonda. Ayinza okukolagana n'ekkanisa era n'alabika okuba Omukristaayo naye nga mu butuufu endowooza ye ey'obujeemu n'empisa binyiikaaza Omwoyo wa Katonda era nga bireeta omusango mu mubiri gwa Kristo.

Kino kiyinza okulabisibwa okuyita mu bigambo omuntu by'ayogera mu ngeri eziwerako. Mu Abaruumi 1:29-30 Pawulo alambika ebimu ku biva mu kukyuka kw'omuntu okuva ku Katonda. Kino ky'ekitundu ky'olukalala, "Nga bajjudde obuggya, obussi, okuyomba, obukuusa, enge. Abalyolyoma, abakyawa Katonda, ab'ekyejo, ab'amalala, abeenyumiriza."(NIV). Okuteekebwamu kw'okulyolyoma mu lukalala ng'olwo kiraga engeri Katonda gy'alowooza ku kibi kino mu ngeri enkalativu.

Mu ngeri y'emu Yakobo atulabula, "Temwogeragana ngako bubi, ab'oluganda."(Yakobo 4:11). Oluyonaani lunnakabala lutegeeza "okwogerera obubi", bwe kityo tetulina kwogerera bubi bakkiriza-bannaffe – newakubadde kye tuboogerako nga kye kituufu. Kino tekiggyaawo kwogera mazima eri bannaffe (weetegereze ekigambo ekiraga ky'okola), kasita tuba nga tugenze eri omuntu gwe kikwatako okusooka (nga tugoberera Matayo 18:15-17), era mu ndowooza ey'okwagala n'obwetoowaze (okusinziira ku Abaefeso 4:15).

Obwetoowaze buno bwe bumu n'obulongoofu bw'ekigendererwa bijja kutuleetera okwesigama ku

>>
Omuntu ow'omwoyo nga bw'akola okusinziira ku kwagala kwa Katonda, omuntu ow'emmeeme ali bweru wa nkolagana ne Katonda.

buyambi bw'Omwoyo Omutukuvu mu kusaba bwe tutyo tusobole okumanya si kya kusabira kyokka naye engeri y'okukisabira. Twesigamidde ddala ku buyambi bw'Omwoyo Omutukuvu okusaba mu ngeri ennungi. Mu Baruumi 8:26-27 Pawulo akirambika bulungi ddala:

Era bwe kityo Omwoyo atubeera obunafu bwaffe. Kubanga tetumanyi kusaba nga bwe kitugwanira, naye Omwoyo yennyini atuwolereza n'okusinda okutayogerekeka. Naye akebera emitima amanyi okulowooza kw'Omwoyo bwe kuli, kubanga awolereza abatukuvu nga Katonda bw'ayagala.

Waliwo bingi ebyandyogeddwa ku bikwata ku ssaala ey'engeri eyo naye wano njagala okuggyayo ensonga nti abantu bangi nga bwe bakitwala nti okusaba bulijjo kukkirizibwa eri Katonda era n'okukola kwaayo bulijjo kuba kulungi, kino si bwe kiri.

Bwe tutewaayo eri Omwoyo Omutukuvu ne tunoonya okulungamya kwe, olwo okusaba kwaffe kuyinza okuba nga kuva mu ndowooza z'omubiri nga obuggya, okwenoonyeza-ebibyo, okukosebwa, obusungu oba okuvumirirwa. Omwoyo Omutukuvu tagenda kusemba ssaala eziva mu ndowooza ng'ezo, era tagenda kuzanjula mu maaso ga Katonda Kitaffe.

Mu ngeri eteewalika n'olw'ekyo, okusaba kwaffe kwonooneka okudda mu ngeri gye tulabye mu Yakobo 3: 15: ga mu nsi – ga buzaaliranwa – ga Setaani. Okukola kw'okusaba ng'okwo okw'emmeeme kuli nga okw'okwogera okw'omu mmeeme; kukontana si kutuufu. Kusumulula eri abo be tusabira okunyigirizibwa okutannyonnyolekeka, okutalabika, okutakkakkanya migugu gyabwe, wabula okugyongerako.

Waliwo abantu abamu abakusabira ng'essaala zaabwe

kyandibadde kirungi singa tezibaddeewo. Ekyo kiyinza okuwulikika nga kikanga, naye abantu balina ebirowoozo byabwe bo ku buweereza bw'abalala bwandibadde ki, wa gye bandiraze n'ebirala. Bayinza okusabira ekyo okubaawo naye kiyinza okuba nga si kwagala kwa Katonda n'akatono. Oyinza okuwulira okuziyizibwa gy'oli buli lw'ogezaako okukola ebintu ebimu bo bye basaba nga bakontana nabyo.

Teriyo kintu kiyitibwa ssaala etekola. Ekibuuzo si kya kuba oba ng'essaala zaffe zikola. Ekibuuzo kiri oba ng'okukola kwaazo kulungi oba kubi. Ekyo kisalibwawo n'amaanyi ago agakola okuyita mu zo. Essaala ezo ddala ziva mu Mwoyo Mutukuvu? Oba zo zikontana olw'okuva mu mmeeme? Amaanyi g'okusaba okuva mu mmeeme ga nnamaddala era ga kabenje. Ekivaamu kye galeeta si mukisa, naye kikolimo.

>> Ekitundu eky'Omukaaga
Obubonero musanvu obulaga ekikolimo

Okuyita mu kwetegereza kwange ng'omuntu n'obumanyirivu nsengese olukalala luno wammanga olw'ebitundu eby'ebizibu musanvu nga biraga nti ekikolimo kikola. Okubeerawo kw'ekimu oba bibiri byokka ku bizibu bino tekwandimaze, ku lwakyo, okukinywereza ddala nti waliwo okukola kw'ekikolimo. Naye ebiwerako ku bizibu bwe bibeerawo, oba ekimu kyonna ku byo nga kyeyoleka emirundi mingi, obusobozi bw'okubeerawo kw'ekikolimo bweyongera okusinziira. Mu kuwunzika okusembayo, wewaawo, twetaaga okwawula kw'Omwoyo Omutukuvu kubanga ye yekka y'asobola okuwa "okumanyira ddala" okutuufu.

1. **Okutabuka kw'Obwongo oba okw'empulira**
   Okutabuka bwe kubeerawo omulundi gumu gwokka mu bulamu, wayinza okubaawo ensibuko endala ez'enjawulo. Naye, bwe kiba ekintu ekibaawo entakera mu nnyumba yonna, oyinza okukakasa nti ennyumba eyo eri wansi wa kikolimo. Okutabulwa n'okunyigirizibwa bitera okukwatagana era bino kumpi awatali kukyuka birina emirandira gyabyo mu

ngeri emu ey'okwenyigira mu ddogo ne/oba okukola kwa dayimooni.

2. **Endwadde ez'olutentezi**
Kino tekiteekwa kuba nga kiraga nti buli ngeri yonna ey'obulwadde eva butereevu mu kikolimo. Kiba kikulu mu ngeri ey'enjawulo bwe watabaawo kuvumbula kwa kisawo okutegeerekeka. Bwe kiba nti ebika ebimu eby'endwadde bya nsikirano, mu ngeri endala, ezongerwayo okuva mu mulembe okudda mu mulembe omulala, kano nako kabonero aka wonna ak'okukola kw'ekikolimo.

3. **Obugumba, okuvaamu embuto entakera oba ebizibu by'ekikyala ebirala**
Emirundi mingi ebizibu ebikwatagana n'omutendera gw'okuzaala biyinza okukosa abakyala bonna mu nnyumba emu. Abakyala bwe bajja ku lw'okusabirwa ku lw'ebizibu eby'engeri eyo, ebyo Luusi nange bye tutera okusabira, tubayigiriza ku kikula n'ensibuko z'ebikolimo ne tulyoka tusaba nabo ku lw'okusumululwa. Tulabye bangi nga bakyusibwa mu ngeri eyeewuunyisa.

4. **Okumenyeka kw'obufumbo n'okwawukana mu b'omu nnyumba emu**
Malaki 4:5-6 asiiga ekifaananyi ekibi eky'embeera mu nsi ng'omulembe guno tegunnaggwaawo. Nnabbi alaga amaanyi amabi nga gakola, nga gaawukanya abazadde okuva baana nga galeeta okumenyeka kw'enkolagana z'ab'omu nnyumba ez'enjawulo. Okujjako Katonda ng'abiyingiddemu, alabula, ekikolimo kino ekizikiriza amaka kigenda kubuna wonna mu nsi.

5. **Obutamala mu by'ensimbi obweyongerayongera**
   Eky'Amateeka 28:47-48 kituwa ekifaananyi ekitegeerekeka eky'okukola kw'ekikolimo:

   Kubanga tewaweereza Mukama Katonda wo n'essanyu era n'omutima ogujaguza, olw'ebintu okuba ebingi, kyonoovanga oweereza abalabe bo Mukama baanasindikanga okukulumba ng'olumwa enjala n'ennyonta, era ng'oli bwereere, era ng'obulwa ebintu byonna.

   (NIV)

   Ng'obitwalidde awamu, ebyawandiikibwa bino ebibiri bisonga ku kuwunzika okwangu: okukulaakulana mukisa n'obwavu kikolimo. Okwagala kwa Katonda ku lw'abantu Be kwe kuba n'ebingi, nga Pawulo bwe yakiwunzika mu 2 Abakkolinso 9:8,

   Era Katonda ayinza okwaza ekisa kyonna gye muli, mmwe nga mulina ebibamala byonna ennaku zonna mu bigambo byonna mulyoke musukkirirenga mu bikolwa byonna ebirungi.

   Obwavu bwe butaweza byonna bye weetaaga okukola okwagala kwa Katonda kwonna ku lw'obulamu bwo. Obungi, ku ludda olulala, kwe kuba ne byonna bye wetaaga okukola okwagala kwa Katonda – n'ebisukkawo okuwa abalala.

6. **Okuba "ng'ofuna nnyo obubenje"**
   Abantu abamu bafuna omuwendo ogutali gwa bulijjo ogw'obubenje. Kumpi kirabika nti waliwo amaanyi ag'ettima, agatalabika agakola nga gakola okukontana n'abantu ab'engeri eyo. Eyo y'embeera eyinza okutegeerebwa n'okwekeenneenya obuwandiike ku

nsonga eyo. Kkampuni ezimu eza yinsuwa (Insurance) zirinnyisa ssente ezisasulibwa buli mwaka ez'abantu abalowoozebwa okuba nga bo eky'okugwa ku bubenje kyabasukkako.

7. **Ebyafaayo eby'okwetta n'okufiira ku myaka emitono**
Ekikolimo eky'ekikula kino kitera okukosa si muntu omu yekka naye abantu abali awamu abawerako nga ab'omu nnyumba emu oba ekika. Bulijjo, era, kyeyongerayo okuva mu mulembe ogumu okudda mu guddako.

Olukalala olwo waggulu olw'obubonero omusanvu obulaga ekikolimo mu buli ngeri terumalaayo byonna. Obulala buyinza okwongerwako. Oba oli awo osomye ekimala kampegaano, wewaawo, okwekenneenya embeera yo.

Ekitundu ekyo 3:
Engeri y'Okusumululwa

Otuuse okukiraba kampegaano nti obulamu bwo buyinza mu ngeri emu okuba nga bukoseddwa n'ekikolimo? Weewuunya oba nga waliwo ekkubo ery'okukuggya wansi w'ekisiikirize ekikwaafu ekibadde kisalako omusana gw'omukisa gwa Katonda? Tewetaaga kumaamirwa na kukola kwa bikolimo; oba nga bitandika mu biseera by'obulamu bwo oba ng'ekyava mu bikolwa by'emirembe egyayita. Oyinza okumanya eddembe okuva mu kunyigirizibwa kwe walowooza nti walina okubeera nakwo obulamu bwo bwonna.

Emirundi mingi twetaaga okukakasa ekyavaako oba ensibuko y'ekikolimo – si bulijjo, naye emirundi mingi. Ye nsonga lwaki nnambise mu bitundu eby'emabega obusobozi obw'enjawulo, kubanga nnesiga Omwoyo Omutukuvu okwogera naawe nga bw'osoma. Sigamba nti olina okumanya, naye emirundi mingi Katonda ayagala tumanye ki kye tusumululwamu, n'engeri gye kyatujjako. Katonda bw'akulaga, olwo nno kolera ku ekyo ky'akulaze.

Wewaawo, waliwo ekkubo ery'okukivaamu! Naye waliwo limu lyokka: okuyita mu kufa kwa Yesu okw'okwewaayo ku musalaba. Ekitundu kino kijja kunnyonnyola mu bigambo ebyangu, eby'okussa mu nkola engeri gy'oyinza okuzuula n'okugoberera ekkubo lya Katonda – okuva mu kisiikirize okudda mu musana, okuva mu kikolimo okudda mu mukisa.

>>Eky'Omusanvu:
Okuwanyisiganya kw'Obwakatonda

Obubaka bwonna obw'enjiri bwekulungulira ku kintu kimu eky'ebyafaayo eky'enjawulo: okufa kwa Yesu okw'okwewaayo ku musalaba. Ku nsonga eno omuwandiisi w'Abaebbulaniya agamba: "Kubanga olw'ekiweebwayo kimu [ssaddaaka] Ye [Yesu] yatuukiriza okutuusa emirembe gyonna abatukuzibwa." (Abaebbulaniya 10:14). Ebigambo eby'amaanyi bibiri bigattiddwa: "yatuukiriza" ne "emirembe gyonna". Awamu, biraga ssaddaaka ezingiramu buli kyetaago ky'abaana b'abantu bonna. Ekirala, okukola kwaayo kweyongerayo mu biseera byonna era okutuukira ddala mu butaggwaawo.

Guno gwe musingi omukulu eri okusumululwa kwaffe. Ku musalaba okuwanyisiganya okwategekebwa obw'obwakatonda kwabaawo. Okusooka, Yesu yagumiikiriza mu kifo kyaffe ebyavaamu byonna ebibi bye twaali tugwanira ku lw'ekibi kyaffe. Mu kuddiza, Katonda atuwa ebirungi byonna ebyaali bigwanira obuwulize obutaalimu kibi obwa Yesu.

Ka tuwumbewumbeko mu ngeri enfunze ebyo byonna ebyatuukirizibwa ku musalaba osobole okuba n'okutegeera okw'obugazi bw'okununulibwa.

Yesu yabonerezebwa ffe tusobole okusonyiyibwa.
Yesu yafumitibwa ffe tusobole okuwonyezebwa.

Amazima gano abiri galukiddwa wamu. Mu kigera eky'omwoyo Yesu yafuna okubonerezebwa okwaali kugwanira ekibi kyaffe nti ffe, mu kuddira, tusobole okusonyiyibwa era tube n'emirembe ne Katonda.

Mu kigera eky'omubiri, Yesu yatwala endwadde zaffe n'obulumi nti ffe, okuyita mu biwundu bye, tusobole okuwonyezebwa.

Yesu yafuulibwa ekibi n'okwonoona kwaffe nti ffe tusobole okufuuka abatuukirivu n'obutuukirivu Bwe.

Engeri ey'okusatu ey'okuwanyisiganya ebikkuliddwa mu Isaaya 53:10, ekigamba nti Mukama yafuula emmeeme ya Yesu "ekiweebwayo ku lw'ekibi." Bino byonna byasiikirizibwa mu biragiro ebyaweebwa Musa ku lw'engeri ez'enjawulo ez'ekiweebwayo ku lw'ekibi.

Mu 2 Abakkolinso 5:21 Pawulo ajuliza Isaaya 53:10 era mu kiseera kye kimu ayanjula engeri ennungi ey'okuwanyisiganya: "Kubanga Ye [Katonda] yamufuula [Yesu] ataamanya kibi okuba ekibi ku lwaffe, ffe tulyoke tufuuke obutuukirivu bwa Katonda mu Ye." Tetulisobola kukolerera butuukirivu buno, busobola kufunibwa lwa kukkiriza kwokka.

Yesu yafa okufa kwaffe ffe tulyoke tugabane obulamu Bwe.

Baibuli yonna ekikkaatiriza nti ekivaamu ekisembayo eky'ekibi kwe kufa. Yesu bwe yafaananyizibwa n'ekibi kyaffe, kyaali tekyewalika nti naye yalina okulega ku kufa okwo okuva mu kibi ky'abantu.

Mu kuddira, eri bonna abakkiriza ssaddaaka Ye ey'okutukiikirira, Ye kaakano atuwa ekirabo eky'obulamu obutaggwaawo. Mu Baruumi 6:23 Pawulo ateekawo eby'okulondako bibiri ng'abiriranaganyizza: "Kubanga empeera [empeera egwanira] y'ekibi kwe kufa, naye ekirabo kya Katonda [ekitakolererwa] bwe bulamu obutaggwaawo mu Kristo Yesu Mukama waffe."

Yesu yafuuka omwavu n'obwavu bwaffe ffe tulyoke tufuuke abagagga n'obugagga Bwe.

Mu ky'Amateeka 28:48 Musa yawumbawumba obwavu obw'enkomeredde mu bigambo bina: enjala, ennyonta, okuyita obwereere n'okwetaaga ebintu byonna. Yesu yafuna bino byonna ku musalaba ffe tulyoke tufune obungi Bwe.

Emirundi mingi "obungi" bwaffe bujja kuba ng'obwa Yesu bwe yali ng'akyali ku nsi. Tetujja kwetikka muwendo gwa ssente munene, oba okuba ne ssente entereke nnyingi mu banka. Naye lunaku ku lunaku tujja kuba n'ebitumala ku lw'ebyetaago byaffe n'ebisigalawo ku lw'ebyetaago by'abalala.

Yesu yeetikka ensonyi zaffe ffe tulyoke tugabane ekitiibwa Kye. Yagumira okugaanibwa kwaffe ffe tulyoke tube n'okukkirizibwa Kwe ng'abaana ba Katonda.

Okuwanyisiganya ku musalaba kuzingiramu era n'engeri z'okubonaabona ez'empulira ezigoberera okuva mu butali butuukirivu bw'abantu. Bibiri ku biwundu ebisinga okuluma ebituleetebwako obutali butuukirivu bwaffe z'ensonyi n'okugaanibwa. Okuttibwa ku musalaba ye yali engeri eyali esinga okuba ey'ensonyi era enyoomebwa mu ngeri zonna ez'okufa. Ku musalaba era Yesu yagumira okugaanibwa okw'obulumi okw'enkolagana eyamenyeka ne Kitaawe. Bwe yakoowoola Kitaawe tewaali kanyego. Nate era, Yesu yagumira obubi ffe mu kuddira tulyoke tunyumirwe obulungi.

Yesu yafuuka ekikolimo ffe tulyoke tufune omukisa.

Pawulo awumbawumba engeri eno ey'okuwanyisiganya mu Baggalatiya 3:13-14:

Kristo yatununula okuva mu kikolimo ky'Amateeka, Bwe yafuuka ekikolimo ku lwaffe (kubanga kyawandiikibwa, "Akolimiddwa buli awanikiddwa ku muti"), omukisa gwa Ibulayimu gulyoke gutuuke eri Amawanga mu Kristo Yesu, tulyoke tuweebwe ekyasuubizibwa eky'Omwoyo olw'okukkiriza.

Guno gwe musingi gw'okusumululwa kwaffe. Kulina kuba nga kwesigamiziddwa ku kukkiriza mu ekyo Kristo kye yatukolera ku musalaba. Nga bwe tufuulibwa abatuukirivu kubanga yafuulibwa omwonoonyi, bwe tutyo tusobola okufuna omukisa kubanga yafuulibwa ekikolimo. Etteeka lya Musa ligamba mu ky'Amateeka 21:23, omuntu yenna awanikibwa ku muti afuuka kikolimo. Buli Muyudaaya eyamanya Etteeka lya Musa, bwe baalaba Yesu ng'awanikiddwa ku musalaba, yamanya nti yali afuuliddwa ekikolimo. Katonda yebazibwe, ensonga lwaki yafuulibwa ekikolimo yali nti ffe tulyoke tusumululwe okuva mu kikolimo.

Olina okusigala nga ojjukira nti oluvannyuma lw'okusumululwa olina okusigala ng'otuukiriza obukwakkulizo, nga kwe kuwuliriza eddoboozi lya

Katonda n'okukola ky'agamba. Mu Yokaana 10:27 Yesu yagamba, "Endiga zange ziwulira eddoboozi lyange, nange nzitegeera, era zingoberera."

    Bwe kityo nno eyo ye nkola ku lw'omukisa, naye okusobola okubeera mu mukisa, bwe wabaawo ekikolimo ku bulamu bwo, oteekwa okusooka okununulibwa okuva mu kikolimo – sumululwa. Okuyita mu kufa kwa Yesu okusumululwa kwaffe mu mateeka. Yakutufunira. Kye tulina okukola kwe kuva mu mateeka okutuuka okukyetwalira; tulina okukuleetera okuba nga kukolera mu bulamu bwaffe. Njagala kukutegeeza engeri gy'oyinza okukola ekyo. Omusingi gw'amateeka gwamala dda okussibwawo. Katonda takyalina kye yeetaaga kukola, tulina kukozesa Katonda kye yatukolera.

>> Ekitundu eky'Omunaana
Amadaala musanvu okutuuka ku kusumululwa

Obulokozi kye kigambo ekiwumbawumba omulimu gwonna awamu ogwo Katonda gwe yeegomba okukola mu bulamu bwaffe. Mu ngeri ezimu obugazi bw'omulimu guno bukwekebwa n'engeri ez'enjawulo ekigambo ky'Oluyonaani ekikozi ekyasooka ekiyitibwa sozo gye kivvuunulibwa mu bitundu eby'enjawulo eby'Endagaano Empya. Kitera kuvvuunulibwa nga "okulokola" naye era kikozesebwa mu ngeri ez'enjawulo ezisukka ku kusonyiyibwa kw'ebibi.

Kikozesebwa, eky'okulabirako, mu mbeera z'abantu bangi nga bawonyezebwa mu mubiri. Era kikozesebwa ku muntu ng'asumululwa okuva mu badayimooni ne ku muntu omufu ng'azuukizibwa okuddamu obulamu. Mu nsonga ya Lazaaro, kikozesebwa mu kuwona okuva mu ndwadde ereeta okufa. Mu 2 Timoseewo 4:18 Pawulo akozesa ekigambo kye kimu ekikozi okunnyonnyola okukuuma kwa Katonda n'okutaasa okuva mu bubi okugenda-mu- maaso, okujja okweyongerayo okumalako obulamu bwe bwonna.

Okukola okujjuvu okw'obulokozi kunyigiramu buli kitundu eky'obuntu bw'omuntu. Kuwumbibwawumbibwa mu ngeri ennungi mu ssaala ya Pawulo mu 1 Abasasseloniika 5:23: "Era Katonda ow'emirembe yennyini abatukulize ddala; era omwoyo gwammwe n'obulamu n'omubiri byonna awamu bikuumibwenga awatali kunenyezebwa mu kujja kwa Mukama waffe Yesu Kristo." Obulokozi buzingiramu obuntu bw'omuntu bwonna mu bujjuvu – omwoyo, emmeeme n'omubiri – era bugenda kumalirizibwa na kuzuukira kwa mubiri kwokka mu kudda kwa Kristo.

Tewali n'omu ayingira mu bugabirizi bw'obulokozi obw'enjawulo bwonna omulundi gumu. Kya bulijjo okuva ku ddaala erimu ery'obugabirizi okugenda ku liddako. Abakristaayo bangi tebasukka ku kufuna kusonyiyibwa kwa bibi byabwe. Tebamanyi bugabirizi obulala obungi obuliwo ku lwabwe nga bwa buwa.

Engeri eyo omuntu gy'afunamu obugabirizi obw'enjawulo esalibwawo na buyinza bwa Katonda, Oyo akolagana naffe fenna nga bassekinnoomu. Ye amanyi kyetaago kyaffe ki ekisinga obunene mu kiseera kyonna ekigere newakubadde ffe fennyini nga tetukimanyi. Katonda ateekawo okusalawo mu maaso ga buli kinnoomu ku ffe. Eby'okulondako bitegeerekeka: obulamu n'emikisa, ku ludda olumu; okufa n'ebikolimo ku ludda olulala. Nga Isiraeri, tusalawo amagenda gaffe n'okusalawo kwe tukola. Okusalawo kwaffe kuyinza era okukoma ku magenda g'abazzukulu baffe.

Bwe tuba tumaze okukola okusalawo kuno, tuyinza okugenda mu maaso ne tukaayanira okusumululwa okuva mu kikolimo kyonna ekiri ku bulamu bwaffe. Madaala ki ge tuteekwa okutwaala ku lwa kino? Tewali ngeri emu eteekeddwaawo buli omu gy'ateekwa okugoberera. Mu kuleeta abantu mu kiseera eky'okusumululwa, wewaawo, nkizudde nga kiyamba okubakulembera okuyita mu madaala omusanvu agalambikiddwa wansi.

1. **Yatula okukkiriza kwo mu Kristo ne ssaddaaka Ye ku lulwo.**

   Mu Abaruumi 10:9-10 Pawulo annyonnyola nti waliwo obukwakkulizo obukulu bubiri ku lw'okufuna emiganyulo gya ssaddaaka ya Kristo: okukkiriza mu mutima nti Katonda yazuukiza Yesu okuva mu bafu n'okwatula n'akamwa nti Ye ye Mukama. Okukkiriza mu mutima kuba tekukolera ddala okutuuka nga kutuukiriziddwa n'okwatula n'akamwa.

   Mu makulu gennyini, ekigambo okwatula kitegeeza "okwogera kye kimu nga." Mu bigambo by'okukkiriza kwa baibuli, okwatula kitegeeza okwogera n'akamwa kaffe ki Katonda ky'amaze okwogera mu kigambo Kye. Mu Abaebbulaniya 3:1 Yesu ayitibwa "Kabona Omukulu ow'okukkiriza kwaffe. Bwe tukola okwatula okutuufu okw'ebyawandiikibwa okumukwatako, kusumulula obuweereza bwe obw'obwakabona ku lwaffe.

2. **Weenenye obujeemu bwo bwonna n'ekibi**

   Oteekwa okukkiriza obuvunaanyizibwa bwo obw'obuntu ku lw'endowooza yo ey'obujeemu eri Katonda n'ebibi ebivudde mu yo. Kuno wansi kwe kwatula okulowoozeddwaako okunnyonnyola okwenenya Katonda kw'alagira:

   Ndeka obujeemu bwange bwonna n'ekibi kyange kyonna era nnewaayo gy'oli nga Mukama.

3. **Funa okusonyiyibwa okw'ebibi byonna**

   Omusanvu omukulu ogukuumira omukisa gwa Katonda ebweru w'obulamu bwaffe ky'ekibi ekitasonyiyiddwa. Katonda yamala okussaawo obugabirizi ku lw'ebibi byaffe okusonyiyibwa, naye kino tajja kukikola okutuusa nga tubyatudde. Kiyinzika okuba nti Katonda akulaze ebibi ebimu ebyakuggulawo eri ekikolimo. Bwe kiba bwe kityo, kola okwatula okukwataganira ddala n'ebibi ebyo. "Bwe twatula ebibi byaffe, Ye mwesigwa era wa mazima okutusonyiwa ebibi byaffe n'okutunaazaako obutali butuukirivu bwaffe" (1 Yokaana 1:9).

4. **Sonyiwa abantu abalala bonna abaali bakulumizza oba okukusobya**

Omusanvu omulala omunene oguyinza okukuumira omukisa gwa Katonda ebweru w'obulamu bwaffe bwe butasonyiwa mu mitima gyaffe eri abantu abalala. Okusonyiwa omuntu omulala ekikulu teba mpulira; kuba kusalawo. Saba Katonda akuleetere mu birowoozo omuntu yenna gwe weetaaga okusonyiwa. Omwoyo Omutukuvu ajja kukulungamya okukola okusalawo okutuufu, naye tajja kukukukolera. Yogera ng'okyatuza,

"Mukama, nsonyiwa _____."

5. **Weggyireko ddala enkwatagana yonna n'eddogo oba ebintu bya setaani.**

Muno mulimu okukola n'ebikolebwa bingi ebigazi ennyo. Bw'oba nga wali weenyigiddemu ekiseera kyonna mu kukola n'ebikolwa eby'engeri eyo, osomose ensalo etalabika ku maaso n'oyingira obwakabaka bwa Setaani. Okuva mu kiseera ekyo, oba ng'okimanyi oba nedda, Setaani akutwaala ng'omu ku baddu be. Akitwaala nti alina okukukaayanira mu mateeka.

Weetaaga mu ngeri ey'enkomeredde era ey'olubeerera okusalako enkolagana yonna ne Setaani. Bw'oba nga tewekakasa ku kikolwa kyonna, saba Katonda akikutangaaze. Weetaaga era okweggyako ebintu byonna ebiyinza okukukwataganya n'ekimu ku bikolwa ebyo waggulu. Muno mwe muli ebifaananyi, ebikomokomo, ebitabo, n'ebirala. Birina okwokebwa oba okubetentebwa oba okuzikirizibwa mu ngeri endala yonna.

6. **Kaakano weetegese okusaba essaala ey'okusumululwa okuva mu kikolimo kyonna.**
Kikulu nti weesigamya okukkiriza kwo ku ki Yesu kye yakufunira kyokka okuyita mu ssaddaaka Ye ku musalaba. Teweetaaga "kukolerera" kusumululwa kwo. Tolina kuba nga "osaanidde".

Yiino essaala eyandibadde ekola:

Mukama Yesu Kristo, nzikiriza ggwe mwana wa Katonda era ekkubo lyokka ery'okutuuka ewa Katonda; era nti wafa ku musalaba ku lw'ebibi byange era n'ozuukira nate okuva mu bafu.

Ndeka obujeemu bwange bwonna n'ekibi kyange kyonna era nnewaayo gy'oli nga Mukama wange.

Njatula ebibi byange byonna mu maaso go era nsaba ku lw'okusonyiyibwa kwo – naddala ku lw'ekibi kyonna ekiyinza okuba nga kyanzigulawo eri ekikolimo.

Nsumulula era okuva mu biva mu bibi bya bajjajjaange.

Olw'okusalawo okw'okwagala kwange, nsonyiye bonna abaankosa oba okunsobya – nga bwe njagala Katonda okunsonyiwa.

Naddala, nsonyiwa ...

Nneggyirako ddala enkwatagana yonna n'ekintu kyonna eky'eddogo oba ekya

Setaani – bwe mba nnina "ekintu kyonna eky'enkwatagana",

Nneewaayo okubizikiriza. Nsazaamu okunkaayanira Setaani kwakola gye ndi.

Mukama Yesu, nzikiriza nti ku musalaba weetikka ggwe

wennyini buli kikolimo ekyandinzizeeko.

Bwe kityo nkusaba kaakano okunsumulula okuva mu buli kikolimo ekiri mu bulamu bwange – mu linnya Lyo, Mukama Yesu Kristo!

Olw'okukkiriza kaakano ntwaala okusumululwa kwange era nkwebaza ku lw'ekyo.

7. **Kaakano kkiriza nti ofunye era weyongereyo mu mukisa gwa Katonda!**

Togezaako mu kiseera kino okulowoozaamu omukisa gunaaba gwa ngeri ki oba engeri Katonda gy'anaguleeta mu bulamu bwo. Leka ekyo mu mikono gya Katonda. Ye k'akikole mu ngeri ne ddi nga bw'aba asazeewo. Teweetaaga kufaayo nnyo ku ekyo. Ekitundu kyo kya kweggulawo kyokka, awatali kwerekerayo, eri ebyo byonna by'ayagala okukola mu ggwe ne ku lulwo okuyita mu mukisa Gwe. Kijja kuba nga kisanyusa okulaba engeri Katonda gy'anayanukulamu!

>> Mwenda:
Okuva mu Bisiikirize okudda mu Musana

Bw'oba ng'ogoberedde okuyigiriza mu ssuula ewedde, osaze ensalo eterabika ku maaso ag'oku ngulu. Emabega wo kaakano eriyo ettwaale erikwatiridde n'ebikolimo eby'ebika eby'enjawulo bingi era okuva mu nsibuko ez'enjawulo nnyingi. Mu maaso go waliwo ettwaale erimasamasa n'omusana ogw'emikisa gya Katonda.

Olina obusika mu Kristo obulindiridde okulambulwa n'okutwalibwa. Laba nate okuwumbawumba kw'emikisa Musa kwe yawa mu ky'Amateeka 28:2-13:

- **Okugulumizibwa**
- **Obulamu obulungi**
- **Okuzaala**
- **okukulakulana**
- **obuwanguzi**
- **okuganja kwa Katonda**

Nga bw'oddamu ebigambo bino, saba Katonda afuule obusika buno obwannamaddala era obutegeerekeka gy'oli. Okuwa okwebaza eri Katonda ku lwa buli kitundu kwe kunnyonnyola kw'okukkiriza okusinga okuba okulongoofu n'obwangu. Bw'oba ng'obadde n'olutalo oluwanvu n'ekikolimo ku bulamu bwo, wayinza okubaawo ebitundu by'ebirowoozo byo enzikiza mweteggyiddwa mbagirawo. Okwatula ebigambo bino ebirungi ebinnyonnyola emikisa kujja kuba ng'okulaba amagulu agasooka ag'enjuba nga gaakira mu kiwonvu ekikutte ekizikiza, ne galyoka gasaasaana okumulisa ekiwonvu kyonna.

Okukyuka okuva mu ttwaale erikutte enzikiza okudda mu ttwaale erimasamasa n'omusana kuyinza okutwaala engeri ez'enjawulo nnyingi. Tewali ngeri emu nga gwe mutindo gwa buli kinnoomu. Abantu abamu bafuna okusumululwa kumpi kwa mbagirawo era balabika okuyingira mangu ddala mu mikisa egyo Ebyawandiikibwa gye bisuubiza. Eri abalala, abesimbu mu ngeri y'emu, wayinza okubaawo olutalo olw'amaanyi oluwanvu, naddala bwe baba nga babadde beenyigidde mu ngeri ey'ebuziba n'amaanyi ag'eddogo.

>>
Okukyuka okuva mu ttwaale erikutte enzikiza okudda mu ttwaale erimasamasa n'omusana kuyinza okutwaala engeri ez'enjawulo nnyingi.

Okulaba kwa Katonda kwa njawulo okuva ku kwaffe. Mu bukulu Bwe alowooza ku nsonga mu mbeera ze tutalina kye tumanyiiko.

Ye bulijjo akuuma ebisuubizo Bye, naye emirundi egisinga waliwo ebintu bibiri byatabikkula nga tebinnabaawo: engeri yennyini gy'anakolamu mu buli bulamu, n'ekiseera kyennyini ky'anakoleramu.

Twetaaga okutunuulira nate era ku ludda olulungi olw'okuwanyisiganya okunnyonnyolwa Pawulo mu Bagalatiya 3:13-14:

Kristo yatununula mu kikolimo ky'etteeka, Bwe yafuuka ekikolimo ku lwaffe, (kubanga kyawandiikibwa nti,

"Akolimiddwa buli awanikiddwa ku muti"), omukisa gwa Ibulayimu gulyoke gutuuke eri Amawanga mu Kristo Yesu, tulyoke tuweebwe ekyasuubizibwa eky'Omwoyo olw'okukkiriza.

Pawulo aggyayo ensonga enkulu ssatu ezikwata ku mukisa ogusuubiziddwa. Okusooka, si kye kintu ekitategeerekeka oba ekitannyonnyoddwa. Gutegeerekeka bulungi: emikisa gya Ibulayimu mu Lubereberye 24:1. Obugazi bwagwo bunnyonnyoddwa:"Mukama yali awadde Ibulayimu omukisa mu bintu byonna".

Eky'okusatu, omukisa gwongera okunnyonnyolwa nga "ekisuubizo ky'Omwoyo (Omutukuvu)." Abantu bonna abasatu ab'Omutwe ogw'Obwa Katonda – Taata Omwana n'Omwoyo Omutukuvu – bali wamu mu kiruubirirwa kyabwe okugabana naffe ebyo byonna ebituguliddwa olwa ssaddaaka ya Yesu. Kubanga ekyo kikulu nnyo okusinga endowooza ya bulijjo ky'eyinza okutegeera, tuteekwa okwesigama ku Mwoyo Omutukuvu okutulungamya mu busika bwaffe obujjuvu n'okutulaga engeri y'okufuna ebyo Katonda by'atugabiridde.

Mu Baruumi 8:14 Pawulo aggumiza omulimu ogw'enjawulo ogw'Omwoyo Omutukuvu: "Kubanga bonna abakulemberwa Omwoyo wa Katonda, abo be baana ba Katonda." "Okukulemberwa Omwoyo Omutukuvu" si mbeera emu, ey'omulundi-gumu-gwokka. Kye kintu kye tuteekwa okwesigamako buli kaseera nga bwe tukula okuyingira mu bukulu.

Omwoyo Omutukuvu awa okwawula okw'ensibuko z'okuzibikirwa kw'omwoyo era obuwulize eri okulungamizibwa okuddirira bulijjo nsonga nkulu mu kutambula obulungi mu kigera eky'omwoyo. Mu ssaza lya Malaysia ey'Ebuva Njuba erya Sarawak, abantu aba Ibani ly'eggwanga erisinga obunene mu kitundu ekyo n'obuwangwa bwabwe bukomebwako nnyo n'ebikolwa by'enzikiriza nti ebiramu byonna birina emmeeme, omuli ebikolimo n'okukozesa ebintu bya bajjajja abaafa edda ku lw'obukuumi n'okusiba okusiraanya n'ebigambo eby'eddogo. Obubaka bw'eddembe okuva mu busibe eri ebintu ng'ebyo mu kiseera kino bulina okukola okwewuunyisa mu bo. Mu byaalo ebiwerako, ng'obubaka bwe bubuuliddwa, wabaddewo okwatula kungi n'okwenenya era bangi abasumuluddwa okuva mu mizimu nga bwe basabiddwa. Mu buli kifo ensawo ennene eya jimats (ebifaananyi bya bajjajja) yaggyibwangayo byonna ebyayokebwa.

Mu kifo ekimu wewaawo, n'oluvannyuma lw'okukola ekyo, kyawulirwa nti waali wakyaliwo ekigo mu nnyumba empanvu eyali tekoleddwaako mu ngeri ennungi. Omwoyo Omutukuvu yabalungamya okuba ne kye baayita okukumba kwa Yeriko okwetooloola ennyumba empanvu mwe baali. Ku mulundi ogw'omusanvu gwennyini nga bamaze okwetooloola omukulembeze n'awoggana, "Muyimirire!" Amangu ddala ekifaananyi kye baali babuusizza amaaso, ne kigwa ku ttaka era kino ne kizuulibwa okuba nga kye kisinga okuba eky'amaanyi mu kyaalo ekyo. Oluvannyuma nga bamaze okwokya na kino, waaliwo emirembe egy'amaanyi n'essanyu ebyakka ku bantu.

Emirembe gino gye gimu n'essanyu biyinza okuba ebibyo nga bw'oyiga okutambulira mu buwulize eri Omwoyo Omutukuvu n'okuyiga okwatula ebisuubizo by'ekigambo kya Katonda n'obugumu. Mu ssaala y'okusumululwa mu ssuula eyo 8, essira erisooka liri ku mazima agabikkuliddwa mu Abaebbulaniya 3:1: Yesu ye "Kabona Omukulu ow'okukkiriza kwaffe." Ennono eno era erina okufuga enkolagana yaffe egenda mu maaso ne Mukama. Mu buli mbeera gye tusisinkana, tuteekwa okwanukula n'okwatula kw'ekyawandiikibwa okutuufu okusobola okukoowoola obuweereza obweyongera mu maaso obwa Yesu nga Kabona waffe Omukulu.

Mu mbeera ezisinga tulina engeri ezisoboka ssatu ze twanukuliramu: okukola okwatula okw'ekyawandiikibwa, okutuufu; obutakola kwatula; okukola okwatula okutali kwa kyawandiikibwa, okukontana. Bwe tukola okwatula okutuufu, tusumulula obuweereza bwa Yesu okutuyamba n'okusisinkana ekyetaago kyaffe. Bwe tutakola kwatula, tulekebwa eri amaanyi g'embeera zaffe. Bwe tukola okwatula okukontana, tweggulawo eri amaanyi ga badayimooni, amabi.

Kikulu nnyo okumanya enjawulo wakati w'okwatula okw'ekyawandiikibwa okw'okukkiriza okw'amazima n'ebintu nga okulowooza-okw'okweyagaliza. Okusooka byonna, "okwatula" mu makulu aga baibuli kukugirwa ku bigambo n'ebisuubizo bya Baibuli. Tetusobola kusukka kino. Eky'okubiri, okwatula kuba kutuufu mu ngeri emu yokka, bwe tutuukiriza obukwakkulizo obutuufu obukwatagana n'ekisuubizo. Okwatula tekudda mu kifo kya buwulize, kutambulira wamu nabwo.

Eky'okusatu, okwatula tekuyinza kukendeezebwa kudda mu "nkola" ennyangu, ekozesebwa n'okwagala kw'obuntu oba okukkiriza kw'omu mutwe. Tetuyinza kukozesa Katonda ffe bye twagala. Okukkiriza okw'amazima mu mutima kuleetebwa na Mwoyo Mutukuvu yekka, era kuvaamu ebigambo ebijjudde amaanyi okutuukiriza ekyo ekyatuddwa. Abaebbulaniya 10:23 kituzzaamu amaanyi okunyweza okwatula kwaffe: "Tunyweze okwatulanga essuubi lyaffe obutasagaasagana, kubanga eyasuubiza mwesigwa.

Okuwa okunnyonnyola okw'obuwanguzi, okujjuvu eri okukkiriza, wewaawo, waliwo endowooza ya baibuli endala emu etutwaala mu maaso okusukka ku kwatula. Kwe "kulangirira".

Kino kiwa ekirowoozo ky'okukkaatiriza kw'okukkiriza okw'obugumu, okw'amaanyi, okutayinza kusirisibwa n'engeri yonna ey'okuziyizibwa oba okumalibwamu amaanyi. Kitegeeza wabaawo okukyuka okuva mu kifo eky'okwetaasa okudda mu kifo eky'okulumba.

Mu buweereza Luusi nange tutera okubuuzibwa engeri gye twekuuma lunaku ku lunaku. Tukola ekikolwa ekya buli kiseera eky'okulangirira Ekigambo kya Katonda n'eddoboozi ery'omwanguka, nga tetuli wamu, ne bwe tuba ffembi. Ku nkomerero y'ekitabo kino waliyo okulangirira kwe tukola buli kiro nga tetunneebaka. Twandyagadde okuwa amagezi nti naawe okole kino, bw'otyo naawe osobole okuva mu bisiikirize odde mu musana, okuva mu kikolimo okudda mu bujjuvu bw'omukisa gwa Katonda.

>>Okuyiga okukwo ng'Omuntu omu

Kaakano, mwattu genda ku *Nnyongereza y'Ebigambo A* (omuko 338) ku lw'ebibuuzo by'omusomo ebikwatagana n'*Engeri y'Okuva mu Kikolimo okudda mu Mukisa*. Eby'okuddamu eri ebibuuzo bino bisangibwa mu *Nnyongereza y'Ebigambo B* (omuko 355).

>> Omwoyo Omutukuvu mu Ggwe
Ekisooka Olunaku lwa Pentekoti nga terunnaba

Okuyita mu byawandiikibwa tufuna okumanya kwe tutandifunye mu ngeri ndala yonna. Okumu ku kubikkulirwa kwa Baibuli okukulu mu ngeri ensukkulumu ky'ekikula kya Katonda . Baibuli ebikkula ekyama kye tutanditegedde kuyita mu nsibuko ndala yonna. Ekyama kiri nti Katonda ali omu naye ate era nti asuukka mw'omu; abantu basatu, naye Katonda omu. Abantu abasatu ababikkuliddwa mu Byawandiikibwa be ba Taata, Omwana, n'Omwoyo Omutukuvu. Ekitabo kino kijja kukwata ku Mwoyo Mutukuvu. Okumu ku kubikkulirwa kwa Baibuli yonna okusinga okuba okw'ebuziba era okw'enjawulo kwe kw'omuntu n'omulimu gw'Omwoyo Omutukuvu. Ekintu ekisooka kye tuteekwa okutegeera kiri nti Omwoyo Omutukuvu Ye kennyini muntu, nga bwe kiri ne Kitaffe n'Omwana. Olw'eky'okulabirako eky'enkwatagana mu baana b'abantu, kitwanguyira mu kugeraganya ffe okutegeera nti Katonda Kitaffe muntu ne Katonda Omwana muntu, naye si kyangu kutegeera nti Omwoyo Omutukuvu muntu. Okuyita mu Mwoyo Omutukuvu, Katonda amanyi buli kintu, tewali kikwekeddwa kuva ku Katonda; era okuyita mu Mwoyo Omutukuvu, Katonda ali buli wantu mu kiseera kye kimu. Embala zino ebbiri zikiikirirwa n'ebigambo ebinnyonnyola Katonda ekisooka nti amanyi byonna era nti ali buli wantu, mu ngeri eyo. Kino kibikkulibwa mu bitundu eby'enjawulo eby'Ebyawandiikibwa. Eky'okulabirako, mu Yeremiya 23:23-24, Mukama agamba:

²³**"Nze ndi Katonda ali okumpi,"** bw'ayogera **MUKAMA**,
   "so siri Katonda ali ewala?
²⁴**"Waliwo ayinza okwekweka mu bifo eby'ekyama ne simulaba?"** bw'ayogera **MUKAMA**.
   "Sijjula ggulu n'ensi?" bw'ayogera **MUKAMA**.
(NIV)

Katonda ajjula eggulu n'ensi. Teri kifo Katonda w'atali. Teri kifo ebintu gye bibeererawo Katonda n'atabimanyako. Kino kirambululwa bulungi nnyo mu nnyiriri ezisooka eza Zabbuli 139:

¹**AYI MUKAMA, wannoonya nze era wammanya.**
²**Omanyi bwe ntuula, era bwe ngolokoka, Otegeera**
   okulowooza kwange nga kukyali wala.
³**Onoonyeza ddala ekkubo lyange n'okwebaka kwange;**
   Era omanyi amagenda gange gonna.
⁴**Kubanga simuli kigambo mu lulimi lwange,**
   Laba, ai Mukama, ggwe ky'otomanyira ddala.
⁵**Onzingizizza mu maaso n'ennyuma,**
   Era ontaddeko omukono gwo.
⁶**Okumanya okulinga okwo kwa kitalo, kunnema;**
   Kwa waggulu, siyinza kukutuukako.
⁷**Naagenda wa okuva eri omwoyo gwo?**
   Oba n'addukira wa amaaso go?
   Bwe nnaalinnya mu ggulu, nga gy'oli:
Bwe nnaayala obuliri bwange mu magombe,
Laba nga gy'oli.
   Bwe nnaatoola ebiwaawaatiro eby'enkya,

Ne ntuula mu bifo eby'ennyanja ebiri ewala ennyo;
Newakubadde eyo omukono gwo gunannungamya,
N'omukono gwo ogwa ddyo gunankwata.
Bwe ndyogera, "Enzikiza teereme kubikkako,
n'omusana ogunneetoolodde gunaaba ekiro,"
Newakubadde enzikiza teyeekisa Eri ggwe,
Naye ekiro kyaka ng'omusana,
Kubanga enzikiza n'omusana bifaanana w'oli.

(NIV)

Olulimi olwo nga lulungi! Okwanjuluza nga kwewuunyisa okw'obukulu obw'amagezi ga Katonda. Okubeerawo kwa Katonda kubuna obwengula bwonna. Tewali w'oyinza kugenda n'okwekebwa okuva eri Katonda. Teri lugendo luyinza okukwawula okuva ku ye. Teri nzikiza eyinza okukukweka okuva mu maaso ge. Katonda ali buli wantu, wonna mu nsi yonna. Amanyi buli kintu ekigenda mu maaso mu buli kifo.

>>
Omwoyo Omutukuvu abadde akola mu nsi okuva mu kutondebwa kwaayo okweyongera mu maaso.

Ekisumuluzo ekisumulula ekyama kiri mu lunyiriri olw'omusanvu, omuwandiisi wa zabbuli w'agambira: *"Naagenda wa okuva eri Omwoyo gwo? Oba naddukira wa amaaso go?"* Kino kyakulabirako ddala eky'amagezi g'Ekyebbulaniya, ebitundu ebibiri eby'ekyawandiikibwa mwe byogerera ddala ekintu kye kimu. Okubeerawo kwa Katonda okuli wonna mu nsi Ye Mwoyo We Omutukuvu. Okuyita mu Mwoyo Omutukuvu, Katonda ali buli wantu wonna; era okuyita mu Mwoyo Omutukuvu, Katonda amanyi buli kintu ekigenda mu maaso wonna mu nsi ekiseera kyonna.

Omwoyo Omutukuvu abadde akola mu nsi okuva

mu kutondebwa kwaayo okweyongera mu maaso. Omuwandiisi wa zabbuli atubuulira ku mutendera gwennyini ogw'obutonde:

> Mu kigambo kya MUKAMA eggulu lyakolebwa, n'eggye lyamu lyonna (lyakolebwa) n'omukka ogw'akamwa ke.
> *(Zabbuli 33:6 NAS)*

Enzivuunula y'Oluzungu w'egambira "omukka," Olwebbulaniya lugamba, mu makulu gennyini agasooka, "omwoyo." Ekyo kyandikyusizza ekyawandiikibwa okusoma: "Mu kigambo kya MUKAMA eggulu lyakolebwa, era ne 'omwoyo' w'akamwa ke eggye lyamu lyonna." Mu ngeri endala, abakozi abakulu ab'obutonde abaaleetera ensi yonna okubaawo be baali Ekigambo kya Mukama n'Omwoyo wa Mukama, oba Omwoyo Omutukuvu. Bwe tuddako emabega mu nnyiriri ku ntandikwa ya Baibuli ebinnyonnyola obutonde, tulaba kino nga kyanjuluzibwa mu ngeri esingawo obugazi. Olubereberye 1:2-3 kyawandiikibwa:

> ²Ensi yali njereere nga yeetabuddetabudde; n'enzikiza yali kungulu ku buziba, Omwoyo gwa Katonda ne gumaamira kungulu ku mazzi.
> ³Katonda n'ayogera nti "Wabeewo obutangaavu," ne wabaawo obutangaavu.
> *(NIV)*

Okubeerawo kw'Omwoyo gwa Katonda kwaliwo mu nzikiza enjereere, mu nsi okuba enjereere, mu kwetabulatabula. Ekigambo "okumaamira" kiwa ekirowoozo ky'ekinyonyi. Emirundi mingi mu Byawandiikibwa, Omwoyo Omutukuvu ayogerwako okuba ejjiba ery'omu ggulu. Wano tulina ejjiba ly'eggulu,

Omwoyo Omutukuvu, ng'amaamidde kungulu ku mazzi ageetabuddetabudde, amereere, agajjudde ekizikiza.

Olunyiriri olw'okusatu lugamba, "Katonda n'ayogera nti, 'Wabeewo obutangaavu,' ne wabaawo obutangaavu." Wano nate era tulaba abakozi ababiri ab'obutonde: Omwoyo gwa Katonda n'Ekigambo kya Katonda. Bwe beegatta, okutonda kubaawo. Omwoyo gwa Katonda n'Ekigambo kya Katonda bwe babaawo, olwo ekintu ekiggya – mu nsonga eno, obutangaavu – butondebwa. Obutangaavu butandika okubaawo, nga butondeddwa Omwoyo awamu n'Ekigambo kya Katonda. Osobola okukiraba nti Omwoyo Omutukuvu abadde akola mu nsi okuviira ddala mu kutondebwa kw'ensi okweyongera mu maaso era bulijjo abaddewo buli wantu wonna mu nsi. Mu ngeri emu, Omwoyo Omutukuvu ye mukozi ow'amaanyi, akola ebintu ow'Omutwe ogw'obwaKatonda.

Omwoyo Omutukuvu ye yalungamya n'okuwa amaanyi abasajja ba Katonda bonna mu Ndagaano Enkadde. Olukalala lususse obuwanvu okutuwa amannya gonna, naye tujja kulowooza ku by'okulabirako ebitonotono.

Asooka ye Bezaaleeri, omusajja eyakuba pulaani n'okukola essanduuko y'endagaano n'ebibajje byonna ku lwa weema ya Musa. Mukama ayogera mu Kuva 31:2-3:

[2]"Laba, mpise erinnya lya Bezaaleeri mutabani wa Uli, mutabani wa Kuuli, ow'omu kika kya Yuda,
[3]era mujjuzizza Omwoyo gwa Katonda, mu magezi, ne mu kutegeera, ne mu kumanya, ne mu buli ngeri ya kukola ..."

Yali Mwoyo gwa Katonda eyajjuza Bezaaleeri eyamuwa obusobozi okukola omulimu ng'ogwo ogw'obuyiiya obw'enjawulo. Bulijjo kinkomako nnyo nti ye musajja eyasooka mu Byawandiikibwa eyayogerwako nti yajjuzibwa n'Omwoyo gwa Katonda. Ekyavaamu, mu mbeera ye, kwaali kukola mu ngeri ey'enjawulo. Ekyo kissa omuwendo ogwa waggulu ku kukola okw'engeri ez'enjawulo.

Mu Ky'Amateeka 34:9, tusoma ku Yoswa:

⁹Era Yoswa omwana wa Nuuni yali ajjudde Omwoyo ogw'amagezi [eyo y'engeri endala ey'okwogera Omwoyo gwa Katonda] kubanga Musa yali amutaddeko emikono.

Abaana ba Isiraeri ne bamuwuliranga (Yoswa) ne bakola nga Mukama bwe yalagira Musa.

(NIV)

Yoswa ye yali omukulembeze omujaasi omukulu eyawamba Ensi Ensuubize, era yakikola kubanga yali ajjuziddwa n'Omwoyo gwa Katonda. Mu Ky'Abalamuzi 6:34, tusoma ku Gidyoni:

³⁴Naye Omwoyo gwa Mukama ne gujja ku Gidyoni, n'afuuwa ekkondeere, Abiezeri n'akungaana wamu gy'ali.

(NIV)

Omwoyo gwa Mukama gwakka ku Gidyoni ne gumufuula omukulembeze ow'amaanyi nga bwe yali. Ekyo nga tekinnabaawo, yali muvubuka omuto omutiitiizi, nga yeekweka mu ssogolero, nga tasobola kukola kintu kyonna eky'amaanyi. Naye yakyusibwa n'Omwoyo gwa Katonda nga gumusseeko.

Ate tusoma ku Dawudi, kabaka omukulu era omuwandiisi wa zabbuli mu 2 Samwiri 23:1-2. Kino Dawudi ky'agamba:

¹**Era bino bye bigambo bya Dawudi eby'enkomerero. Dawudi mutabani Wa Yesse ayogera, era omusajja ayagulumizibwa waggulu ayogera Katonda wa Yakobo gwe yafukako amafuta, Era asanyusa olwa zabbuli za Isiraeri, "Omwoyo gwa Mukama gwayogerera mu nze, Ekigambo ne kiba ku lulimi lwange."**

(NAS)

Dawudi yatuwa zabbuli ezo ennungi kubanga, **"Omwoyo gwa Katonda gwayogerera mu nze...Ekigambo kye ne kiba ku lulimi lwange."** Kigenderere nate, kikolebwa Omwoyo gwa Katonda n'Ekigambo kya Katonda.

Mu 2 Peetero 1:21, Peetero awumbawumba obuweereza bwa bannabbi b'Endagaano Enkadde bonna bw'agamba:

Kubanga siwali kigambo kya bannabbi ekyali kireeteddwa mu kwagala kw'abantu, naye abantu baayogeranga ebyava eri Katonda, nga bakwatiddwa Omwoyo Omutukuvu.

(NIV)

Buli nnabbi eyaleeta obubaka obw'amazima okuva eri Katonda teyayogera nga ye yakitandise oba okuva mu ndowooza ye, mu kuwakana oba okutegeera kwe; naye yalungamizibwa (yakomebwako oba yakwatibwa) Omwoyo Omutukuvu. Ekyo kyafuula obubaka bwe okusukka obw'obuntu; bwafuuka obubaka okuva eri Katonda Yennyini.

Nga bwe tutunuulira eby'okulabirako bya bano n'abasajja abalala bangi, tutuuka okuwunzika nti abasajja bonna ab'Endagaano Enkadde abaaweereza Katonda mu ngeri ekkirizibwa era ey'amaanyi baakikola mu ngeri emu yokka okuyita mu maanyi n'okulungamya kw'Omwoyo Omutukuvu. Mazima ddala, kino kya kuyiga gye tuli. Bwe baba nga tebaasobola kuweereza Katonda mu maanyi era mu ngeri ekkirizibwa awatali Mwoyo Mutukuvu, naffe tetusobola.

>>Eky'okubiri:
Omwoyo Omutukuvu mu bulamu bwa Yesu

Tugenda kaakano okutunuulira Omwoyo Omutukuvu mu buweereza n'okuyigiriza kwa Yesu Yennyini. Okusooka, twetaaga okulaba nti Yokaana Omubatiza, eyajjirira ekintu ekikulu eky'okwanjula Yesu n'okuteekateeka ekkubo kulw'obuweereza Bwe, yamwanjulira wansi w'erinnya limu ekkulu, "Omubatiza mu Mwoyo Omutukuvu."

> 11"**Nze mbabatiza n'amazzi olw'okwenenya. Naye oyo ajja ennyuma wange ye ansinga amaanyi, sisaanira na kukwata ngatto ze. Oyo alibabatiza n'Omwoyo Omutukuvu n'omuliro.**"
>
> *(Matayo 3:11 NIV)*

Weetegereze enjawulo eriwo wakati wa Yesu n'abasajja bonna abaamusooka : "Alibabatiza n'Omwoyo Omutukuvu n'omuliro." Obuweereza buno obwa Yesu ng'omubatiza mu Mwoyo Omutukuvu bwogerwako mu njiri zonna ennya. Baibuli essa omulaka ogw'enjawulo ku bwo.

Tukizuula, era, nti Omwoyo Omutukuvu ye yali ensibuko yokka ey'amaanyi ku lw'obuweereza bwonna obwa Yesu. Okutuuka ng'Omwoyo Omutukuvu ng'asse ku Yesu ku Mugga Yoludaani oluvannyuma lw'okubatizibwa Yokaana, teyabuulira oba okukola eky'amagero kyonna. Yalindirira Omwoyo Omutukuvu okumukkako.

Mu Bikolwa 10:38, Peetero, ng'ayogera eri ekibiina ky'abantu abaali bakunganidde mu nnyumba ya Koluneeriyo, yannyonnyola obweereza bwa Yesu:

> ... **Katonda yafuka amafuta ku Yesu Omunaazaaleesi n'Omwoyo Omutukuvu n'amaanyi, eyatambulanga ng'akola bulungi ng'awonya bonna abaajoogebwanga Setaani, kubanga Katonda yali naye.**
>
> (NIV)

Ensibuko n'amaanyi g'obuweereza bwa Yesu ku nsi yali Mwoyo Mutukuvu. Twamaze dda okukitangaaza nti Katonda abikkulwa nga Katonda omu ali mu busatu – abantu basatu mu Katonda omu – Taata, Omwana, n'Omwoyo. Mu lunyiriri luno olumu, abantu bonna abasatu boogerwako. Katonda Taata yafuka amafuta ku Yesu Omwana n'Omwoyo Omutukuvu. Ekyavaamu mu Katonda yenna awamu ng'akola ku ddaala ly'obuntu kwaali kuwonya: "... *yatambulanga ng'akola bulungi ng'awonya bonna abaajoogebwanga Setaani.*" Kino kye kyama n'ensibuko y'obuweereza bwa Yesu.

N'oluvannyuma lw'okuzuukira, Yesu yasigala nga yeesigama ku Mwoyo Omutukuvu. Gano mazima agewuunyisa. Mu Bikolwa 1:1-2, Lukka atandika n'ebigambo bino:

> ¹**Ekitabo ky'olubereberye nnakikola** [enjiri ya Lukka], **munnange Teefiro, ekya byonna Yesu bye yasooka okukola n'okuyigiriza**
>
> ²**Okutuusa ku lunaku luli bwe yamala okulagira ku**

bw'Omwoyo Omutukuvu abatume be yalonda n'atwalibwa mu ggulu.

(NIV)

Ekitabo kya Lukka kyogera ku buweereza bwa Yesu mu nnaku amakumi ana wakati w'okuzuukira kwe n'okulinnya kwe mu ggulu. Kigamba nti Yesu yalagira abatume be okuyita mu Mwoyo Omutukuvu. Yesu ky'eky'okulabirako kyaffe eky'okwesigamira ddala ku Mwoyo Omutukuvu. Yeesigama ku Mwoyo Omutukuvu ku lw'amaanyi ku lw'eby'amagero bye ne ku lw'okuyigiriza kwe; talina kye yakola awatali Mwoyo Mutukuvu. Okusomooza kw'obuweereza bwa Yesu kwe kusoomooza gye tuli okwesigama ku Mwoyo Omutukuvu nga Ye bwe yakola.

Yesu teyakoma ku kya kutambulira mu maanyi ga Mwoyo Mutukuvu okuyita mu buweereza Bwe bwonna, era yasuubiza nti abayigirizwa Be bandifunye Omwoyo Omutukuvu y'omu eyali amuwadde amaanyi n'okumuluŋamya. Mu Yokaana 7:37-39, tusoma:

³⁷aye ku lunaku olw'enkomerero, lwe lukulu olw'embaga, Yesu yayimirira n'ayogerera waggulu, n'agamba nti omuntu bw'alumwa ennyonta, ajje gye ndi anywe.
³⁸Akkiriza nze, ng'ekyawandiikibwa bwe kigamba nti emigga gy'amazzi amalamu girifuluma mu lubuto lwe.
³⁹Ekyo yakyogera ku Mwoyo, gwe baali bagenda okuweebwa abamukkiriza.
Kubanga Omwoyo yali tannaba kugabibwa, kubanga Yesu yali tannaba kugulumizibwa.

(NIV)

Wano waliwo enjawulo ey'amaanyi ennyo. Tusooka kulagibwa omuntu alumwa ennyonta: *"Omuntu yenna bw'alumwa ennyonta."* Oluvannyuma, okuyita mu kuyingira n'okusiisira kw'Omwoyo Omutukuvu, omuntu y'omu ono abadde alumwa ennyonta era atalina kimala ku lulwe afuuka omukutu ku lwa *"amazzi amalamu."* Takyalina bwetaavu, naye ensibuko y'obugabirizi okuyita mu Mwoyo Omutukuvu. Ku lwa buli mukkiriza, Omwoyo Omutukuvu alina okubeera ensibuko etakoma.

Omuwandiisi w'enjiri n'alyoka agenda mu maaso okukitangaaza nti, newakubadde ekisuubizo kyaweebwa mu kiseera ky'obuweereza bwa Yesu obw'oku nsi, tekyandituukiriziddwa okutuusa nga Yesu amaze okugulumizibwa. Agamba, *"Okutuusa mu kiseera ekyo Omwoyo yali tannagabibwa, kubanga Yesu yali tannagulumizibwa."*

Mu Yokaana 14:15-18, Yesu agamba abayigirizwa Be:

¹⁵ "Oba nga munjagala, munaakwatanga ebiragiro byange.

¹⁶Nange ndisaba Kitange, naye alibawa Omubeezi omulala, abeerenga nammwe emirembe n'emirembe –

¹⁷Omwoyo ow'amazima [lino lye limu ku mannya g'Omwoyo Omutukuvu].

Ensi gweteyinza kukkiriza, kubanga temulaba, so temutegeera.

Mmwe mumutegeera, kubanga abeera gye muli, era anaabanga mu mmwe.

¹⁸Siribaleka bamulekwa; nkomawo gye muli."

(NIV)

Waliwo ensonga ezimu enkulu ze twetaaga okwetegereza wano. Okusooka, Yesu agamba, *"Kitange .... alibawa Omubeezi omulala."* Makulu ki ag'ekigambo *"omulala"* mu bigambo ebyo? Kitegeeza nti Yesu, ng'omuntu, yali abadde n'abayigirizwa Be okumala emyaka esatu n'ekitundu. Agamba , mu nsonga eyo, "Kaakano, ng'omuntu, ngenda kubaleka. Naye bwe ndigenda, omuntu omulala, Omwoyo

Omutukuvu, alijja mu kifo kyange."

Eky'okubiri, akozesa ekigambo ekimu okunnyonnyola Omwoyo Omutukuvu ekivvuunulibwa "Ateesa Ebigambo" mu Nzivuunula Empya Ey'ensi yonna (NIV). Ekigambo ky'Oluyonaani kye kiyitibwa *parakletos*, n'enzivuunula z'Ekikatoliki zikiyita *"Paraclete." Paraclete* ye muntu "ayitiddwa okuyingira ku ludda okuyamba." Okuvvuunulwa kwakyo okulala ye "Mubeezi" ne "Omuyambi." Wano tulina endowooza ssatu ezikwatagana: ateesa ebigambo, omubeezi, n'omuyambi.

Eky'okusatu, Yesu agenda mu maaso okulaga nti Omwoyo Omutukuvu alibeera n'abayigirizwa emirembe n'emirembe. Nate era, waliwo okugerageranya n'enkolagana Ye yennyini eri abayigirizwa Be. Agamba mu kyo, "Mbadde nammwe emyaka esatu n'ekitundu gyokka. Ŋenda kaakano, n'emitima gyammwe gimenyese. Muwulira mugenda kulekebwa nga tewali abayamba. Naye ŋenda kubasindikira Omubeezi omulala, Omwoyo Omutukuvu, era bw'alijja, talibaleka, talibaabulira. Alibeera nammwe emirembe n'emirembe." N'alyoka agamba, "Siribaleka nga bamulekwa, naye ndijja gye muli." Amakulu agali omwo gali nti awatali Mwoyo Mutukuvu, bandirekeddwa nga bamulekwa nga tewali abafaako, abayamba, oba abayigiriza. Naye okuyita mu Mwoyo Omutukuvu, obugabirizi obujjuvu bubakoleddwa.

Okweyongerako mu maaso katono mu nsonga y'emu, Yesu akomawo ku mutwe guno:

⁷**"Naye nze mbagamba amazima: kibasaanira nze okugenda.**

Kubanga nze bwe sirigenda, Omubeezi talibajjira; naye bwe ndigenda ndimutuma gye muli."

(Yokaana 16:7 NIV)

Yesu agenda, naye omuntu omulala ajja mu kifo Kye. Mu Yokaana 16:12-15, Yesu adda nate era ku bubaka buno obukulu:

¹²"Nkyalina bingi okubabuulira, naye temuyinza kubigumiikiriza kaakano.
¹³Nye bw'alijja oyo Omwoyo w'amazima, anaabalungamyanga mu mazima gonna.[Yesu akkaatiriza obuntu bw'Omwoyo Omutukuvu ng'akozesa ekigambo ekitutegeeza obuntu bwe "Omusajja."] kubanga taayogerenga ku bubwe yekka; naye byonna by'anaawuliranga by'anaayogeranga, ye anaababuuliranga ebigenda okujja.
¹⁴Oyo anangulumizanga nze kubanga anaatoolanga ku byange n'ababuulira mmwe.
¹⁵Byonna byonna Kitange by'ali nabyo bye byange. Kyenvudde ngamba nti Anaatoolanga ku byange n'abuulira mmwe."

(NIV)

Kubanga ekisuubizo ekyo kyatuukirizibwa, Omwoyo Omutukuvu kaakano ye mubaka oyo atuula mu buntu ow'Omutwe gw'Obwa Katonda ku nsi. Ye muvvuunuzi, omubikkuzi w'amazima, era omufuzi ku lwa Taata n'Omwana. Yesu agamba, "Anaatoolanga ku byange n'abibabuulira mmwe." Naye agattako, "Ku byange," kubanga "byonna byonna Kitange by'ali nabyo bye byange." Omwoyo Omutukuvu, n'olw'ensonga eyo, ye muvvuunuzi, ye mubikkuzi w'amazima, era omufuzi ow'ebyo byonna Taata n'Omwana bye balina - byonna bibikkulwa, bitaputibwa, n'okufugibwa Omwoyo Omutukuvu.

>>
Omwoyo Omutukuvu kaakano ye mubaka oyo atuula mu buntu ow'Omutwe gw'Obwa Katonda ku nsi. Ye muvvuunuzi, omubikkuzi w'amazima, era omufuzi ku lwa Taata n'Omwana.

>>Eky'okusatu
Ki ekyaliwo ku lunaku lwa Pentekoti

Jjukira nti Yokaana Omubatiza yayanjula Yesu nga Omubatiza mu Mwoyo Omutukuvu. Kwe kwaali okwanjula kwe okw'enjawulo eri Isiraeri. Eky'okubiri, Omwoyo Omutukuvu ye yali ensibuko ey'amaanyi ku lw'obuweereza bwonna n'okuyigiriza kwa Yesu; Yesu yeesigamira ddala ku Mwoyo Omutukuvu. Eky'okusatu, Yesu yasuubiza abayigirizwa Be nti Ye bwe yandizzeeyo mu ggulu, yandisindise Omwoyo Omutukuvu mu kifo Kye ng'omubaka we mu buntu okubeera omubeezi waabwe – ateesa ebigambo, omubeezi, oba omuyambi – "oyo ayitiddwa okuyingira ku ludda okubayamba."

Twagala kaakano okulowooza ku kutuukirizibwa kw'ekisuubizo kino Yesu kye yakola. Naddala, tujja kwetegereza ekintu ekiggya ekyewuunyisa ekyo ekyaliwo Omwoyo Omutukuvu bwe yakka ku lunaku lwa Pentekoti. Nga bwe kiri n'ebisuubizo bingi ebya Baibuli, ekisuubizo kino eky'Omwoyo Omutukuvu tekyafunibwa ddala mulundi gumu; naye, kyatuukirizibwa mu bitundutundu. Ekitundu ekisooka kyaliwo ku kye tuyita Sunday y'Amazuukira, nga lwe lwaali olunaku olw'okuzuukira kwa Yesu. Mu Yokaana 20:19-22, tuzuula:

¹⁹Awo ku lunaku luli akawungezi, ku lunaku olusooka mu nnaku omusanvu, enzigi bwe zaali nga ziggaddwawo abayigirizwa mwe baali, olw'okutya Abayudaaya, Yesu n'ajja, n'ayimirira wakati mu bo, n'abagamba nti, "emirembe gibe mu mmwe!"
²⁰Awo bwe yamala okwogera bw'atyo, n'abalaga engalo ze n'embiriizi ze. [Yabalaga nti ye yali oyo yennyini gwe baalaba ng'akomereddwa.] Abayigirizwa ne basanyuka, bwe baalaba Mukama waabwe.
²¹Awo Yesu n'abagamba nate nti, "Emirembe gibe mu mmwe! Nga Kitange bwe yantuma nze, nange bwe ntyo mbasindika mmwe."
²²Bwe yamala okwogera ekyo, n'abassiza omukka n'abagamba nti, "Mutoole Omwoyo Omutukuvu."

(NIV)

Olunyiriri olw'abiri-mu-bbiri lutuwa ebigambo ebikulu. Ekigambo ky'Oluyonaani ekitegeeza Omwoyo, pneuma, era kitegeeza "omukka" oba "empewo." Ekikolwa kino eky'okubassiza omukka kyaali kikwatagana n'ebigambo Yesu bye yayogera, "... n'abassiza omukka n'abagamba, 'Mutoole omukka Omutukuvu' [Omwoyo Omutukuvu, omukka gwa Katonda]."

Nzikiriza nti kino kye kyaali ekimu ku bitundu ebisinga okuba ebikulu era ebisalawo mu kukola kwonna okw'ekiruubirirwa kya Katonda eky'obununuzi. Ki ekyaliwo mu kaseera kano ak'okwolesa? Okusooka, mu kaseera ako, abayigirizwa abo abasooka baayingira mu kye nandiyise obulokozi bw'Endagaano Empya. Mu Baruumi 10:9, Pawulo yawandiika wansi ebikulu ebyetaagisa ku lw'obulokozi:

⁹... kubanga bw'oyatula Yesu nga ye Mukama n'akamwa ko, n'okkiriza mu mutima gwo nti Katonda yamuzuukiza mu bafu, olirokoka.

(NIV)

Yokaana 20:19-22 ke kaseera akasooka abayigirizwa mwe baakkiririza ddala nti Katonda yazuukiza Yesu okuva mu bafu. Okutuuka mu kiseera ekyo, baali tebayinza kuyingira mu bulokozi nga bwe bwanjulwa mu Ndagaano Empya. Mu kaseera ako, bwe baayatula Yesu nga Mukama waabwe era ne bakkiriza nti Katonda yali amuzuukizza okuva mu bafu, baalokolebwa n'obulokozi bw'Endagaano Empya.

Ekintu eky'okubiri ekyaliwo kyaali nti abayigirizwa baaweebwa obulamu obuggya, oba baazaalibwa omulundi ogw'okubiri. Baafuuka ebitonde ebiggya. Buli kinnoomu yava mu kitonde ekikadde n'ayingira mu kitonde ekiggya okuyita mu mukka gwa Katonda ogwassibwa munda mu bo. Okutegeera kino, tuteekwa okutunula emabega ku kunnyonnyola kw'okutondebwa kw'omuntu okwasooka mu Lubereberye 2:7:

⁷Mukama Katonda n'abumba omuntu n'enfuufu y'ensi, n'amufuuwamu mu nnyindo omukka ogw'obulamu, omuntu n'afuuka omukka omulamu. [oba emmeeme ennamu].

(NIV)

Okutondebwa kw'omuntu okwasooka kwabaawo nga Katonda bwe yafuuwa Omwoyo w'Obulamu (Omukka gw'obulamu oba Omwoyo Omutukuvu) mu kibumbe ky'ebbumba ekyo ekyaali ku ttaka. Omukka gwa Katonda ogwassibwa-munda, Omwoyo Omutukuvu, gwakyusa ekibumbe ekyo eky'ebbumba ne kifuuka emmeeme ennamu. Ekyawandiikibwa mu Yokaana, wewaawo, kyogera ku kitonde ekiggya ekinnyonnyolwa Pawulo mu 2 Abakkolinso 5:17, *"Omuntu yenna bw'aba mu Kristo, kyaava abeera ekitonde ekiggya."* Waliwo amazima agakontana wakati w'ekitonde ekyasooka n'ekitonde ekiggya.

Mu kitonde ekiggya, Yesu ye Mukama eyazuukira era Omulokozi eyawangula ekibi, okufa, ggeyeena, ne Setaani. Ng'amaze okukola kino, yalabikira abayigirizwa Be era n'abassiza omukka ogw'obulamu obuzuukidde. Kino kyaali kika kya bulamu obuggya, obwo obwali buwangudde amaanyi gonna ag'obubi, okufa, n'ekibi. Okuyita mu ekyo kye baafuna, abayigirizwa baava mu nkola enkadde ne bayingira mu bulokozi bw'Endagaano Empya, mu kitonde ekiggya mu Kristo, okuyita mu mukka gw'obulamu obw'okuzuukira ogwafunibwa okuva mu Yesu.

Naye, kikulu okutegeera nti newakubadde waaliwo okufuna kuno okwa Sunday ey'Amazuukira, okutuukirizibwa okujjuvu okw'ekisuubizo ky'Omwoyo Omutukuvu kwaali tekunnajja. Oluvannyuma lw'okuzuukira Yesu yagamba abayigirizwa mu Lukka 24:49:

⁴⁹"... era laba, mbaweereza mmwe okusuubiza kwa Kitange; naye mubeere mu kibuga okutuusa lwe mulyambazibwa amaanyi agava mu ggulu."

(NAS)

Okwongera okukitangaaliza ddala, ng'ebula akaseera katono Ye okulinnya mu ggulu era nga zaali zigenda kuwera nnaku makumi ana oluvannyuma lwa Sunday y'Amazuukira, Yesu n'abagamba:

⁵"Kubanga Yokaana yabatiza n'amazzi, naye mmwe mulibatizibwa n'Omwoyo Omutukuvu mu nnaku si nnyingi."

(Ebikolwa 1:5 NIV)

Mu kino tulaba nti Sunday y'Amazuukira si kwe kwaali okutuukirizibwa okujjuvu okw'ekisuubizo ekyo. Kumpi abayizi bonna aba Baibuli n'ebikwata ku Katonda n'abakubaganya ebirowoozo ku Byawandiikibwa bakkiriziganya nti okutuukirira okusembayo era okujjuvu kwaliwo ku lunaku lwa Pentekoote okunnyonnyolwa mu Bikolwa 2:1-4:

¹**Awo olunaku lwa Pentekoote bwe lwatuuka, bonna baali wamu mu kifo kimu.**
²**Amangu ago okuwuuma ne kuba mu ggulu ng'empewo ewuuma n'amaanyi, ne kujjuza ennyumba yonna mwe baali batudde.**
³**Ne kulabika ku bo ennimi ng'ez'omuliro nga zeeyawuddemu buli lulimi ne lutuula ku muntu.**
⁴**Bonna ne bajjula Omwoyo Omutukuvu ne batanula okwogera ennimi endala nga Omwoyo bwe yabawa okuzoogera.**

(NIV)

Pentekoote kwe kwaali okulabisibwa kwennyini n'okutuukirizibwa kw'ekisuubizo. Omwoyo Omutukuvu yakka okuva mu ggulu, mu buntu, mu ngeri y'empewo ey'amaanyi, n'ajjuza buli omu ku bo ssekinnoomu, n'okuwa buli omu okwatula okuggya era okw'obwakatonda mu lulimi lwe baali tebayigangako.

Ku nkomerero y'essuula eno ey'okubiri ey'Ebikolwa, Peetero awa okunnyonnyola okw'ebyawandiikibwa okwa ki ekyaali kibaddewo:

³²**"Yesu oyo Katonda yamuzuukiza, fenna ffe bajulirwa.** ³³**Awo bwe yalinnyisibwa ku mukono ogwa ddyo ogwa Katonda, n'aweebwa okusuubiza kw'Omwoyo Omutukuvu eri Kitaawe, afuse kino kye mulabye kaakano kye muwulidde."**

(Ebikolwa 2:32-33 NIV)

Nate era, abantu bonna ab'omutwe ogw'ObwaKatonda bali mu lunyiriri luno. Yesu Omwana afuna Omwoyo Omutukuvu okuva ewa Kitaawe era n'afuka Omwoyo Omutukuvu ku bayigirizwa abalindiridde mu Kisenge kya Waggulu mu Yerusaalemi. Mu kiseera ekyo, okutuukirizibwa okusembayo okw'ekisuubizo ky'okujja kw'Omwoyo Omutukuvu kwabaawo. Omwoyo Omutukuvu Yennyini yasumululwa okuva mu ggulu ne Taata n'Omwana nga bali wamu n'akka ku bayigirizwa abalindiridde mu Kisenge kya Waggulu mu Yerusaalemi.

Kitegeere nti mu kiseera kino, Yesu yali tazuukidde buzuukizi naye yali era ng'asituliddwa n'okugulumizibwa. Jjukira, era, nti mu Yokaana 7:39, omuwandiisi w'enjiri yali akyogeddeko nti ekisuubizo ky'Omwoyo Omutukuvu kyaali tekiyinza kutuukirizibwa okutuuka nga Yesu amaze okugulumizibwa.

Tulina Sunday bbiri ezijjudde ebyewuunyo, ezikwata omubabiro. Esooka ye Sunday ey'Amazuukira, mwe tulina Kristo eyazuukira n'Omwoyo eyassibwa. Ey'okubiri ye Sunday ya Pentekoote, mwe tulina Kristo eyagulumizibwa n'Omwoyo eyafukibwa. Jjukira, buli emu nkola ku lw'abakkiriza bonna, ne leero.

Sunday Y'Amazuukira	Kristo Eyazuukira	Omwoyo Assiddwa munda
Sunday Eya Pentekoote	Kristo Eyagulumizibwa	Omwoyo Afukiddwa

Tunaawumbawumba kaakano amakulu ag'enkalakkalira ag'ebintu ebyaliwo bye twakalaba. Ku lunaku lwa Pentekoote, Omwoyo Omutukuvu yakka ku nsi ng'omuntu. Ye kaakano ye mubaka mu buntu ow'omutwe gw'ObwaKatonda atuula ku nsi. Lirabika okuba etteeka (lye siyinza kunnyonnyola) nti omuntu omu yekka ow'omutwe gw'obwaKatonda y'asobola okutuula ku nsi mu kiseera ekimu ekigere. Okumala emyaka emigere, yali Yesu Omwana. Naye Yesu bwe yali ng'agenda okuddayo mu ggulu, yasuubiza nti omuntu omulala

>> *Okusooka, abeera mu kkanisa, omubiri ogw'awamu ogwa Kristo.*

yandizze mu kifo Kye eyandibadde naffe emirembe n'emirembe, si myaka mitono emigere gyokka. Ekisuubizo ekyo kyatuukirizibwa ku lunaku lwa Pentekoote. Yesu Omwana, ng'omuntu, yali azzeeyo eri Kitaawe mu ggulu. Olwo, okuva eri Taata n'Omwana bombi awamu, Omwoyo Omutukuvu najja okudda mu kifo kya Yesu.

Omwoyo Omutukuvu kaakano abeera ludda wa? Waliwo eby'okuddamu bibiri. Okusooka, abeera mu kkanisa, omubiri ogw'awamu ogwa Kristo. Pawulo abuuza abakkiriza be Kkolinso:

¹⁶Temumanyi nga muli yeekaalu ya Katonda, era nga mwoyo gwa Katonda abeera mu mmwe?

(1 Abakkolinso 3:16 NIV)

Pawulo ayogera wano ku yeekaalu ey'awamu ey'Omwoyo Omutukuvu.

Eky'okubiri, mu 1 Abakkolinso 6:19, Pawulo ayogera ekintu ekisinga n'okusikiriza. Abikkula nti si mubiri gwokka ogw'awamu ogwa Kristo nti kye kifo ky'okubeeramu eky'Omwoyo Omutukuvu, naye kye kiruubirirwa kya Katonda nti omubiri gwa buli mukkiriza nagwo gube ekifo ky'okubeeramu eky'Omwoyo Omutukuvu.

[19]Oba temumanyi ng'omubiri gwammwe ye yeekaalu y'Omwoyo Omutukuvu ali mu mmwe, gwe mulina eyava eri Katonda?

(1 Abakkolinso 6:19 NIV)

Ekyo kye kimu ku bigambo ebisinga okuwuniikiriza ebisangibwa awantu wonna mu Baibuli! Bwe tuba abakkiriza mu Yesu Kristo, emibiri gyaffe egy'okungulu girina okuba ekifo eky'okubeeramu ekya Katonda Omwoyo Omutukuvu.

>>Eky'okuna
Omuyambi waffe atuula mu ffe

Kitegeeza ki ku lwaffe, mu bikolwa, nti Omwoyo Omutukuvu azze okubeera Omuyambi waffe? Tujja kutandika na kutunuulira nate ennyiriri mu Yokaana 14:16-18 Yesu we yaweera ekisuubizo kino kyennyini:

¹⁶"**Nange ndisaba Kitange, naye alibawa Omubeezi omulala** [paraclete] **abeerenga nammwe emirembe n'emirembe –** ¹⁷**Omwoyo ow'amazima. Ensi gweteyinza kukkiriza, kubanga temulaba, so temutegeera. Mmwe mumutegeera, kubanga abeera gye muli era anaabanga gye muli.** [Osobola okukiraba nti kino kisuubizo kya bakkiriza bokka, si kya nsi.] ¹⁸**Siribaleka bamulekwa; nkomawo gye muli.**"

(NIV)

Ekigambo *paraclete*, ekyaggyibwa mu nsibuko y'Oluyonaani, kyakyusibwa bukyusibwa okudda mu lulimi Oluzungu. Mu makulu gaakyo agaasooka kitegeeza "omuntu ayitiddwa okuyingira munda ku ludda okuyamba." *Paraclete* ye muntu asobola okukukolera ekintu ekyo ky'otosobola kwekolera. Ekigambo kye kimu eky'Oluyonaani kikozesebwa mu 1 Yokaana 2:1:

¹**Baana bange abato, mbawandiikidde ebyo mulemenga okukola ekibi.**
Era omuntu yenna bw'akola ekibi, tulina Omuwolereza eri Kitaffe, Yesu Kristo omutuukirivu.

(NAS)

Ekigambo ekivvuunuliddwa wano nga "Omuwolereza" kye kigambo omwava ekigambo *paraclete*. Ekigambo kyaffe eky'Oluzungu "omuwolereza" kyava mu lulimi Olulattini: *ad,* "eri" ne *vocata,* "ayitiddwa" –"omuntu ayitiddwa eri oba munda." Kumpi mu nnimi zonna eziva mu Lulattini, ekigambo "omuwolereza" kye kigambo ekitegeeza looya. Kitegeeza omuntu ayogera ng'atuwolereza. Fenna tumanyi omulimu gw'omuwolereza, ssaabawolereza, oba looya mu buwangwa obw'omulembe guno.

Ebyawandiikibwa bibikkula amazima amalungi nti tulina abawolereza babiri. Ku nsi, Omwoyo Omutukuvu y'awolereza ensonga yaffe. Ebintu bye tutasobola kwogera mu ngeri ntuufu, Abitwogerera; ebintu bye tutategeera, Abitutaputira. Mu ggulu, Yesu ye muwolereza waffe eri Kitaffe; Awolereza ensonga yaffe. Kirowoozeeko, tulina abawolereza abasinga obukulu mu nsi yonna. Tulina Yesu Kristo, Omwana, ku mukono ogwa ddyo ogwa Kitaffe, era tulina Omwoyo Omutukuvu ku nsi. N'abawolereza oba bassaabawolereza babiri ab'engeri eyo, tusobola tutya okusingibwa omusango?

Ka ŋende mu maaso ngaziye ebigambo Yesu bye yayogera ku muwolereza ono, *paraclete* waffe – ssaabawolereza waffe, omubeezi, ateesa ebigambo, era omuyambi. Nja kwogera ku bimu ku bintu Yesu bye yayogera mu Yokaana 14:16-18, ebyakooneddwaako emabegako.

"Kitange alibawa Omubeezi omulala." Oteekwa okutegeera obukulu bw'ekigambo ekyo *"omulala,"* nga bwe kiraga omuntu. Yesu yagamba, "Ndi muntu, ŋenda." Bwe ndigenda, omuntu omulala alijja okubeera omuyambi wammwe. Mbadde muyambi wammwe ekiseera kye mbadde wano, naye kaakano ŋenda. Temugenda kulekebwa nga temulina muyambi, wewaawo. Wajja kubaawo omuyambi omulala ow'okujja."

"Anaaberanga nammwe emirembe n'emirembe." Yesu agamba, " Mbadde nammwe okumala emyaka esatu n'emyezi mukaaga. ŋenda kubaleka, naye temuggwaamu maanyi kubanga waliwo omuntu omulala ajja mu kifo Kyange, era Ye talibaleka. Anaabanga nammwe emirembe n'emirembe."

"Abeera gye muli, era anaabanga mu mmwe." Waliwo amakulu mu bigambo "mu mmwe." Omuwolereza ono oba omubeezi agenda kubeera mu ffe. Tujja kuba kifo kye mw'atuula.

"Siribaleka bamulekwa." Kye kitegeeza, singa yali agenze n'atabateerawo kya kuddamu, abayigirizwa bandirekeddwa nga bamulekwa, nga tewali muntu yenna wa kubalabirira, okubayamba, oba okubannyonnyola amakulu g'ebintu.

"Ndijja gye muli." Kino kikulu nnyo. Kristo akomawo eri abayigirizwa Be mu Mwoyo Omutukuvu. Bwe yali ng'akyali ku nsi mu mubiri Gwe, Yesu yali asobola kubeera mu kifo kimu kyokka mu kiseera ekimu. Yali asobola kwogera ne Peetero, Yokaana, oba Malyamu Magudaleeni omu ku omu, naye yali tasobola kwogera ne bonna abasatu, mu mboozi ez'enjawulo, mu kiseera kye kimu. Yateekebwako ekkomo n'ebiseera n'ebbanga. Kaakano,

>> *Ngenda kubaleka, naye temuggwaamu maanyi kubanga waliwo omuntu omulala ajja mu kifo Kyange, era Ye talibaleka.*

bw'akomawo eri abantu Be mu Mwoyo Omutukuvu, wa ddembe okuva mu kukugirwa ebiseera n'ebbanga. Asobola okubeera mu Australia, ng'ayogera n'omwana wa Katonda ali mu bwetaavu eyo; asobola okubeera mu Amerika ng'afuka amafuta ku mubuulizi; asobola okubeera awantu awamu mu ddungu oba mu bibira by'omu Bufirika, ng'anyweza oba ng'awonya omuminsane. Ye taliiko kkomo. Akomyewo, naye takyali wansi wa kkomo lya biseera na bbanga.

Njagala okwongera okwogera ku mutwe guno ogw'okuwanyisiganya kw'abantu –omuntu omu ng'agenda, omuntu omulala ng'ajja. Mu Yokaana 16:5-7, Yesu agamba:

⁵"Naye kaakano ŋenda eri oli eyantuma [Kitaawe], era tewali ku mmwe ambuuza nti, 'ogenda wa?'
⁶Naye kubanga mbabuulidde ebyo, emitima gyammwe gijjudde ennaku.
⁷Naye nze mbagamba amazima: kibasaanira mmwe nze okugenda. Kubanga nze bwe sirigenda, Ateesa Ebigambo talibajjira [Omubeezi]; naye bwe ndigenda ndimutuma gye muli."

(NIV)

Luno olulimi lutegeerekeka bulungi nnyo: "Bwe mba nga nkyali nammwe, mu buntu, ku nsi," Yesu agamba, "Omwoyo Omutukuvu alina kusigala mu ggulu, ng'omuntu. Naye bwe ŋenda ng'omuntu, olwo nno mu kifo kyange ndituma omuntu omulala, Omwoyo Omutukuvu." Okwo kuwanyisiganya kwa bantu ab'obwakatonda. Okumala ekiseera ekigere Omwana ng'omuntu yali ku nsi, n'Alyoka addayo mu ggulu n'obuweereza Bwe nga buwedde. Mu kifo Kye Omwoyo Omutukuvu (omuntu omulala ow'obwakatonda) yajja okumaliriza obuweereza

Yesu bwe yali atandise.

Yesu yagamba nti kyaali kitusaanira nti yali agenda. Enzivuunula ya Baibuli eya Kabaka Yakobo egamba, "Kijja kubaviiramu ekirungi." Bino ebigambo byewuunyisa. Tuba bulungi ne Yesu ng'ali mu ggulu n'Omwoyo Omutukuvu ng'ali ku nsi okusinga bwe twandibadde ne Yesu ku nsi n'Omwoyo Omutukuvu ng'ali mu ggulu. Abantu batono abategeera ekyo. Abakristaayo bulijjo boogera, "Singa nnasobola okubeerawo mu nnaku Yesu ze yali ku nsi." Naye Yesu agamba, "Muli bulungi okusingawo kaakano. Bwe nnaabeera mu ggulu Omwoyo Omutukuvu ng'ali ku nsi, mujja kuba na bingi mu kiseera ekyo okusinga bye mulina kaakano."

Ka ntapute kino okusinziira ku bayigirizwa abaasooka bennyini kye baafuna. Weetegereze ki ekyaliwo amangu ddala Omwoyo Omutukuvu ng'amaze okujja. Waaliwo ebintu bisatu eby'embagirawo:

Okusooka, baategeera entegeka ya Katonda n'obuweereza bwa Yesu bulungi nnyo okusinga bwe baali babutegedde Yesu we yabeerera ku nsi. Gano mazima agewuunyisa nti baali baluddewo nnyo era nga baalina ekkomo mu kutegeera kwabwe, naye amangu ddala Omwoyo Omutukuvu ng'azze, baafuna okutegeera okw'enjawulo ddala okw'obuweereza n'obubaka bwa Yesu.

Eky'okubiri, baafuuka ab'embavu ddala. Okuzuukira ne bwe kwamala okubaawo, baali bakyekweka emabega w'enzigi ensibe olw'okutya Abayudaaya. Baali si beetegefu kuyimirira kubuulira n'okulangirira amazima, era baali tebategekeddwa. Amangu ddala Omwoyo Omutukuvu ng'azze, wewaawo, ekyo kyakyuka. Peetero n'obuvumu era mu ngeri y'okutuukira ku nsonga n'agamba abantu Abayudaaya mu Yerusaalemi olugero lwonna olwa Yesu n'abassaako omusango gw'okukomererwa Kwe.

Eky'okusatu, baafuna okukakasibwa kw'obwakatonda. Amangu ddala Omwoyo Omutukuvu ng'azze, eby'amagero byatandika okubaawo. Kyali nga Yesu eyali akomyewo ng'ali nabo mu buntu, kubanga Yesu yagamba, "Omwoyo Omutukuvu bw'alijja, ndijjira nate mu Ye. Ndibeera nammwe. Siribaleka bamulekwa.

>>Eky'okutaano
Okubikkulibwa kw'Ekigambo kya Katonda

Omwoyo Omutukuvu atuyamba, atubeera, era asisinkana ebyetaago byaffe mu ngeri y'okukola ku ebyo byennyini bye twetaaga. Engeri esooka gye tujja okulowoozaako kwe kubikkulibwa kw'Ekigambo kya Katonda. Omwoyo Omutukuvu ye mubikkuzi era omuvvuunuzi w'Ekigambo kya Katonda. Mu Yokaana 14:25-26, Yesu agamba abayigirizwa Be:

[25]"**Ebigambo ebyo mbabuulidde nga nkyaali nammwe.**
[26]**Naye Omubeezi** [paraclete], **Omwoyo Omutukuvu, itange gw'alituma mu linnya lyange, oyo alibayigiriza byonna, alibajjukiza byonna bye nnabagamba."**

(NIV)

Emirimu ebiri egy'Omwoyo Omutukuvu egyogerwako mu lunyiriri olwa 26 mikulu: Wa kujjukiza, era wa kuyigiriza. Yali wa kujjukiza abayigirizwa ebyo byonna Yesu bye yali amaze okuyigiriza. Ntegeera kino okutegeeza nti likoda y'abatume mu Ndagaano Empya terina buzibu bwa bunafu bwa kujjukira kwa buntu, naye eruŋamizibwa na Mwoyo Mutukuvu. Abayigirizwa bayinza okuba nga tebajjukira ebintu ebimu mu ngeri yennyini gye byalimu, naye buli kye beetaaga okujjukira, Omwoyo Omutukuvu Yennyini yakibajjukiza.

Naye, teyakola ku byayita byokka, era yakola ne ku by'omu maaso. Yabayigiriza buli kintu kye baali beetaaga okuyiga. Ekyo era kituufu ku lwaffe leero. Ye ye musomesa waffe owa kaakano wano ku nsi. Yesu ye yali omusomesa omukulu bwe yali ng'akyali ku nsi, naye kaakano akwasizza omulimu eri Omwoyo Omutukuvu, omubaka We mu buntu. Buli kye twetaaga okumanya ku bikwata ku Kigambo kya Katonda, Omwoyo Omutukuvu ali wano okutuyigiriza.

Kino kyateeka abayigirizwa ku ddaala erimu ne bannabbi b'Endagaano Enkadde. Ku bikwata ku bannabbi, Peetero yawandiika mu 2 Peetero 1:21:

²¹Kubanga siwali kigambo kya bannabbi ekyali kireeteddwa mu kwagala kw'abantu, naye abantu baayogeranga ebyava eri Katonda, nga bakwatiddwa Omwoyo Omutukuvu.

(NIV)

Okwogera ensonga yennyini n'obuyinza bwa bannabbi b'Endagaano Enkadde byaali bya Mwoyo Mutukuvu Yennyini. Yali avunaanyizibwa ku lw'ebyo bye baayogera nga bwe yabawummulirako. Yabaluŋamya era n'abakwata nga bwe baakola omulimu. Naye kino era kituufu ku buwandiike bw'Endagaano Empya. Yesu yakakasa nti Omwoyo Omutukuvu yandijjukizza abayigirizwa ebyo byonna bye yali ayogedde era nti yandibayigirizza ebyo byonna bye baali bakyetaaga okumanya. Omwoyo Omutukuvu ye muwandiisi yennyini ow'Ebyawandiikibwa byonna, Endagaano Enkadde n'Empya awamu. Pawulo kino akirambika bulungi nnyo mu 2 Timoseewo 3:16:

¹⁶**Buli ekyawandiikibwa kyassibwa Katonda era kigasa olw'okuyigirizanga, olw'okunenyanga, olw'okutereezanga, olw'okubuulira okuli mu butuukirivu.**

(NIV)

Enzivuunula endala ekozesa ekigambo "kyaluŋamizibwa," naye ne bwe kiba "kyaluŋamizibwa" oba "kyassibwa Katonda" byombi biraga okukola kw'Omwoyo Omutukuvu. Omwoyo Omutukuvu ye yassa Ebyawandiikibwa byonna okuyita mu mikutu gy'abantu Ebyawandiikibwa mwe byayita.

Okuteekateeka kwa Katonda okutuukiridde ku lwaffe kuleetera omutima gwange okusanyuka. Omwoyo Omutukuvu ye yali omuwandiisi w'Ebyawandiikibwa, era ye muyigiriza waffe mu buntu ow'Ebyawandiikibwa. Bwe kityo, omuwandiisi Yennyini afuuka omuvvuunuzi w'Ekitabo. Ani yandisobodde okukuvvuunulira ekitabo obulungi okusinga oyo eyakiwandiika? Mpandiise ebitabo ebisukka mu makumi abiri nze kennyini. Oluusi mpulira abantu abalala bavvuunula ebitabo byange, era emirundi mingi bakola omulimu omulungi, naye bulijjo ndowooza, "Naye, ekyo tewakifunye," oba "Ekyo tewakitegedde bulungi." Mu

>> *Omwoyo Omutukuvu ye yali omuwandiisi w'Ebyawandiikibwa, era ye muyigiriza waffe mu buntu ow'Ebyawandiikibwa.*

mbeera eno, Omwoyo Omutukuvu, oyo omuwandiisi w'Ebyawandiikibwa, era ye muvvuunuzi. Talina kyakolamu nsobi; byonna abikola nga bituufu. Singa tusobola okumuwuliriza era n'okufuna okuva gy'Ali, tujja kumanya ki Ekyawandiikibwa kye kigambira ddala.

Okubikkulibwa kw'Ebyawandiikibwa kyaali kintu eky'embagirawo ekyaliwo ku lunaku lwa Pentekoote. Omwoyo Omutukuvu bwe yagwa, ekibiina ky'abatakkiriza ne kigamba, "Batamidde!" Naye Peetero n'ayimirira n'agamba:

¹⁵"**Kubanga bano tebatamidde, nga bwe mulowooza. Kubanga ye ssaawa ey'okusatu ey'emisana!**
¹⁶**Nedda, bino bye byayogerwa nnabbi Yoweeri ...**"

(Ebikolwa 2:15-16 NIV)

Okutuusa mu kiseera ekyo, Peetero teyalina kutegeera kwa bunnabbi bwa Yoweeri. Mu butuufu, yalina okutegeera kutono nnyo ne ku kuyigiriza kwa Yesu. Naye mangu ddala Omwoyo Omutukuvu ng'azze, Baibuli yakola amakulu gy'ali mu ngeri empya ddala kubanga omuwandiisi yaliwo okugivvuunula.

Kye kimu n'omutume Pawulo. Yali y'akamala okuba ng'ayigganya ekkanisa n'okugaana okweyogerako kwa Yesu. Ebikolwa 917 kisoma:

¹⁷**Ananiya n'agenda n'ayingira mu nnyumba [Pawulo mwe yali] Bwe yassa emikono ku Sawulo** [oluvannyuma eyafuuka Pawulo], **n'ayogera nti, "Ow'oluganda Sawulo, Mukama –Yesu, eyakulabikira mu kkubo lye wafulumamu nga bwe wali ojja wano – antumye ozibule, ojjuzibwe n'Omwoyo Omutukuvu."**

(Ebikolwa 9:17)

Mangu ddala oluvannyuma lw'ekyo, Pawulo n'atandika okubuulira mu makuŋaniro nti Yesu ye yali Omwana wa Katonda, ekintu kyennyini kye yali agaana. Naye mangu ddala Omwoyo Omutukuvu bwe yayingira, yafuna okutegeera okw'enjawulo ddala. Kyali nga okukyuka okuva mu kizikiza okudda mu musana. Si kye kintu ekyajja empolampola, naye kumpi okukyusibwa okw'embagirawo kubanga Omwoyo Omutukuvu, omuyigiriza era omuwandiisi w'Ebyawandiikibwa, yali mu Pawulo.

Bwe tuba twogera ku Mwoyo Omutukuvu ng'omuvvuunuzi era omubikkuzi w'Ekigambo kya Katonda, tulina okukijjukira mu bwongo bwaffe nti si Baibuli yokka kye Kigambo kya Katonda, naye Yesu Yennyini ayitibwa Kigambo kya Katonda. Mu Yokaana 1:1, tusoma ebikwata ku Yesu:

> ¹**Ku lubereberye waaliwo Kigambo, Kigambo n'aba awali Katonda, Kigambo n'aba Katonda.**
>
> (NIV)

Emirundi esatu mu lunyiriri olwo Ye ayitibwa "Kigambo." Yokaana 1:14 kigamba:

> ¹⁴**Kigambo n'afuuka omubiri, n'abeerako gye tuli. Ne tulaba ekitiibwa Kye, ekitiibwa ng'eky'oyo eyazaalibwa omu yekka eyava eri Kitaffe, ng'ajjudde ekisa n'amazima.**
>
> (NIV)

Baibuli, Ebyawandiikibwa, kye Kigambo kya Katonda ekyawandiikibwa, ne Yesu kye Kigambo kya Katonda eky'obuntu. Ekya ddala, ekintu ekyewuunyisa kiri nti byombi bikwataganira ddala.

Omwoyo Omutukuvu takoma ku kya kubikkula na kuvvuunula Kigambo kya Katonda ekiwandiike, naye era abikkula n'okuvvuunula Ekigambo kya Katonda eky'obuntu, Yesu. Kino Yesu ky'ayogera ku Mwoyo Omutukuvu:

> ¹²**"Nkyalina bingi okubabuulira, naye temuyinza kubigumiikiriza kaakano.**
>
> ¹³**Naye bw'alijja oyo Omwoyo ow'amazima anaabalungamyanga mu mazima. Kubanga tayogerenga ku bubwe yekka; naye byonna by'anaawuliranga by'anaayogeranga ye anaababuuliranga ebigenda okujja.**

¹⁴**Oyo anangulumizanga nze kubanga anaatoolanga ku byange n'ababuulira mmwe.**

¹⁵**Byonna byonna Kitange by'alina bye byange. Kyenvudde ngamba nti Omwoyo anaatoolanga ku Byange n'ababuulira mmwe."**

(Yokaana 16:12-15 NIV)

Olunyiriri olw'ekkumi n'ebbiri lutugamba nti Yesu teyagezaako kubyogera byonna kubanga yeesiga Omwoyo Omutukuvu, era yamanya nti Omwoyo Omutukuvu yali ajja. Nalyoka annyonnyola ki Omwoyo Omutukuvu kye yandikoze bwe yandizze.

Omwoyo atoola ku bya Yesu n'abitubuulira. Agulumiza Yesu ku lwaffe. Abikkula Yesu mu kitiibwa Kye, mu bujjuvu Bwe. Buli ngeri yonna ey'ekikula, ey'embala, n'obuweereza bwa Yesu bitubikkulirwa olw'Omwoyo Omutukuvu.

Kisanyusa okukitegeera nti Omwoyo Omutukuvu bwe yakka ku batume n'abayigirizwa ku lunaku lwa Pentekoote mu Yerusaalemi, tebaddamu kuba na kubuusabuusa kulala kwonna wa Yesu gye yali. Baamanya nti yali atuuse mu kitiibwa ku mukono gwa Kitaawe ogwa ddyo. Omwoyo Omutukuvu yali agulumizza Yesu eri abayigirizwa. Yali atodde ku bintu bya Kristo – mu Byawandiikibwa, bye baali tebajjukira, ne bye bataafuna nga bali ne Yesu – era yali abibikkulidde abayigirizwa.

Omwoyo Omutukuvu abikkula n'okugulumiza Yesu. Era afuga obugagga bwonna obwa Tata n'Omwana kubanga ebyo byonna Taata by'alina, biweereddwa Omwana era byonna Omwana by'alina, Omwoyo Omutukuvu y'abifuga. Mu ngeri endala, obugagga bwonna obw'omutwe gw'obwaKatonda bufugibwa Omwoyo Omutukuvu. Tekyewuunyisa tetulina kuba bamulekwa bw'aba nga Ye ye mufuzi waffe n'obugagga bwonna obwa Katonda buli mu buyinza Bwe.

>>Eky'omukaaga:
Tusituliddwa waggulu ku Mutindo gw'obwaKatonda

Ekintu ekikulu ekiddako ekyava mu kujja kw'Omwoyo Omutukuvu kiri nti tusituliddwa waggulu ku mutindo gw'obwakatonda ogw'okubeerawo. Ennyiriri bbiri ezisanyusa ennyo mu Abaebbulaniya zinnyonnyola Abakristaayo n'omutindo gw'Endagaano Empya:

⁴ ... kubanga abo abamala okwakirwa, ne balega ku kirabo eky'omu ggulu, ne bafuuka abassa ekimu mu Mwoyo Omutukuvu, ⁵ne balega ku kigambo ekirungi ekya Katonda ne ku maanyi ag'emirembe egigenda okujja.

Abaebbulaniya 6:4-5 NIV

Wano, ebintu bitaano birambikiddwa ebikwata ku bakkiriza b'Endagaano Empya:

Ekisooka, abo *"baakiddwa."*

Eky'okubiri, abo *"balozezza ku kirabo eky'omu ggulu"*
– kye nzikiriza nti kye kirabo
eky'obulamu obutaggwaawo mu Yesu.

Eky'okusatu, abo *"bassizza kimu mu Mwoyo Omutukuvu,"* oba bafuuliddwa abagabana mu Mwoyo omutukuvu.

Eky'okuna, abo *"balozezza ku Kigambo ekirungi ekya Katonda"* – kwe kugamba, Ekigambo kya Katonda kifuuse kiramu era kya nnamaddala gye bali.

Eky'okutaano, abo *"balozezza ku maanyi ag'emirembe egigenda okujja."*

Abakkiriza bonna bakkiriza nti mu mulembe ogugenda okujja tugenda kukola mu ngeri ya njawulo ddala. Tugenda kusumululwa okuva mu kkomo lingi ery'omuntu waffe ow'okungulu, kubanga tugenda kuba n'ekika ky'omubiri eky'enjawulo n'engeri y'obulamu ey'enjawulo ddala. Naye Abakristaayo bangi tebategeera nti okuyita mu Mwoyo Omutukuvu tusobola okulegako katono ku bulamu buno kaakano mu bulamu buno. Tusobola *"okulega ... amaanyi g'emirembe egigenda okujja."* Tusobola kugalozaako buloza, si kugafuna gonna mu bujjuvu bwaago; naye tusobola okutuuka okumanyaako katono ku bulamu obugenda okujja bwe bugenda okuba, ne mu bulamu buno bwennyini.

Pawulo yakozesa ebigambo ebisanyusa mu nsonga eno. Mu Abaefeso 1:13-14 awandiikira abakkiriza:

¹³Era nammwe mwayingizibwa mu Kristo bwe mwawulira ekigambo eky'amazima, enjiri ey'obulokozi bwammwe. n'okukkiriza bwe mwakkiriza, ne muteekebwako akabonero n'Omwoyo Omutukuvu, eyasuubizibwa,

¹⁴gwe musingo gw'obusika bwaffe, okutuusa envum ya Katonda lw'erinunulibwa – ekitiibwa kye kitenderezebwe.

(NIV)

Ekigambo "omusingo" kigambo ekisikiriza. Omwoyo Omutukuvu gwe musingo gwa Katonda mu ffe, kaakano, ku lw'omulembe ogugenda okujja. Nkoze okunoonyereza ku kigambo ekikozeseddwa wano. Mu Luyonaani, kiyitibwa *arrabon*, ate nga kigambo kya Lwebbulaniya ddala.

Emyaka egyayita, oba oli awo nga mu 1946, bwe nnali nga mbeera mu Yerusaalemi, nafuna ekintu ekyali kisanyusa ennyo ekyampa ekifaananyi mu ngeri ennungi ennyo amakulu g'ekigambo ekyo *arrabon* oba *"omusingo."* Mukyala wange eyasooka nange twagenda mu kibuga ekiyitibwa Old City okugula ejjoola y'engoye okukolamu entimbe ku lw'amaka gaffe amaggya. Twalaba olugoye lwe twaali twagala, ne tubuuza omuwendo gwalwo (ka tugambe nti zaali doola 1 buli yaadi), ne tugamba omusuubuzi nti twaali twagala yaadi ataano. Ne ŋamba omusajja, "Olwo lwe twagala," naye n'aŋamba omuwendo, doola 50.00. "Naye," bwe namugamba, "Sirina doola makumi ataano kaakano. Ninawo doola zino kkumi, ogwo gwe musingo gwange. Kaakano olugoye luno lwange. Luteeke ku bbali. Toli wa ddembe kuluguza muntu mulala yenna. Nja kujja ne ssente ezisigaddeyo, era ntwaale engoye." Bwe kityo, ekyo kye kigambo *arrabon.*

Omwoyo Omutukuvu gwe musingo gwa Mukama mu ffe. Akola omusingo gw'obulamu bw'omulembe ogugenda okujja mu ffe kaakano ng'atuwa Omwoyo Omutukuvu. Bwe tufuna omusingo ogwo, tuli nga olugoe olwo. Twawuliddwako, abatali ba kutundibwa eri muntu mulala. Ogwo gwe musingo nti Ye akomawo n'ebisigaddeyo okumaliriza obuguzi. Ye nsonga lwaki Pawulo ayogera ku ky'okuba n'omusingo *"okutuusa ku kununulibwa kw'abo abaagulibwa Katonda."*

>>
Omwoyo Omutukuvu gwe musingo gwa Mukama mu ffe

Twamala dda okuba ababe naye twakafunako musingo – omuwendo omujjuvu gukyalina okusasulibwa.

Omwoyo Omutukuvu gwe musingo gw'obulamu bwaffe mu Katonda mu mulembe ogugenda okujja. Obulamu buno butuuka ku buli kitundu kyonna eky'obulamu bwaffe.

Njagala okujuliza essuula okuva mu kitabo kyange *Ebiruubirirwa bya Pentekoote* ekkaatiriza kino. Mu kitabo kino nawandiika bwe nti:

Bwe tuyiga Endagaano Empya nga tussizzaayo omwoyo, tuwalirizibwa okukikkiriza nti obulamu bwonna ne byonna Abakristaayo bye baayitamu bwayingirwamu mu buli kitundu n'obwakatonda. Embeera z'obwakatonda ezaafunibwa tezaali kintu ekyajja obutanwa, oba eky'okwongerezaako, byaali kitundu kya bulamu bwabwe bwonna ng'Abakristaayo. Okusaba kwabwe kwaali kwa bwakatonda; okubuulira kwabwe kwaali kwa bwakatonda; baaluŋamizibwa mu ngeri ya bwakatonda, baaweebwa amaanyi mu ngeri ya bwakatonda, baatambuzibwa mu ngeri ya bwakatonda, baakumibwa mu ngeri ya bwakatonda.

Ggyawo obwakatonda mu kitabo ky'Ebikolwa, olyoke olekebwe n'ekintu ekitalina makulu oba okukwatagana. Okuva ku kukka kw'Omwoyo Omutukuvu mu Bikolwa 2, n'okweyongera mu maaso, tekisoboka kuzuula ssuula omwo likoda y'obwakatonda mw'eterina kitundu kikulu ky'ekola.

Mu lugero lw'obuweereza bwa Pawulo mu Abaefeso, mu Bikolwa 19:11, tuzuula ebigambo ebisinga okukwata omubabiro n'okusoomooza-ebirowoozo:

Kaakano Katonda yakola eby'amagero ebitali bya bulijjo n'emikono gya Pawulo.

(Ebikolwa 9:11 NAS)

Lowooza ku makulu g'ebigambo ebyo "eby'amagero ebitali bya bulijjo." Oluyonaani luyinza okuvvuunulwa, mu ngeri y'eddembe, "eby'amagero eby'engeri ebyo ebitabeerawo bulijjo." Eby'amagero byaali kintu ekya bulijjo mu kkanisa ey'olubereberye. Mu ngeri eya bulijjo tebyandireese kwewuunyisa okw'enjawulo oba okwogerwako. Naye eby'amagero ebyaweebwa wano mu Efeso okuyita mu buweereza bwa Pawulo byaali nti n'ekkanisa eyasooka yabisanga nga bigwanira likoda ey'enjawulo.

Mu makanisa ameka leero mwe twandisanze omukisa gw'okukozesa ebigambo – "eby'amagero eby'engeri ebyo ebitabaawo bulijjo."? Mu makanisa ameka leero eby'amagero mwe bibeerawo – ng'oggyeeko, okubeerawo buli lunaku?

Engeri emu obwakatonda gye bwalabisibwamu mu ngeri ey'enjawulo mu bulamu bw'Abakristaayo abaasooka yali mu kuluŋamizibwa kw'obwakatonda okwo kwe baafuna okuva eri Omwoyo Omutukuvu. Mu Bikolwa 16, tusoma ku Pawulo n'abaweereza banne mu lugendo lwe olw'obuminsane olw'okubiri. Baali mu kye tuyita Asiya Maina (Asia Minor) leero, n'Ebyawandiikibwa bigamba nti:

> ⁶ ... kubanga baagaanibwa Omwoyo Omutukuvu okwogera ekigambo mu Asiya.
> ⁷ ... ne bagezaako okuyingira mu Bisuniya, n'Omwoyo gwa Yesu [oba Yesu, okuyita mu Mwoyo Omutukuvu] n'atabaganya [okuyingira Bisuniya].
> (Ebikolwa 16:6-7 NIV)

Bwe batyo ne bagezaako okugenda ebugwanjuba, era Omwoyo Omutukuvu n'atabaganya. Ne balyoka bagezaako okugenda obukiika kkono ng'okiibiriza odda ebuvanjuba, era Omwoyo Omutukuvu n'abagamba, "Nedda." Ebikolwa 16:8-10 egenda mu maaso:

> ⁸ne beekooloobya Musiya, ne batuuka e Tulowa [ekyo kyaali bukiika kkono ng'okiibiriza odda ebugwanjuba].

⁹**Pawulo n'alaba okwolesebwa ekiro, omuntu Omumakedoni ng'ayimiridde era ng'amwegayirira ng'agamba nti, "Wunguka okutuuka e Makedoni otuyambe."**

¹⁰**Pawulo bwe yamala okulaba okwolesebwa, amangu ago ne tusala amagezi okusitula okugenda e Makedoni, nga tutegeera nti Katonda atuyise okubabuulira enjiri** [mu Makedoni].

(NIV)

Ekyo ekyaliwo kyaali kikulu nnyo, era kye ky'okulabirako kyaffe eky'okuyingirawo kw'obwakatonda n'okuwa ekigambo ekisembayo okw'Omwoyo Omutukuvu. Kyandibadde kyangu ku lwabwe mu mbeera eyo ey'enkula y'ensi okugenda ebugwanjuba okuyingira mu Asiya oba obukiika kkono ng'okiibiriza odda ebuvanjuba okuyingira mu Bisuniya.

Tekyali kya butonde okwekooloobya ebitundu ebyo, okugenda obukiika kkono ng'okiibiriza okudda ebugwanjuba, ate olyoke owunguke okuyingira mu ssemazinga wa Bulaaya.

Naye bwe tutunulako emabega ku byafaayo by'ekkanisa okuva mu kiseera ekyo, tulaba nti ssemazinga wa Bulaaya yakola omulimu ogw'enjawulo – okusooka, mu kukuuma enjiri okuyita mu Mirembe egy'Ekizikiza; n'eky'okubiri, mu kufuuka ssemazinga omukulu okumala emyala mingi okusindika Ekigambo kya Katonda mu mawanga amalala.

Katonda yalina ekiruubirirwa mu buyinza bwe ekyazingiramu ebyasa bingi mu maaso. Pawulo n'abaweereza banne tebandisobodde kukivumbula n'amagezi gaabwe ag'obutonde, naye okuyita mu kuluŋamizibwa kw'obwakatonda okw'Omwoyo Omutukuvu baatambula okuyingira mu kiruubirirwa ekijjuvu ekya Katonda. Ebyafaayo byonna bikomeddwaako n'okuluŋamya kw'obwakatonda okw'Omwoyo Omutukuvu mu bulamu bwabwe.

Ekyo kyakulabirako kimu kyokka okuva mu kuyingiramu kw'obwakatonda okw'Omwoyo Omutukuvu mu bulamu bw'Abakristaayo.

>>Eky'omusanvu:
Obuyambi mu Kusaba

Engeri ey'okusatu enkulu ennyo Omwoyo Omutukuvu gy'atuyambamu eri mu kusaba kwaffe. Mu Baruumi 8:14 Pawulo annyonnyola obwetaavu bwaffe obw'okuluŋamizibwa kw'Omwoyo Omutukuvu okutambulira mu bulamu obw'Ekikristaayo.

¹³Kubanga abangi abakulemberwa n'Omwoyo Omutukuvu, abo be baana ba Katonda.

(NAS)

Okusobola okufuuka Omukristaayo, oteekwa okuzaalibwa n'Omwoyo gwa Katonda. Naye okusobola okutambula ng'Omukristaayo n'okutuuka mu bukulu ng'omaze okuzaalibwa omulundi ogw'okubiri, oteekwa okukulemberwa bulijjo n'Omwoyo gwa Katonda. Engeri y'ekigambo ekikozi Pawulo ky'akozesa omwo ky'ekiseera kino ekyeyongera mu maaso. *"Kubanga abangi abagenda mu maaso [buli kiseera] nga bakulemberwa Omwoyo gwa Katonda, abo be baana ba Katonda."* Tebakyali baana bawere, naye abaana abalenzi n'abawala abakuze.

Okweyongerayo mu maaso mu Baruumi, Pawulo assa

ennono eno ey'okukulemberwa Omwoyo Omutukuvu naddala ku bulamu bwaffe obusabi. Akkaatiriza obwetaavu bw'okuluŋamizibwa Omwoyo Omutukuvu okusobola okusaba obutuufu.

> **²⁶Era bwe kityo Omwoyo atubeera obunafu bwaffe;**
> **kubanga tetumanyi kusaba nga bwe kitugwanira, naye Omwoyo Yennyini** [obuntu bw'Omwoyo Omutukuvu bukkaatirizibwa atuwolereza] **n'okusinda okutayogerekeka;**
> ²⁷**naye akebera emitima amanyi okulowooza kw'Omwoyo, kubanga awolereza abatukuvu nga Katonda bw'ayagala.**
> *(Abaruumi 8:26-27 NAS)*

Pawulo ayogera wano ku bunafu fenna bwe tulina. Si bunafu bwa mubiri, naye obunafu bw'ebirowoozo n'okutegeera. Tetumanyi ki kya kusabira, era tetumanyi ngeri ya kusaba.

Emirundi mingi nsoomoozezza ebibiina nga mbuuza abantu okuwanika emikono gyabwe oba nga baamanya **bulijjo** ki eky'okusabira n'engeri y'okukisabira. Tewali mulundi n'ogumu omuntu yenna lwe yeŋanga okuwanika omukono gwe ku kusoomoozebwa okwo. Ndowooza fenna tuli beesimbu ekimala okukikkiriza nti bwe twagala okusaba, emirundi mingi tetumanyi ki kye tulina okusabira. Oluusi, newakubadde tulowooza nti tumanyi ki eky'okusabira, tetumanyi ngeri ki gye tulina okukisabira. Pawulo ekyo akiyita *"obunafu bwaffe."* Naye atugamba nti Katonda atuma Omwoyo Omutukuvu okutuyamba mu bunafu obwo, okumanya ki eky'okusabira n'okumanya engeri ey'okukisabira. Mu ngeri emu, olulimi lwa Pawulo lutuwa ekirowoozo nti Omwoyo Omutukuvu ayingirawo era n'akola ogw'okusaba okuyita mu ffe.

Ekisumuluzo ky'okusaba okw'amaanyi kwe kuyiga

engeri y'okuba nga tulina enkolagana n'Omwoyo Omutukuvu nti tusobola okumugondera. Olwo nno tusobola okumuleka atulage engeri, atulagire, atuluŋamye, n'okutunyweza, era emirundi mingi mu butuufu asabe okuyita mu ffe.

>>
Ekisumuluzo ky'okusaba okw'amaanyi kwe kuyiga engeri y'okuba nga tulina enkolagana n'Omwoyo Omutukuvu nti tusobola okumugondera.

Endagaano Empya ebikkula engeri nnyingi Omwoyo Omutukuvu z'asobola okutuyambamu entono ku zo ze ŋenda okulambika.

Engeri esooka ejulizibwa mu nnyiriri ezo mu Baruumi 8:26-27. Pawulo agamba, *"... Omwoyo yennyini atuwolereza n'okusinda okutayogerekeka."* Nandiyise kino **okwegayirira,** nga y'emu ku nsonga enkulu ey'obulamu bw'Ekikristaayo. N'alyoka ayogera ku *"okusinda okutayogerekeka."* Ebirowoozo byaffe ebimpi, ebiriko ekkomo tebirina bigambo okusaba ki ekyetaagisa okusabira. Bwe kityo emu ku ngeri Omwoyo Omutukuvu gy'ajja okutuyamba kwe kusaba okuyita mu ffe n'okusinda okutayogerekeka.

Eno embeera ntukuvu nnyo, okukola ennyo okw'omwoyo okuvaamu okuzaala okw'omwoyo. Isaaya 66:8 kijuliza kino:

⁸*"Sayuuni yali kyajje alumwe n'azaala abaana be."*

(NAS)

Teri kuzaala kwa nnamaddala okw'omwoyo mu kkanisa okuyinza okubaawo awatali kukola nnyo okw'omwoyo mu kusaba. Sayuuni bw'alumwa w'azaalira abaana be.

Pawulo akakasa kino mu Abaggalatiya 4:19:

¹⁴**Abaana bange abato, abannuma nate okutuusa Kristo lw'alibumbibwa mu mmwe...**

(NIV)

Pawulo yali abuulidde abantu abo era baali bakyusiddwa. Naye bo okufuuka kye baali beetaaga okuba, Pawulo yategeera nti kyatwaala okusukka ku kubuulira, kyatwaala okusaba kw'okwegayirira. Annyonnyola essaala eyo ey'okwegayirira ng'okuba *"mu bulumi bw'okuzaala,"* oba *"okusinda okutayogerekeka."*

Engeri ey'okubiri Omwoyo Omutukuvu gy'atuyamba mu kusaba eri nti **Ye amulisa amagezi gaffe.** Tasabira ddala kuyita mu ffe mu ngeri eno, naye atulaga mu magezi gaffe ki kye twetaaga okusabira n'engeri gye twetaaga okukisabira. Waliwo essuula bbiri okuva mu mabaluwa ezoogera ku mulimu gw'Omwoyo Omutukuvu mu magezi gaffe. Mu Baruumi 12:2, tusoma:

²**So temufaananyizibwanga ng'emirembe gino, naye mukyusibwenga olw'okufuula amagezi gammwe amaggya, mulyoke mukemenga bwe biri Katonda by'ayagala, ebirungi, ebisanyusa, ebituufu.**

(NAS)

Omwoyo gw'ebirowoozo oguzziddwa obuggya gwokka gwe gusobola okuzuula okwagala kwa Katonda, ne mu nsonga y'okusaba. Abaefeso 4:23 lugamba:

²³ **... era okufuuka abaggya mu mwoyo gw'ebirowoozo byammwe.**

(NAS)

Okuzzibwa obuggya okw'omwoyo gw'ebirowoozo byaffe kukolebwa Omwoyo Omutukuvu. Omwoyo Omutukuvu bw'ayingira n'azza obuggya amagezi gaffe, ne tulyoka tutandika okutegeera okwagala kwa Katonda, era ne tutandika okumanya engeri y'okusaba okusinziira ku kwagala kwa Katonda. Engeri eno ey'okubiri Omwoyo Omutukuvu gy'atuyamba kwe kuzza obuggya amagezi gaffe, okugamulisa, n'okutubikkulira engeri y'okusaba.

Engeri ey'okusatu Omwoyo Omutukuvu gy'atuyamba eri nti **Ye ateeka ebigambo ebituufu mu kamwa kaffe,** emirundi mingi mu ngeri gye tutasuubira. Buli lwe njogera ku kino, ndowooza bulijjo ku mbeera emu ne mukazi wange eyasooka. Twaali mu Denmark, nga ly'eggwanga lye yazaalibwamu, ku nkomerero ya Octoba. Twaali tugenda olunaku oluddako okumala omwezi mulamba ogwa Novemba mu Bungereza. Ndi Mungereza, bwe kityo mmanyi nti Novemba mu Bungereza mwezi omunnyogovu, omuzijjagavu, ogw'ekifu, ogukwata kalume. Nga bwe twaali tusaba ku lunaku nga tetunnaba kusimbula kugenda mu Bungereza, ne mpulira Lydia ng'agamba, "Tuwe embeera y'obudde ennungi ebbanga lyonna lye tunaabeera mu Bungereza!" Kaabula kata nve ku kitanda kwe twaali tutudde nga tusaba ngwe wansi.

Oluvannyuma, bwe namubuuza oba nga yali amanyi kye yali asabye, Lydia n'anziramu, "Nedda, sijjukira!" Ekyo kyaali kinkakasiza ddala nti yali Mwoyo Mutukuvu.

"Kale," bwe namuddamu, "wasabye Katonda okutuwa embeera y'obudde ennungi ebbanga lyonna lye tunaabeera mu Bungereza, era omanyi Bungereza bw'efaanana mu Novemba." Yanyeenya bunyeenya bibegabega bye. Twamala omwezi gwonna ogwa Novemba mu Bungereza, era tetwafunako lunaku n'olumu olunnyogovu, olw'ennaku olw'enkuba. Gwaali nga emirala egy'akasana nga kavuddeyo.

Bwe twavaayo ku nkomerero ya Novemba, nagamba abantu abaatuwerekerako ku kisaawe ky'ennyonyi,

"Mulabe, kubanga bwe tunaagenda embeera y'obudde egenda kukyuka!" Kituufu ddala, yakyuka! Eyo yali ssaala Omwoyo Omutukuvu gye yateeka mu kamwa ka Lydia. Ekyo Mukama kye yayagala asabire mu kiseera ekyo.

Engeri ey'okuna Omwoyo Omutukuvu gy'atuyamba mu kusaba y'eyo eyogerwako emirundi emingi mu Ndagaano Empya. **Ye atuwa olulimi oluggya, olutamanyiddwa,** olwo amagezi aga bulijjo lwe gatamanyi. Abantu abamu leero luno balwogerako ng'olulimi olw'okusaba. Pawulo agamba mu 1Abakkolinso14:2:

> ²**Kubanga ayogera olulimi** [olulimi olutamanyiddwa] **tayogera eri bantu, wabula Katonda.**
> **Kubanga tewali awulira, naye mu mwoyo ayogera byama.**
> *(NIV)*

Era mu lunyiri olwo 4 mu ssuula y'emu, Pawulo agamba:

> ⁴**Ayogera olulimi yeezimba yekka...**
> *(1 Abakkolinso 14:4 NIV)*

Essaala ey'engeri eno ekola emirimu emikulu esatu:

Okusooka, bwe tusabira mu lulimi olutamanyiddwa, tuba tetwogera eri bantu, naye eri Katonda. Gye ndi, ogwo muganyulo gwa maanyi nnyo mu bwagwo.

Eky'okubiri, twogera ebintu amagezi gaffe bye gatategeera. Tuba twogera byama oba okugabana ebyama bya Katonda.

Eky'okusatu, nga bwe tukola kino, tuba twezimba fekka.

Okweyongerako mu maaso mu 1 Abakkolinso14:14, Pawulo agamba:

¹⁴Kubanga bwe nsaba mu lulimi, omwoyo gwange gusaba, naye amagezi gange tegabala bibala. (NIV)

Embeera yiino Omwoyo Omutukuvu mw'atayakira magezi, naye Ye atuwa buwi lulimi luggya era n'asabira mu ffe mu lulimi olwo. Tetuteekwa kukozesa ngeri ey'okusaba emu ne tuggyawo endala. Pawulo akyogera mu ngeri etegeerekeka obulungi ennyo, *"Nnasabyanga omwoyo, era nnaasabyanga amagezi"* (olunyiriri lwe 15) Engeri zombi ez'essaala zisoboka.

Bwe tuleka Omwoyo Omutukuvu n'ayingira, ne twewaayo gy'Ali, ne tumuleka n'akolera mu ffe okusinziira ku Byawandiikibwa, wabeerawo obugagga obw'amaanyi n'enjawulo mu bulamu bwaffe obusabi. Kino Katonda ky'ayagala ku lwa buli kinnoomu ku ffe.

>>Eky'omunaana:
Obulamu n'okuwonyezebwa ku lw'emibiri gyaffe

Omulimu ogw'okuna ogw'Omwoyo Omutukuvu nga paraclete kwe kuteeka Kwe okw'obulamu obw'obwakatonda n'okuwonyezebwa mu mibiri gyaffe. Yesu yajja kutuwa bulamu, nga bw'alangirira mu Yokaana 10:10:

[10]Omubbi tajja wabula okubba n'okutta n'okuzikiriza; Nze najja zibe n'obulamu, era zibe nabwo obungi.

(NIV)

Abantu babiri bateekedwa mu maaso gaffe wano, era twetaaga okwawula bulungi nnyo wakati waabwe: Omugabi-w'Obulamu, Yesu, n'omutwazi-w'obulamu, Setaani. Setaani tajja mu bulamu bwaffe okujjako okutwala obulamu. Ajja okubba emikisa n'obugabirizi bwa Katonda; ajja okututta mu mubiri n'okutuzikiriza olubeerera. Buli kinnoomu ku ffe yeetaaga okutegeera nti bwe tukkiriza setaani okuba n'omwagaanya gwonna mu bulamu bwaffe, ekyo ky'ajja okukolera ddala – okubba, okutta, n'okuzikiriza okutuuka ku ddaala ery'omwagaanya gwe tumuwadde okukikola.

Ku ludda olulala, Yesu yajja okukola ekikontanira ddala: Ye Yajja tube n'obulamu era tube nabwo mu bujjuvu. Kikulu ffe okutegeera nti obulamu buno Yesu bwe yajja okutuwa bulabirirwa Omwoyo Omutukuvu. Tufuna obulamu Bwe okusinziira ku mwagaanya gwe tuwa Omwoyo Omutukuvu okukola omulimu Gwe mu ffe. Bwe tuziyiza oba okugaana omulimu gw'Omwoyo Omutukuvu, olwo nno tetusobola kufuna bujjuvu bwa bulamu bw'obwakatonda Yesu bwe yajja okutuleetera. Twetaaga okutegeera nti yali Mwoyo Mutukuvu eyazuukiza omulambo gwa Yesu okuva mu ntaana. Pawulo ayogera kino mu Abaruumi 1:4 ku bikwata ku Yesu:

[4] ... [Yesu] **eyalagibwa okuba Omwana wa Katonda mu maanyi, mu mwoyo gw'obutukuvu, olw'okuzuukira kw'abafu...**

(NIV)

"*Omwoyo gw'obutukuvu*" nzivuunula ya Luyonaani ey'ekigambo ky'Olwebbulaniya ekitegeeza Omwoyo Omutukuvu. Newakubadde Pawulo yali awandiika mu Luyonaani, yali alowooleza mu Lwebbulaniya. N'olw'ensonga eyo Pawulo bw'agamba, "*okuyita mu Mwoyo gw'obutukuvu,*" kifaananira ddala ng'okugamba, "okuyita mu Mwoyo Omutukuvu, Yesu yalabisibwa oba yalangirirwa okuba Omwana wa Katonda n'amaanyi agaamuzuukiza okuva mu bafu [kwe kugamba, amaanyi g'Omwoyo Omutukuvu]."

Mu bitundu eby'emabega nakikoonako nti, mu ngeri emu, eno ye yali entikko y'omutendera gwa Katonda ogw'obununuzi mu mulembe guno: nti Katonda Yennyini, okuyita mu Muntu w'Omwoyo Omutukuvu, alina okutuula mu mibiri gyaffe era agifuule yeekaalu Ye oba ekifo Kye mw'abeera. Mu Abaruumi 8:10-11, Pawulo agamba bw'ati:

¹⁰Era oba nga Kristo ali mu mmwe, omubiri nga gufudde olw'ekibi, naye omwoyo bwe bulamu olw'obutuukirivu.

¹¹Naye oba nga Omwoyo gw'oyo eyazuukiza Yesu okuva mu bafu atuula mu mmwe, oyo eyazuukiza Kristo Yesu mu bafu, era n'emibiri gyammwe egifa aligifuula emiramu ku bw'Omwoyo gwe atuula mu mmwe.

(NIV)

Amakulu g'olunyiriri olw'ekkumi gali nti Kristo bw'ayingira, bwe tukyusibwa n'okuweebwa obulamu obuggya, obulamu obukadde bukoma, n'obulamu obuggya nga butandika. Obulamu obukadde, obw'omubiri bukomezebwa, n'emyoyo gyaffe ne gifuna obulamu n'obulamu bwa Katonda. Pawulo n'alyoka agenda mu maaso okugamba, mu lunyiriri olw'ekkumi n'olumu, ki kye butegeeza ku lw'emibiri gyaffe. Kirabikira ddala, Omuntu y'omu, amaanyi ge gamu, agaazuukiza omubiri gwa Yesu okuva mu ntaana kaakano atuula mu mubiri gwa buli mukkiriza eyeewaddeyo era ateeka mu buli mubiri ogufa obulamu obw'engeri y'emu bwe yassa mu mubiri gwa Yesu ogufa n'ekika ky'amaanyi ge gamu ago agaamuzuukiza n'omubiri ogw'olubeerera.

Omutendera guno ogw'okuteeka obulamu obw'obwakatonda mu mibiri gyaffe tegugenda kutuukirizibwa okutuusa ku kuzuukira kwa bonna okuva mu bafu. Kikulu okutegeera nti tetulina kaakano mibiri gizuukiziddwa, naye kye tulina bwe bulamu bw'okuzuukira mu mibiri gyaffe egifa. Pawulo yeeyongera okugenda mu maaso, mu ssuula ez'enjawulo eziwerako, nti obulamu obw'okuzuukira mu mibiri gyaffe

>>
Omuntu y'omu, amaanyi ge gamu, agaazuukiza omubiri gwa Yesu okuva mu ntaana kaakano atuula mu mubiri gwa buli mukkiriza eyeewaddeyo era ateeka mu buli mubiri ...

egifa busobola okusisinkana ebyetaago byonna eby'emibiri gyaffe okutuusa mu kiseera ekyo Katonda w'ayawulira omwoyo okuva mu mubiri n'atuyita okuddayo eka.

Tuteekwa okutegeera emibiri gyaffe engeri gye gyakolebwamu okusooka byonna kubanga byonna bikwataganira wamu. Olubereberye 2:7 lugamba:

⁷Mukama Katonda n'abumba omuntu n'enfuufu y'ensi, n'amufuuwamu mu nnyindo omukka [oba Omwoyo] **ogw'obulamu, omuntu n'afuuka omukka omulamu** [oba emmeeme ennamu].

(NIV)

Kyaali ki ekyavaamu omubiri gw'omuntu? Yali Mwoyo gwa Katonda eyassibwa munda eyakyusa ekikula ky'ebbumba okufuuka omuntu omulamu n'eby'amagero byonna n'ebyewuunyo eby'omubiri gw'omuntu ogutambula obulungi. Omwoyo Omutukuvu okuva olubereberye Ye yaleetera omubiri okufuna obulamu. Mu magezi aga bulijjo ekiddako era Ye y'alina okuguwanirira. Kino kya magezi ddala, singa Abakristaayo basobola okukiraba. Okuwonyezebwa okw'obwakatonda n'obulamu obw'obwakatonda obutaliimu ndwadde nabyo bikwatagana okusinziira ku Byawandiikibwa.

Eky'okulabirako, essaawa yo bw'eyonooneka, totwaala ssaawa yo wa mukozi-w'e ngatto; otwaala essaawa yo ew'omukozi-w'essawa. Kaakano, kozesa endowooza y'emu eyo: omubiri gwo bwe gulwaala, otwaala wa omubiri gwo? Mu kulowooza kwange, ekintu eky'amagezi okukola kwe kugutwaala eri omukozi-w'omubiri, era oyo ye Mwoyo Omutukuvu.

Wano mu Amerika, tumanyidde ebigambo bino ebitono, "Akayumba akaakolebwa Fisher" ebyawandiikibwa ku lubaati oba ku kayumba ka nnyingi ku mmotoka zaffe ezisinga okukozesebwa abantu. Bwe ntunuulira Mukristaayo munnange, njogera bwe nti, "Akayumba akaakolebwa Omwoyo Omutukuvu." Ono ye yamuwa omubiri gwe, awanirira omubiri gwe, era awa amaanyi omubiri gwe.

Obujulizi bwa Pawulo busikiriza. Mu 2 Abakkolinso 11: 23-25 agamba:

> ²³**Mu kufuba mbasukkirira, mu kusibibwa mbasukkirira, mu kukubibwa okuyingirira ennyo, mu kufa emirundi mingi.**
> ²⁴**Eri Abayudaaya nakubibwa emirundi etaano emiggo asatu mu mwenda.**
> ²⁵**Emirundi esatu nakubibwa enga, omulundi gumu nnakasuukirirwa amayinja, emirundi esatu eryato lyamenyeka, nnasula ne nsiiba mu buziba...**
>
> *(1 Abakkolinso 11:23-25 NIV)*

Kumpi tekikkirizika nti omuntu yasobola okuyita mu ebyo byonna ate n'aba ng'akola nnyo bw'atyo, n'aba omulamu ennyo, era omugumu ennyo. Gaali maanyi ki agaawanirira Pawulo mu ebyo byonna? Amaanyi ag'Omwoyo Omutukuvu.

Luno lwe lugero lw'okukubibwa kwa Pawulo amayinja mu Lusitula:

> ¹⁹**Naye Abayudaaya ne bava mu Antiyokiya ne Ikonio, ne baweerera ebibiina. Ne bakuba amayinja Pawulo, ne bamuwalulira ebweru w'ekibuga, nga balowooza nti afudde.**
> [Era kitwaala amayinja mangi okuleetera omuntu okulabika ng'afudde.]
> ²⁰**Naye abayigirizwa bwe baamwetoolola, n'ayimirira n'ayingira mu kibuga. Ku lunaku olw'okubiri n'agenda ne Balunabba okutuuka e Derube.**
>
> *(Ebikolwa 14:19-20 NIV)*

Omusajja wannaba ki! Mpulidde abantu abamu nga bateesa nti Pawulo yali omunafu wandwadde eyatambulanga nga mulwadde ebiseera ebisinga obungi. Eky'okuddamu kwange ku nsonga eyo kiikino, "Pawulo bw'aba nga yali munafu wandwadde, Katonda atuwe abanafu bawandwadde abalala bangi abali nga Pawulo!"

Tulabye mu bufunze likoda ewuniikiriza ey'obugumiikiriza n'okuddamu amangu amaanyi eby'omubiri gw'omutume Pawulo. Kaakano ka tulabe ekyama kye. Ayogera ki ku kino? Mu 2 Abakkolinso 4:7-12, Pawulo atubuulira:

> **⁷Naye obugagga obwo tuli nabwo mu bibya eby'ebbumba,** ["ekyama kino" Ye Mwoyo wa Katonda atuula mu ffe] **amaanyi amangi ennyo galyoke gavenga eri Katonda, so si eri ffe.**
>
> **⁸Tutaayizibwa eruuyi n'eruuyi, naye tetunyigirizibwa; tweraliikirira, so si kweraliikirira ddala.**
>
> **⁹tuyigganyizibwa, naye tetulekebwa; tumeggebwa, naye tetuzikirira.**
>
> **¹⁰bulijjo nga tutambula nga tulina mu mubiri okuttibwa kwa Yesu, Era n'obulamu bwa Yesu bulyoke bulabisibwenga mu bulamu bwaffe.**
>
> **¹¹Kubanga ffe abalamu tuweebwayo ennaku zonna eri okufa okutulanga Yesu era n'obulamu bwa Yesu bulyoke ulabisibwenga mu mubiri gwaffe ogufa.**
>
> **¹²Bwe kityo okufa kukolera mu ffe, naye obulamu mu mmwe.**
>
> *(NIV)*

Ennyiriri olw'omusanvu n'olw'omunaana zitugamba nti tetuli bantu ba njawulo ku bwaffe, naye tulina ekika ky'amaanyi eky'enjawulo mu ffe. Ebintu ebyandibetense abantu abalala tebirina kutubetenta kubanga tulina ekika ky'amaanyi mu ffe ekituleetera okuddamu amangu amaanyi n'obulamu.

Tusanga enjawulo ennungi mu lunyiriri olw'ekkumi. Tulina okwebala nga tuli bafu ne Yesu. Nga bwe tukola ekyo, olwo obulamu Bwe bulabisibwa mu mibiri gyaffe. Kitegeerekeka bulungi nti kino tekigenda kubaawo mu mulembe ogugenda okujja, naye mu mulembe guno nti obulamu bwa Yesu obw'okuzuukira obuli mu ffe, obw'obwakatonda, obuli mu Mwoyo Omutukuvu bulina okulabisibwa mu mibiri gyaffe.

Ebigambo ebisembayo eby'olunyiriri olw'ekkumi n'olumu bikulu: "... *obulamu bwe bulyoke bulabisibwe mu mubiri gwaffe ogufa.*" Kuno si kubeerawo okw'omunda okw'ekyama, omuntu yenna kwatayinza kulaba; kwe kubeerawo okukola emirimu egyo mu bulamu bwaffe obw'omuburi nti gyeraga gyokka eri buli muntu. Obulamu bwa Yesu obw'okuzuukira bulabisibwa mu mibiri gyaffe egifa.

Olunyiriri olw'ekkumi n'ebbiri lutugamba nti bwe tufuna omusango gw'okufa mu ffe ne tutuuka ku nkomerero y'amaanyi gaffe ag'omubiri n'obusobozi, olwo nno ekika ky'obulamu obuggya kikola okuyita mu ffe okutuuka ku balala.

[16]Kyetuva tulema okuddirira, naye newakubadde omuntu waffe ow'okungulu ng'aggwaawo, naye omuntu waffe ow'omunda afuuka omuggya bulijjo bulijjo.

(2 Abakkolinso 4:16 NAS)

Omuntu ow'ebweru avunda, naye waliwo obulamu mu muntu ow'omunda obuzzibwa obuggya bulijjo bulijjo. Obulamu bwa Katonda obw'eky'amagero, obw'obwakatonda, obuli munda busisinkana ebyetaago by'omuntu ow'okungulu ku lwa buli kinnoomu ku ffe.

>>EKY'OMWENDA
Okufukibwa kw'Okwagala kw'ObwaKatonda

Omukisa ogusinga obukulu era ogusinga okwewuunyisa mu mikisa gyonna Omwoyo Omutukuvu gw'atuwa kwe kufuka okwagala kwa Katonda okw'obwakatonda mu mitima gyaffe. Abaruumi 5:1-5 kigamba:

¹Kale bwe twaweebwa obutuukirivu olw'okukkiriza, tubeerenga n'emirembe Eri Katonda ku bwa Mukama waffe Yesu Kristo,

²era eyatuweesa olw'okukkiriza okutuuka mu kisa kino kye tuyimiriddemu. Era twenyumirizenga olw'okusuubira ekitiibwa kya Katonda.

³So si ekyo kyokka, era naye twenyumirizenga mu kubonaabona kwaffe, nga tumanyi ng'okubonaabona kuleeta okugumiikiriza;

4nate okugumiikiriza kuleeta okukemebwa, nate okukemebwa kuleeta okusuubira.

⁵Nate okusuubira tekukwasa nsonyi, kubanga okwagala kwa Katonda kufukiddwa ddala mu mitima gyaffe, ku bw'Omwoyo Omutukuvu gwe twaweebwa.

(NIV)

Entikko ejjira mu lunyiriri olw'okutaano: *"Nate okusuubira tekukwasa nsonyi, kubanga Katonda afuse okwagala Kwe mu mitima gyaffe ku bw'Omwoyo Omutukuvu, gw'atuwadde."*

Pawulo aggyayo amadaala agamu ag'okugenda mu maaso okw'omwoyo mu nnyiriri ezo ettaano, ge nandyagadde okuyitamu mu bufunze ddala:

Eddaala erisooka liri nti tube n'emirembe ne Katonda.

Ery'okubiri, tutuuka mu kisa kya Katonda olw'okukkiriza.

Ery'okusatu, twenyumiriza olw'okusuubira ekitiibwa kya Katonda, essuubi ly'ekintu ekiri mu maaso.

Eky'okuna, twenyumiriza era ne mu kubonaabona (olw'ebyo okubonaabona bye kuzaala mu ffe bwe tukutwaala mu ngeri entuufu).

>> *gkwagala kwa Katonda kufukibwa mu mitima gyaffe.*

Pawulo n'alyoka alambika ebiva mu kubonaabona ebiddiriŋana bisatu, okwo okugumiikiriziddwa mu ngeri entuufu: ekisooka, okugumiikiriza; eky'okubiri, empisa ennungi; n'eky'okusatu, okusuubira.

Ne tulyoka tutuuka ku ntikko: okwagala kwa Katonda kufukibwa mu mitima gyaffe. Wano ekigambo ekitegeeza *"okwagala"* kye kigambo ky'Oluyonaani ekiyitibwa *agape*, ekyo mu Ndagaano Empya bulijjo, naye si mu ngeri ey'obutakyukako, kikugirwa ku kwagala kwa Katonda yennyini. Mu ngeri eya bulijjo, okwagala kwa *agape* tekufunika mu ngeri ya buntu okujjako ku bw'Omwoyo Omutukuvu. Emirundi egisinga obungi, tetusobola kufuna *agape* mu muntu waffe ow'obutonde.

Okweyongerayo mu maaso mu ssuula ey'okutaano, Pawulo annyonnyola ekikula kya *agape*. Annyonnyola engeri gye kwayolesebwamu mu Katonda ne Kristo:

> ⁶Kubanga bwe twali nga tukyali banafu, mu ntuuko ze Kristo yafiirira abatatya Katonda.
> ⁷Kubanga kizibu okufiirira omutuukirivu, kubanga omulungi mpozzi omuntu aguma n'okumufiirira.
> ⁸Naye Katonda atenderezesa okwagala kwe [agape] ye gye tuli, kubanga bwe twaali nga tukyalina ebibi Kristo n'atufiirira.
>
> *(Abaruumi 5:6-8 NIV)*

Kristo bwe yatufiirira, okusinziira ku Pawulo, waaliwo ebigambo bisatu ebyatunnyonnyola: "abaatalina maanyi," "abatatya Katonda," ne "aboonoonyi." Okwagala kwa *agape* kwe kwewaayo-kwokka era tekuteekawo bukwakkulizo bulina kusooka kutuukirizibwa. Si kwe kwagala okugamba nti oteekwa okuba omulungi, oba okukola kino oba kiri. Kwo kuweebwa buwa, n'eri asinga obutagwanira, asinga obutaba na buyambi, n'asinga obutasaanira.

Kaakano tunanoonyereza mu Ndagaano Empya ebigambo eby'enjawulo mu ebyo okwagala kwa agape mwe kuzaalibwa mu ffe. Okusooka, kwo kibala kya kuzaalibwa kuggya. Mu 1 Peetero 1:22-23 tusoma:

> ²²Kubanga mumaze okwetukuza obulamu bwammwe mu kugondera amazima olw'okwagalanga ab'oluganda okutaliimu bunnanfuusi, mwagalanenga mu mutima n'okufuba okungi.
> ²³Bwe mwazaalibwa omulundi ogw'okubiri, si na nsigo eggwaawo, wabula eteggwaawo, n'ekigambo kya Katonda ekiramu eky'olubeerera.
>
> *(NIV)*

Obusobozi obw'okwagala n'okwagala okwa *agape* butandika n'okuzaalibwa omulundi ogw'okubiri –

okuzaalibwa obuggya okw'ensigo y'ekigambo kya Katonda etayonooneka, ey'olubeerera eteeka mu ffe ekika ky'obulamu obuggya. Okwagala okwa *agape* kye kikula kyennyini eky'obulamu obwo obuggya. 1 Yokaana 4:7-8 kigamba:

> **⁷Abaagalwa, twagalanenga, kubanga okwagala kuva eri Katonda. Na buli muntu yenna ayagala yazaalibwa Katonda era ategeera Katonda.**
> **⁸Atayagala tategeera Katonda, kubanga Katonda kwagala.**
>
> *(NIV)*

Osobola okukiraba nti okwagala okw'engeri eno bwe bukakafu bw'okuzaalibwa obuggya. Omuntu azaaliddwa omulundi ogw'okubiri akulina; omuntu atazaaliddwa mulundi gwa kubiri tayinza kuba nakwo.

Pawulo annyonnyola ekitundu ekiddako eky'omutendera guno ogw'okuteeka okwagala okw'obwakatonda mu bulamu bwaffe:

> **⁵Nate okusuubira tekukwasa nsonyi, kubanga okwagala kwa Katonda kufukiddwa ddala mu mitima gyaffe, ku bw'Omwoyo Omutukuvu Ye gw'atuwadde.**
>
> *(Abaruumi 5:5 NIV)*

Oluvannyuma lw'okuzaalibwa obuggya, mu kikula ekyo ekiggya ekireetebwa n'okuzaalibwa okuggya, Omwoyo Omutukuvu afuka obujjuvu bw'okwagala kwa Katonda mu mitima gyaffe. Tunnyikibwa mu kwagala. Tuteekebwa mu nkwatagana n'ensibuko etekalira – okwagala okujjuvu okwa Katonda kufukiddwa mu mitima gyaffe olw'Omwoyo Omutukuvu. Njagala okukikkaatiriza nti ky'ekintu eky'obwakatonda, ekitakalira, era ekitali kya butonde

– ekintu Omwoyo Omutukuvu yekka ky'asobola okukola. Gerageranya ne ki Yesu ky'agamba mu Yokaana 7:37-39:

³⁷Naye ku lunaku olw'enkomerero, lwe lunaku olw'embaga, Yesu yayimirira n'ayogerera waggulu, "Omuntu bw'alumwa ennyonta, ajje gye ndi anywe.
³⁸Akkiriza nze, ng'ekyawandiikibwa bwe kigamba nti emigga gy'amazzi amalamu girifuluma mu lubuto lwe."
³⁹Ekyo yakyogera ku Mwoyo, gwe baali bagenda okuweebwa abamukkiriza.

(Yokaana 7:37-39 NIV)

Osobola okulaba enjawulo. Okusooka, tulina omuntu alumwa ennyonta atalina gamumala ye. Naye Omwoyo Omutukuvu bw'ayingira, omuntu oyo alumwa ennyonta afuuka omukutu ku lw'emigga gy'amazzi amalamu. Okwo kwe kwagala kwa Katonda okufukiddwa mu mitima gyaffe. Si kwagala kwa buntu; si katundu akatono ak'okwagala kwa Katonda. Bwe bujjuvu bw'okwagala kwa Katonda, era ffe tunnyikibwa mu kwo. Okwagala kwa Katonda okutaliiko kkomo, okujjuvu, okutakoma kulina omukutu okukulukuta okuyita mu bulamu bwaffe olw'Omwoyo Omutukuvu. Omuntu alumwa ennyonta afuuka omukutu ogw'emigga egy'amazzi amalamu.

Tunaatunuulira kaakano essuula y'okwagala emanyiddwa ennyo eyawandiikibwa Pawulo era esangibwa mu 1 Abakkolinso. Ku nkomerero y'essuula ey'ekkumi n'ebbiri, agamba: *"... Era mbalaga ekkubo erisinga ennyo obulungi."*

"Ekkubo erisinga ennyo obulungi" eryo lirambuluddwa mu nnyiriri ezisooka ez'essuula y'ekkumi n'essatu:

¹**Bwe njogera n'ennimi z'abantu n'eza bamalayika, naye ne ssiba na kwagala, nga nfuuse ekikomo ekivuga n'ebitaasa ebisaala.**

²**Era bwe mba n'obunnabbi ne ntegeera ebyama byonna n'okutegeera kwonna; era bwe mba n'okukkiriza kwonna,n'okuggyawo ne nzigyawo ensozi, naye ne ssiba na kwagala, nga ssiri kintu.**

³**Era bwe ngabira abaavu bye nnina byonna okubaliisanga, era bwe mpaayo omubiri gwange okwokebwa, naye ne ssiba na kwagala, nga ssiriiko kye ngasizza.**

(1 Abakkolinso 13:1-3 NAS)

Kikulu okulaba nti ebirabo byonna n'okulabisibwa kw'Omwoyo Omutukuvu bigenderedwaamu kubeera mikutu oba bikozesebwa bya kwagala kwa bwakatonda. Bwe tutakozesa birabo ebyo ne tutabiwaayo eri okwagala kwa Katonda, tulemesa ebiruubirirwa bya Katonda. Tuyinza okuba n'ebirabo ebirala byonna, naye tulekebwa nga ekikomo ekivuga n'ebitaasa ebisaala. Tetulina kye tuli, era tetulina kye tulina awatali kwagala kwa bwakatonda.

Mu lunyiriri olusooka Pawulo agamba: *"Bwe njogera n'ennimi z'abantu n'eza bamalayika, naye ne ssiba na kwagala, nga nfuuse ekikomo ekivuga oba ekitaasa ekisaala."* Omwoyo Omutukuvu bw'ayingira, ajja mu mutima ogulongooseddwa olw'okukkiriza era ne gukyusibwa okudda eri Katonda. Oluvannyumako, kisoboka okukalira, okusubwa ekiruubirirwa kya Katonda, oba okukozesa obubi ekyo Katonda ky'atuwadde. Mu mbeera eyo, kiba nga Pawulo bwe yagamba, *"mba nfuuse ekikomo ekivuga oba ekitaasa ekisaala."* Mu ekyo, agamba, "Saali bwe ntyo bwe nnafuna, naye okuyita mu kusubwa ekiruubirirwa, nfuuse bwe ntyo, era nnemesezza ekiruubirirwa kya Katonda."

Ekyo kigerageranye ne Pawulo ky'agamba mu 1 Timoseewo 1:5-6:

**⁵Naye enkomerero y'ekiragiro kwe kwagala okuva mu mutima omulongoofu n'omwoyo omulungi n'okukkiriza okutalina bukuusa.
⁶Ebyo abamu babiwunjukamu ...**

(NIV)

Ekigendererwa ky'obuweereza bwonna obw'Ekikristaayo kwe kwagala. Ekiruubirirwa kya Katonda ku lw'Omukristaayo kwe kwolesa okwagala kw'obwakatonda okutasalako.

Naawumbawumba amadaala asatu mu mutendera guno ogw'okuteeka okwagala kwa Katonda mu bulamu bwaffe:

Eddaala erisooka kwe kuzaalibwa obuggya. Bwe tuzaalibwa omulundi ogw'okubiri, tufuuka abasobola okwagala okw'engeri eyo.

Ery'okubiri kwe kufukibwa kw'okwagala kwa Katonda okujjuvu mu mitima gyaffe olw'Omwoyo Omutukuvu oyo atuweereddwa. Ensibuko za Katonda ezitakalira zituweebwa.

>>
Ekigendererwa ky'obuweereza bwonna obw'Ekikristaayo kwe kwagala.

Ery'okusatu, okwolesebwa kw'okwagala okwo kukolebwa mu bulamu obwa bulijjo okuyita mu mpisa n'okutendeka kw'embala. Kino kibaawo okwagala okuva ewa Katonda bwe kuweebwa bantu bannaffe okuyita mu ffe.

Omulundi ogwasooka nze okulaba Ebiyiriro bya Niagala (Niagara Falls), nagerageranya amazzi ago amangi ennyo n'okwagala kwa Katonda nga kufukibwa. Ne ndyoka ndowooza, "Naye, ekiruubirirwa kyaago ekituufu tekituukirizibwa mu kuyiika kwokka. Amaanyi ago bwe gakuŋanyizibwa ne gakozesebwa okuleeta ekitangaala, omuliro n'amasannyalaze eri abatuuze ba bingi ku bibuga ebikulu ebya ssemazinga wa Amerika ey'Obukiika obwa kkono ekiruubirirwa lwe kifunibwa."

Bwe kityo bwe kiri naffe. Tufuna okwagala kwa Katonda bwe tuzaalibwa omulundi ogw'okubiri; kufukibwa mu bulamu bwaffe olw'Omwoyo Omutukuvu; naye engeri emu yokka gye kufuuka okw'obuliwo eri bantu bannaffe nga bwe kuluŋamizibwa okuyita mu bulamu bwaffe mu mpisa n'okwetendeka.

>>Eky'ekkumi:
Engeri y'Okweggulawo Eri Omwoyo Omutukuvu

Tuyinza kweggulawo tutya eri Omwoyo Omutukuvu ne tumufuna mu bujjuvu Bwe, era okuyita mu Ye ne tufuna emikisa gyonna egyatusuubizibwa? Tujja kutunuulira Ebyawandiikibwa ebiwerako ebituwa obukwakkulizo bwe tulina okutuukiriza okusobola okufuna obujjuvu bw'Omwoyo Omutukuvu. Katonda atulagira okutuukiriza ebintu ebikulu ebirambulukufu ebiwerako.

Wenenye era Obatizibwe

Ebikolwa 2:37-38 y'enkomerero y'okwogera kwa Peetero ku lunaku lwa Pentekoote, era etuwa okwanukula kw'abantu eri obubaka bwe.

37Awo bwe baawulira ebyo emitima gyabwe ne gibaluma ne bagamba Peetero n'abatume abalala nti abasajja "Ab'oluganda, tunaakola tutya?" [ekibuuzo ekyo kyaali ku nsonga yennyini, n'Ekigambo kya Katonda kiwa eky'okuddamu kyennyini ekyetaagisa.]

38Peetero n'abagamba nti, "Mwenenye, mubatizibwe buli muntu mu mmwe okuyingira mu linnya lya Yesu Kristo okuggibwako ebibi byammwe, munaaweebwa ekirabo, gwe Mwoyo Omutukuvu.

(NIV)

Awo we tulina ekisuubizo: *"Muliweebwa ekirabo eky'Omwoyo Omuyukuvu."* Tulina era obukwakkulizo bubiri obulambikiddwa obulungi: *"Mwenenye era mubatizibwe."* Okwenenya kitegeeza okukyukira ddala okuva mu kwonoona kwonna n'obujeemu ne twewaayo awatali kwerekeramu eri Katonda n'eri ebiragiro Bye. Okubatizibwa kwe kuyita mu kiragiro oba omukolo olw'ekyo buli kinnoomu ku ffe mu buntu era mu lwatu akwataganyizibwa ne Yesu Kristo eri ensi mu kufa Kwe, okuziikibwa n'okuzuukira. Bwe kityo waliwo ebiragiro ebikulu bibiri ku lw'okufuna ekirabo eky'Omwoyo Omutukuvu: tuteekwa okwenenya, era tuteekwa okubatizibwa.

Saba Katonda

Mu Lukka 11:9-13, Yesu agamba:

⁹"Nange mbagamba mmwe: Musabe, muliweebwa; munoonye, muliraba; mweyanjule, muliggulirwawo

¹⁰Kubanga buli muntu yenna asaba aweebwa; n'anoonya alaba; n'eyeeyanjula aligguliwawo.

¹¹Era ani ku mmwe kitaawe w'omuntu omwana we bw'alimusaba ekyennyanja, n'amuwa omusota mu kifo ky'ekyennyanja?

¹²Oba bw'alisaba eggi, n'amuwa enjaba?

¹³Kale oba nga mmwe ababi mumanyi okuwa abaana bammwe ebirabo ebirungi, talisinga nnyo Kitammwe ali mu ggulu okuwa Omwoyo Omutukuvu abamusaba!"

(NIV)

Wano waliwo akakwakkulizo akangu naye akakulu ennyo. Yesu agamba nti Kitaawe ajja kuwa Omwoyo Omutukuvu abaana Be bwe tumusaba okutuwa Omwoyo Omutukuvu. Mpulidde Abakristaayo nga bagamba, "Seetaaga kusaba ku lwa Mwoyo Mutukuvu." Nteekwa okukutegeeza nti ekyo tekyawandiikibwa. Yesu yali ayogera eri abayigirizwa Be era n'agamba nti, "Kitammwe alibawa Omwoyo Omutukuvu bwe mulikisabira." Awalala Yesu n'agamba nti yandizzeeyo eri Kitaawe okusindika Omwoyo Omutukuvu eri Abayigirizwa Be. Empulira yange eri nti oba nga Yesu yalina okusaba Kitaawe, tekijja kutukola kabi konna naffe okusaba. Kano, olwo nno, ke kakwakkulizo ak'okusatu: saba.

Lumwa ennyonta

Mu Yokaana 7:37-39, tulina obukwakkulizo obwangu obulala busatu obwogeddwa:

37Naye ku lunaku olw'enkomerero, lwe lukulu olw'embaga, Yesu yayimirira n'ayogerera waggulu, "Omuntu bw'alumwa ennyonta, ajje gye ndi anywe.
38Akkiriza nze, ng'ekyawandiikibwa bwe kigamba, nti emigga gy'amazzi amalamu girifuluma mu lubuto lwe."
39Ekyo yakyogera ku Mwoyo, gwe baali bagenda okuweebwa abamukkiriza.
Kubanga Omwoyo yali tannaba kugabibwa, kubanga Yesu yali tannaba kugulumizibwa.

(NIV)

Omuwandiisi w'enjiri akitangaaza bulungi nnyo nti mu ssuula eno nti Yesu yali ayogera ku bakkiriza okufuna Omwoyo Omutukuvu. Nga tujjukira ekyo, ka tulabe ki Yesu kye yayogera. *"Omuntu bw'alumwa ennyonta, ajje gye ndi anywe."* Buno bukwakkulizo obwangu busatu naye obwetaagisa okussa mu nkola.

Akasooka kali nti tuteekwa okulumwa ennyonta. Katonda takakaatika mikisa gye ku bantu abawulira nti tebagyetaaga. Abantu bangi tebafunira ddala bujjuvu bwa Mwoyo Mutukuvu kubanga tebalumwa nnyonta. Bw'oba ng'olowooza nti wafuna dda byonna bye weetaaga, lwaki Katonda yandikutawaanyizza n'ekisingawo? Kisobokera ddala, tokozesa mu ngeri esingayo obulungi ekyo kye wafuna edda. Wandibadde wansi w'okusalirwa omusango ogusingawo singa Katonda akwongeddeko ekisingawo.

Kano kakwakkulizo akakulu ennyo – okulumwa ennyonta. Okulumwa ennyonta kitegeeza nti otegedde nti weetaaga okusinga ku ekyo ky'omaze okufuna. Eky'amazima, ennyonta kwe kumu ku kwegomba okusinga okuba okw'amaanyi mu mubiri gw'omuntu. Omuntu bw'alumirwa ddala ennyonta, tafaayo na ku kulya oba ekintu ekirala kyonna. Kye baagala kyokka kye ky'okunywa. Namala emyaka esatu mu malungu ga Bufirika ey'Obukiika obwa Kkono, era nnina ekifaananyi ekirungi ennyo ku ki kye kitegeeza okulumwa ennyonta. Omuntu bw'alumwa ennyonta, tasuubira busuubizi, tayogera oba okukubaganya ebirowoozo; agenda bugenzi awali amazzi. Ekyo Yesu kye yali agamba: oteekwa okulumwa ennyonta.

Jangu eri Yesu

Oluvannyuma, bw'oba olumwa ennyonta, n'agamba, "... jangu gye ndi ..." Bwe kityo, akakwakkulizo ak'okubiri kwe kujja eri Yesu. Yesu ye Mubatiza mu Mwoyo Omutukuvu. Bw'oba oyagala okubatizibwa, oteekwa okujja eri Oyo abatiza mu Mwoyo Omutukuvu. Tewali mwana wa muntu abatiza mu Mwoyo Omutukuvu, Yesu yekka.

Nywa

N'alyoka agamba nti oteekwa okunywa. Kino kyangu nnyo nti abantu abamu bakyerabira. Naye okunywa kwe kufuna ekintu munda mu ggwe olw'okusalawo okw'okwagala kwo n'okwanukula kw'omubiri. Okunywa era kitundu kya kufuna Mwoyo Mutukuvu. Okulumwa ennyonta, okujja eri Yesu, n'okunywa byonna bikulu. Okubeera awo nga tolina ky'okozeewo n'akamu, n'okugamba, "Katonda bw'aba ayagala okukikola, ka akikole!" si kunywa. Okunywa kwe kufuba okufuna munda mu ggwe.

Weeweeyo

Twagala okulowooza ku nsonga endala ezeekuusa ezikwatagana n'omuntu waffe ow'okungulu ezakwatibwako mu bitundu ebyasooka. Okusooka, emibiri gyaffe gyateekebwateekebwa Katonda okuba yeekaalu z'Omwoyo Omutukuvu. 1 Abakkolinso 6:19 kigamba:

> [19]**Oba temumanyi ng'omubiri gwammwe ye yeekaalu y'Omwoyo Omutukuvu ali mu mmwe, gwe mulina eyava eri Katonda?**
>
> *(NIV)*

Eky'okubiri, tulagirwa okuwaayo eri Katonda ebitundu byaffe eby'omubiri nga ebikozesebwa ku lw'okumuweereza. Buno buvunaanyizibwa bwaffe. Abaruumi 6:13 kigamba:

> [13]**So temuwangayo bitundu byammwe eri ekibi , okuba nga eby'okukoza obutali butuukirivu, naye mwewengayo eri Katonda, ng'abalamu abaava mu bafu; n'ebitundu byammwe okuba nga eby'okukoza obutuukirivu eri ye** [Katonda].
>
> *(NIV)*

Tulina obuvunaanyizibwa okuva obutereevu mu Byawandiikibwa okuwaayo ebitundu eby'enjawulo eby'emibiri gyaffe eri Katonda ku lw'okumuweereza. Ekitundu ekimu mu ngeri ey'enjawulo kyetaaga okufugibwa Katonda: olulimi. Yakobo ayogera mu ngeri ennyangu ennyo mu bbaluwa ye:

⁸ ... naye olulimi siwali muntu ayinza kulufuga."

(Yakobo 3:8 NIV)

Twetaaga obuyambi okuva eri Katonda okufuga ebitundu byonna eby'emibiri gyaffe, naye twetaaga obuyambi obw'enjawulo n'ennimi zaffe. Omwoyo Omutukuvu bw'ajja mu bujjuvu Bwe, ekitundu ekisooka ky'akomako, ky'afuga, era ky'akozesa ku lw'ekitiibwa kya Katonda lwe lulimi. Ojja kukizuula, bw'onofaayo okukinoonyereza, nti buli mulundi Endagaano Empya lw'eyogera ku bantu nga bajjuzibwa Omwoyo Omutukuvu oba nga bajjudde Omwoyo Omutukuvu, ekivaamu eky'embagirawo ekisooka kwe kwatula okw'engeri emu okuva mu kamwa kaabwe. Boogera, balagula, batendereza, bayimba, boogera mu nnimi – naye bulijjo akamwa kabaako kye kakola.

Bw'ojja eri Yesu n'onywa, ekivaamu ekisembayo kujja kuba kukulukuta, era kujja kuba nga kufuluma mu kamwa ko. Ennono eno eyogerwa Yesu bulungi nnyo mu Matayo 12:34: *"Kubanga ku ebyo ebijjula mu mutima, akamwa bye koogera."*

Omutima gwo bwe gujjuzibwa okutuuka ku kukulukuta, okukulukuta kujja kubaawo okuyita mu kamwa ko mu bigambo. Katonda ayagala ggwe si kuba na kikumala kyokka, ayagala ggwe okuba n'ekikulukuta. Jjukira, yagamba, "... okuva mu lubuto lwe mulifuluma emigga gy'amazzi amalamu." Kino kye kiruubirirwa eky'enkomeredde ekya Katonda.

Obukwakkulizo bwa Katonda

Buno wammanga bwe bukwakkulizo omusanvu bwe nvumbudde mu Baibuli ku lw'okufuna obujjuvu obw'Omwoyo Omutukuvu:

1. **Weenenye**
2. **Batizibwa**
3. **Saba Katonda**
4. **Lumwa ennyonta**
5. **Jangu eri Yesu; Ye ye mubatiza.**
6. **Nywa – funa munda mu ggwe.**
7. **Waayo omubiri gwo nga ssaddaaka ku lw'Omwoyo Omutukuvu era n'ebitundu byo ng'eby'okukoza eby'obutuukirivu.**

Oba oli awo olekeddwa nga weewuunya engeri gy'oyinza okukola bino byonna. Njagala okukuyamba nga ngabana naawe engeri y'essaala ezingiramu ebintu bye mbadde nkunnyonnyola. Gisome, era, bw'eba ssaala yo, gisabe ng'oyimusizza eddoboozi lyo eri Mukama.

Mukama Yesu nnumwa ennyonta ku lw'obujjuvu bw'Omwoyo Wo Omutukuvu.

Mpaayo omubiri gwange gy'oli nga yeekaalu n'ebitundu byange nga eby'okukoza eby'obutuukirivu, naddala olulimi lwange, ekitundu kye sisobola kufuga.

Nzijuza, nsaba, era leka Omwoyo Wo Omutukuvu akulukute okuyita mu mimwa gyange mu migga gy'okutendereza n'okusinza. Amiina.

Bw'oba ng'osabye essaala eyo mu bwesimbu, ewuliddwa, era n'ebigivaamu biri mu kkubo. Oyinza okwewuunya olw'obujjuvu bw'ekyo ky'onoofuna.

Okuyiga okukwo nga ggwe

Kaakano, mwattu genda ku **Nnyongereza y'Ebigambo A** (omuko 356) ku lw'ebibuuzo by'omusomo ebikwatagana n'*Omwoyo Omutukuvu mu Ggwe*. Eby'Okuddamu eri ebibuuzo bino bisangibwa mu Nnyongereza y'Ebigambo B (omuko 356)

>>Eccupa ya Katonda ey'Eddagala

>>Ekisooka
Mira nga bw'Olagiddwa

Okuva mu bumanyirivu bwange nja kugabana engeri gye navumbula "eccupa y'eddagala" eno ey'ekyewuunyo eya Katonda.

Kyaaliwo mu myaka egyasooka egya Ssematalo w'Ensi Yonna owo II. Ndi Mungereza era mu Ssematalo w'Ensi Yonna owo II naweerereza emyaka etaano n'ekitundu mu Ggye lya Bungereza ng'omuyambi w'abasawo (Abamerika kye bayita omuyambi w'omu ddwaliro) n'obuweereza bw'Ekisawo obwa Bungereza. Okumala emyaka esatu, naweerereza mu malungu ga Bufirika ey'Obukiika obwa Kkono; okusooka mu Misiri ate oluvannyuma mu Libya, ate era oluvannyuma mu Sudan.

Mu ddungu waaliyo ebintu bibiri bye twaali tugguliddwawo okusinga ekintu ekirala kyonna – omusenyu n'enjuba. Namala kumpi omwaka mulamba mu ddungu awatali kulaba kkubo lya kkolaasi. Twatambulira mu musenyu, twebaka mu musenyu era emirundi mingi twafuna ekifaananyi nti twaali tulya musenyu. Twaggulibwawo gye guli emisana n'ekiro. Nga ogugasseeko enjuba, gwalina okukosa okw'obulumi ku lususu lw'abantu abamu abaalina olususu olwaali terusobola kugumira kuggulibwawo kwa ngeri eyo, era nnali omu ku bo. Kyalabisibwa okusingira ddala mu mbeera y'ebigere byange n'emikono gyange, olususu mwe lwefuukuulira. Namalibwamu amaanyi mu ngeri nnyingi. Woofiisa eyali akulira akabondo ke nnalimu yafuba okunziyiza okuweebwa ekitanda mu ddwaliro, kubanga yamanya nti singa nnaweebwa ekitanda yandinfiiriddwa mu kabondo. Namala emyezi nga giigyo nga mbebbera wano na wali nga ngezaako okukola emirimu gyange egy'ekijaasi, naye mu nkomerero yawalirizibwa okundeka ŋende mu ddwaliro. Nnagenda mu malwaliro g'ekijaasi ag'enjawulo asatu era nnali mu ddwaliro okumala ebbanga lya mwaka mulamba. Mu kiseera ekyo, nasisinkanayo abajaasi abaali bamaze emyaka ebiri mu Middle East ate ne bamala emyezi kkumi na munaana mu ddwaliro n'embeera ezifaanana nga ezange.

Nafuna okunoonyerezebwa kw'ekizibu kyange okw'ebuziba kungi era buli linnya lyabanga liwanvu okusinga erinnya eryakasembayo. Eky'enkomerero, ekizibu ekyo kyatwalibwa okuba okufuukuuka kw'olususu okulimu okuzimba, okusiyibwa n'okukola ebikalappwa okuddiriŋana entakera era ne nfuna obujjanjabi bw'ekisawo obusinga okuba obulungi, mu butuufu obutannyamba. Nnalaba abaserikale abalala bangi abaalina embeera ze zimu nabo abaatayambibwa. Abo abaalina embeera embi ennyo ddala, okwokebwa n'ebirala, baateekebwanga ku mmeeri ne batwalibwa e South Afrika. Naye embeera yange teyali mbi kutuuka ku ekyo n'obuweereza bwange mu Ggye lya Bungereza tebwali bwa mugaso nnyo nti batuuke okwonoona ekifo ku mmeeri egenda e South Afrika ku lwange. Bwe ntyo ne nneegalamirira awo ku kitanda, lunaku ku lunaku, nga nneewuunya ebiseera byange eby'omu maaso bwe byandibadde. Nsobola okukutegeeza, bw'omala omwaka omulamba mu ddwaliro, gulabika okuba ebbanga eggwanvu ennyo, ennyo.!

Nnali naakajja mu nkolagana ey'obuntu eya nnamaddala ne Mukama, nga nzaaliddwa ogw'okubiri era ne nfuna okujjuzibwa okw'Omwoyo Omutukuvu. Naye nnali nzijudde nnyo obutamanya, nga sirina musingi gwonna ogw'okumanya kwa Baibuli. Nnalina Baibuli naye mu butuufu saalina walala wa kudda ku lw'obuyambi okusinga eri Katonda ne Baibuli. Natandika okunoonyereza mu Baibuli mu mbeera y'obutaba na ssuubi okulaba ki kye yali esobola okuŋamba ku bikwata ku mbeera yange ey'omubiri. Nali ssirina bigambo bikwata ku kuwonyezebwa, kye nnamanya kyokka kyaali nti nnali nkwetaaga. Nnalina Baibuli n'obudde bungi nnyo okugisoma, nga bwe waaliwo ebitono ennyo ebirala eby'okukola. Bwe ntyo ne nnoonyereza Baibuli ku lw'ekintu ekyandindaze oba nga ddala nnali nsobola okwesiga Katonda ku lw'okuwonyezebwa kw'omubiri gwange.

>>
Bwe ntyo ne nnoonyereza Baibuli ku lw'ekintu ekyandindaze oba nga ddala nnali nsobola okwesiga Katonda ku lw'okuwonyezebwa kw'omubiri gwange.

Olunaku olumu nazuula ennyiriri ezimu mu kitabo kya Engero ze nnayiga okuyita "Eccupa y'eddagala eya Katonda." Nja kujuliza okuva mu Nzivuunula ya Kabaka Yakobo (King James), eyali enzivuunula gye nnali nsoma mu biseera ebyo era etegeerekeka ennyo era ejjudde amaanyi. Engero 4:20-22:

Mwana wange, ssangayo omwoyo eri ebigambo byange.
Tebivanga ku maaso go; bikuumirenga wakati mu mutima gwo. Kubanga ebyo bwe bulamu eri abo ababiraba, era kwe kulama eri omubiri gwabwe gwonna.

(KJV)

Byaali bigambo ebyo ebisembayo ebyankwata, "okulama eri omubiri gwabwe gwonna." Nategeera nti "omubiri gwabwe gwonna" kyategeeza omubiri gwabwe gwonna (nga ye ngeri enzivuunula ezisinga okuba ez'omulembe gye zibivvuunula). Era ne ndowooza, *Okulama! Bwe mba nnina okulama mu mubiri gwange gwonna, temubaamu bbanga lya bulwadde, era ekyo Katonda ky'ansuubiza.*

Ate nneesanga nga ntunudde ku lukugiro lwa baibuli ne ndaba nti enzivuunula endala ku lw'ekigambo "okulama" kyaali "eddagala." Ekyo kyalabika n'okusingawo okukola ku lw'embeera yange. Katonda yali ansuubiza ekintu ekyandibadde eddagala eryandireese okulama eri omubiri gwange gwonna. Ne ndowooza mu nze, *Ekyo kyennyini kye nneetaaga.* Bwe ntyo ne nzirayo ne nsoma ebigambo ebyo ne mbiddiŋana era ne ndaba nti, ekikulu, ekisuubizo kya Katonda kyaali kikolebwa gye ndi okuyita mu bigambo Bye.

Olunyiriri olwa 20 lugamba, "Ssangayo omwoyo eri ebigambo byange; teganga okutu eri okwogera kwange." Ate olunyiriri olwa 22 lugamba, "Kubanga ebyo [ebigambo bya Katonda n'okwogera kwa Katonda] bwe bulamu eri abo ababiraba, era kwe kulama eri omubiri gwabwe gwonna." Bwe kityo, si nsonga ki kye kiyinza okuba, kiri mu bigambo n'okwogera kwa Katonda.

Ne ndyoka ndaba ebigambo, "… eri abo ababiraba," era ne ndaba nti kyaali kisukka ku kusoma obusomi Baibuli. Kwaali kusoma Baibuli mu ngeri ey'okuzuula engeri y'okufuna Katonda kye yali awa.

Nnali nfunye okulabirirwa kwonna okw'ekisawo okwaliwo mu mbeera ezo era kwaali tekunnyambye; bwe ntyo ne nkola okusalawo, okusalawo okwangu ennyo mu ngeri emu. Nasalawo nnali ŋenda kutwala Ekigambo kya Katonda ng'eddagala lyange. Okwo kwaali kusalawo kukulu mu bulamu bwange. Bwe nnakola okusalawo okwo, Mukama Yennyini n'aŋamba, si mu ddoboozi eriwulikika mu matu gange, naye mu ngeri etegeerekeka, n'angamba, "Omusawo bw'awa omuntu eddagala, endagiriro z'okulimira oba okulinywa ziba ku ccupa." N'alyoka aŋamba, "Eno y'eccupa Yange ey'eddagala n'endagiriro ziri ku ccupa; kyandibadde kirungi n'ozisoma."

Katonda yanzijukiza nti omusawo tasuubiza buyambi bwonna okuva mu ddagala ly'akuwadde okukozesa okujjako ng'olikozesezza okusinziira ku ndagiriro, era olw'okuba omuyambi w'ekisawo, ekyo kyaali kitegeerekeka bulungi nnyo gye ndi.

Ne ndyoka nsalawo okusoma endagiriro ku ccupa ne ndaba mangu ddala nti waaliwo endagiriro ez'enjawulo nnya ku lw'okutwala Ekigambo kya Katonda ng'eddagala ku lw'omubiri. Zino ze ndagiriro:

1. Ssangayo omwoyo eri ebigambo byange.
2. Teganga okutu kwo eri okwogera Kwange.
3. Tebivanga mu maaso go
4. Bikuumirenga wakati mu mutima gwo

Nnakivumbula nti bwe mba nga nnali ŋenda kufuna omuganyulo gwenneetaaga okuva mu ddagala, ezo ze zaali endagiriro ennya ze nnalina okugoberera.

Sisobola kugenda buziba mu ebyo byonna ebyaddirira naye natandika okukoteka omutwe gwange nga nsoma Baibuli emirundi esatu buli lunaku, oluvannyuma lw'okulya, kubanga eyo y'engeri abantu gye batera okukozesa eddagala. Ne ngamba, "Katonda, ogambye nti ebigambo byo bino binaaba ddagala eri omubiri gwange gwonna era mbitwaala ng'eddagala lyange kaakano, mu Linnya lya Yesu." Mu myezi mitono, eddagala lya Katonda, nga limiriddwa mu ngeri eyo, lyafuna ebivaamu Katonda bye yasuubiza. Nnali mulamu ddala mu buli kitundu kyonna eky'omubiri gwange.

Nnatereka kye navumbula kino ku katambi emyaka mingi egiyise. Emabegako katono, mu London, Bungereza, nasisinkana omuvubuka okuva e Pakistani eyaŋamba nti yali afuuse Mulokole era nti yali abonyeebonye okusukka mu myaka amakumi abiri okuva mu bulwadde obw'okufukuuka kw'olususu omuli okuzimba, okusiiyibwa, n'okukola ebikalappwa. Olunaku olumu yawulira akatambi kange era n'asalawo okukola kye nnali nkoze. Mu mbeera ye, mu nnaku bbiri oba ssatu yali awonyezeddwa ddala. Bwe kityo nno obujulizi obwo bwa kaco-kano nti eddagala likyakola ekyo kye likaayaniddwa.

Njagala kaakano okugabana nammwe amasomo ge nnayiga ku bikwata ku ndagiriro eziri ku ccupa y'eddagala eya Katonda n'engeri y'okuzikozesa.

>>Eky'okubiri
Ssaayo Omwoyo

Esooka ku ndagiriro ennya eziri ku ccupa y'eddagala eya Katonda eri, "ssangayo omwoyo eri ebigambo byange." Twetaaga okutegeera nti Katonda bw'ayogera naffe, ayagala okuwuliriza kwaffe okutaliimu kwesalamu. Katonda Ayinza ebintu byonna bw'aba nga yandyagadde okwogera gye tuli, mazima ddala engeri yonna ey'empisa ennungi yandiraze nti twetaaga okuwuliriza Katonda n'okussaayo kwaffe omwoyo okujjuvu era okussaamu ekitiibwa. Naye eyo si ye ndowooza ddala ey'abantu bangi leero.

Olw'okweyongera okw'amaanyi okw'empuliziganya z'amawulire – laadiyo, ttivvi, n'ebirala – era olw'ensonga nnyingi ez'enjawulo eziri mu buwangwa bwaffe leero, tugunjizzaawo omuze ogw'okuwuliriza ebintu bibiri eby'enjawulo omulundi ogumu. Tulumwa endwadde eyinza okuyitibwa "okuwuliriza ebintu ebisukka mu kimu." Nneewuunya bwe ŋenda mu maka ne ndaba abavubuka nga bakola homuwaaka waabwe n'okulaba ttivvi mu kiseera kye kimu; tebassaayo mwoyo eri ekimu oba ekirala.

Mu bifo bingi ennaku zino tulina ekimanyiddwa nga omuzika ogukuba empolampola nga ebintu ebirala bigenda mu maaso. Tunyumya emboozi naye, mu kiseera kye kimu, n'okutu kumu nga tuwuliriza omuzika guli ogukuba empolampola. Ku lwange, ng'omuntu, kino kiterebula nnyo. Nze muntu eyeegomba okussa essira ku kintu n'obutasaasaanya birowoozo byange. Ndowooza ekyo kye kintu Katonda ky'atadde mu nze era sigenda kukivaako. Bwe mba nga nnyumya emboozi, njagala okuwuliriza omuntu ayogera. Bwe mba mpuliriza muzika, olwo nno njagala kuwuliriza nnyimba. Njagala ennyimba. Bwe nziwuliriza, nziwuliriza n'omwoyo gwange gwonna.

Naye okiraba, okuyita mu Baibuli yonna, ekisumuluzo ekikulu okufuna okuwonyezebwa okuva eri Katonda kwe kuwulira. Ekyo ka nkyogere mu ngeri ennyangu: *Ekisumuluzo ky'okuwonyezebwa kwe kuwulira.* Yesu yagamba abayigirizwa Be, "Mwekuume ebigambo bye muwulira." N'agamba era, "Mwekuume engeri gye muwulira." Tulina okugatta ebibiri awamu – ekyo kye tuwuliriza n'engeri gye tukiwuliriza.

Waliwo essuula endala mu Ndagaano Enkadde ekwatagana n'okuwonyezebwa eggyayo okukkaatiriza kwe kumu. Eri mu Kuva 15:26 Mukama we yagambira Isiraeri, okuyita mu Musa:

Oba nga oliwulira nnyo eddoboozi lya Mukama Katonda wo, n'okola obutuukirivu mu maaso ge, n'owulira amateeka ge, n'okwata by'alagira byonna, sirikuteekako ggwe endwadde zonna ze nnateeka ku Bamisiri: kubanga nze Mukama akuwonya.

(KJV)

Weetegereze ebigambo ebyo ebisembayo. Bigendera wamu n'eccupa y'eddagala: "Nze ngabirira eccupa y'eddagala era nze musawo wammwe.." Mu Lwebbulaniya olw'omulembe guno eyo y'engeri yennyini ekigambo ekyo gye kyandivvuunuddwamu: "Nze Mukama, omusawo wo." Katonda agamba abantu Be, "Njagala okubeera omusawo wo, omusawo w'omubiri gwo." Naye, agamba, "waliwo obukwakkulizo"; atandika ne *oba nga*.

Akakwakkulizo akasooka, akakulu: "Oba nga oliwulira nnyo eddoboozi lya MUKAMA Katonda wo." Nate era, lye tuwuliriza. Ekigambo ekivvuunulibwa "okuwulira ennyo," mu Lwebbulaniya, kwe kuddiŋana kw'ekigambo ekikozi, "okuwulira." Kigenda bwe kiti:"Oba nga *munaawulira, nga muwuliriza* eddoboozi lya Mukama Katonda wammwe." Essira lyonna liri ku kuwuliriza.

Bwe nnali nga nnoonya okuwonyezebwa ku lwange nazuula olunyiriri luno awamu ne Engero 4:20-22 ne nneebuuza, *Kitegeeza ki* okuwuliriza, ng'owuliriza? Kyaali nga Katonda ampa eky'okuddamu. Yagamba, "Olina amatu abiri, okutu okwa ddyo n'okwa kkono. *Okuwuliriza, ng'owuliriza* kitegeeza okumpuliriza n'amatu gombi, n'okutu kwo okwa ddyo n'okwa kkono. Tompuliriza n'okutu kwo okwa ddyo n'ekintu ekirala n'okiwuliriza n'okutu kwo okwa kkono kubanga ekinaava mu ekyo kujja kuba kutabulwa."

>>
Essira liri ku kussaayo mwoyo, kuwuliriza, okuwa Katonda ebirowoozo ebitataataaganyiziddwa.

Essira liri ku kussaayo mwoyo, kuwuliriza, okuwa Katonda ebirowoozo ebitataataaganyiziddwa. Ekyo ky'eky'okuyiga ekikulu ku ccupa ya Katonda ey'eddagala. Kikulu nnyo *ki* kye tuwulira ne *engeri* gye tuwulira. Kino si kisumuluzo kya kuwonyezebwa kwokka, naye era kisumuluzo kya kufuna kukkiriza era, kituufu ddala, bigendera wamu ddala. Okukkiriza kwe kutusobozesa okufuna okuwonyezebwa Katonda kw'agabiridde n'okuganyulwa okuva mu ddagala.

Ekimu ku Byawandiikibwa byange bye nsinga

okwagala, era ekyafuulibwa ekya nnamaddala gye ndi mu bbanga lino eggwanvu lye nnali mu ddwaliro, ky'ekya Abaruumi 10:17:

Kale okukkiriza kuva mu kuwulira, n'okuwulira mu kigambo kya Katonda.

(KJV)

Nga ngalamidde awo, nnagendanga mu maaso nga nneegamba, *Mmanyi singa nnalina okukkiriza, Katonda yandimponyezza.* Naye ate nayogeranga mangu ddala oluvannyuma lw'ekyo, *Naye ate ssirina kukkiriza.* Bwe nagamba, *Ssirina kukkiriza* nneesanga mu ekyo John Bunyan, mu katabo ke akayitibwa *Okutambula Obulungi okw'Omulamazi,* ky'annyonnyola nga "Ekiwonvu ky'obutaba na ssuubi, eky'obwannamunigina ekikutte ekizikiza."

Olunaku lumu, nga bwe nnali nga nsoma Baibuli yange, amaaso gange ne gagwa ku Baruumi 10:17: *"Kale okukkiriza kuva mu kuwulira, n'okuwulira mu kigambo kya Katonda."* Waliwo ebigambo bibiri ebyabuuka ne binkwatako: *okukkiriza kuva.* Mu ngeri endala, Teweetaaga kuterebuka. Oba oli awo tolina kukkiriza, naye okukkiriza *kujja.* Bw'oba tokulina, osobola okukufuna.

Kituufu, nnatunula okulaba engeri okukkiriza gye kujja era kigamba, "Okukkiriza kuva mu kuwulira n'okuwulira mu kigambo kya Katonda." Nate era, nga mu Ngero 4:20-22, nnalagirwa okuddayo butereevu mu Kigambo kya Katonda. Natandika okwekenneenya olunyiriri olwo ne ndaba nti tutandika na Kigambo kya Katonda. Eyo ye ntandikwa. Tuwuliriza Ekigambo kya Katonda n'obwegendereza era, okuva mu kuwuliriza okwo, ne wajja Baibuli ky'eyita "okuwulira," obusobozi okuwulira Katonda. Ate oluvannyuma okuva mu kuwulira, okukkiriza ne kuzimbibwa.

Ekigambo kya Katonda, bwe tusooka okukissaako omwoyo, kye kivaamu okuwulira. Era, nga bwe tweyongera okuwulira, okuva mu kuwulira okwo, okukkiriza kuzimbibwa. Mu ngeri emu, buli kintu kisinziira ku ngeri gye tukwatamu Ekigambo kya Katonda. Tukisemberera n'omutima gwaffe gwonna? Tuwuliriza n'amatu gombi? Essira tulitadde ku Kigambo kya Katonda? Tuyingira mu mbeera, mu mwoyo ne mu bwongo, Baibuli gy'eyita okuwulira, mwe tusobolera okuwulira ki Katonda ky'agamba?

Abantu bangi basoma Baibuli naye tebawulira Katonda. Tebawulira Katonda waabwe kubanga ebirowoozo byabwe bitwalibwa ebintu ebirala. Beewuunya engeri gye bagenda okusasula ssente ez'okupangisa ennyumba, oba embeera y'obudde egenda kubeera etya, oba nga beeraliikirira olw'embeera y'eby'obufuzi. Waliwo amaanyi amalala agakolera mu bwongo bwabwe; ekiddirira, tebazimba kuwulira. Tuteekwa okuzimba okuwulira, era okuva mu kuwulira okukkiriza kuzimbibwa. Endowooza eri Ekigambo kya Katonda y'evaamu okuwulira, era okuva mu kuwulira okukkiriza kujja. Bulijjo tuluŋamizibwa okuddayo ku Kigambo kya Katonda n'engeri gye tukifunamu. Bwe kityo, okuyigiriza okusooka ku ccupa ya Katonda ey'eddagala kuli, "Ssangayo omwoyo eri ebigambo byange."

>>Eky'okusatu
Tega Okutu Kwo

Tunaalaba kaakano endagiriro ey'okubiri, "Teganga okutu kwo." Ekigambo ky'Oluzungu ekitegeeza "okutega" kya Luzungu lukaddeko, bwe kityo twetaaga okukakasa nti tutegeerera ddala ki kye kitegeeza. Ekigambo ekikozi kitegeeza kukutama, ate amakulu gaakyo ag'obutonde bw'ensi kitegeeza akasozi akaliko akayiringito. Bwe kityo "okutega okutu kwo" kwe kussa wansi okutu kwaffe. Kye kituufu ekikwata ku mubiri gw'omuntu nti tosobola kuweta kutu kwo nga tokutamizza mutwe gwo. Ekyo kye ki? Ye ndowooza eraga obwetoowaze, okuyigirizika. Nja kukiwaako ekifaananyi okuva mu bumanyirivu.

Nga bwe nnali nsoma Baibuli mu ddwaliro, nga nfuba nnyo okunoonya eky'okuddamu ku lw'ekizibu kyange, ne nvumbula ebisuubizo bingi eby'okuwonyezebwa n'okukulaakulana. Naye endowooza yange yali emanyidde ebyo bye nnalimu emabega, ekintu oba oli awo ekitukwatako fenna.

Ebyafaayo byange byaali mu kitundu ekimu eky'ekkanisa y'Obukristaayo eyo Obukristaayo gye butaakwataganira na kuba musanyufu; mu butuufu, kyaali kya njawulo ddala, kya kunakuwala. Nnali mu myaka egy'obuvubuka nkoze okusalawo nti singa nnali ngenda kuba Omukristaayo, nandibadde nga nneetegeka okuba omunakuwavu. Era nnali nsazeewo nga bukyaali nti nnali ssiri mwetegefu kuba munakuwavu era n'olw'ekyo nnali sigenda kuba Mukristaayo. Kwaali kuyingiramu kwa buyinza bwa Katonda mu bulamu bwange okwankyusa. Naye nasigala nga ntambula n'endowooza zino enkadde nnyingi wamu nange.

Bwe nnazuula ebisuubizo bino ebiddiriŋana mu Baibuli eby'okuwonya, obulamu, amaanyi, obuwangaazi, okukulaakulana n'obungi, nnanyeenyanga bunyeenya mutwe. Si *kukutamya* mutwe gwange, naye *kunyeenya* mutwe gwange n'okugamba, "Kyaali tekisoboka kuba! Ekyo kirungi nnyo okuba ekituufu! Sisobola kukkiriza nti eddiini yandibadde bw'etyo!" Nnali nnyanukula mu ngeri eno eri ebimu ku bigambo bino mu Zabbuli 103 we kigambira nti Katonda asonyiwa obutali butuukirivu bwo bwonna n'okuwonya endwadde zo zonna era n'azza buggya obuvubuka bwo ng'empungu. Ne ndowooza, *Ekyo tekisoboka. Katonda tasobola kuba bw'atyo. Ntegeeza, tumanyi tulina okusuubira okuba abanakuwavu nga Abakristaayo.*

Nga bwe nnali nnyanukula bwe ntyo munda, Katonda n'ayogera nange, si mu ddoboozi eriwulikika, naye mu ngeri etegeerekeka ng'omuntu ayogera naawe. Yagamba, "Kaakano mbuulira, ani muyizi era ani musomesa?" Ne nkirowoozako katono era ne ŋamba, "Mukama, Ggwe musomesa era nze muyizi."

N'alyoka anziramu, "Kale, oyinza okunzikiriza nkuyigirize?"

Ne ndaba olwo nti nnali sikkiriza Katonda kunjigiriza n'akatono. Nalina bye nnali mmanyi okuva emabega era singa yayogera ekintu eky'enjawulo mu Kigambo

Kye mu butuufu nnali sisobola kukiwulira kubanga obwongo bwange bwali buzibikiddwa olw'ebirowoozo bino ebyali bimaze okubuyingiramu. Katonda mu nsonga eyo yali agamba, "Tega okutu kwo, leka ebirowoozo byo eby'edda, weta ensingo yo eyo enkakanyavu, era leka nkubuulire engeri gye ndi omulungi n'obugabirizi bwe buli obulungi bwe nkukoledde. Tompima n'emitindo gy'abantu kubanga nze ndi Katonda. Nze nnyinza byonna era ow'ekisa; Katonda omwesigwa era ajjudde okusaasira."

> *Ekigambo kya Katonda kikolera mu ffe mu ngeri yokka gye tukifunamu. Bwe tutakitwala ng'ekikulu, tekitukola bulungi bwonna.*

Kino kiggyayo ennono enkulu ennyo ekwata ku kigambo kya Katonda. Ekigambo kya Katonda kikolera mu ffe mu ngeri yokka gye tukifunamu. Bwe tutakitwala ng'ekikulu, tekitukola bulungi bwonna. Waliwo ebigambo eby'amaanyi ennyo mu Yakobo 1:18-21. Mu kwogera ku Katonda, kigamba:

Olw'okuteesa kwe yatuzaala n'ekigambo eky'amazima,
[Wetegereze, okufuuka kwaffe Abakristaayo kuva mu kigambo. Katonda yatuzaala n'ekigambo ky'amazima.] **... tulyoke tubeere ng'omwaka omubereberye ogw'ebitonde bye. Naye buli muntu abeerenga mwangu mu kuwulira, alwengawo okwogera, alwengawo okusunguwala: kubanga obusungu bw'omuntu tebukola butuukirivu bwa Katonda. Kale muteekenga wala obugwagwa bwonna n'obubi obusukkiridde, mutoolenga n'obuwombeefu ekigambo ekisigibwa ekiyinza okulokola obulamu bwammwe.**

(KJV)

Ekigambo kya Katonda kiyinza okukulokola, kiyinza okukuwonya, kiyinza okukuwa omukisa mu ngeri ezitabalika, naye okujjako ng'okifunye n'obuwombeefu. N'ekimu ku bintu bye tulina okussa ku bbali ye mputtu. Tutera okukwataganya emputtu n'abaana abato. Omwana ow'emputtu y'aliwa? Akamu ku kabonero bw'omwana omujeemu kwe kwanukula bw'asomesebwa oba okunenyezebwa. Katonda agamba, ' 'Tonnyanukula. Bwe mbaako kye nkugambye tokaayana nange. Toŋamba nti olowooza nti tekiyinza kuba kituufu oba nti tekisoboka oba nti siyinza kuba nga nkitegeeza. Nzikiriza nkuyigirize." Ago ge makulu g'okutu okutegeddwa. Kitegeeza nti tujja eri Katonda ne tugamba, "Katonda, Ggwe musomesa; nze muyizi. Ndi mwetegefu okukuleka onsomese. Nteze okutu kwange era mpuliriza."

Mu nsonga eno ey'okutega okutu, tuteekwa okukkiriza amazima nti abasinga obungi mu ffe tulina ebiziyiza obwongo bwe tutandika okusoma Baibuli. Biva, emirundi egisinga obungi, mu ebyo bye twayitamu emabega. Bangi mu ffe twalina enkwatagana n'ekibiina ky'eddiini ekimu emabegako mu bulamu bwaffe. Tuyinza okuba nga tukyali bammemba abajjumbize ab'ekibiina ky'eddiini ekimu. Siwakanya bibiina bya ddiini, naye njagala okukutegeeza nti buli kibiina kya ddiini kirina obunafu bwakyo n'amaanyi gaakyo. Kirina ebitundu mwe kibadde ekyesigwa eri amazima era kirina ebitundu mwe kitabadde kyesigwa eri amazima. Singa tupima Katonda okuva mu ebyo bye twaggya mu bibiina by'ediini ebyo, bwe tukebera Ebyawandiikibwa olw'ebyo ekkanisa emu oba ekibiina ky'eddiini ekimu bye kiyigiriza, tujja kuggya mu bwongo bwaffe mangi ku mazima Katonda g'ayagala tufune era agayinza okutuwa omukisa n'okutuyamba.

Eky'okulabirako, amakanisa agamu gasomesa nti omulembe gw'ebyamagero gwayita. Sinnasobola kuzuula musingi gwonna ku lw'ebigambo ebyo mu Byawandiikibwa. Nsobola okulowooza ku Byawandiikibwa makumi na makumi ag'Ebyawandiikibwa ebiraga ekikontanira ddala n'ekyo. Naye bw'okisemberera n'endowooza nti omulembe gw'ebyamagero gwayita, ate Katonda bw'akusuubiza eky'amagero, oba oli awo toyinza kukiwulira.

Ebibiina by'Abakristaayo ebimu bigamba nti okusobola okuba omutukuvu, olina kuba mwavu era nti okubeera ekintu ekirala kyonna okujjako omwavu kiba mu ngeri emu kumpi kya kibi. Wewaawo, bwe kiba kiruubirirwa kya Katonda okukuwa omukisa n'okukulakulana, era Ye alaga kino emirundi mingi mu Byawandiikibwa, *kiyinza* okuba ekiruubirirwa Kye. Naye bw'oba olina endowooza nti oteekwa kuba mwavu, toyinza kusobola kufuna mukisa gwa kukulakulana ogwo Katonda gw'akuwa ogwesigamiziddwa ku Byawandiikibwa. Waliwo Ekyawandiikibwa, 3 Yokaana 2, kye ndowooza nti abasinga obungi mu ffe twetaagira ddala okussa mu mutima.

Omwagalwa, nsaba obeerenga bulungi mu bigambo byonna era obeerenga n'obulamu, ng'omwoyo gwo bwe gubeera obulungi.

(KJV)

Nzijukira bwe nnatandika okusoma olunyiriri olwo, lwantawaanya. Ebirowoozo byange ebikadde ebikontana ne bigolokoka. Nalowooza, *Ekyo tekisoboka. Tekiyinza kutegeeza kye kigamba.* Naye olaba, Katonda yagamba, "Tega okutu kwo. Tojja gye ndi na kukaayana kwo, na birowoozo byo ebikontana, na by'okkiriza. Weta ensingo yo eyo enkakanyavu era onzikirize nkusomese."

Kino kyetaago kikulu ku lw'okufuna okuwonyezebwa okuyita mu kigambo kya Katonda. Kwe kussa wansi, ebirowoozo by'obuntu, obutafa ku mazima, okuweta ensingo yaffe enkakanyavu, okuggulawo amatu gaffe

okuwuliriza n'obwegendereza ekyo Katonda ky'ayogera n'obutakigaana olw'okuba tekikkiriziganya n'ekintu kye twalowooza nti Katonda kye yandyogedde. Katonda munene nnyo asukkulumye ekibiina kyonna
eky'eddiini. Ye munene nnyo okusinga okutegeera kwaffe. Ye munene nnyo okusinga byonna bye tulowooza ebikontana. Tofuula Katonda mutono nnyo nti tayinza kukuyamba. Tega okutu kwo era mukkirize akubuulire byenkana wa by'ayagala okukukolera.

>>Eky'okuna:
Tebivanga Ku Maaso Go

Nkutte ku ndagiriro ebbiri ezisooka ku ccupa ya Katonda ey'eddagala: "ssangayo omwoyo eri ebigambo byange" ne "tega okutu kwo." Bwe kityo mu ngeri ey'amagezi, nneyongerayo ku ndagiriro ey'okusatu: "tebivanga ku maaso go." Ekigambo "byo" kyogera ku bigambo bya Katonda n'ebikocco bya Katonda.

Ekirowoozo ekikulu mu ndagiriro eno kiyinza okufunzibwa mu kigambo "okwekkaliriza." Ekimu ku bintu ebyewuunyisa ku maaso g'omuntu (ekitali kituufu ku nsolo ezimu endala oba ebitonde) kiri nti tulina amaaso abiri naye mu kwetegereza tusobola kukola ekifaananyi kimu (amaaso gaffe bwe gaba amalamu era nga gakola mu ngeri Katonda gye yaluubirira). Mu butonde, n'amaaso amalamu, obuteekaliriza buleeta okutaataaganyizibwa mu kulaba. Nzikiriza ekyo kye kizibu n'abantu bangi mu nsi ey'omwoyo. Tebayize kutereeza maaso gaabwe ag'omwoyo okusobola okulaba obulungi – okweekaliriza – bwe kityo okulaba kwabwe okw'ebintu by'omwoyo ne kuba nga kutaataaganye.

Ndowooza abantu abasinga obungi balina endowooza

nti ensi ey'omwoyo terina kikula, tetegeerekeka, obwa nnamaddala bwaayo bwa ttengettenge, ya ngeri ya lufu. Mmanyi eyo ye yali endowooza yange ku ddiini nga ssinnaba kumanya Mukama mu ngeri y'obuntu. Nalowooza ku ddiini nga engeri y'olufu olwakwatirira mu bizimbe by'ekkanisa ebikadde era singa nnali mulungi nnyo, oba oli awo olufu olwo lwandiwummulidde ku mutwe gwange. Naye terwakikola. Bwe kityo oluvannyuma lw'akaseera ne nsalawo nti nnali sseetaaga ekyo, ne nkyukira awalala mu bufirosoofi. Naye amazima gasigala nti okujjako nga tusobola okutereeza amaaso gaffe ag'omwoyo, tuggya kuba bulijjo n'okulaba okutaataaganyiziddwa okw'obwa nnamaddala bw'omwoyo. Tunuulira ebigambo bya Yesu mu kukwatagana n'okulaba kw'omwoyo. Lukka 11:34:

> **Ettabaaza y'omubiri lye liiso: eriiso lyo bwe liraba obulungi, n'omubiri gwo gwonna guba gujjudde omusana; naye bwe liba ebbi, n'omubiri gwo nga gujjudde ekizikiza.**
>
> *(KJV)*

Wano Yesu ayogera ku kintu ekikoma ku *mubiri* gwaffe *gwonna*. Mbagirawo, kinzijukiza ebigambo mu Ngero 4 ku bikwata ku bigambo bya Katonda okubeera okulama eri omubiri gwaffe gwonna. Naye wano Yesu akwata ku ngeri gye tukozesa amaaso gaffe. "Eriiso lyo bwe liraba obulungi..." – Ndowooza ekyo kitegeeza, okusooka byonna, nti tukola ekifaananyi kimu. Tetutunula mu njuuyi za njawulo n'amaaso gaabwe abiri, naye geekaliriza okukola ekifaananyi kimu. N'alyoka agamba nti ekivaamu kiggya kulabisibwa mu mubiri gwaffe gwonna: " ... omubiri gwo gwonna guba gujjudde omusana."

Nzikiriza omubiri ogujjudde omusana teguba na bbanga lya bulwadde. Nzikiriza era nti omusana n'ekizikiza tebikwatagana. Endwadde ziva mu kizikiza. Obulamu buva mu musana. Malaki 4:2 kigamba:

Naye mmwe abatya erinnya lyange enjuba ey'obutuukirivu eribaviirayo ng'erina okuwonya mu biwaawaatiro byayo...
(KJV)

Enjuba, mu butonde, y'ensibuko y'omusana. Ebintu ebibiri ebiva mu musana, enjuba bw'evaayo, bwe butuukirivu n'okuwonya. Gye mirimu gy'omusana. Ebikontana na bino gye mirimu gy'ekizikiza. Ekikontana n'obutuukirivu kye kibi; ekikontana n'okuwonya bwe bulwadde. Ekibi n'endwadde gye mirimu gy'ekizikiza, naye obutuukirivu n'okuwonya gye mirimu gy'omusana. Yesu agamba, "Eriiso lyo bwe liba eddungi, omubiri gwo gwonna gujja kujjuzibwa n'omusana, n'obutuukirivu, era n'obulamu." Kyonna kyesigama ku kuba na liiso ddungi.

Kaakano ekigambo ekivvuunulibwamu "limu" oba "ddungi" mu Luyonaani kye kigambo ekirina amakulu ag'enjawulo (era nnageekenneenya bulungi mu bitabo eby'ennyinnyonnyola y'ebigambo eby'Oluyonaani bibiri). Agamu ku makulu amakulu kye kigambo "ekyangu" oba "eky'obwesimbu," kye ndowooza oba oli awo ekiggyayo amakulu. Eriiso lyo bwe liba eryangu oba eryesimbu, singa olaba ebintu mu ngeri gye biwandiikiddwamu, olwo toba mugezi nnyo oba alowooza ennyo. Tomanyi ngeri za njawulo zisusse bungi ez'okunnyonnyola ekyawandiikibwa ekyo – okitwaala butwazi ng'ekitegeeza ekyo kye kigamba.

Nakyogeddeko nti endagiriro ey'okubiri egamba, "tega okutu kwo" – weta ensingo yo enkakanyavu, beera nga weetegese okuwulira. Waliwo emisanvu egimu egya bulijjo era nannyonnyodde ebiri ku gyo *okuba ebirowoozo ebikontana n'amazima n'okulowooza nti tumanyi*

Katonda ky'alina okugamba. Mu ngeri endala, tulowooza twategedde dda ki Katonda ky'abadde ateekwa okwogera, bwe kityo tetuba beetegefu kuwuliriza.

Endagiriro eno ey'okusatu eyogera ku bwangu oba obwesimbu. Nandigambye nti emisanvu eri obwangu n'obwesimbu kwe *kutambulira ku magezi go* ne *okumanya kw'ensi.* Ntandika okutya bwe mpulira ababuulizi nga bajuliza abakugu b'ensi bangi, nnyo naddala bwe baba bagezaako okulaga Baibuli nti ntuufu. Sikkiriza nti Baibuli yeetaaga okukakasibwa n'abakugu b'ensi.

>>
Nandigambye nti emisanvu eri obwangu n'obwesimbu kwe kutambulira ku magezi go ne okumanya kw'ensi.

Mu nkomerero, ekyo tekizimba kukkiriza kwa bantu. Amangu oba oluvannyuma lw'akaseera, nga bwe nakyogeddeko edda, okukkiriza kujja olw'okuwulira Ekigambo kya Katonda era ekintu kyonna ekiwugula okuwuliriza kwaffe okumala ebbanga eggwanvu nga tetuwulira Kigambo kya Katonda mu nkomerero tekiggya kuzimba kukkiriza kwaffe. Tulina okusoma Baibuli n'eriiso eryo erimu oba eddungi ery'obwangu n'obwesimbu erigamba, "Kino Katonda ky'agamba, kino ky'ategeeza, era nkikkiriza mu ngeri gye kyawandiikibwa."

Ndowooza nga nzirayo emabega ku mbeera yange mu ddwaliro. Nnali eyo, pulofesa w'obufirosoofi, n'okumanya kw'Olulattini n'Oluyonaani era nga nsobola okujuliza ebitabo by'abayivu era ebiwanvu bingi. Nnali mulwadde era ne mpeebwa, okuyita mu Kigambo kya Katonda, engeri y'okuwonyezebwa etaalimu kumanya kwa nsi, ennyangu ennyo, eyali etwaala Ekigambo kya Katonda ng'eddagala lyange. Kaakano, eri obwongo obukyusakyusa ensonga okugyekenneenya, obwo busiru obuwedde emirimu! Ekyo kisesa busesa! Ggwe kyerabire. Naye, okitegeera, nnali mulwadde n'obufirosoofi bwaali tebumponyezza.

Bwe ntyo nnali nnina eby'okukola ebitegeerekeka: nnali nsobola okuba omugezi ne nsigala nga ndi mulwadde, oba nnali nsobola okuba omwangu ne mponyezebwa. Ekintu kimu kye mbadde nsanyukira okuva mu kiseera ekyo – nnali mwangu ekimala okuwonyezebwa.

Ekyo kiggyayo ensonga: eriiso lyo bwe liba eryangu, bw'oba omwesimbu, bw'oba toil muzibu nnyo, bw'oba tomanyi kukaayana kungi nnyo, bw'oba toyinza kujuliza bannaddiini bonna, olina omukisa ogusinga ennyo obulungi okutuuka ku Katonda. Munsonyiwe okukyogera, naye obumanyirivu okumala emyaka mingi bummatizza ekyo. Okuyiga ebikwata ku Katonda bulijjo tekuyamba kukkiriza kw'abantu.

Ka njulize ebyawandiikibwa bibiri okuva mu buwandiike bwa Pawulo okuwumbawumba ekirowoozo kino. Kigenderere nti twogera ku ngeri y'obwangu obwo, mu maaso g'ensi, buba busiru. Pawulo agamba mu 1 Abakkolinso 1:25:

Obusirusiru bwa Katonda businga abantu amagezi; n'obunafu bwa Katonda businga abantu amaanyi.

(KJV)

Ye ayogera ekisinga obukulu ku musalaba. Omusalaba kye kyaali ekintu ekisinga okuba eky'obusiru n'obunafu kye wali oyinza okulowoozaako mu bulombolombo bw'ebiseera byaffe, naye okuva mu bunafu bw'omusalaba mwe muva okuyinza ebintu byonna okwa Katonda. Okuva mu busirusiru bw'omusalaba mwe muva amagezi ga Katonda agatanoonyezeka. Bwe kityo tulina okugenda eri ekintu ekinafu ennyo era ekisirusiru ennyo okufuna amagezi ga Katonda n'amaanyi ga Katonda.

Okweyongerako mu maaso katono, mu 1 Abakkolinso 3:18, Pawulo ayogera ekintu ekisanyusa ennyo. (Kubanga nkitegeera nti yali ayogera eri abantu abaalina ebyafaayo eby'obufirosoofi nga nze bwe nnafuna mu kusoma kwange, nsobola okukitegeera bulungi nnyo.)

Omuntu yenna teyeerimbanga. Omuntu yenna bwe yeerowoozanga okuba omugezi mu mmwe mu mirembe gino, afuukenga musirusiru, alyoke afuuke omugezi.

(KJV)

Olaba, wakati waffe n'amagezi ga Katonda waliwo ekiwonvu, ekifo ky'obwetoowaze. Tulina okussa ku bbali amagezi ag'ensi. Tulina okufuuka abasirusiru mu maaso g'ensi tulyoke tuyingirire ddala mu magezi ga Katonda.

Mu kiseera ekyo, nasoomoozebwa n'eky'okukola ekirala. Nnali nnyinza okugenda mu maaso nga ndi mugezi mu maaso g'ensi ne nsigala nga ndi mulwadde, oba nnali nnyinza okukola ekintu ekyaali eky'obusirusiru mu maaso g'ensi ne mponyezebwa. Mu butuufu nnina okugamba, nti nnali mugezi nnyo okuba omusirusiru ne mponyezebwa okusinga bwe nandibadde okuba omugezi ne nsigala nga ndi mulwadde. Ekyo kiyinza okuwulikika nga kizibu naye ekyo kyennyini Pawulo ky'agamba: "Bw'oba ng'oli mugezi mu mirembe gino, weetaaga okufuuka omusirusiru olyoke ofuuke omugezi, kubanga obusirusiru bwa Katonda businga nnyo amagezi g'abantu."

Eky'okukola kiri: "Tebivanga mu maaso go." Ba n'eriiso eddungi, eryangu. Soma Baibuli mu ngeri gye yawandiikibwa era ogitwaale ng'etegeeza ki ky'egamba.

>>Eky'okutaano
Bikuumirenga wakati mu Mutima Gwo

Tumaze okutunuulira endagiriro essatu ezisooka; kaakano tujja ku ndagiriro ey'okuna era esembayo ekwata ku ngeri y'okutwaala ebigambo n'ebikocco bya Katonda: "bikuumirenga wakati mu mutima gwo."

Kino kya nnamaddala nnyo gye ndi: okusinziira ku bumanyirivu bwange bwennyini obw'okuwonyezebwa okuyita mu kyawandiikibwa kino; eky'okubiri, kubanga okumala emyaka etaano nnali mukulu wa ttendekero mu Bufirika Ey'Ebuvanjuba ey'okutendeka abasomesa Abafirika ku lw'amasomero aga Bufirika. N'olw'ekyo, mu butuufu, nnalina okwemanyiiza n'ezimu ku nnono z'okusomesa. Emu ku nnono ennyangu eyo gye twagezangako okuyingiza mu bayizi baffe ye yali ennono eya kye tuyita "omulyango gw'okutu" ne "omulyango gw'eriiso." Bw'oba oyagala okufuna obuntu bw'omwana, weetaaga okukozesa buli mulyango oguliwo. Tekimala ku lw'omwana okukiwulira obuwulizi; omwana era yeetaaga okukiraba. Mu butuufu, era twabayigiriza nti omwana teyeetaaga kukiwulira na kukiraba bulabi, naye ateekwa era okwenyigiramu mu bikolwa: wulira, laba era kola. Kimpa omukisa okulaba nti, mu kyawandiikibwa kino mu Ngero, Katonda yamanya amagezi g'okuyigiriza kw'omulembe guno mu myaka nga enkumi 3000. Ye yagamba, "Tega okutu kwo; tebivanga mu maaso go, olwo lwe binaayingira mu mutima gwo." Olaba, ekiruubirirwa ky'okuyita mu mulyango gw'okutu n'omulyango gw'eriiso kwe kutuuka ku kitundu ekyo ekya wakati, ekikulu, eky'obuntu bw'omuntu Baibuli ky'eyita omutima, era bwe bituuka mu mutima, bijja kukola ekyo ekyasuubizibwa. Naye bwe bitatuuka mu mutima, tebijja kuleeta bibala byabyo.

>>
Kale nno, eddagala lya Katonda we likolera wokka weewo nga lisumuluddwa mu mutima.

Ebika ebimu eby'eddagala by'omira, okusobola okukola, biteekwa okusumululwa okuyingira mu musaayi. Oyinza okumira eddagala, naye bwe litayingira mu musaayi, terigenda kukola ekyo kye lirina kukola. Kale nno, eddagala lya Katonda we likolera wokka weewo nga lisumuluddwa mu mutima. Endagiriro essatu ze twakalaba zonna zikwatagana na ddagala kutuuka we linaakolera ekyo ekyasuubizibwa, nga gwe mutima.

Ne kiryoka kigamba, "bikuumire wakati mu mutima gwo."

Twetaaga okutunuulira olunyiriri oluddako olwa Engero nga lwe lumu ku nnyiriri ezisinga okugenda ewala mu Baibuli. Engero 4:23:

Onyiikiranga nnyo nnyini okukuumanga omutima gwo; kubanga omwo mwe muva ensulo ez'obulamu.

(KJV)

Ekyo nga kigenda wala: "...okuva mu [mutima] z'ensulo ez'obulamu." Obwongo bwange buddayo nate mu Bufirika

Ey'Ebuvanjuba. Omu ku bayizi bange yawandiika olunyiriri luno mu lulimi lwe olw'ekinnaansi olwali luyitibwa Lorlagoli. Nnali mmanyi ekimala okusobola okusoma kye yali awandiise ku kisenge ky'ekisulo. Ky'agamba, "Kuuma omutima gwo n'amaanyi go gonna; kubanga ebintu byonna mu bulamu biva mu gwo." Kintu kyangu nnyo, kyangu okusingawo mu ngeri emu okusinga Enzivuunula ya Kabaka Yakobo.

Okumatizibwa okwo tekwanvaako: "Ebintu byonna mu bulamu biva mu mutima gwo." Mu ngeri endala, ebyo by'olina mu mutima gwo bijja kusalawo ebyo byonna by'onoofuna mu bulamu bwo. Bw'oba olina ekintu ekituufu mu mutima gwo, obulamu bwo bujja kuba bulungi. Bw'oba olina ekintu ekikyamu mu mutima gwo, obulamu bwo bujja kuba bukyamu. Naye ekyo ekiri mu mutima gwo kye kisalawo ekkubo ly'obulamu bwo. Bwe kityo Katonda agamba, "Eddagala lyange n'Ebigambo byange n'Ebikocco byange bigenda kukola ekyo kye nnasuubiza, biteekwa okuyingira mu mutima gwo, era oteekwa okubikuumira omwo. 'Bikuumire wakati mu mutima gwo' – si ku lukugiro lwa mutima gwo kwokka, naye wakati. Bikuumire mu kifo ekya wakati eky'obulamu bwo bwonna n'obuntu bwo. Bigenda kukoma ku ngeri yonna gy'obeerawo."

Okuwunzika enjigiriza eno ekwata ku Kigambo kya Katonda okuba eddagala lyaffe, nandyagadde okudda ku bigambo ebifaanana ebyo mu Ndagaano Empya. Abaebbulaniya 4:12 kyogera ku kikula ky'Ekigambo kya Katonda n'engeri gye kikolera mu ffe. Okusobola okukifuula ekitegeerekeka, ngenda kujuliza enzivuunula ez'enjawulo bbiri ez'olunyiriri olwo; okusooka byonna, mu Nzivuunula ya Kabaka Yakobo, ate ne mu New American Standard, bwe kityo tusobole okuggyamu enjawulo ezimu.

Kubanga ekigambo kya Katonda kyangu, era kya maanyi, era kisala okusinga buli kitala kyonna eky'obwogi obubiri, era kiyitamu n'okwawula ne kyawula obulamu n'omwoyo, ennyingo n'obusomyo, era kyangu okwawula okulowooza n'okufumiitiriza okw'omu mutima.

(KJV)

Kubanga ekigambo kya Katonda kiramu, era kikozi, era kisala okusinga buli kitala kyonna eky'obwogi obubiri, era kiyitamu n'okwawula ne kyawula obulamu n'omwoyo, ennyingo n'obusomyo, era kyangu okwawula okulowooza n'okufumiitiriza okw'omu mutima.

(NAS)

Singa mbadde wa kulonda ekigambo kimu ekiwumbawumba bino, ndowooza kyandibadde ekigambo "okuyingira." Ekigambo kya Katonda kiyingira. Mu butuufu, kiyingira awatali kintu kirala kyonna we kisobola okuyingira. Tumanyidde endowooza y'akambe k'omusawo n'oluuma lwako olusongovu, olwogi olusobola okuyingira mu ngeri ennyangu mu mubiri gw'omuntu. Naye ekigambo kya Katonda kiyingira mu nsi ndala. Kyawula wakati w'emmeeme n'omwoyo, ekitundu ekisingira ddala okuba eky'omunda eky'obuntu bwaffe. Ebintu ebiri munda yaffe ddala ebyo bye tutayinza kutegeerera ddala ku bitukwatako, Ekigambo kya Katonda kibitubikkulira. Kyawula wakati w'ennyingo n'obusomyo. Kikwata ku kitundu kyaffe eky'omwoyo era ne kikwata ku kitundu eky'omubiri. Tewali kitundu kye kitayinza kukwatako.

Bw'oba olina endwadde ey'obusomyo oba endwadde ey'ennyingo, ekyawandiikibwa kino kigamba, oba oli awo teri ddagala lya bantu oba kikozesebwa kya bantu ekisobola okugikolako, naye Ekigambo kya Katonda kiyinza okutuukayo. Bw'oba olina ebizibu by'obuntu eby'omunda omusawo w'obwongo byatalinaako kya kubikolera, Ekigambo kya Katonda kijja kutuukayo. Ekigambo kya Katonda kiyingira. Ekikulu kiri nti tukitwaala mu ngeri Katonda Yennyini gy'ayagala tukitwalemu. Tuteekwa okukitwaala n'okussaayo kwaffe omwoyo okutasaliddwako awamu n'endowooza eyigirizika, ey'obwetoowaze. Tuteekwa okussa wansi emisanvu gyaffe egy'ebirowoozo ebikyamu ne bye tulowooza nti Katonda bye yandibadde ayogera era tukitunuulire n'eriiso ery'omutima gwonna, ery'esimbu, eddungi. Tetwagala kwewala mazima, tetwagala kuteebereza nnyo. Tuteekwa okukitwaala nga kitegeeza ki kye kigamba. Tuteekwa okussa wansi emisanvu gy'okutambulira ku magezi go n'okutegeera kw'ensi era olwo tusobola okukireka ne kiyingira ne kikola omulimu gwakyo.

Nandyagadde okukusabira nga bwe mpunzika omusomo guno:

Kitange,
Nkwebaza ku lw'abo ababadde basoma ekitabo kino abalina ebyetaago eby'omwoyo n'eby'omubiri ebisobola okugonjoolwa olw'Ekigambo kya Katonda kyokka era nsaba nti ekigambo kino kiyingire mu bo era kikole ekyo ekyetaagisa mu bo: kitonde okukkiriza, kireete okuwonya, kireete okusumulula, kireete emirembe n'essanyu n'obutebenkevu. Nsabye mu linnya lya Yesu. Amiina.

>>Okuyiga okukwo ng'omu

Kaakano, mwattu genda ku Nnyongeza y'Ebigambo A (omuko 358) ku lw'ebibuuzo by'omusomo gukwatagana n'*Eccupa y'Eddagala eya Katonda*. Eby'okuddamu eri ebibuuzo bino bisangibwa mu Nnyongeza y'Ebigambo B (omuko 3).

>>Olutalo Olw'Omwoyo

Ekitundu 1:
Engeri y'Olutalo

>>Ekisooka:
Obwakabaka Obukontana Bubiri

Waliwo ebifaananyi bingi eby'abantu ba Katonda mu Ndagaano Empya. Mu Abaefeso, eky'okulabirako, abantu ba Katonda banjulibwa okuyita mu bifaananyi bino: olukuŋaana lwa ab'eby'amateeka, ab'ennyumba emu, yeekaalu, era ng'omugole wa Kristo. Naye, ekifaananyi ekisembayo eky'abantu ba Katonda mu Abaefeso ky'ekyo eky'eggye.

Eggye lino lyewaddeyo okulwana olutalo oluli mu nsi yonna mu bugazi bwalwo, olukomako era olunyigiramu buli kitundu kyonna eky'ensi eno gye tuliko. Mu butuufu, n'ekigambo "nsi yonna" tekinnyonnyolera ddala bugazi bwa lutalo luno. Lunywegera si nsi yokka, naye lweyongerayo okusukka ensi okutuuka mu ggulu. Mu butuufu, ekigambo ekinnyonnyola olutalo luno mu ngeri entuufu si "nsi yonna" naye "ekigatta byonna." Kizingiramu obwengula bwonna obwatondebwa.

Ekyawandiikibwa ekinnyonnyola olutalo luno n'okunnyonnyola ekikula kyalwo mu ngeri esinga okutegeerekeka ky'ekya Abaefeso 6:10-12. Nja kujuliza okusooka Enzivuunula ya New International Version, oluvannyuma ndyoke ngerageranye n'enzivuunula endala ezimu.

¹⁰**Eky'enkomerero, mubenga n'amaanyi mu Mukama waffe ne mu buyinza obw'amaanyi ge.**
¹¹**Mwambalenga eby'okulwanyisa byonna ebya Katonda, mulyoke muyinzenga okuyimirira eri enkwe za Setaani.**

(NIV)

Pawulo akitwaala nti kirina okuba nti, ng'Abakristaayo, twenyigidde mu lutalo olutwetaagisa eby'okulwanyisa ebituufu, era nti omulabe waffe ye Setaani yennyini. N'alyoka agenda mu maaso mu lunyiriri olwe 12 okunnyonnyola mu ngeri esingawo obujjuvu engeri y'olutalo luno.

¹²**Kubanga tetumeggana na mubiri na musaayi, wabula n'abamasaza n'ab'obuyinza n'abafuga ab'omu kizikiza kino, n'emyoyo egy'obubi mu bifo ebya waggulu.**

(NIV)

Mu Nzivuunula ya New American Standard Version, olunyiriri luno lusoma:

¹²**Kubanga tetumeggana na mubiri na musaayi, wabula n'abamasaza n'ab'amaanyi, n'abafuga ensi n'amaanyi ag'ensi ag'ekizikiza kino, n'emyoyo egy'obubi mu bifo ebya waggulu.**

(NAS)

Baibuli Ennamu, eteri nzivuunula ddala okuva mu lulimi olwasooka, wabula amakulu amawandiike mu bigambo ebirala, esoma bw'eti:

¹²**Kubanga tetumeggana na bantu abaakolebwa mu mubiri n'omusaayi, wabula n'abantu abatalina mubiri – abafuzi ab'obubi ab'ensi etalabika, abantu abo aba setaani ab'amaanyi n'abalangira ab'ekizikiza ab'obubi obunene abafuga ensi eno, n'omuwendo omunene ogw'emyoyo emibi mu nsi ey'omwoyo.**

(TLB)

Buli nzivuunula gye wandyagadde okugoberera, kitegeerekeka bulungi nti ng'Abakristaayo twenyigidde mu lutalo olw'amaanyi olutabangula obwongo okulowoozako.

Nfumiitirizza emirundi mingi era okumala ebbanga ggwanvu ku Abaefeso 6:12 mu Luyonaani olwasooka nti nvuddeyo n'ebigambo byange. Oyinza okuyita bino "enzivuunula ya Prince."

Kubanga olutalo lwaffe olw'okumeggana si lwa mubiri na musaayi, si na bantu abalina emibiri, wabula n'ab'obuyinza n'ebitundu eby'enjawulo eby'obuyinza n'emitendera gy'obuyinza egigenda nga gikka, n'abafuzi ab'ensi ab'ekizikiza kino ekya kaakano, n'emyoyo egy'obubi mu bwengula.

Ka nnyinnyonnyole lwaki nnalonda ebimu ku bigambo ebyo. Ngamba, "ab'obuyinza abakolera mu bitundu eby'enjawulo era nga bakolera mu mitendera gy'obufuzi obugenda bukka wansi," kubanga ekyo kitusiigira ekifaananyi eky'obwakabaka obulina obukulembeze obwa waggulu era obutegekeddwa obulungi n'emitendera gy'obuyinza obugenda nga bukka wansi n'ab'obuyinza n'abo abali wansi waabwe ab'enjawulo abavunaanyizibwa ku

>>
... kitegeerekeka bulungi nti ng'Abakristaayo twenyigidde mu lutalo olw'amaanyi olutabangula obwongo okulowoozako.

lw'ebitundu eby'enjawulo eby'ettwaale lyabwe. Nakozesa ekigambo "abamaamizi" mu bigambo "abamaamizi b'ensi ab'ekizikiza kya kaakano kino," kubanga ekigambo "okumaamira" kinnyonnyola mu ngeri etegeerekeka engeri setaani gy'ayisaamu abaana b'abantu.

Weetegereze nti enzivuunula zonna okujjako Baibuli Ennamu zikikkaatiriza nti ekitebe ky'obwakabaka buno obutegeke obulungi ennyo kiri mu bwengula.

Ziizino ezimu ku nsonga eziva mu Abaefeso 6:12. Okusooka, olutalo lunyigiramu Abakristaayo bonna – si kibinja eky'enjawulo ekimu nga abaminsane, abasumba oba ababuulizi b'enjiri – wabula ffe fenna. Abakristaayo bangi tebakirabye mu ngeri eyo.

Enzivuunula ya Kabaka Yakobo ey'olunyiriri olwe 12 egamba, "Kubanga tetumeggana na mubiri na musaayi ..." Olumu nawulira omuntu omu ng'agamba nti Abakristaayo abasinga obungi bawunzika olunyiriri olwo mu ngeri enkyamu. Basoma, "Tetumeggana – ne bakoma awo." Mu ngeri endala, kye twetaaga okukola kyokka kwe kutuula mu ntebe z'ekkanisa ne tuyimba ennyimba. Naye, Pawulo agamba, "Tuli mu mpaka za kumeggana naye tetumeggana na mubiri na musaayi." Lowooza era ku kuyingiza okw'ekigambo "Empaka z'okumeggana." Okumeggana kwe kusinga okunyiinyittira mu ngeri zonna ez'olutalo wakati w'abantu ababiri. Buli kitundu kyonna eky'omubiri, obukugu bwonna, na buli kakodyo biteekwa okukozesebwa ku lw'obuwanguzi. Luba lutalo olujjuvu.

Setaani alina obwakabaka obutegeke obulungi ennyo. Mu bwakabaka obwo mulimu ebitundu eby'enjawulo n'emitendera egy'obuyinza. Ekitebe ky'obwakabaka buno kiri mu bitundu eby'omu bwengula. Ago ge mazima agawunza, naye gategeerekeka bulungi.

Ekituufu nti Setaani akulira obwakabaka obutegeke obulungi ennyo kyewuunyisa abantu abamu, so nga ate waliwo okwolesebwa okutegeerekeka kungi okwa kino mu Byawandiikibwa. Mu Matayo 12:22-28, ekintu kino mu buweereza bwa Yesu kiwandiikibwa. Yesu yali aleese okuwonya eri omuntu eyaliko dayimooni eyali omuzibe era kasiru olw'okumugobamu omwoyo omubi.

²³"**Ebibiina ne bisamaalirira byonna, "Ne byogera nti ono mwana wa Dawudi?"**

²⁴**Naye Abafalisaayo bwe baawulira, ne boogera nti oyo tagoba dayimooni, "Wabula ku bwa Beeruzebuli omukulu wa dayimooni.."**

(NIV)

Beeruzebuli kitegeeza, mu makulu agaasooka, "mukama w'ensowera." Lye linnya lya Setaani naddala ng'omufuzi wa badayimooni kubanga badayimooni bagerageranyizibwa n'ettwaale lyonna ery'ebiwuka. Yesu ayanukula Abafalisaayo mu lunyiriri olwa 25:

²⁵**Bwe yamanya okulowooza kwabwe n'abagamba nti, "Buli bwakabaka bwe bwawukana bwokka na bwokka buzika, na buli kibuga oba nnyumba bw'eyawukana yokka na yokka terirwawo."**

²⁶**Ne Setaani bw'agoba Setaani, ayawukana yekka na yekka. N'obwakabaka bwe bulirwawo butya?"**

(NIV)

Waliwo amakulu agategeerekeka nti, okusooka, Setaani **alina** obwakabaka. Eky'okubiri, tebwawukanyemu wabula obutegeke obulungi ennyo. Eky'okusatu, buyimiridde era tebunnaba kusuulibwa wansi. Yesu agenda mu maaso:

²⁷"Oba nga nze ngoba dayimooni ku bwa Beeruzebuli, abaana bammwe bagigoba ku bw'ani? Kale abo be balibasalira omusango."
²⁸"Naye oba nga nze ngoba dayimooni ku bw'Omwoyo gwa Katonda, kale obwakabaka bwa Katonda bubajjidde."

(NIV)

Yesu wano ayogera ku bwakabaka obulala, obwakabaka bwa Katonda. Naddala, annyonnyola ensonga emu awo olutalo wakati w'obwakabaka buno obubiri w'eggibwayo mu lwaatu. Agamba, "Bwe ngoba dayimooni ku bw'Omwoyo wa Katonda, olwo mumanyi obwakabaka bwa Katonda bubajjidde." Amakulu gali nti obuweereza bw'okugoba badayimooni bukukunulayo amaanyi g'obwakabaka bwa Setaani ne bugaanika mu lujjudde era bwolesa obusukkulumu bw'obwakabaka bwa Katonda kubanga badayimooni bagobebwa wansi w'obuyinza bw'obwakabaka bwa Katonda. Mu kuyiga okusembayo, waliwo obwakabaka bubiri obukontana: obwakabaka bwa Katonda n'obwakabaka bwa Setaani.

Nate era, mu Abakkolosaayi 1:12-14, Pawulo agamba:

¹² ... nga mwebaza Kitaffe, eyatusaanyiza ffe omugabo ogw'obusika obw'abatukuvu mu musana.
¹³eyatulokola mu buyinza obw'ekizikiza, n'atutwaala mu bwakabaka obw'omwana we omwagalwa,
¹⁴mwe tubeerera n'okununulwa, kwe kusonyiyibwa kw'ebibi byaffe.

(NIV)

Kigenderere era, waliwo obwakabaka bubiri. Waliwo obwakabaka obw'omusana, omwo omuli obusika bwaffe, naye era waliwo obwakabaka obw'ekizikiza. Ekigambo ekivvuunulibwa "obwakabaka" ky'ekigambo ky'Oluyonaani *exusia*, ekitegeeza "obuyinza." Mu ngeri endala, oba nga tukyagala oba nedda, Setaani alina obuyinza. Ye ye mufuzi w'obwakabaka obwo Baibuli bw'emanyi. Bwe kityo obwakabaka buno obubiri bwenyigidde mu lutalo olw'ekiseera era olutalo lutuuse ku ntikko yaalwo mu nnaku zaffe ng'omulembe guno bwe gusemberera enkomerero.

>>Eky'okubiri:
Ekitebe kya Setaani

Mu Abaefeso 6:12, Pawulo akitangaaza bulungi nnyo nti, ng'Abakristaayo, twenyigidde mu lutalo olw'obulamu n'okufa n'obwakabaka obutegekeddwa obulungi ennyo obulimu abantu-ab'omwoyo abajeemu, ababi era nti ekitebe ky'obwakabaka buno kiri mu bifo by'omu ggulu.

Ebigambo "ebifo by'omu ggulu," biyimusa ekizibu ekimu mu birowoozo by'Abakristaayo. Setaani bw'aba nga yagobebwa okuva mu ggulu emyaka mingi egiyise, olwo ayinza atya nate okuba nga akyalina ekifo mu bifo eby'omu ggulu?

Ka nnyanukule ekibuuzo kino nga nzigyayo ennyiriri ezimu ezinnyonnyola ebintu ebyaliwo ebbanga ggwanvu oluvannyuma lw'obujeemu obwasooka n'okusuulibwa wansi okwa Setaani okwakolebwa Katonda. Ennyiriri zino ziraga nti Setaani yali akyalina omwagaanya eri okubeerawo kwa Katonda mu ggulu mu kiseera ekyo. Yobu 1:6-7:

⁶Olunaku olumu bamalayika bajja okweyanjula mu maaso ga Mukama, ne Setaani n'ajjira wamu nabo.
⁷Mukama n'agamba Setaani, "Ova wa?" Awo Setaani n'amuddamu Mukama nti, "Nva kuddiŋana mu nsi n'okutambulatambula omwo eruuyi n'eruuyi."

(NIV)

Kumpi embeera y'emu ddala eddamu okuwandiikibwa mu Yobu 2:1-2:

¹Awo nate olunaku lwali lumu abaana ba Katonda ne bajja okukiika mu maaso ga Mukama, ne Setaani naye n'ajjira mu bo okukiika mu maaso ga Mukama.
²Mukama n'agamba Setaani nti, "Ova wa?" Setaani n'amuddamu Mukama n'ayogera nti, "Nva kuddiŋana mu nsi n'okutambulatambula omwo wano ne wali."

(NIV)

Bwe kityo mu kiseera ekyo, ekyaliwo mu nnaku za Yobu, tulaba nti Setaani yali akyalina omwagaanya omulambulukufu eri okubeerawo kwa Mukama. Bamalayika ba Katonda bwe bajja okweyanjula n'okuwa alipoota eri Mukama, Setaani yaliwo wamu nabo. Olunyiriri lulabika okulaga nti bamalayika abalala tebategeera Setaani. Nnyinza okutegeera kino kubanga mu 2 Abakkolinso 11:14, Pawulo agamba nti Setaani afuulibwa nga "malayika w'omusana." Olunyiriri luteeka mu bwongo bwange ekifaananyi nti oyo yekka eyali ayinza okutegeera Setaani yali Mukama. Kirabika, yayinzanga okulabika mu kubeerawo kwa Katonda nga yeetabudde ne bamalayika abalala n'atalabibwa.

Mukama n'agamba, "Ova wa, Setaani?" Mu ngeri endala, "Okola ki wano?" Mukama teyagoba Setaani mbagirawo okuva mu kubeeerawo Kwe, wabula n'anyumyamu naye emboozi. N'olw'ekyo, tumanyi nti mu nnaku za Yobu, Setaani yali akyalina omwagaanya eri okubeerawo kwa Katonda mu ggulu.

¹⁰Ne mpulira eddoboozi ddene mu ggulu, nga lyogera nti: "Kaakano obulokozi buzze n'amaanyi n'obwakabaka bwa Katonda waffe, n'obuyinza bwa Kristo we. Kubanga aloopa baganda baffe yasuulibwa, abaloopa mu maaso ga Katonda waffe emisana n'ekiro."

(Okubikkulirwa 12:10 NIV)

"Omulyolyomi wa baganda baffe" ye Setaani. Kitegeere nti mu kiseera kino akyalyolyoma abantu ba Katonda mu maaso ga Katonda emisana n'ekiro. Okubikkulirwa 12:11-12 kigenda mu maaso:

¹¹"Nabo baamuwangula [Setaani] olw'omusaayi gw'omwana gw'endiga, n'olw'ekigambo eky'okutegeeza kwabwe; ne batayagala bulamu bwabwe okutuusa okufa.
¹²"Kale musanyuke, eggulu n'abatuulamu! Zisanze ensi n'ennyanja, kubanga Omulyolyomi azze gye muli! Ye alina obusungu bungi, kubanga ng'amanyi ng'alina akaseera katono.

(NIV)

Ebyawandiikibwa ebyo biraga nti Setaani akyatuuka mu kubeerawo kwa Katonda, era akozesa omwagaanya gwe okulyolyoma abantu ba Katonda mu kubeerawo kwa Katonda. Ekitegeerekeka obulungi, ennyiriri zonna waggulu ze njulizza zoogera ku biseera ebyaliwo nga wayise ebbanga ggwanvu nnyo oluvannyuma lw'obujeemu bwa Setaani. Kati eky'okuddamu kye ki? Waliwo eggulu erisukka mu limu. Nzikiriza kino kiragibwa bulungi okuyita mu Byawandiikibwa byonna. Eky'okulabirako, mu lunyiriri olusooka olwa Baibuli, Olubereberye 1:1, kigamba, "Olubereberye Katonda yatonda eggulu (erisukka mu limu) n'ensi." Ekigambo ky'Olwebbulaniya ekitegeeza eggulu kye kiyitibwa **shamayim.** "Im" y'enkomerero eraga obungi. Omulundi ogusooka eggulu lwe lyanjulwa, lyanjulwa mu bungi.

Mu 2 Ebyomumirembe 2:6, okwatula kuno okwa Sulemaani mu ssaala ye eri Mukama mu kuweebwayo kwa yeekaalu: "Naye ani ayinza okumuzimbira ennyumba (Mukama), kubanga eggulu n'eggulu erya waggulu taligyaamu?" (NIV)

Enzivuunula w'egambira, "eggulu erya waggulu," Olwebbulaniya lugamba, mu makulu ag'olubereberye, "eggulu ly'eggulu." Buli nzivuunula eraga bulungi nti waliwo eggulu erisinga mu ggulu erimu. Ekigambo "eggulu" eky'omu bigambo "eggulu ly'eggulu" kyogera ku ggulu eriri waggulu w'eggulu ng'eggulu bwe liri waggulu w'ensi.

Mu 2 Abakkolinso 12:2-4, Pawulo ayongera okukiggyayo:

²**Mmanyi omuntu mu Kristo, eyaakamala emyaka kkumi n'ena, eyatwalibwa mu ggulu ery'okusatu. Oba mu mubiri, ssimanyi; oba awatali mubiri, ssimanyi – Katonda y'amanyi.**

³**Era mmanyi nti omuntu ono – oba mu mubiri oba si mu mubiri ssimanyi, naye Katonda amanyi – 4 yatwalibwa mu lusuku lwa Katonda. Yawulira ebigambo ebitayogerekeka, ebintu omuntu by'atakkirizibwa kwatula.**

(NIV)

Nga sinnaba kufuuka mubuulizi, nnali muntu akozesa amagezi era oluusi ssiyinza kwewala magezi. Amagezi gammatiza nti bwe wabaawo eggulu ery'okusatu, wateekwa okubaawo erisooka n'ery'okubiri. Bwe kityo waliwo eggulu wakiri lya mirundi esatu. Kirabika, eggulu ery'okusatu, kaakano lye lirimu Olusuku lwa Katonda, ekifo eky'okuwummuliramu eky'abatukuvu abavudde mu bulamu bw'ensi. Era eyo Katonda Yennyini gy'abeera.

Abaefeso 4:10 kyogera ku kufa n'okuzuukira kwa Yesu:

¹⁰**Eyakka era ye wuuyo eyalinnya waggulu ennyo okusinga eggulu lyonna, alyoke atuukirize byonna.**

(NIV)

Weetegereze ebigambo ebyo "eggulu lyonna." Ekigambo "lyonna" kiyinza kukozesebwa mu ngeri entuufu emu yokka, ku bantu basatu oba ebintu bisatu. Bwe nnali nga njigiriza Oluzungu abayizi Abafirika mu Kenya, omuyizi olumu n'aŋamba nti, "Abazadde bange **bonna** bazze okundaba." Neŋamba, "Toyinza kugamba 'abazadde bange **bonna**,' kubanga teri muntu alina bazadde basukka mu babiri. Bw'oba olina babiri bokka toyinza kugamba 'bonna.' Ekintu kye kimu kikwata ku njogera "eggulu lyonna." Wateekwa okubaawo wakiri asatu. Ndowooza ekyo kiragibwa bulungi nnyo n'amakulu gonna ag'Ebyawandiikibwa.

Ekyo kitutuusa ku ky'okuddamu eky'ekizibu ekya ngeri ki obwakabaka bwa Setaani gye bukyali mu bifo eby'omu ggulu.

Mu njogera enkadde, oluusi tukozesa ebigambo "eggulu ly'omusanvu" okunnyonnyola embeera ey'essanyu eringi. Nze ngamba nti ekyo tekiri mu byawandiikibwa. Mu butuufu, ebigambo ebyo biggyibwa mu Kkulaani, ekitabo ky'eddiini y'Abasiraamu, era oba oli awo tekisaana ku lw'Abakristaayo. Mu kifo ky'ekyo, bw'oba ng'owulira essanyu ery'enjawulo, ka nteese nti ogambe nti oli "ku kire eky'omwenda." Waliwo ebire bingi mu ggulu n'enjogera eyo esingako okukwatagana n'Ebyawandiikibwa. Yesu ajjira mu bire.

Ensonga nti waliwo eggulu lya mirundi esatu eyo ndowooza yange so si njigiriza ekakasiddwa. Wewaawo, nkikkiriza okuba ekirowoozo eky'amagezi ekikwatagana n'amazima gonna ag'Ebyawandiikibwa n'obumanyirivu ebimanyiddwa. Eggulu ery'emirundi esatu lye liri wa? Eggulu erisooka lye ggulu ery'obutonde era erirabika n'enjuba, omwezi n'emmunyeenye bye tulaba n'amaaso gaffe.

Eggulu ery'okusatu, lye tumanyi okuva mu 2 Abakkolinso 12, ye nnyumba ya Katonda mwabeera. Lwe Lusuku lwa Katonda, ekifo eky'okuwummuliramu eky'abatukuvu abaagenda okuva mu bulamu bw'ensi eno. Kye kifo omuntu mu Kristo kye yatwalibwamu n'awulira Katonda ng'ayogera ebigambo ebyali tebiyinza kwatulwa.

Bwe kityo nno tusigazza eggulu ery'okubiri. Kitegeerekeka, lino liteekwa okuba nga liri wakati w'erisooka n'ery'okusatu. Nditegeera okuba eggulu erya wakati w'eggulu ery'ekifo kya Katonda mw'abeera n'eggulu erirabika eryo lye tulaba wano ku nsi. Era nzikiriza eggulu lino erya wakati ekitebe kya Setaani mwe kiri. Kino kyandinnyonnyodde lwaki emirundi mingi twesanga nga tuli mu mpaka z'okumeggana bwe tusaba.

> >
Oluusi tusaba essaala eri mu kwagala kwa Katonda, ne tukkiriza nti Katonda awulira, naye ate okuddibwamu ne kulwawo.

Oluusi tetutegeera ngeri gye kiri ekizibu okubotola okutuuka ku Katonda. Oluusi tusaba essaala eri mu kwagala kwa Katonda, ne tukkiriza nti Katonda awulira, naye ate okuddibwamu ne kulwawo. Wayinza okubaawo okunnyonnyola okusinga ku kumu ku lw'ensonga eyo, naye ensonga emu enkulu ku lw'embeera ez'engeri eno mu bulamu bw'abakkiriza abeewaddeyo abesimbu eri nti twenyigidde mu lutalo era nti ekitebe ky'obwakabaka bwa Setaani kiri wakati w'eggulu erirabika n'eggulu ery'ekifo kya Katonda mw'abeera.

>>Eky'okusatu:
Olutalo lwa Bamalayika

Ekitabo kya Danyeri kirina eky'okulabirako ekikalaativu eky'olutalo lw'omwoyo ekyongera okututangaaza ku nsonga y'ekifo ky'obwakabaka bwa Setaani. Mu butuufu, kinnyonnyola olutalo lwa bamalayika. Mu ssuula ye 10, Danyeri annyonnyola engeri gye yeetegeka okusaba n'okunoonya Katonda ku lw'okubikkulirwa ku bikwata ku biseera eby'omu maaso eby'abantu Be Abaisiraeri. Okumala wiiki ssatu yeewaayo n'okufuba okw'enjawulo eri okusaba n'okulindirira Katonda. Ku nkomerero ya wiiki essatu malayika okuva mu ggulu n'ajja eri Danyeri n'okuddibwamu kw'essaala ye. Malayika yali wa kitiibwa era wa maanyi nnyo nti abantu bonna abaali ne Danyeri ne basaasaana era ye yekka eyasigala okufuna okubikkulirwa. Danyeri 10:2-6 kigamba:

²Mu nnaku ezo nze Danyeri namala sabbiiti ssatu nnamba nga ndi mu lumbe.

³Saalyanga ku mmere ennungi, so n'ennyama newakubadde omwenge tebyayingiranga mu kamwa kange, so saasaabanga mafuta, ne mmalira ddala sabbiiti ssatu ennamba.

⁴Ne ku lunaku olw'abiri mu nnya olw'omwezi

ogw'olubereberye, bwe nnali ku mabbali g'omugga omunene, ye Kiddekeri,

⁵ne nnyimusa amaaso gange, ne ntunula, era laba, omusajja ayambadde bafuta nga yeesibye ekiwato kye ne zaabu ennungi eya Ufazi.

⁶era n'omubiri gwe gwali nga berulo, n'obwenyi bwe ng'okumyansa bwe kufaanana, n'amaaso ge ng'ettabaaza z'omuliro, n'emikono gye n'ebigere bye byali ng'ekikomo ekizigule ebbala, n'eddoboozi ly'ebigambo bye ng'eddoboozi ery'ekibiina ekinene.

(NAS)

Nga bwe nkyogeddeko emabega, banywanyi ba Danyeri baali tebayinza kugumiikiriza okulabisibwa kuno okw'ekitiibwa era ne babulawo. Olwo malayika n'atandika okwogera ne Danyeri era ekitundu kye njagala okussaako essira mu nnyiriri 12-13:

¹²N'alyoka aŋamba nti, "Totya, Danyeri, kubanga okuva ku lunaku lwe wasookerako okuteekateeka omutima gwo okutegeera, n'okwewombeeka mu maaso ga Katonda wo, ebigambo byo byawulirwa, nange nzize olw'ebigambo byo."

(NAS)

Kikulu okulaba nti olunaku olwasooka Danyeri ng'atandise okusaba, essaala ye yawulirwa era malayika n'asindikibwa n'okuddibwamu. Naye, malayika teyatuuka ku nsi ne Danyeri "okumala ssabbiiti ssatu nnamba" oba ennaku abiri-mu-lumu. Ki ekyakuumira malayika ssabbiiti ssatu mu lugendo? Yaziyizibwa bamalayika ba Setaani. Awantu awamu mu lugendo okuva mu ggulu lya Katonda okujja ku nsi, malayika kyaali kimwetaagisa okuyita mu bwakabaka bwa Setaani mu bifo eby'omu ggulu. Eyo n'aziyizibwa bamalayika ababi abaagezaako okumuziyiza obutayitamu na bubaka kugenda eri Danyeri. Olunyiriri olwe 13 lugenda mu maaso:

> **¹³Naye omulangira ow'obwakabaka obw'e Buperusi n'anziyiza ennaku abiri-mu-lumu;** [Malayika yatwala ennaku abiri-mu-lumu kubanga yafuna okulwanyisibwa oba okuziyizibwa mu bifo eby'omu ggulu.] **naye, laba, Mikayiri, omu ku balangira abakulu, n'ajja okunnyamba, ne mbeera eyo ne bakabaka ab'e Buperusi."**
>
> (NAS)

Bino byonna byaliwo mu bifo eby'omu ggulu. Omukulembeze wa bamalayika ba Setaani ayitibwa "omulangira ow'obwakabaka bw'e Buperusi," omufuzi omukulu owa Buperusi. Abaalina enkolagana naye era abaalabika okuba wansi we, baali "bakabaka" ab'enjawulo oba bamalayika aba wansiko. Ate, ku ludda lwa Katonda, malayika eyajja okuyamba malayika eyasooka ye ssaabamalayika Mikayiri.

>> *Ssaabamalayika ono ow'enjawulo, Mikayiri, ayimiririra abaana b'abantu ba Danyeri, abaana ba Isiraeri.*

Mu Danyeri 12:1, tusoma kino ku Mikayiri:

> **¹"Era mu biro ebyo Mikayiri, aliyimirira, omulangira omukulu Aliyimiririra abaana b'abantu bo, aligolokoka."**
>
> (NAS)

Ekigambo "omulangira omukulu" tuyinza okukitaputa nga "ssaabamalayika."

Ssaabamalayika ono ow'enjawulo, Mikayiri, ayimiririra abaana b'abantu ba Danyeri, abaana ba Isiraeri.

Mikayiri, mu ngeri ey'enjawulo emu, alagirwa Katonda

n'ogw'okulabirira ensonga n'okukuuma Isiraeri. Kubanga okubikkulirwa kuno kwonna kwekulungulira ku biseera eby'omu maaso ebya Isiraeri, kyaali nnyo mu bulungi bwa Isiraeri nti omubaka yalina okuyitamu. Bwe kityo malayika eyasooka bwe yakwatibwa, olwo ssaabamalayika Mikayiri najja okumuyamba ne balwanira eyo ne bamalayika ba setaani okumala ennaku abiri-mu-lumu.

Bamalayika ba setaani baakiikirirwa n'oyo eyali amanyiddwa nga omulangira w'obwakabaka bw'e Buperusi (omufuzi omusukkulumu) ne wansi we bakabaka ab'enjawulo oba abafuzi aba wansi abaalina ebitundu eby'enjawulo eby'obuyinza. Eky'okulabirako, wayinza okubaawo kabaka omu waggulu wa buli kibuga ekikulu eky'Obwakabaka bw'e Buperusi, omu waggulu wa buli kibinja ky'abantu ekikulu, oba oli awo omu era waggulu wa buli kinneemu ku ddiini ez'enjawulo n'enjigiriza enfu ez'abakafiiri b'Obwakabaka bw'e Buperusi. Tufuna ekifaananyi eky'obwakabaka obulina obukulembeze obwa waggulu, obutegeke obulungi ennyo n'ebitundu eby'enjawulo n'emitendera gy'obuyinza egigenda nga gikka wansi n'ekitebe mu bifo eby'omu ggulu era nga bwo bwakabaka obw'emyoyo egyaagwa, emijeemu.

Malayika ayogera nate era ku lutalo luno mu Danyeri 10:20:

[20] ... **"Omanyi kye nvudde njija gy'oli? Ne kaakano n'addayo okulwana n'omulangira ow'e Buperusi."**

(NAS)

Mu ngeri endala, olutalo ne malayika wa setaani ono omubi olwamaamira Obwakabaka bw'e Buperusi lwali terunnaggwa. Wandibaddewo okweyongera okulwana mu bifo by'omu ggulu. Malayika ono yeeyongera mu maaso:

²⁰ "... ne kaakano naddayo, era laba, omulangira ow'e Buyonaani alijja."

(NAS)

Mu ngeri endala, obuwanguzi nga bumaze okufunibwa ku malayika omubi afuga obwakabaka bwe Buperusi, obwakabaka obulala obuligolokoka buliba bwakabaka bwa Buyonaani era n'obwo nabwo buliba ne malayika waabwo omubi ow'enjawulo nga ye mufuzi, oba omulangira, ow'e Buyonaani.

²¹"So siwali ali ku luuyi lwange okulwanyisa abo, wabula Mikayiri, omulangira wammwe."

(NAS)

Bwe kityo tulaba nate era nti ssaabamalayika Mikayiri akwatagana mu ngeri ey'enjawulo n'okukuuma n'okulabirira obulungi bw'abantu ba Katonda, Isiraeri. Tulaba era nti kyatwaala amaanyi amagatte aga malayika eyasooka ne Mikayiri okuwangula bamalayika abafuga aba setaani mu bwakabaka bwa Setaani abaali baziyiza okukola kw'ekiruubirirwa kya Katonda ku lwa Isiraeri.

Oyinza okwewuunya olw'okujuliza kwa Buperusi ne Buyonaani. Ka nkujjukize nti waaliwo obwakabaka bw'Abamawanga obukulu buna obwasobola okumaamira Isiraeri n'ekibuga kya Yerusaalemi okuva nga mu kyasa eky'okutaano nga Yesu tannazaalibwa n'okweyongera mu maaso. Bwe bwaali obwa Babulooni, Buperusi, Buyonaanai, n'obw'a Baruumi. Buperusi ne Buyonaani bwaali bukulu kubanga, mu kiseera ekyo, bwe bwaali obwakabaka bwa Bannamawanga obubiri obwasukkuluma.

Tulaba okuva mu nnyiriri zino mu Danyeri nti olutalo lwekulungulira ku bantu ba Katonda n'ebiruubirirwa bya

Katonda. Nzikiriza ekyo kikyali kituufu leero. Abantu ba Katonda wonna we babeera n'ebiruubirirwa bya Katonda gye bikolebwako, eyo olutalo olw'omwoyo gye lujja okusinga okuba olunyiinyitivu. Mu ndowooza yange, mu nnaku ze tulimu kaakano, enkulungo y'akanyolagano nate era eri waggulu wa Isiraeri n'ekibuga kya Yerusaalemi.

Okukola kw'essaala za Danyeri kulina engeri gye kuwuniikiriza. Danyeri bwe yatandika okusaba ku nsi kyaleetera eggulu lyonna okutambula, bamalayika ba Katonda ne bamalayika ba Setaani. Ekyo kituwa okulaba okw'amaanyi mu ki okusaba kye kuyinza okukola.

Era nkomebwako n'amazima nti bamalayika ba Katonda balabika okuba nga beetaaga obuyambi bw'essaala za Danyeri okubayisaamu n'okutuukiriza omulimu gwabwe. Nate era, ekyo kituwa okulaba okw'amaanyi mu kukola kw'okusaba.

>>Eky'okuna:
Eby'okulwanyisa n'Eddwaniro

Tujja kutunuulira kaakano engeri ezikwatagana ebbiri ez'olutalo olw'omwoyo. Okusooka, eby'okulwanyisa bye tuteekwa okukozesa. Eky'okubiri, eddwaaniro olutalo kwe lulwanirwa. Byombi bibikkulirwa mu 2 Abakkolinso 10:3-5. Okusooka, Enzivuunula ya American Standard Version egamba:

> ³**Kuba newakubadde nga tutambulira mu mubiri, tetulwana kugobereranga mubiri, ⁴kubanga eby'okulwanyisa eby'entalo zaffe si bya mubiri ...**
>
> (NAS)

Weetegereze, Pawulo agamba nti tutambulira mu mubiri, nga twenyigidde mu lutalo, naye olutalo lwaffe teruli mu nsi ya mubiri. N'olw'ekyo, eby'okulwanyisa bye tukozesa biteekwa okukwatagana n'ekikula ky'olutalo. Singa ekikula ky'olutalo kibadde kya mubiri oba kya mu butonde, olwo nno twandiyinzizza okukozesa eby'okulwanyisa eby'omubiri oba eby'omu butonde, nga zi ttanka, bbomu, oba amasasi. Kubanga olutalo lwa mwoyo era nga luli mu nsi ya mwoyo, eby'okulwanyisa nabyo biteekwa kuba bya mwoyo.

⁴ ... kubanga eby'okulwanyisa by'entalo zaffe si bya mubiri [si bya mubiri oba bya butonde], naye bya maanyi eri Katonda olw'okumenya ebigo.
⁵Tumenya empaka na buli kintu ekigulumivu ekikulumbazibwa okulwana n'okutegeera kwa Katonda, era nga tujeemula buli kirowoozo okuwulira Kristo ...

(NAS)

Kigenderere, eby'okulwanyisa byaffe bigwanira olutalo oluliwo, era tukola ku bigo.

Enzivuunula ya Kabaka Yakobo esoma:

³Kubanga newakubadde nga tutambulira mu mubiri, tetulwana kugobereranga mubiri:
⁴(Kubanga eby'okulwanyisa by'enttalo zaffe si bya mubiri, naye bya maanyi okuyita mu Katonda olw'okumenya ebigo;)
⁵okusuula wansi ebirowoozo, na buli kintu ekigulumivu ekyo ekikulumbazibwa okulwana n'okutegeera kwa Katonda, nga tujeemula buli kirowoozo okuwulira Kristo...

(KJV)

New American Standard w'egambira "ebigo" eya Kabaka Yakobo egamba "ebikomera eby'amaanyi."

Olutalo luli mu nsi ya mwoyo; n'olw'ekyo, by'okulwanyia bya mwoyo era bikwagana n'ensi ey'olutalo. Eby'okulwanyisa bino bye bijja okuba omutwe gwange omukulu mu bitundu ebibiri ebiddako, "Eby'okulwanyisa Byaffe eby'Okwekuuma" ne "Eby'okulwanyisa eby'Okulumba."

Kikulu nnyo nti tutegeera wa olutalo gye lugendera mu maaso. Mu kwogera ku ddwaaniro n'ebigendererwa byaffe, Pawulo akozesa ebigambo eby'enjawulo. Nja kulonda okuva mu nzivuunula ez'enjawulo nnyingi ebigambo bino: okufumiitiriza, okulowooza okw'amagezi, okuteebereza, enkaayana, okumanya n'ebirowoozo. Kigenderere nti buli kimu ku bigambo ebyo kyogera ku nsi ey'enjawulo emu, ensi ey'ebirowoozo. **Tuteekwa okukakasa nti tutegeera nti eddwaaniro liri mu nsi y'ebirowoozo.** Setaani alwana olutalo lwonna lw'asobola okuwamba ebirowoozo by'abaana b'abantu. Ye azimba ebikomera n'ebigo eby'amaanyi mu birowoozo byabwe era buvunaanyizibwa bwaffe, ng'abakiikirira Katonda, okukozesa eby'okulwanyisa byaffe okumenya ebigo bino, okusumulula ebirowoozo by'abasajja n'abakazi, ate oluvannyuma okubireeta mu busibe eri okuwulira okwa Kristo. Omulimu ogwo nga guzitowa!

Setaani azimba ebikomera mu birowoozo by'abantu mu ngeri entegeke obulungi era eŋenderere. Ebikomera n'ebigo bino biziyiza amazima g'enjiri n'Ekigambo kya Katonda n'okuziyiza abantu obutasobola kufuna bubaka bwa njiri.

Bikomera bya ngeri ki Baibuli by'eraga? Nandiggyeeyo ebigambo by'Oluzungu ebitera okukozesebwa bibiri ebinnyonnyola ebika by'ebikomera mu birowoozo by'abantu. Bino bye biyitibwa obutafa ku mazima ne okwekolera ebirowoozo byo ku kigambo kya Katonda.

>>
Setaani azimba ebikomera mu birowoozo by'abantu mu ngeri entegeke obulungi era engenderere.

Oba oli awo wali owulidde okunnyonnyola kuno: "Obutafa ku mazima kwe kubeera wansi ku ekyo ky'otoli waggulu wakyo. Mu ngeri endala, bw'oba tolina ky'okimanyiiko, kikakafu okuba ekikyamu. Bw'oba nga si ggwe wasooka okukirowoozaako, olwo nno kiba kya kabenje. Ekyo bwe kiba nga kyaali kituufu ku kibinja ky'abantu bonna, kituufu ku bantu bannaddiini. Kumpi ekintu kyonna abantu bannaddiini kye batawulirangako, bakitunuulira n'okutya n'okwekengera okw'amaanyi.

Waliwo eky'okulabirako ekirala eky'obutafa ku mazima ekiri mu bigambo ebyo waggulu, "Tontabula na mazima, obwongo bwange bwasalawo!" Buno butafa ku mazima. Obwongo bw'omuntu bwe buba nga bwasazeewo dda, teri muwendo gwa bituufu, mazima, ebikakasa oba amagezi oguyinza okubukyusa. Eby'okulwanyisa by'omwoyo byokka bye biyinza okusuula wansi ebikomera ebyo. Abantu bavugibwa n'okumaamirwa obutafaayo eri amazima n'ebirowoozo byabwe bo, emirundi mingi eri okuzikirira kwabwe bo. Eky'okulabirako kimu kyankwatako nnyo, oba oli awo kubanga ndi Mungereza mu byafaayo byange.

Mu Lutalo olw'Enkyukakyuka mu Amerika, abajaasi baali balwanyisa abayeekera ba Amerika. Ekirowoozo ky'Abangereza eky'okulwana kyaali kya kwambala yunifoomu enzijuvu eza langi ezimasamasa n'okukumba mu nnyiriri n'eŋŋoma nga zivuga, ne bayingira mu lutalo. Abakubi-ba-ssabbaawa Abamerika beekweka mu miti ne mu ntobazzi ne bakuba abantu bano nga tebalabibwa n'akatono. Mu mitindo gyaffe leero, ekyo kyanditwaliddwa nti kuba kwettira mu lutalo. Mu kiseera ekyo, wewaawo, abantu baali tebayinza kulowooza kya kulwanira mu ngeri ndala yonna. Kyaali kikomera kya butafaayo eri mazima n'ebirowoozo byabwe bo ebyaleeta okufa okuteetaagisa okw'enkumi n'enkumi z'abaserikale Abangereza. Kino kyakulabirako kimu kyokka eky'engeri obutafaayo bw'obwongo gye buyinza okutwaala abantu okuyingira mu kuzikirira kwabwe bo.

Waliwo eby'okulabirako ebirala eby'obutafaayo eri mazima obukwata ebirowoozo by'abantu, ng'enjiriza enfu ez'eddiini, endowooza z'eby'obufuzi, n'obukyayi bw'abantu aba langi endala. Bino bisangibwa, emirundi mingi, mu bantu abaatula okuba Abakristaayo bangi.

Emabegako katono, nnali mbuulira mu South Afrika. Nnasabibwa okubuulira ku mutwe ogw'abaamasaza n'olutalo olw'omwoyo. Nga bwe nagufumiitirizaako, Mukama n'alabika okumpa erinnya ly'omusajja ow'amaanyi ali waggulu wa South Afrika. Kwe kunywerera mu ngeri y'ekizibe ky'amaaso ku nzikiriza oba endowooza emu. Ne nnoonya amakulu g'ekigambo ekinnyonnyola omuntu eyeeyisa bwatyo mu kitabo ekiraga amakulu g'ebigambo era kuno kwe kwaali okunnyonnyola: "Omuntu anyweza, ng'oggyeeko ensonga zonna ezitegeerekeka, era assa omulaka ogusukkiridde ku nzikiriza emu oba endowooza." Oyo ye muntu agugubira ku nzikiriza ye ye. Nakyo kigo. Kye kintu Setaani ky'azimba mu bwongo bw'abantu.

Nga mmaze okuwaayo ebigambo bino, minister eyazaalibwa mu South Afrika era eyamanya eggwanga obulungi, n'aɲamba, "Toyinza kuba nga wandinnyonnyodde ebizibu bya South Afrika mu ngeri esingawo obulungi. South Afrika etaaguddwa n'okugugubira ku nzikiriza ezikontana n'amazima; ez'eddiini, ez'erangi ez'enjawulo, n'ez'ebibiina by'enzikiriza. Ekizibu ekikulu eky'eggwanga lino kwe kukkiriza okukontana n'ebituufu byonna ebiriwo." Abatuuze ba South Afrika, ba ssekinnoomu, bantu abasanyufu ennyo, naye obwongo bwabwe bwawambibwa ne bukwatibwa n'ekigo kino eky'okulemera ku ndowooza zaabwe. Sigamba nti abatuuze ba South Afrika ba enjawulo okuva ku bantu abalala, naye balina bubeezi kika kya kigo kyabwe eky'enjawulo. 2 Abakkolinso 4:4 kigamba:

⁴katonda ow'emirembe gino be yaziba amaaso g'amagezi gaabwe abatakkiriza, omusana gw'enjiri ey'ekitiibwa eya Kristo, oyo kye kifaananyi kya Katonda, gulemenga okubaakira.

(NIV)

Ekigo kye kintu **ekiziba amaaso g'amagezi g'abantu bwe kityo omusana gw'enjiri guleme okubaakira.** Omuntu bw'abeera mu mbeera eyo, kiba kibi okusinga obutagasa okukaayana naye, omusajja oba omukazi. Gy'okoma okukaayana, gye bakoma okuddamu okunnyonnyola ensobi yaabwe era gye bakoma okunywerera mu nsobi eyo. Engeri yokka ey'okusumulula abantu ab'engeri eyo kwe kukozesa eby'okulwanyisa byaffe eby'omwoyo n'okumenya ebigo mu bwongo bwabwe.

>>Eky'okutaano:
Omusingi gw'Obuwanguzi Bwaffe

Kaakano nannyonnyola amazima gamu agasinga obukulu ge tuteekwa okumanya okusobola okukakasibwa obuwanguzi mu lutalo lwaffe olw'omwoyo. Mu Abakkolosaayi 2:13-15, Pawulo annyonnyola ki Katonda ky'atukoledde, ng'abakkiriza, okuyita mu kufa kwa Kristo ku musalaba ku lwaffe.

¹³**Nammwe bwe mwali nga mufudde olw'ebyonoono byammwe n'obutakomolebwa, yabafuula balamu wamu ne Kristo. Yasonyiwa ebyonoono byaffe byonna,**
¹⁴**n'okusangula endagaano eyawandiikibwa mu mateeka, eyatwolekera, eyali omulabe waffe; nayo n'agiggyamu wakati mu kkubo, bwe yagikomerera ku musalaba.**
¹⁵**Bwe yayambulira ddala obwami n'amasaza, n'abiwemuukiriza mu lwatu, bwe yabiwangulira ku gwo.**

(NIV)

Ka nsooke okukulabula nti Setaani mumalirivu nnyo nti tojja kutegeera nsonga eno. Ayagala okuziyiza

Abakristaayo bonna obutagitegeera, kubanga yo kye kisumuluzo ekireeta okuwangulwa kwe. Amazima amakulu ageetaagisa ge gano: **Kristo yawangulira ddala Setaani n'amaanyi ge gonna amabi n'amasaza emirembe n'emirembe.**

Bw'oba tolina kirala ky'ojjukira, jjukira ekyo. **Kristo yawangulira ddala Setaani n'amaanyi ge gonna amabi n'amasaza emirembe n'emirembe.** Yakola ekyo okuyita mu kufa kwe ku musalaba, omusaayi Gwe ogwayiika, n'okuzuukira Kwe okw'obuwanguzi.

Okutegeera engeri kino gye kyatuukirizibwa, tuteekwa okutegeera eky'okulwanyisa kya Setaani ekikulu gye tuli, n'eky'okulwanyisa ekyo gwe musango.

Okubikkulirwa 12:10 kigamba:

¹⁰Ne mpulira eddoboozi ddene mu ggulu nga lyogera nti: "Kaakano obulokozi buzze n'amaanyi n'obwakabaka bwa Katonda waffe, n'obuyinza bwa Kristo we.

Kubanga aloopa baganda baffe yasuulibwa, abaloopa mu maaso ga Katonda waffe emisana n'ekiro."

(NIV)

Ani oyo "aloopa ab'oluganda?" Tumanyi nti oyo ye Setaani. Namaze dda okukyogerako nti Setaani alina omwagaanya okutuuka mu kubeerawo kwa Katonda n'omulimu gwe omukulu kwe kutuloopa ffe abakkiriza mu Yesu.

Lwaki Setaani atuloopa? Ekigendererwa kye kye ki? Kiyinza okwogerwa mu kigambo ekyangu kimu: okutuleetera okuwulira omusango. Kasita kiba nti Setaani ayinza okutukuuma nga tuwulira omusango, tetuyinza kumuwangula. Omusango kye kisumuluzo ky'okuwangulwa kwaffe n'obutuukirivu kye kisumuluzo ky'obuwanguzi bwaffe.

Katonda, okuyita mu musalaba, akoze ku kizibu kino eky'omusango, mu biseera ebyayita, ne mu biseera eby'omu maaso. Akoze obugabirizi obujjuvu ku lwa byombi. Katonda yakola atya ku biseera ebyayita? Abakkolosaayi 2:13 kigamba, "Yatusonyiwa ebibi byaffe byonna ..." (NIV)

Okuyita mu kufa kwa Yesu Kristo ku lwaffe, nga yatukiikirira, ng'atwaala omusango gwaffe n'okutusasulira ekibonerezo kyaffe, Katonda kaakano asobola okutusonyiwa ku lw'ebikolwa byaffe byonna eby'okwonoona. Kubanga obutuukirivu Bwe bwamatizibwa olw'okufa kwa Kristo, Ye ayinza okusonyiwa buli kibi kyonna kye twali tukoze awatali kukkiriranya butuukirivu Bwe ye. Ekintu ekisooka kye tuteekwa okutegeera kiri nti ebikolwa byaffe byonna eby'okwonoona ebyayita, si nsonga byenkana wa oba byali bibi kwenkana ki, byasonyiyibwa bwe twateeka okukkiza kwaffe mu Kristo Yesu.

Katonda n'alyoka akola obugabirizi ku lw'eby'omu maaso, nga bwe kiragibwa mu Abakkolosaayi 2:14:

¹⁴ ... n'okusangula endagaano eyawandiikibwa mu mateeka, eyatwolekera, eyali omulabe waffe nayo n'agiggyamu wakati mu kkubo, bwe yagikomerera ku musalaba.

(NIV)

"Endagaano eyawandiikibwa" lye tteeka lya Musa. Yesu, ku musalaba, yaggyawo etteeka lya Musa kye yali ateekwa okukola ku lw'okufuna obutuukirivu ne Katonda. Ebbanga lyonna etteeka lya Musa bwe lyali nga lye lirina okugobererwa, buli mulundi gwe twamenya n'erimu ku mateeka agaasinga okuba amatono, twalina omusango mu maaso ga Katonda. Naye etteeka bwe lyaggyibwa mu kkubo ng'ekyali kirina okukolebwa ku lw'okufuna obutuukirivu, olwo nno obugabirizi bwakolebwa ffe okubeerawo nga tuli ba ddembe okuva mu musango kubanga **okukkiriza** kwaffe kutubalirwa ku lw'obutuukirivu.

Waliwo ennyiriri bbiri ezikwatagana. Olumu ku zino lwe lwa Abaruumi 10:4:

⁴Kubanga Kristo y'enkomerero y'amateeka olw'okuweesa obutuukirivu buli akkiriza.

(NAS)

Ebyo bigambo bikulu. Muyudaaya oba Munnaggwanga, Mukatoliki oba Mupulotesitanti, tekikola njawulo. Kristo si ye nkomerero y'amateeka ng'ekitundu ky'Ekigambo kya Katonda, oba ng'ekitundu ky'ebyafaayo bya Isiraeri, oba mu ngeri endala yonna. Ye ye nkomerero y'amateeka nga engeri y'okufuna obutuukirivu ne Katonda. Tetuteekwa kukuuma mateeka okusobola okuba abatuukirivu.

Ekyawandiikibwa ekikwatagana eky'okubiri kye kiri mu 2 Abakkolinso 5:21:

²¹Katonda yamufuula ataamanya kibi [Yesu] okuba ekibi ku lwaffe, ffe tulyoke tufuuke obutuukirivu bwa Katonda mu ye.

(NIV)

Okwo kwe kuwanyisiganya okw'obwakatonda. Yesu yafuulibwa ekibi n'okwonoona kwaffe ffe tulyoke tufuulibwe abatuukirivu n'obutuukirivu Bwe. Bwe tumala okutegeera amazima nti tufuuliddwa abatuukirivu n'obutuukirivu bwa Kristo, olwo nno setaani tayinza kutuleetera kuwulira musango nate. Eky'okulwanyisa ekikulu ekya Setaani bwe kityo kijja kumuggyibwako. Yesu yayambula abaamasaza n'amaanyi olw'okufa kwe ku musalaba. Yabaggyako eky'okulwanyisa kyabwe ekikulu gye tuli.

Kaakano njagala okukulaga okukola kw'obuwanguzi bwa Kristo okuyita mu ffe. Twamaze dda okulaba ebigambo by'obuwanguzi bwa Kristo mu Abakkolosaayi 2:15:

> ¹⁵**bwe yayambulira ddala obwami n'amasaza, [obwakabaka obubi bwonna obwa Setaani], n'abiwemuukiriza mu lwatu, bye yawangulira ku musalaba.**
>
> (NIV)

Okusanyukira obuwanguzi mu butuufu si kwe kuwangula okuwangula, naye kwe kujaganya n'okwolesa obuwanguzi obumaze okufunibwa. Yesu, okuyita mu kufa Kwe ku musalaba, yayolesa eri obutonde bwonna obuwanguzi Bwe waggulu w'obwakabaka bwa Setaani bwonna. Wewaawo, Yesu teyafuna buwanguzi obwo ku Lulwe – Ye yali tabwetaaga. Yabufunira ffe. Kiruubirirwa kya Katonda nti obuwanguzi obwo bulina okukolebwa n'okwolesebwa okuyita mu ffe. Mu 2 Abakkolinso 2:14 (olumu ku nnyiriri zange ze nsinga okwagala), Pawulo agamba:

> ¹⁴**Naye Katonda yeebazibwe, atutwala bulijjo ng'abawangulwa mu Kristo, n'atubikkuza evvumbe ly'okumutegeera ye mu buli kifo.**
>
> (NAS)

Tekyewuunyisa Pawulo bw'agamba, "Katonda yeebazibwe." Okwebaza Katonda tekyandyewalise singa mu butuufu otegedde obubaka bw'olunyiriri olwo. Katonda bulijjo atuleetera okugabana okujaganya kwa Kristo waggulu w'obwakabaka bwa Setaani. Waliwo ebigambo ebiyamba ku bigambo ebikozi, "bulijjo" ne "mu buli kifo." Ekyo kitegeeza nti tewali budde era tewali kifo we tutasobolera kugabana mu lujjudde okujaganya kwa Kristo waggulu w'obwakabaka bwa Setaani.

Mu Matayo 28:18-20, Yesu alangirira:

[18]Yesu n'ajja n'ayogera nabo, n'abagamba nti "Mpeereddwa obuyinza bwonna mu ggulu ne ku nsi.
[19]"Kale mugende, mufuule amawanga gonna abayigirizwa, nga mubabatiza okuyingira mu linnya lya Kitaffe, n'Omwana n'Omwoyo Omutukuvu,"
[20]"nga mubayigiriza okukwata byonna bye nnabalagira mmwe.
era, laba, nze ndi wamu nammwe ennaku zonna, okutuusa emirembe gino lwe giriggwaawo."

(NIV)

Wano Yesu agamba nti okuyita mu kufa Kwe ku musalaba, yasikambula obuyinza okubuggya ku Setaani, n'abwefunira Ye, era Katonda amussizzaamu obuyinza bwonna mu ggulu ne mu nsi. N'alyoka agamba, "Kale mugende, mufuule amawanga abayigirizwa...." Makulu ki ag'ekigambo "Kale?" Yesu agamba, "Mpangudde obuyinza, mugende mubukozese. Mugende mwolese obuwanguzi Bwange mu nsi yonna nga mutuukiriza obutume Bwange."

Nandyagadde kaakano okwogera ebigambo ebyangu bisatu ebikwata ku buwanguzi bwa Yesu. Okusooka, mu kukemebwa kw'omu ddungu, Yesu yawangula Setaani ku Lulwe Ye. Yasisinkana Setaani, n'alwanyisa ebikemo bye, era n'amuwangula. Eky'okubiri, ku musalaba, Yesu yawangula Setaani ku lwaffe, si ku Lulwe, naye ku lwaffe. Yali teyeetaaga buwanguzi ku Lulwe kubanga yali yabufunye dda, naye yatwala obuwanguzi ku lwaffe n'awangula omulabe waffe. Yaggya eby'okulwanyisa ku mulabe waffe, n'amwambulula, n'amwanika mu lujjudde ku lwaffe.

Eky'okusatu, kaakano buvunaanyizibwa bwaffe okwolesa n'okukozesa obuwanguzi bwa Yesu.

[14]Naye Katonda yebazibwe, atutwala bulijjo ng'abawangulwa mu Kristo, n'atubikkuza evvumbe ery'okumutegeera ye mu buli kifo.

(2 Abakkolinso 2:14 NAS)

Jjukira nti "bulijjo" ne "mu buli kifo" Kristo afudde obuwanguzi okuba nga busoboka ku lwaffe.

Ekitundu Ekyo 2:
Eby'okulwanyisa Byaffe Eby'Okwekuuma

>>Eky'omukaaga:
Eby'okulwanyisa Ebijjuvu ebya Katonda

Nnamaze dda okunnyonnyola nti ng'abakiikirira obwakabaka bwa Katonda wano ku nsi, twesanga nga twenyigidde mu lutalo olujjuvu n'obwakabaka obutuwakanya obwategekebwa obulungi ennyo obufugibwa Setaani. Buno bwakabaka bwa bantu-ab'omwoyo ababi (abantu abatalina mubiri) ekitebe kyabwo nga kiri mu bifo eby'omu ggulu.

Eddwaaniro olutalo luno kwe lulwanirwa bwe bwongo bw'abaana ba bantu. Setaani azimbye ebigo eby'obutafaayo ku mazima n'obutakkiriza mu bwongo bw'abaana ba bantu okubalemesa okufuna amazima g'enjiri. Omulimu gwaffe ogutuweereddwa Katonda kwe kumenya n'okusuula wansi ebigo bino eby'omu bwongo, bwe tutyo nga tusumulula abasajja n'abakazi okuva mu bulimba bwa Setaani, ate oluvannyuma tulyoke tubaleete mu kugonda n'obuwulize eri Kristo.

Obusobozi bwaffe okufuna omulimu guno oguweereddwa Katonda businziira okusinga ku nsonga bbiri. Okusooka, nti tulaba bulungi okuva mu Byawandiikibwa nti ku musalaba Yesu yawangulira ddala Setaani ku lwaffe era nti kaakano buvunaanyizibwa bwaffe okwolesa n'okukozesa obuwanguzi obwo Yesu bwe yatufunira edda. Eky'okubiri, nti tukozesa bulungi eby'okulwanyisa by'omwoyo ebyetaagisa Katonda by'atugabiridde. Eby'okulwanyisa by'omwoyo bino bigwa mu biti ebikulu bibiri: eby'okulwanyisa eby'okwekuumisa n'eby'okulwanyisa eby'okulumbisa. Mu kitundu kino, tujja kukwata ku kiti ekisooka, eby'okulwanyisa eby'okwekuumisa.

Abaefeso 6:10-17 gwe musingi gwaffe:

[10]Eky'enkomerero, mubenga n'amaanyi mu Mukama waffe ne mu buyinza obw'amaanyi ge.
[11]Mwambalenga eby'okulwanyisa byonna ebya Katonda, mulyoke muyinzenga okuyimirira eri enkwe za Setaani.
[12]Kubanga tetumeggana na musaayi na mubiri, wabula n'abaamasaza, n'ab'obuyinza, n'abafuga ensi ab'omu kizikiza kino, n'emyoyo egy'obubi mu bifo ebya waggulu.
[13]Kale mutwalenga eby'okulwanyisa byonna ebya Katonda, mulyoke muyinzenga okuguma ku lunaku olubi, era bwe mulimala okukola byonna, musobole okuyimirira.
[14]Kale muyimirirenga, nga mwesibye mu kiwato kyammwe amazima, era nga mwambadde eky'omu kifuba obutuukirivu, [15]era nga munaanise mu bigere okweteekateeka okw'enjiri ey'emirembe; [16]era ku ebyo byonna nga mukwatiddeko engabo ey'okukkiriza, eneebayinzisanga okuzikiza obusaale bwonna obw'omuliro obw'omubi.
[17]Muweebwe ne sseppewo ey'obulokovu, n'ekitala eky'omwoyo, kye kigambo Kya Katonda.

(NAS)

Mangu ddala mu ssuula Pawulo agamba, "Kale, mwambalenga eby'okulwanyisa byonna ebya Katonda ..." Tuli ku nsonga ya kwambala bya kulwanyisa byonna ebya Katonda. Oyinza okuba nga wali ompulidde nga njogera emabegako nti buli lw'osanga ekigambo "n'olw'ekyo" mu Baibuli, oyagala okuvumbula kiriwo "ku lwa nsonga ki." "N'olw'ekyo" mu lunyiriri luno kiriwo olw'ensonga y'olunyiriri olusooka awo Pawulo w'agambira, " ... tetumeggana na musaayi na mubiri, wabula n'abaamasaza, n'ab'obuyinza, n'abafuga ensi ab'omu kizikiza kino, n'emyoyo egy'obubi mu bifo ebya waggulu." Kiri lwa nsonga ya kuba nti twenyigidde mu lutalo luno olw'obulamu n'okufa n'amaanyi ag'omwoyo amabi ag'obwakabaka bwa Setaani nti tulina ebbanja ffe fennyini(n'ekigambo kya Katonda kikitulagira), okwambala eby'okulwanyisa byonna ebya Katonda. Kikulu nti emirundi ebiri mu ssuula eno (olunyiriri olwe 11 n'olwe 13) Pawulo agamba, "Mwambale eby'okulwanyisa byonna ebya Katonda." Mazima ddala, tulabuddwa mu ngeri etegeerekeka mu Byawandiikibwa nti tuteekwa okwekuuma n'eby'okulwanyisa byonna ebya Katonda.

Mu lunyiriri olwe 13 Pawulo awa ensonga endala, "oyinze okuguma ku lunaku olubi, era bw'olimala okukola byonna, osobole okuyimirira.

Genderera ebigambo, "olunaku olubi." Ssikkiriza nti kino kitegeeza Okuyigganyizibwa Okw'Amaanyi oba akanyamberege akaalagulwa akamu akagenda okugwa ku nsi (newakubadde nzikiriza nti wayinza okubaawo obunyamberege obw'engeri eyo). Nzikiriza mu bigambo ebyo "olunaku olubi" lwogera ku kintu buli Mukristaayo ky'aliyitamu. Kino kigenda kuba ekiseera wateekeddwa okwaŋanga amaanyi ag'obubi, okukkiriza kwe we kugenda okugezesebwa, era awo buli ngeri yonna ey'okuziyizibwa n'ebizibu w'erisumululibwa okumulumbagana.

Pawulo tabuuza bwetaavu bwaffe okwaŋanga olunaku olubi. Si kya kweronderawo ky'oyagala naye ekikakafu ekiteewalika. Bulijjo ndowooza ku lugero Yesu lwe yawa olukwata ku basajja ababiri abaazimba ennyumba.

Omusajja omusiru yazimba ku musenyu, n'omusajja omugezi n'azimba ku lwazi. Ennyumba y'omusajja omusiru yagwa, naye ennyumba y'omusajja omugezi yayimirira. Enjawulo wakati w'ennyumba zino ebbiri tebyali bigezo bye zaayitamu kubanga buli nnyumba yafuna ekigezo kye kimu: empewo, enkuba, omuyaga n'amataba. Enjawulo gwali musingi kwe zaazimbibwa.

Tewali kintu mu Byawandiikibwa ekiraga nti ffe, ng'Abakristaayo, tulisimattuka ebigezo bino. Tetugenda kwewala "olunaku olubi," tuteekwa okwetegeka okuluyitamu. Mu nsonga eno, Pawulo agamba, "Mwambale eby'okulwanyisa byonna ebya Katonda."

>> *Tetugenda kwewala "olunaku olubi," tuteekwa okwetegeka okuluyitamu.*

Pawulo aggya ekifaananyi kye ku muserikale omu ku kibinja ekinene ow'ebiseera bye era awa olukalala lw'ebitundu by'ebikozesebwa mukaaga omuserikale oyo bye yayambalanga. Ka mbikusengekere:

Ekisooka, okwesiba amazima;
Eky'okubiri, eky'omu kifuba eky'obutuukirivu;
Eky'okusatu, engatto ez'okweteekateeka okw'enjiri;
Eky'okuna, engabo ey'okukkiriza;
Eky'okutaano, sseppewo ey'obulokovu;
Eky'omukaaga, ekitala eky'Omwoyo.

Ojja kutegeera, nga bw'ofumiitiriza ku ekyo, nti singa oyambala ebitundu bino byonna omukaaga eby'ebikozesebwa, ojja kuba ng'okuumiddwa ddala okuva ku ntikko y'omutwe gwo okutuuka ku bisinziiro by'ebigere byo okujjako ekintu kimu kyokka. Tewali bukuumi ku lw'omugongo. Nja kuttaanya ekyo ku nkomerero y'ekitundu kino.

>>Eky'omusanvu
Omusipi ogw'Amazima

Ekintu ekisooka eky'ebikozesebwa gwe musipi ogw'amazima. Tuteekwa okutegeera lwaki omuserikale ow'omu kibinja ekinene eky'omu ggye ly'Abaruumi yandyetaaze omusipi ng'ekitundu ky'eby'okulwanyisa bye. Jjukira nti mu nnaku ezo, engoye z'abasajja (n'ez'abakazi) bulijjo kyali nga ekyambalo ekirebera ekyakomanga wakiri mu maviivi.

Mu nsonga y'omuserikale Omuruumi, kyali nga ngeri ya kkanzu. Omuserikale Omuruumi bwe yalagibwanga okubaako ky'akola eky'amaanyi, nga okulwana oba okukozesa eby'okulwanyisa bye, yalinanga okubaako ky'akolera ekyambalo kye ekyo. Singa teyafangayo, ebiwero byakyo ku lukugiro n'enfunyiro zaakyo byataataaganyanga entambula ye ne bimulemesa okukozesa eby'okulwanyisa bye ebisigaddewo mu ngeri ennungi.

Ekintu ekisooka kye yalina okukola kwali kusiba musipi gwe n'agunyweza mu kiwato kye mu ngeri nti ekkanzu nga tekyewuuba nga bw'esanze era nga tekyayinza kuziyiza kutambula kwe nga agenda mu maaso. Kino kyali kikulu era gwe gwali omusingi ku lwa buli kintu ekirala kyonna. Eyo ye nsonga lwaki Pawulo ayogera ku musipi ogw'amazima nga tannaba kwogera ku kintu kirala kyonna.

Emirundi mingi Baibuli eyogera ku muntu "okusiba ekiwato kye." Kino kye kitegeeza n'ebigambo ebyo.

Pawulo agamba nti omusipi gye tuli ge mazima. Nzikiriza ekyo tekitegeeza mazima g'otegedde agakwata ku Katonda nga tolina w'ogassiza mu nkola, naye amazima mu bulamu obwa bulijjo. Kitegeeza bwesimbu, amazima omutali bukuusa, okweggula, n'eddembe mu kweyogerako..

Nga abantu bannaddiini, emirundi mingi tuziyizibwa n'okwefuula kye tutali n'obunnanfuusi. Ebintu bingi bye twogera ne bye tukola mu butuufu tetubitegeeza, naye tubyogera lwa nsonga emu yokka nti biwulikika bulungi. Tujjudde ebigambo by'eddiini bye twakwata obukusu n'obutaba na mazima. Waliwo ebintu bye tukola, si kusanyusa Katonda oba kubanga mu butuufu twagala okubikola, naye okusanyusa abantu abalala. Kumpi buli kibinja ky'eddiini kirina ebikwate byakyo eby'enjawulo nga, "Yesu ajja kukuyamba, ow'oluganda." Oluusi ekyo si kirala wabula "okukopperera," kubanga si Yesu ye yeetaaga okuyamba muganda wo, GGWE weetaaga okuyamba muganda wo.

Enjogera y'eddiini eringa eyo efaanana nga ekyambalo ekirebeeta, ekirebera. Yeekiika mu kkubo lyaffe n'etulemesa okukola ekintu ekyo Katonda ky'atugamba okukola. Etuziyiza okubeera Abakristaayo abakozi, ab'amaanyi, abafuba. Era etulemesa okukozesa ebintu ebirala eby'okulwanyisa.

Kitwetaagisa, okusooka byonna, okwesiba omusipi ogw'amazima. Tuteekwa okweggyako okwefuula kye tutali, obunnanfuusi, ebikwate by'eddiini, n'okwogera n'okukola ebintu bye tutategeeza.

Emirundi mingi amazima galuma. Oteekwa okutandika

Oteekwa okutandika okulaga abantu abalala ekika ky'omuntu ky'oli ddala.

okulaga abantu abalala ekika ky'omuntu ky'oli ddala. Oyinza okuba ng'obadde weekweka oba ng'ossaako ekikookolo ky'eddiini ebbanga lino lyonna era kaakano nga osoomoozeddwa n'obwetaavu ku lw'amazima gennyini, okweggulawo eri abalala n'eddembe mu kweyogerako. Oteekwa okwesiba omusipi ogunyweze okwetooloola bwe kityo obutaba na mazima n'okwefuula ky'otali eby'eddiini bibe nga tebikyakwetooloola n'okwekiika mu kkubo ly'ebintu Katonda by'ayagala okole.

>>Eky'omunaana:
Eky'omu kifuba eky'Obutuukirivu

Eky'omu kifuba eky'omuserikale ow'omu ggye ly'Abaruumi kikuuma, waggulu w'ebintu ebirala byonna, ekitundu kimu ekikulu ennyo eky'omubiri gw'omuntu: omutima. Baibuli eraga nti omutima gwa mugaso ogw'ensusso mu bulamu bwaffe nga bwe kirambikibwa Sulemaani mu Engero 4:23:

²³Onyiikiranga nnyo nnyini okukuumanga omutima gwo, kubanga omwo mwe muva ensulo ez'obulamu.

(NAS)

Nnali musomesa mu Kenya, Bufirika ey'Obuvanjuba, okumala emyaka etaano. Natuuka okumanya amawanga agawerako era ne njiga ekitonotono ku nnimi zaabwe. Olunaku lumu, ku kisenge ky'ekisulo ky'omuyizi, nnalaba Engero 4:23 nga kijuliziddwa mu lulimi Olumalagoli. Nakyevvuunulira mu makulu gaakyo ag'omu lulimi olwo agasooka era bulijjo mbadde nzijukira enzivuunula eyo. "Kuuma omutima gwo n'amaanyi go gonna kubanga ebintu byonna ebiriwo mu bulamu biva mu gwo."

Ekyo ky'olina mu mutima gwo kiteekwa mu nkomerero

ya byonna okusalawo ekkubo ly'obulamu bwo, ku lw'obulungi oba ku lw'obubi. Kikulu nti tukuume omutima gwaffe okuva mu ngeri zonna ez'obubi. Pawulo ayogera ku ky'omu kifuba eky'obutuukirivu ng'obukuumi obw'omutima.

Tuteekwa okwebuuza ki ekitegeezebwa n'obutuukirivu mu bigambo bino. Eky'omukisa omulungi, Pawulo akomawo ku mutwe guno ogw'eby'okulwanyisa mu bbaluwa endala. Mu 1 Abasasseloniika 5:8, ayogera kino:

> [8]**Naye ffe, kubanga tuli ba musana, tulemenga okutamiira, nga twambadde eky'omukifuba eky'okukkiriza n'okwagala ...**
>
> *(NAS)*

Wano Pawulo annyonnyola eky'omu kifuba okuva mu ngeri endala ey'okukirabamu. Akiyita "eky'omu kifuba eky'okukkiriza n'okwagala." Gatta wamu ebyawandiikibwa bino ebibiri: "eky'omu kifuba eky'obutuukirivu" kye "eky'omu kifuba eky'okukkiriza n'okwagala." Kino kitutegeeza ekika ky'obutuukirivu ekyo Pawulo ky'alina mu birowoozo. Si bwe butuukirivu obw'ebikolwa, oba amateeka g'eddiini, naye bwe butuukirivu obujja olw'okukkiriza kwokka.

Pawulo ayogera ku kika kino eky'obutuukirivu nate mu Abafiripi 3:9:

> ... [nti nze] **ndabikire mu Ye** [Kristo]**, nga ssirina butuukirivu bwange obuva mu mateeka, wabula obutuukirivu obuliwo olw'okukkiriza Kristo, obutuukirivu obuva eri Katonda mu kukkiriza ...**
>
> *(NAS)*

Pawulo kaakano aliraanaganya ebika by'obutuukirivu ebibiri. Okusooka byonna, ayogera ku butuukirivu obubwe ku bubwe obuva mu Mateeka n'agamba nti buno tebumala. Nga eky'okukyukira ekirala, ayogera ku butuukirivu obuva eri Katonda olw'okukkiriza. Ekyo kye kika ky'obutuukirivu ky'alina mu birowoozo bw'ayogera ku ky'omu kifuba eky'obutuukirivu ekikuuma omutima. Kasita tuba nga twambadde eky'omu kifuba nga butuukirivu bwaffe bwokka, Setaani ayinza okuzuula ebifo eby'obunafu bingi mu kika ky'obutuukirivu obwo era ayinza emirundi mingi okubuyingira n'obulumbaganyi bwe era n'ayonoona omutima gwaffe. Tuteekwa okwambala eky'omu kifuba nga si butuukirivu bwaffe ffe wabula obutuukirivu obwa Kristo. 2 Abakkolinso 5:21 kisoma:

[21][Katonda] **yamufuula ataamanya kibi [Yesu] okufuuka ekibi ku lwaffe, ffe tulyoke tufuuke obutuukirivu bwa Katonda mu Ye** [Kristo].

(NAS)

Tuteekwa okumatizibwa okuva mu Byawandiikibwa era tukitwale olw'okukkiriza nti twafuuka butuukirivu bwa Katonda. Ekyo kye kika kyokka eky'omu kifuba ekiyinza okukuuma mu ngeri emala omutima gwaffe n'obulamu bwaffe.

Ekika kino eky'obutuukirivu, Pawulo akikkaatiriza, kijja kuyita mu kukkiriza kwokka. N'olw'ekyo kye ky'omukifuba eky'okukkiriza n'okwagala. Teri ngeri ndala yonna ya kufunamu kika kino eky'obutuukirivu.

Bulijjo nkomebwako n'essaala ya Yesu ku lwa Peetero ekiro ekyo ng'okuyaayaana Kwe tekunnaba, Yesu yalabula Peetero nti yali agenda kumwegaana ekiro ekyo kye kimu. Mu bigambo by'okulabula okwo, Yesu yagamba, "Peetero, nkusabidde." Yesu teyasaba nti Peetero aleme okumwegaana. Mu mbeera ezo, wansi w'okunyigirizibwa okwandibaddewo n'obunafu obumanyiddwa mu mbala ya

Peetero, kyali tekyewalika nti Peetero yandyegaanyi Yesu. Naye Yesu yamusabira ekika ky'essaala endala, essaala yokka mu butuufu eyali eyinza okuyamba Peetero. Yesu yagamba mu Lukka 22:31-32:

> ³¹"Simooni, Simooni, Setaani yeegayiridde okubawewa mmwe ng'ŋŋano."
> ³²"Naye nze nkusabidde, okukkiriza kwo kuleme okuddirira."
>
> (NIV)

Kyetegereze, "nti okukkiriza kwo kuleme okuddirira." Newakubadde yali agenda kwegaana Mukama era yeerage nga munafu nnyo era omutiitiizi, buli kintu kyali kikyayinza okuzzibwawo kasita kiba nti okukkiriza kwe tekwaddirira. Kino kye ky'omu kifuba eky'okukkiriza n'okwagala. Okukkiriza kye kikozesebwa ekikulu ku lw'eky'omu kifuba kino.

Ekika ky'okukkiriza kye tuyiga kaakano kikola okuyita mu kwagala kwokka. Abaggalatiya 5:6 kigamba:

> ⁶Kubanga mu Kristo Yesu okukomolebwa tekulina maanyi newakubadde n'obutakomolebwa, wabula okukkiriza okukola olw'okwagala.
>
> (NAS)

Nga bwe nkitegeera, Pawulo ky'agambira ddala kiri nti, "Tewali kika kya mukolo oba kalombolombo ak'ebweru, kulwa ko, akamala. Ekintu ekimu ekikulu, we kitali nga tetuyinza kuwangula mu bulamu bw'Ekikristaayo, kwe kukkiriza, ekika ky'okukkiriza okukola okuyita mu kwagala. Si kukkiriza okutakola oba okw'ennono. Kuno kukkiriza okukola okuyita mu kwagala kwokka."

Gye nkoma okukulowoozako, gye nkoma

okukomebwako olw'amaanyi g'okwagala agataziyizika. Njagala essuula mu Luyimba 8:6-7:

> ⁶**Nteeka mu mutima gwo ng'akabonero, ku mukono gwo ng'akabonero; Kubanga okwagala kwenkana okufa amaanyi, ⁷Amazzi amangi tegayinza kuziyiza kwagala; so n'ebitaba tebiyinza kukutta.**
>
> (NIV)

Lowooza ku bigambo "Okwagala kwenkana okufa amaanyi." Okufa ky'ekintu ekimu ekitaziyizika fenna kye tuteekwa okusisinkana. Tewali n'omu ku ffe ayinza okukuziyiza. Teri ngeri ya kukwewala. Ebyawandiikibwa bigamba nti okwagala kwenkana okufa amaanyi.

Kulowoozeeko. Okwagala tekuziyizika. Bulijjo kuwangula. Tewali ngeri gye kuyinza kuwangulwa. Okwagala kutukuuma okuva mu maanyi gonna amabi nga obusungu, obutasonyiwa, obukaawu, okuterebuka, n'okuggwamu essuubi ekiyinza okwonoona emitima gyaffe n'okwonoona obulamu bwaffe. Jjukira, ebyo byonna ebiriwo mu bulamu biva mu mutima.

Pawulo annyonnyola ekika ky'okwagala kino mu 1 Abakkolinso 13:4-8:

> ⁴**Okwagala kugumiikiriza, okwagala kulina ekisa. Tekuba na buggya, tekwekulumbaza, tekwegulumiza. ⁵tekukola bitasaana, tekunoonya byakwo, tekunyiiga, tekusiba bubi ku mwoyo. ⁶tekusanyukira bitali bya butuukirivu, naye kusanyukira wamu n'amazima.**
>
> ⁷**Bulijjo kukuuma, kukkiriza byonna, kusuubira byonna, kuzibiikiriza byonna. ⁸Okwagala tekuggwawo.**
>
> (NIV)

Ekyo ky'ekyomu kifuba kye twetaaga, ekyo ekitalemwa

n'akatono. Ekyomu kifuba ekitaliimu bunafu obwo Setaani bw'ayinza okuyingiramu. Pawulo ky'ayogera mu ebyo kikwataganira ddala n'ekifaananyi ky'ekyomukifuba. Okwagala kukuuma bulijjo, kwesiga bulijjo, kusuubira bulijjo, kugumiikiriza bulijjo. Bw'oba ng'oyambadde eky'omu kifuba ekyo eky'okwagala okukola okuyita mu kwagala, kijja kukukuumanga bulijjo. Kijja kukuuma omutima gwo okuva mu buli bulumbaganyi n'okugezaako kwa Setaani okuyingira mu kitundu ekyo ekikulu eky'obulamu bwo.

>>Eky'omwenda
Engatto ez'Okweteekateeka okw'Enjiri

Engatto abaserikale b'omu ggye ly'Abaruumi ze baayambalanga zaali za maanyi, tangira ennyana ezaalina ebikoba eby'okuzinyweza. Zaasibanga okutuuka mu ntumbwe n'ebikoba eby'amaliba. Zaali kitundu ekikulu ennyo eky'ebyokulwanyisa by'omuserikale kubanga zaamusobozesa okukumba engendo empanvu mu bwangu obw'ekitalo. Kino kyamuwa obwangu mu kutambula. Kyamuleetera okubaawo eri omudumizi we mu budde n'ekifo gye yali yeetagibwa mu lutalo. Lowooza ku ngatto nga zikuwa okutambula n'okubeerawo eri omuduumizi wo, ye Mukama Yesu Kristo. Kino kyafuuka ekya nnamaddala ennyo gye ndi mu bumanyirivu bwange ng'omuntu.

Okumala emyaka ebiri mu Ssematalo Ow'Okubiri, naweereza n'ekitongole ky'eddwaliro n'Eggye lya Bungereza mu malungu g'omu Bufirika Ey'Obukiika Obwakkono. Waalingawo ebiseera bwe twaali nga tukola n'ekibinja eky'ebyokulwanyisa ebitayitamu masasi nga twalinga kumpi ddala n'ennyiriri z'abalabe, oluusi ekiro. Mu ddungu si kyangu kumanya wa ddala ennyiriri z'abalabe we ziri kubanga olutalo lwonna lwa kutambula nnyo. Mu mbeera eziri nga ezo, omuduumizi waffe bulijjo yawanga ebiragiro nti tetwalina kuggyamu ngatto zaffe ekiro. Twaalina okwebaka n'engatto zaffe mu bigere. Kitegeerekeka, ensonga yeeraga bwerazi. Bulijjo tobeera mwangu nnyo bw'ozuukuka okuva mu tulo otungi. Bw'oba toyambadde ngatto zo ate nga waliwo akavuyo okukwetooloola wonna, oyinza okutwala eddakiika ez'omuwendo eziwerako nga owammanta mu kizikiza ofune engatto zo, n'okugezaako okuzambala n'okusiba obukoba bwazo. Bw'oba, wewaawo, nga osangiddwa nga oyambadde engatto zo, obeerawo mbagirawo. Ekisumuluzo kwe kubeerawo oba obwangu bw'okutambula.

Kino kituufu era ne ku kitundu eky'omwoyo eky'ebyokulwanyisa byaffe Pawulo by'ayogerako. Engatto, oba ttangira ennyana, ziyitibwa "okweteekateeka okw'enjiri." Mu ngeri endala, kitegeeza okuba omwetegefu n'ekintu ekimu. Nga Abakristaayo, tuvunaanyizibwa okuba n'okutegeera okw'amagezi okw'enjiri. Abakristaayo bangi bagamba okuba abalokole era abaazaalibwa omulundi ogwokubiri naye nga tebayinza kuwa kunnyonnyola kwa magezi okwa ngeri ki gye baalokoka oba omuntu omulala yenna gy'ayinza okulokokamu. Nzikiriza "okweteekateeka" mulimu okuyiga Ebyawandiikibwa, okwejjukanya Ebyawandiikibwa, n'obusobozi okubuulira mu ngeri etegeerekeka obubaka bw'enjiri. Kigenderere era nti Pawulo agiyita "enjiri ey'emirembe." Yo y'enjiri ereeta emirembe mu mutima n'ebirowoozo mu abo abagikkiriza n'okugigondera.

Waliwo ekintu kimu ekikakafu ennyo ekikwata ku mirembe. Tuyinza okuwa emirembe eri abantu abalala bwe tuba naffe nga tulina emirembe ku lwaffe. Tetuyinza kugaba kintu ffe fennyini kye tutalina. Tuyinza

>>
Tuyinza okuwa emirembe eri abantu abalala bwe tuba naffe nga tulina emirembe ku lwaffe.

okukyogerako, tuyinza okumanya ennono, naye tetuyinza kukiwa mulala.

Waliwo essuula enkulu ennyo mu Matayo 10:12-13, awo Yesu we yaweera ebiragiro eri abayigirizwa abaasooka bwe yabasindika omulundi ogusooka okubuulira enjiri. Kino kye kitundu ku biragiro Bye:

¹²**Bwe munaayingiranga mu nju, mugiramusenga.**
¹³**Enju bw'esaananga, emirembe gyammwe gijjenga ku yo; naye bw'etasaananga, emirembe gyammwe giddenga gye muli.**

(NIV)

Genderera ebigambo ebyo ebikulu, enju bw'eba nga esaanira, "emirembe gyammwe gijje ku yo...." Mulina okuleka emirembe gyammwe mu nju eyo. Bw'ogenda mu nju yonna, olina emirembe egy'okulekamu? Toyinza kuwa muntu kintu ky'otanyumirwa ggwe wennyini.

Ka nkuwe eky'okulabirako ekitono eky'engeri kino gye kiyinza okukola. Singa obadde mukyala ng'ogula eby'okulya mu supamaketi. Nga bw'olindirira mu lunyiriri ebintu by'oguze bikeberebwe omuwendo gwabyo, nga waliwo omukyala alabikira ddala nga ali ku njegoyego za kutabuka mu busimu bwe. Omukyala akankana ng'awulira bubi, Katonda n'akuluɲamya okumuyamba. Ogenda kukola ki? Ogenda kugamba, "Jangu ku kkanisa ku Sunday ku makya?"Ekyo tekijja kusisinkana kyetaago kye. Bwe kiba nti ekyo kyokka ky'obadde osobola okwogera, tewandibadde ng'oyambadde engatto zo.

Okuba ng'oyambadde engatto zo kitegeeza nti oli mwetegefu okubaako ky'okola mu kiseera ekyo kyennyini era awo wennyinyi Katonda bw'akulagira. Okusooka byonna, oteekwa okuba n'emirembe. Oteekwa okumuleetera okuwulira nti ggwe olina ekintu ye ky'atalina era kye yeetaaga ennyo. Abantu bayinza okuwulira emirembe egiri mu bantu abalala.

Bw'ayaayaanira emirembe egyo, oteekwa okusobola okumubuulira mu lulimi olutali lwa ddiini, olwangu engeri yennyini gy'ayinza okufuna emirembe. Oteekwa okusobola okumubuulira enjiri. Ezo "ze ngatto ez'okweteekateeka okw'enjiri ey'emirembe."

>>Eky'ekkumi:
Engabo ey'Okukkiriza

Mu Luyonaani olw' Endagaano Empya, waliwo ebigambo eby'enjawulo bibiri ebitegeeza "engabo." Emu ngabo ennekulungirivu, entono, ng'erina ekikula ekifaananira ddala nga ekisero ekikoleddwa mu njulu, ekiseeteevu kyetoloovu, era ekinene. Endala y'engabo empanvu eri mu kikula ky'oluggi, era eggyibwa mu kigambo ekitegeeza oluggi olw'ekikula kyayo. Kino kye kika ky'engabo Pawulo ky'ayogerako bw'agamba nti "engabo y'okukkiriza."

Omuserikale Omuruumi omutendeke obulungi yayinzanga okukozesa engabo eyo bwe kityo nti tewali kitundu n'ekimu eky'omubiri gwe ekyayinza okutuukibwako ebyokulwanyisa by'omulabe. Yamukuumira ddala. Kino kye kika ky'okukkiriza Pawulo ky'ayogerako bw'akwogerako nga engabo.

Bwe tutandika okulumbagana Setaani, bwe tutandika okumuleetera obuzibu bwonna, oyinza okuba omukakafu nti naye ajja kukulumba. Okusooka, ayinza okulumbagana ebirowoozo byaffe, emitima gyaffe, emibiri gyaffe, oba ensimbi zaffe, bwe kityo twetaaga okuba n'engabo etubikka. Ajja kulumbagana ekitundu kyonna ky'asobola okutuukako. Bw'aba tayinza kutulumba, ajja kulumba abo abasinga okuba okumpi naffe. Bw'oba oli musajja mufumbo, ekintu ekisooka Setaani ky'ajja okulumba ye mukyala wo. Kino kumpi kiriko obukakafu. Eyo y'emu ku ngeri gy'ajja okukuddira. Oteekwa okuba n'engabo nga nnene ekimala okukuuma buli kintu Katonda ky'akuwaddeko obuvunaanyizibwa, omuli ggwe wennyini, ab'omu nnyumba yo, na buli kintu Katonda ky'akuwadde. Olumu nnayiga essomo lino mu ngeri etegeerekeka obulungi ennyo.

Nnali mpeereza olumu eri omukazi eyalina dayimooni ey'okwetta. Mu kiseera ekimu, yafuna okusumululwa okwewuunyisa, okukakafu ennyo, era n'amanya nti yali wa ddembe. Ffembi ne tutendereza Katonda. Olunaku olwaddirira n'akomawo gye ndi n'ambuulira ekintu kino ekyaliwo ekyewuunyisa. Yagamba nti kumpi mu kiseera kyennyini mwe yafunira okusumululwa kwe, omwami we yali avuga ku luguudo olunene mu kabangali ye n'embwa yaabwe ey'ekika kya German Shepherd yali eyimiridde (nga embwa eyo bwe yayagalanga okukola) emabega mu mmotoka. Awatali nsonga, nga emmotoka edduka emisinde egya yiriyiri, embwa eyo mangu ago n'ebuuka mu mmotoka era n'ettibwa mbulaga.

>>
Eyo y'emu ku ngeri gy'ajja okukuddira. Oteekwa okuba n'engabo nga nnene ekimala okukuuma buli kintu Katonda ky'akuwaddeko obuvunaanyizibwa ...

Bwe yaŋamba ekyo, nnategeera nti dayimooni y'okwetta eyali evudde mu mukazi yali egenze n'eyingira mu mbwa. Setaani yalumba ekintu ekyali kisinga okuba okumpi kye yali ayinza okutuukako. Nnayiga essomo lye nzikiriza nti ssiryetaaga kuliyiga nate.

Buli lwe mpeereza okusumululwa eri abantu, bulijjo nkaayanira obukuumi bw'okukkiriza mu musaayi gwa

Yesu ku buli kintu ekiri mu nkwatagana nabo. Teri kintu kya ngeri ng'eyo ekyali kizzeemu okumbaako nate. Kino kyanjigiriza omugaso gw'ekyomukifuba nga engabo eri mu kikula ky'oluggi ennene eyo ekuuma buli kintu Katonda ky'atuwadde.

Okukkiriza kwogerwako emirundi ebiri mu lukalala luno olw'ebyokulwanyisa. Ekyomu kifuba kwe kukkiriza n'okwagala era engabo y'engabo ey'okukkiriza. Buli nkozesa ya "okukkiriza" eteekwa okutegeerwa mu ngeri ya njawuloko katono. Ekyomu kifuba kwe kukkiriza ku lw'obutuukirivu bwaffe fennyini, naye engabo kwe kukkiriza ku lw'obukuumi n'obugabirizi ku lwaffe n'abo bonna Katonda b'atuwadde okuvunaanyizibwako. Kwekwo okubikka ku buli kintu.

Nnayiga kino mu ngeri etegeerekeka ku ntandikwa y'obuweereza bwange obw'oku laadiyo. Bwe nnayingizibwa mu buweereza buno, kyaali kyewuunyisa engeri ebintu bingi gye byaatabuka mu kiseera kye kimu mu yafeesi ne mu kubufulumya. Ebyuma ebyandibadde bikola obulungi ennyo mangu ago ne birekera awo okukola. Abakozi ne balwaala, obubaka ne bubula. Akavuyo ne kagolokoka mu kitongole kyaffe ekitera okuba mu ntegeka ennungi. Ne ndyoka nkitegeera nti kyali kinneetaagisa okunanuula engabo ey'okukkiriza. Setaani yali alumba mu kuddira era nga tayinza kuntuukako, ng'omuntu, bw'atyo n'alumba ekintu kye nnali nneesigamako, abo abaawagira obuweereza bwange. Naye ne nsitula engabo ey'okukkiriza, ne nnenya amaanyi ago ag'okutabuka, era emirembe n'obutebenkevu ne bikomezebwawo. Nate era, nnayiga OMUSOMO . Tuteekwa okuwanirira engabo ey'okukkiriza ku lw'obukuumi n'obugabirizi obujjuvu.

>>Eky'ekkumi n'ekimu:
Sseppewo ey'Obulokovu

Ekitundu ekyokutaano eky'ebyokulwanyisa ye sseppewo ey'obulokovu. Nja kugabana amazima agamu ag'omuwendo agakwata ku kino ge nnayiga okuva mu ntalo zange.

Bwe ntunula emabegako ku ntalo zino, nzijukizibwa ebigambo bya Pawulo mu Abaruumi 8:37:

[37]**Nedda, mu bino byonna tuwangudde n'okukirawo ku bw'oyo eyatwagala.**

(NIV)

Kitegeeza ki okuba abawanguzi n'okukirawo? Kitegeeza tetuwangula buwanguzi lutalo wabula mu butuufu ne tuluvaamu na bingi okusinga bye twabadde nabyo we twaluyingiriddemu. Nkakasizza kino emirundi mingi mu bye mpiseemu ku lwange.

Mu kuyiga ku kyomu kifuba, twalabye nti ekyomu kifuba kikuuma omutima. Kaakano nga bwe tutunuulira sseppewo, tuyinza okukiraba nti ekuuma mutwe era nti omutwe gukiikirira endowooza. Amakulu, twogera ku sseppewo eyo ekuuma ebirowoozo byaffe.

Twalabye emabegako nti eddwaniro olutalo luno lwonna olw'omwoyo mwe lulwanirwa bye birowoozo by'abaana b'abantu. Olw'okuba ebirowoozo lye ddwaniro, kyeraga bwerazi nti twetaaga okuba abeegendereza mu ngeri ey'enjawulo okukuuma ebirowoozo byaffe.

Nga omukozi ayamba ku ntambuza y'emirimu gy'eddwaliro mu Ssematalo Owokubiri, natuuka okumanya kino okuyita mu ebyo bye nnayitamu. Mu butonde, omuntu akoseddwa mu mutwe aba takyayinza kukozesa bulungi eby'okulwanyisa bye ebisigaddewo. Ayinza okuba omujaasi omuvumu ennyo era akola obulungi era ng'alina eby'okulwanyisa ebirungi ennyo, naye bw'aba akoseddwa mu mutwe, kifuuka ekizibu ennyo gy'ali okukozesa obulungi obusobozi bwe n'eby'okulwanyisa bye.

Mu by'omwoyo, kino kyannamaddala ku bakozi bangi Abakristaayo. Mpeereddwa omukisa okuba mu nkolagana mu buweereza mu biseera eby'enjawulo era mu bifo eby'enjawulo awamu n'abaweereza ba Katonda ab'ekyewuunyo bangi, abasajja n'abakazi. Ndowooza mu ngeri ey'enjawulo ku baminsane, abatera okubeera wansi w'okunyigirizibwa kw'omwoyo okususse. Abaminsane abamu be nnakola nabo baali basajja n'abakazi ba Katonda abaalina ebisanyizo, abaali beewaddeyo, n'obusobozi obw'ekitalo n'okuyitibwa okwannamaddala. Emirundi mingi, wewaawo, baakkiriza bo bennyini okufumitibwa mu mitwe gyabwe. Bwe njogera bwe nti mba ntegeeza nti baakkiriza okufuuka emmere eri okwebbika oba obuteesiga abakozi Abakristaayo abalala.

Ekizibu kino mu birowoozo byabwe kyabalemesa okuba abaminsane abakozi era abaddu ba Katonda abalungi kye

> > *Olw'okuba ebirowoozo lye ddwaniro, kyeraga bwerazi nti twetaaga okuba abeegendereza mu ngeri ey'enjawulo okukuuma ebirowoozo byaffe.*

bandisobodde okuba. Olw'okuba baali bafumitiddwa mu mutwe, tebaasobola kukozesa byakulwanyisa byabwe ebyali bisigaddewo.

Mu mbeera yange gye nnayitamu, nnalina olutalo olw'obuntu olw'amaanyi n'okwebbika okumala emyaka mingi. Kwali ng'ekire ekikwafu oba olufu olwanzikako, ne lumbuutikira, ne lunsalako, ne lukifuula ekizibu gye ndi okuwuliziganya n'abalala. Kyampa endowooza ey'obutaba na ssuubi era, newakubadde mu ngeri nnyingi ndi muddu wa Mukama aweereddwa ebirabo era alina ebisaanyizo, nnafuna endowooza, "Abalala basobola, naye ggwe tosobola. Ggwe toliwangula. Ojja kuwalirizibwa okubivaako."

Nameggana n'okwebbika kuno okumala emyaka mingi. Nakola kyonna kye nnali nsobola. Nnasaba, nnasiiba, nnanoonya Katonda, nnasoma Baibuli. Oluvannyuma olunaku lumu Katonda n'ampa okubikkulirwa okwagonjoola ekizibu kyange. Nnali nsoma Isaaya 61:3:

> [3]**Okubateekerawo abanakuwalidde mu Sayuuni, okubawa engule mu kifo ky'evvu, amafuta ag'okusanyuka mu kifo ky'okunakuwala, ekyambalo eky'okutendereza mu kifo ky'omwoyo ogw'okukungubaga ...**
>
> *(KJV)*

Bwe nasoma ebigambo ebyo, "omwoyo ogw'okukungubaga," ekintu ne kibuuka munda mu nze. Ne ngamba, "Ekyo kye kizibu kyange! Ekyo kye nneetaaga okusumululwamu." Nnasoma ennyiriri endala ezikwata ku kusumululwa, ne nsaba essaala ennyangu ey'okukkiriza, ne Katonda mu maanyi ge n'ansumulula okuva mu mwoyo ogwo ogw'okukungubaga.

Ne ndyoka ndaba nti nnali nneetaaga obukuumi obw'enjawulo ku lw'ebirowoozo byange. Nnali mmanyi olunyiriri mu Abaefeso 6. Ne nneegamba, "Eyo eteekwa kuba sseppewo ya bulokovu."

Ne ndyoka ŋamba, "Ekyo kitegeeza nti nnina sseppewo kubanga ndi mulokole? Kyekola kyokka? Ne ndaba nti ekyo kyaali tekiyinza kuba bwe kityo kubanga Pawulo yali awandiikira abantu abaali Abakristaayo bwe yagamba, "Mwambale sseppewo ey'obulokovu." Nnaluŋamizibwa ku lunyiriri olulufaanaganya amakulu mu 1 Abasasseloniika 5:8:

> ⁸**Naye ffe, kubanga tuli ba musana, tulemenga okutamiira, nga twambadde eky'omu kifuba eky'okukkiriza n'okwagala; n'enkuufiira, essuubi ly'obulokozi.**
>
> *(KJV)*

Era bwe nasoma ebigambo, "essuubi ery'obulokozi," ne nfuna okubikkulirwa okw'embagirawo okuva mu Mwoyo Omutukuvu. Nnalaba nti obukuumi ku lw'ebirowoozo lye ssuubi, naye obukuumi ku lw'omutima kwe kukkiriza. Tutera okutabula bino. Okukkiriza okwa Baibuli kuli mu mutima: "Omuntu akkiriza na mutima okuweebwa obutuukirivu." Okukkiriza kwa Baibuli kye kyomu kifuba ekikuuma omutima. Naye obukuumi bw'ebirowoozo lye ssuubi.

Twetaaga okulaba enkwatagana wakati w'okukkiriza n'essuubi. Kyogerwa bulungi mu Abaebbulaniya 11:1:

> ¹**Okukkiriza kye kinyweza ebisuubirwa ...**
>
> *(KJV)*

Okukkiriza kye kyannamaddala ekikulu ekikola omusingi essuubi kwe lizimbirwa. Bwe tuba n'okukkiriza okutuufu, olwo tuba n'essuubi ettuufu. Bwe tutaba na kukkiriza kutuufu, tuyinza obutaba na ssuubi ttuufu mu ngeri y'emu. Essuubi lisobola okuba okulowooza okw'okwegomba obwegombi. Naye bwe tuba n'omusingi ogwannamaddala ogw'okukkiriza, tusobola okuzimba essuubi ettuufu, era eryo bwe bukuumi bw'ebirowoozo byaffe.

Nnandyagadde okunnyonnyola essuubi, mu ngeri ennyangu ennyo, okusinziira ku Byawandiikibwa. Essuubi kwe kusuubira okutakyuka okukkakkamu okw'ebirungi nga kwesigamiziddwa ku bisuubizo by'Ekigambo kya Katonda. Mu ngeri emu, essuubi kwe kulowooleza mu birungi ebbanga lyonna. Essuubi bwe bukuumi bw'ebirowoozo. Essuubi y'endowooza y'ebirungi bulijjo esalawo okulaba ebisinga okuba ebirungi era etejja kufootoka kudda mu kukungubaga, kubuusabuusa, n'okwesaasira.

Waliwo omusingi ogumala gumu ku lw'essuubi mu Kigambo kya Katonda mu Abaruumi 8:28:

²⁸Era tumanyi nti eri abo abaagala Katonda era abaayitibwa ng'okuteesa kwe bwe kuli, ebintu byonna abibakolera wamu olw'obulungi.

(NAS)

Bwe tuba nga tumanyidde ddala nti buli kintu ekibaawo mu bulamu bwaffe kikolerwa wamu Katonda ku lw'obulungi bwaffe, awo nno tewaliba nsonga yonna etuleetera kulowooleza mu bubi. Buli mbeera ebeera nsonga ya kulowooleza mu kisinga okuba ekirungi. Okulowooleza mu kisinga okuba ekirungi ye sseppewo. Nga bwe tugikuumira ku mitwe gyaffe, ebirowoozo byaffe bikuumibwa okuva eri obulumbaganyi bwonna obw'obukalabakalaba bwa Setaani obw'okubuusabuusa, okuggwamu amaanyi, okwesaasira, n'ebirala.

Omwoyo Omutukuvu bwe yandaga nti sseppewo

ey'okukuuma ebirowoozo byaffe lye ssuubi, Yambuulira engeri y'obubaka. Mangu ago ne ngatta wamu ennyiriri eziwerako mu Ndagaano Empya byonna nga byogera ku ssuubi. Ka ngabane bitono ku byo. Abaruumi 8:24 kisoma:

²⁴Kubanga twalokoka lwa kusuubira...

(KJV)

Ekyo kitegeeza ki? Awatali ssuubi, tewali bulokozi. Essuubi kitundu kikulu eky'embeera yaffe ey'obulokozi. Laba enjawulo eriwo ey'abatannalokoka mu Abaefeso 2:12:

¹²[Nga temunnamanya Kristo] **... temwalina Kristo, mwali nga mubooleddwa mu kika kya Isiraeri, era mwali bannaggwanga eri endagaano ez'okusuubiza, nga temulina kusuubira, nga temulina Katonda mu nsi ...**

(KJV)

Obutaba na Kristo, awatali ssuubi, n'obutaba na Katonda y'embeera y'abaabula. Terina kuba mbeera ya Mukristaayo. Bwe tuba tulina Kristo, olwo nno tulina essuubi era tulina Katonda. Abakkolosaayi 1:27 kigamba:

²⁷... Katonda be yayagala okutegeeza obugagga obw'ekitiibwa eky'ekyama kino bwe buli mu b'amawanga, ekyo ye Kristo mu mmwe, essuubi ery'ekitiibwa.

(NAS)

Ekyama kyennyini, ekyama ky'enjiri, kye kiyitibwa "Kristo mu mmwe." Kristo bw'abeera mu ggwe, oba n'essuubi. Bw'oba tolina ssuubi, kiba nga ddala Kristo atali mu ggwe. Toli mmeeme ebuze, naye ntegeeza nti toli mu mbeera ya bulokozi. Essuubi mu birowoozo byo kitundu ekikulu eky'embeera yo ey'obulokozi. Mu Abaebbulaniya 6:17-20, mulimu ebifaananyi by'essuubi ebirungi bibiri:

[17]**Katonda kyeyava ateeka wakati ekirayiro, ng'ayagala okubooleseza ddala ennyo abasika ab'ekyasuubizibwa okuteesa kwe bwe kutajjulukuka.**
[18]**Katonda yakola kino, bwe kityo, olw'ebigambo ebibiri ebitajjulukuka, Katonda by'atayinza kulimbiramu, tulyoke tubenga n'ekitugumya ekinywevu ffe abadduka okunoonya ekyekwekero okunyweza essuubi eryateekebwa mu maaso gaffe.**
[19]**Iye tulina ng'essika ery'obulamu, essuubi eritabuusibwabuusibwa era erinywevu, era eriyingira munda w'eggigi.**
[20]**Yesu mwe yayingira omukulembeze ku lwaffe.**

(NIV)

Ekifaananyi ekisooka eky'essuubi kye kyoto. Wansi w'endagaano Enkadde, ekyoto kyali kifo kya bukuumi okuva mu abo abawoolera eggwanga olw'omusaayi. Bwe waddukiranga ku kyoto, wali nga bulungi. Omuwandiisi w'ekitabo ky'Abaebbulaniya agamba nti okunyigirizibwa kwonna bwe kutwolekera, tuddukire ku kyoto, twekwate ku mayembe g'ekyoto era tokkiriza kintu kyonna kugakusikako. Ekyoto lye ssuubi.

Ekyokubiri, essuubi liri nga ennanga eva mu biseera okutuuka mu butaggwawo, okuyingira mu kubeerawo kwa Katonda ddala. Mu nsi eno, tuli nga akameeri akatono ku nnyanja, buli kintu ekitwetoolodde kya kiseera, si kya lubeerera, tekyesigamikako, ekijjulukuka. Tewali kintu kya kutuwa bukuumi na butebenkevu. Bwe tuba nga tunaaba n'obukuumi n'obutebenkevu, twetaaga ennanga eyo eva mu biseera okuyingira mu butaggwawo, ne yeeroba n'enywerera mu Lwazi Olw'emirembe. Bwe tuba n'essuubi, tuba tusimbiddwa ne tunywezebwa.

Eky'enkomerero, mu Abaebbulaniya 10:23, tusoma:

²³Tunyweze okwatulanga essuubi lyaffe obutasagaasagana.
(NIV)

Weeyongere okusuubira. Towanikira ssuubi, beera muntu asuubira ekintu ekirungi essaawa yonna. Essuubi bwe bukuumi bw'ebirowoozo byo.

>>Eky'ekkumi n'ebbiri:
Ekitala ky'Omwoyo

Waliwo ekintu kimu ekyawula ekitala okuva ku by'okulwanyisa ebirala ebitaano bye tulabye. Ekitala kye kintu ekisooka ekitali kya kwekuumira ddala. We kitali, tetulina ngeri ya kugoba setaani kuva we tuli. Bwe twambala eby'okulwanyisa ebirala byonna, tuyinza okusobola okuziyiza setaani okumulemesa okutulumya, naye tetuyinza kumugoba kuva mu kubeerawo kwaffe. Ekintu kyokka mu lukalala olwo ekiyinza okukola ekyo kye kitala, ekiyitibwa "Ekigambo kya Katonda."

Baibuli egerageranya Ekigambo kya Katonda n'ekitala kubanga Ekigambo kya Katonda kisala era kifumita. Abaebbulaniya 4:12 kirangirira:

> **¹²Ekigambo kya Katonda kiramu era kikozi. Kyogi okusinga ekitala eky'obwogi obubiri, era kiyitamu n'okwawula ne kyawula obulamu n'omwoyo, ennyingo n'obusomyo; era kyangu okwawula okulowooza n'okufumiitiriza okw'omu mutima.**
>
> (NIV)

Ekigambo kya Katonda kiyingira okutuuka mu buli kitundu kyonna eky'obuntu bw'omuntu. Kiyingira okutuuka mu busomyo, ekitundu ekisinga okuba ekyomunda eky'omuntu owokungulu. Kiyingira era ne kyawula wakati w'emmeeme n'omwoyo, ekitundu ekisinga okuba ekyomunda eky'obuntu bw'omuntu. Kisala okusinga ekitala kyonna eky'obwogi obubiri.

Mu Kubikkulirwa 1:16, Yokaana we yafunira okwolesebwa kwa Yesu mu kitiibwa kye nga Mukama w'ekkanisa, ekimu ku bintu bye yalaba kyali kitala nga kiva mu kamwa ka Yesu.

[16]Era nga akutte mu mukono gwe emmunyeenye musanvu, ne mu kamwa ke ne muvaamu ekitala ekisala eky'obwogi obubiri.

(NIV)

Ekitala ekyo ekisala eky'obwogi obubiri kye Kigambo kya Katonda ekiva mu kamwa ka Yesu. Oba nga kiragibwa mu Byawandiikibwa nti Yesu Yennyini akozesa ekitala eky'Ekigambo kya Katonda, twandikoze bulungi okuyiga engeri yennyini Yesu gye yakikozesa mu bulamu Bwe obwoku nsi. Ekifaananyi ekisinga okutegeerekeka ekya kino kisangibwa mu Matayo 4:1-11, ekinnyonnyola okukemebwa kwa Yesu okwakolebwa Setaani mu ddungu. Ka ŋambe nti buli mulundi Yesu gwe yasisinkana Setaani mu buntu, eky'okulwanyisa kyokka kye yakozesa okumuwangula kye kyali ekitala ky'Omwoyo, oba Ekigambo kya Katonda.

[1]Awo Yesu n'atwalibwa Omwoyo mu ddungu okukemebwa Setaani.
[2]Bwe yamala okusiiba ennaku amakumi ana, emisana n'ekiro, enjala n'eryoka emuluma.
[3]Omukemi n'ajja n'amugamba nti Oba oli Mwana wa Katonda, gamba amayinja gano gafuuke emmere.

⁴Naye n'addamu n'agamba nti Kyawandiikibwa nti Omuntu tabanga mulamu na mmere yokka, wabula na buli kigambo ekiva mu kamwa ka Katonda.
⁵Awo Setaani n'amutwala ku kibuga ekitukuvu, n'amuteeka ku kitikkiro kya yeekaalu.
⁶"N'amugamba nti oba oli Mwana wa Katonda, buuka ogwe wansi, Kubanga kyawandiikibwa nti: 'Alikulagiriza bamalayika be, mu mikono gyabwe balikuwanirira, oleme okwesittala ekigere kyo ku jjinja."'
⁷Yesu n'amugamba nti, "Kyawandiikibwa nate nti: 'tokemanga Mukama Katonda wo."'
⁸Ate Setaani n'amutwala ku lusozi oluwanvu ennyo, n'amulaga ensi za bakabaka bonna abali mu nsi, n'ekitiibwa kyazo.
¹⁰Awo Yesu n'amugamba nti, "Vaawo genda, Setaani! Kubanga Kyawandiikibwa nti: 'Sinza Mukama Katonda wo, era omuweerezenga yekka."'
¹¹Awo Setaani n'amuleka, laba, bamalayika ne bajja ne bamuweereza.

(Matayo 4:1-11 NIV)

Nnandyagadde okuggyayo ebintu ebimu ebisanyusa ebikwata ku ssuula eyo. Okusooka, tewali n'omu ku Yesu ne Setaani eyabuusabuusa obuyinza bw'ekigambo kya Katonda. Ekyo tekyewuunyisa? Naddala, Yesu yajulizanga buli mulundi okuva mu kitabo ky'Amateeka, ekitabo ekimu ekirondobeddwamu okulumbaganibwa abanoonyereza ebikwata ku Katonda n'amadiini n'abo abeekenneenya amakulu agawandiikiddwa mu bitabo eby'enjawulo. Nze ng'omuntu, nzikiriza Yesu ne Setaani baali bagezi okusinga abanoonyereza ebikwata ku Katonda n'amadiini ab'omulembe guno. Bombi baamanya obuyinza bw'ebigambo ebyo.

Ekyokubiri, amakulu ga buli kikemo ekyayolekera

Yesu kyali kikemo kya kubuusabuusa. Buli mulundi Setaani yatandika n'ekigambo "Oba," yaleetera ekintu ekimu okubuusibwabuusibwa.

Ekyokusatu, nga bwe mmaze okukiraga, Yesu teyakyusa nkola Ye ey'okwanukula Setaani, naye buli kiseera yakozesa eky'okulwanyisa kimu eky'Ekigambo kya Katonda okumuwangula. "Kyawandiikibwa ... kyawandiikibwa ... kyawandiikibwa ..."

Kikulu nti Setaani ayinza okujuliza Ebyawandiikibwa, naye abikozesa bubi. Yajuliza mu Zabbuli 91, naye Yesu n'ajuliza nate okuva mu ky'Amateeka. Setaani yagezaako okukozesa Ebyawandiikibwa okulwanyisa Omwana wa Katonda. Oba nga yakikola okulwanyisa Yesu, ayinza okukikola okulwanyisa ggwe oba nze. Tuteekwa okumanyira ddala Ebyawandiikibwa era tuteekwa okumanya engeri y'okukozesa Ebyawandiikibwa bwe tuba nga tugenda kuba nga tusobola okuziyiza Setaani. Tuteekwa okwegendereza abantu abakozesa obubi Ebyawandiikibwa era ne bagezaako okutukema okukola ekintu ekikyamu.

Yesu teyayanukula Setaani na bumanyi ku bikwata ku Katonda oba na ddiini ki gye yali akkiririzaamu. Teyayogera ku kkuŋaaniro lye yali kitundu ku lyo oba muyigiriza ki eyali amusomesezza. Yagendanga butereevu ku Kyawandiikibwa. "Kyawandiikibwa... kyawandiikibwa... kyawandiikibwa..." Oluvannyuma lw'okufulumya ekitala ekyo ekisala eky'obwogi obubiri, Setaani n'adduka, yali afunye ekimumala. Ggwe nange tuweereddwa omukisa ogw'okukozesa eky'okulwanyisa kye kimu.

Mu Abaefeso 6:17, Pawulo w'ayogerera ku kitala ky'Omwoyo, Ekigambo kya Katonda, ekigambo ky'Oluyonaani ky'akozesa ekitegeeza "ekigambo" kye kiyitibwa **rhema,** bulijjo ekisinga okutegeeza ekigambo ekyogeddwa. Kikulu nti ekitala ky'Omwoyo si ye Baibuli eri ku ssa-ly'ebitabo, oba ku kameeza kw'ebeera ekiro. Eyo tetiisa Setaani. Naye bw'otwala Ekyawandiikibwa mu kamwa ko n'okijuliza bulambalamba, olwo kifuuka ekitala eky'Omwoyo.

Genderera era obukulu bw'ebigambo, "ekitala eky'Omwoyo." Kino kiraga enkolagana wakati w'omukkiriza n'Omwoyo Omutukuvu. Tuteekwa okukwata ekitala. Omwoyo Omutukuvu ekyo tajja kukitukolera.

Naye bwe tukwata ekitala mu kukkiriza, olwo nno Omwoyo Omutukuvu atuwa amaanyi n'amagezi okukikozesa.

>>
Naye bwe tukwata ekitala mu kukkiriza, olwo nno Omwoyo Omutukuvu atuwa amaanyi n'amagezi okukikozesa.

>>Eky'Ekkumi n'Essatu:
Ekitundu Ekitakuumiddwa

Tumazeeyo kaakano ebitundu byonna omukaaga eby'eby'okulwanyisa eby'okwekuuma. Bye bino: omusipi ogw'amazima, ekyomu kifuba eky'obutuukirivu, engatto ez'okweteekateeka olw'enjiri ey'emirembe, engabo ey'okukkiriza, sseppewo y'obulokovu, n'ekitala ky'Omwoyo, nga kye Kigambo kya Katonda. Bwe twambala ne tukozesa eby'okulwanyisa byonna eby'okwekuuma Katonda by'atuwadde, tuba tukuumiddwa ddala okuva ku ntikko y'omutwe gwaffe okutuuka ku bisinziiro by'ebigere byaffe, okujjako ekitundu kimu.

Ekitundu ekimu ekitaliiko bukuumi gwe mugongo gwaffe. Nzikiriza kino kikulu nnyo era kirina enkozesa ya mirundi ebiri. Ekisooka, tokyusizanga Setaani mugongo gwo kubanga bw'okikola oba omuwa omukisa okukufumita mu kitundu ekitakuumiddwa. Mu ngeri endala, towanikanga. Tokyukanga n'ogamba, " Bye mpiseemui, bimmala. Siyinza kugumiikiriza kino. Sikyayinza kweyongerako birala." Okwo kuba kukyusa mugongo gwo eri Setaani era oyinza okukakasa nti ajja kukozesa omukisa ogwo okukufumita.

Ekyokubiri, tetuyinza bulijjo kusobola kukuuma mugongo gwaffe ffe. Mu bibinja by'abajaasi be Buruumi, abajaasi b'oku bigere baalwaniranga mu nnyiriri eziriraanaganye. Ekigambo ky'Oluyonaani ekitegeeza olunyiriri oluli okumpi ng'olwo kyali kiyitibwa **phalanx**. Baatendekebwa okulwana mu ngeri eno n'obutamenyanga nnyiriri. Buli mujaasi yamanyanga omujaasi ku mukono gwe ogwa ddyo n'eyali ku gwa kkono bwe kityo nti bwe yabanga anyigirizibwa nnyo era nga tasobola kukuuma mugongo gwe ye, wandibaddewo omujaasi omulala okukimukolera.

Nzikiriza ekintu kye kimu ne ku ffe, ng'Abakristaayo. Tetusobola kufuluma nga bassekinnoomu abeeyawudde ku bannaffe ne tutwala obwakabakabwa Setaani. Tuteekwa okujja wansi w'empisa, tuzuule ekifo kyaffe mu mubiri (nga lye ggye lya Kristo), era tumanye ani ayimirira ku mukono gwaffe ogwa ddyo ne ani ayimirira ku mukono gwaffe ogwa kkono. Tuteekwa okuba nga tusobola okwesiga bajaasi bannaffe. Oluvannyuma, bwe tuba nga tuli wansi w'okunyigirizibwa, tuteekwa okumanya ani anabaawo okukuuma omugongo gwaffe bwe tuba nga tetuyinza kugukuuma.

Mbadde mu buweereza kumpi emyaka amakumi ana era ndabye bingi. Akanyamberege aka nnamaddala ak'obulamu bwaffe obw'Ekikristaayo kali nti omuntu yennyini akuuma omugongo gwo oluusi y'akufumita. Emirundi emeka ffe, ng'Abakristaayo, gye tufumitibwa mu mugongo nga Mukristaayo munnaffe y'akikoze. Ekyo kye kintu ekitalina kubaawo n'akatono. Ka tusalewo okuyimirira awamu, tukuume emigongo gya bannaffe, era tuleme okufumitagana.

>>Ekitundu ekyo 3
Eby'okulwanyisa eby'Okulumba

>>Eky'Ekkumi n'Ennya:
Okulumba

Tulabye ebitundu omukaaga eby'eby'okulwanyisa eby'okwekuuma ebirambikiddwa Pawulo mu Abaefeso 6:14-17: omusipi ogw'amazima, eky omu kifuba eky'obutuukirivu, engatto ez'okweteekerateekera enjiri ey'emirembe, engabo y'okukkiriza, sseppewo y'obulokovu, n'ekitala ky'Omwoyo. Nalaze ensonga nti, ng'oggyeeko ekitala, ebikozesebwa bino byonna biriwo ku lwa bukuumi oba okwerwanako. Ate n'ekitala tekisukka buwanvu bwa mukono gw'omuntu akikozesa we gukoma. Mu ngeri endala, tewali kintu mu lukalala luno olw'eby'okulwanyisa eby'okwekuuma ekinaatusobozesa okulumbagana ebigo bya Setaani nga Pawulo bw'abinnyonnyola mu 2 Abakkolinso 10:4 ne 5, w'ayogerera ku buvunaanyizibwa bwaffe okusuula wansi ebigo oba ebikomera bya Setaani.

Kaakano twagala okutambula okuva mu kwekuuma okudda mu kulumbagana. Twagala okwetegereza eby'okulwanyisa eby'okulumbagana ebinaatusobozesa okulumba n'okusuula wansi ebigo bya Setaani. Kikulu nti tulaba obuvunaanyizibwa bwaffe obw'okulumbagana, okufuluma n'okufuba okulumba obwakabaka bwa Setaani.

Ge mazima g'ebyafaayo n'obumanyirivu nti teri ggye lyali liwangudde olutalo nga liri mu kwekuuma.

Mu kitundu ekyasooka eky'ekyasa kino, omuntu omu yabuuza generaali Omufalansa eyali omwatiikirivu, "Mu lutalo, ggye ki eriwangula?" Generali n'addamu, "Eryo erigenda mu maaso."

Okwo oba oli awo kugonza nnyo, naye wakiri kisigala nga kituufu nti tetuliwangula lutalo nga tudda mabega oba ne bwe kuba kunywerera mu kifo kyaffe we tusangiddwa. Kasita Setaani akuumira ekkanisa mu kwekuuma, obwakabaka bwe tebuliwangulwa. N'olw'ekyo, tulina obuvunaanyizibwa obujjuvu okufuluma okuva mu kwekuuma ne mu kwetaasa obwetaasa tudde mu kifo eky'okulumba.

Yesu bwe yasooka okwanjuluza enteekateeka Ye ku lw'ekkanisa, yawa okwolesebwa kwayo ng'eri mu kulumba n'okusuula wansi ebigo bya Setaani. Omulundi ogusooka ekigambo "kkanisa" gwe kikozesebwa mu Ndagaano Empya guli mu Matayo 16:18. Yesu wano ayogera ne Peetero, era agamba bw'ati:

> [18] "**Nange nkugamba nti ggwe Peetero, ejjinja; nange ndizimba ekkanisa yange ku lwazi luno, so n'emiryango gy'emagombe tegirigiyinza.**"
>
> *(TLB)*

Okusoma okulala kuli "emiryango gyonna egy'emagombe tegirigisukkirira mu maanyi."

Ekigambo ekitegeeza ggeyeena, mu Luyonaani, kye kigambo, **hades**. Amakulu ag'olubereberye ag'ekigambo **hades** ge gano "ekitalabika, ekitalabwa." Bwe kityo **hades**, oba ggeyeena, y'ensi etalabibwa ey'obwakabaka bwa Setaani.

Yesu awa ekifaananyi ky'ekkanisa Ye mu ngeri

y'ebikolwa ebikulu bibiri: okuzimba n'okulwana. Bino biteekwa bulijjo okugendera awamu. Tekigasa okulwana bwe tuba nga tetuzimba. Ku ludda olulala, tetusobola kuzimba bwe tutalwana. Bwe kityo tuteekwa okulowooza bulijjo mu ngeri y'okuzimba ekkanisa n'okulwanyisa amaanyi ga Setaani

Abantu bangi bavvuunudde ebigambo bino ebya Yesu mu ngeri enkyamu. Mu ngeri emu bakitutte nti Yesu yalaga ekifaananyi ky'ekkanisa ng'eri mu kwekuuma, nga etaayiziddwa mu kibuga olw'amaanyi ga Setaani. Batutte ekisuubizo Kye okutegeeza nti Setaani teyandisobodde kumenya mulyango gwa kibuga ekyo nga Yesu tannajja n'okukwakkula ekkanisa. Eyo mu butuufu ndowooza ya kwekuumira ddala ey'ekkanisa mu nsi naye si ntuufu n'akatono.

>>
Yesu awa ekifaananyi ky'ekkanisa Ye mu ngeri y'ebikolwa ebikulu bibiri: okuzimba n'okulwana.

Yesu awa ekifaananyi ky'ekkanisa nga eri mu kulumba, ng'erumba emiryango gya Setaani. Yesu asuubiza nti emiryango gya Setaani tegigenda kuyimirira mu maaso g'ekkanisa era nti Setaani taliyinza kukuumira kkanisa bweru. Ekkanisa si y'egezaako okukuumira Setaani ebweru; Setaani y'alemererwa okukuumira ekkanisa ebweru. Yesu atusuubiza nti, bwe tumugondera ng'omuduumizi waffe owoku-ntikko, tujja kusobola okufuluma, tulumbe ebisenge bya Setaani, tumenye tuyite mu miryango gye, tusumulule abasibe be, tuveeyo n'omunyago gwe. Ogwo gwe mulimu gw'ekkanisa, era ekikulu gwa kulumba, si kwekuuma.

Ekigambo "mulyango" kirina amakulu mangi nnyo mu Byawandiikibwa. Okusooka byonna, omulyango kye kifo ky'okuwa amagezi n'obufuzi. Eky'okulabirako, mu Engero 31:23, kyogera ku mwami w'omukyala omwegendereza, omukyala omwesigwa:

²³**Bba amanyibwa mu miryango, bw'atuula mu bakadde ab'ensi.**

(NIV)

Kigenderere omulyango gw'ekibuga kye kyali ekifo olukiiko lw'abakadde olufuzi we baatuulanga ne bafuga ne baddukanya ekibuga. Bwe kityo Ekyawandiikibwa bwe kigamba nti emiryango gya Setaani tegiriyinza kkanisa, kitegeeza nti enkiiko za Setaani tezigenda kuyinza kkanisa naye zigenda kutabulwatabulwa zireme kuvaamu kirungi kyonna.

Mu kulumba ekibuga, ekifo ekisuubirwa okulumbagana gye miryango, kubanga gye gisinga okuba eminafu okusinga ebisenge. Isaaya 28:6 kigamba:

⁶**Aliba maanyi eri abo abazzaayo olutalo mu mulyango.**

(NAS)

Ekifaananyi ekiweereddwa y'ekkanisa ng'ekola obulumbaganyi ku bisenge bya Setaani era nti emiryango gya Setaani tegiriyinza kukuumira kkanisa bweru. Bwe kityo tuteekwa okulekera awo okulowooleza ku kwekuuma era tutandike okulowooleza ku kulumba.

Obumanyirivu bwange buli nti Abakristaayo abasinga balina endowooza: "Simanyi wa Setaani wa w'agenda okuddako okukuba?" Nkuwa amagezi nti eyo endowooza erina kuba ludda luli. Setaani y'alina okuba nga yeewuunya wa ekkanisa w'egenda okuddako okumukuba!

Okugenda mu maaso n'omutwe guno ogw'ekkanisa okutwala obulumbaganyi, njagala okunnyonnyola omusingi gw'ebyawandiikibwa ku lw'okukikola. Kisangibwa okusinga mu lunyiriri lumu, Abakkolosaayi 2:15, ekinnyonnyola ki Katonda kye yatuukiriza okuyita mu kufa kwa Kristo ku musalaba ku lwaffe.

¹⁵ ...bwe yayambulira ddala obwami n'amasaza.

(NAS)

Kaakano, abaami n'abamasaza ge maanyi ag'omwoyo aga Setaani ge gamu agoogerwako mu Abaefeso 6:12. Okuyita mu musalaba, Katonda yayambula abaami abo n'abamasaza. Wali olowoozezza nti Setaani yalekebwa nga talina byakulwanyisa? Yayambulwako eby'okulwanyisa bye. Katonda, okuyita mu musalaba, yayambula abaami n'abamasaza. Ne kiryoka kigamba:

¹⁵... **Yabiwemuukiriza mu lwatu, bwe yabiwangulira ku gwo.**
(*Abaefeso 6:15 NAS*)

Bw'atyo Katonda, okuyita mu musalaba, yayambulula obwakabaka bwa Setaani. Yawemuukiriza mu lwatu abakiise b'obwakabaka bwa Setaani, era n'abawangulira ku musalaba.

Obuwanguzi obwo si kutwala buwanguzi nga bwe kuli okujaganya obuwanguzi obufuniddwa. Kwe kwolesa mu lujjudde nti obuwanguzi obujjuvu bufuniddwa.

Ku musalaba, Yesu teyatwala buwanguzi ku Lulwe. Ye bulijjo yalina obuwanguzi. Nga omukiise waffe, yatwala obuwanguzi ku lwaffe. Bwe kityo obuwanguzi Bwe bufuuka obuwanguzi bwaffe. 2 Abakkolinso 2:14 kirangirira:

¹⁴**Naye Katonda yeebazibwe, atutwala bulijjo ng'abawangulwa mu Kristo n'atubikkuza evvumbe ery'okumutegeera ye mu buli kifo.**

(NAS)

"Bulijjo" ne "mu buli kifo" tulina okukiikirira obuwanguzi bwa Kristo. Katonda agenda kwanika, mu lujjudde, obuwanguzi obwo Kristo bw'awangudde okuyita mu ffe. Obwo bwe buwanguzi ku baami n'ab'obuyinza oba abaamasaza n'amaanyi aba Setaani. Obuwanguzi buno bulina okukolebwa okuyita mu ffe.

Buno bwe butume obusembayo obwa Yesu, obwaweebwa abayigirizwa Be mu Matayo 28:18-19:

¹⁸Yesu n'ajja n'ayogera nabo, n'agamba nti "Mpeereddwa obuyinza bwonna mu ggulu ne mu nsi. [Yesu bw'aba ng'alina obuyinza bwonna, ekyo tekirekaawo n'akapecca ku lw'omuntu omulala yenna, okujjako nga Ye bw'abugaba.]

¹⁹"Kale mugende mufuule amawanga gonna abayigirizwa, nga mubabatiza okuyingira mu linnya lya Kitaffe, n'Omwana n'Omwoyo Omutukuvu..."

(NAS)

Yesu yagamba, "Obuyinza bwonna bumaze okumpeebwa. Mmwe mugende, n'olw'ekyo..." Ekigambo ekyo "n'olw'ekyo" kitegeeza ki? Nze nkitegeera okutegeeza, "Mugende era mukozese, ku Lwange, obuwanguzi obwo bwe mmaze okuwangula." Omulimu gwaffe kwe kussa mu nkola obuwanguzi, twolese okujaganya era tukozese obuwanguzi obwo Yesu bw'awangudde ku lwaffe. Obuyinza bukola mu kiseera kyokka nga bukozeseddwa. Bwe tutakozesa buyinza obwo bw'atuwadde, busigala nga tebukola.

Ensi eyinza okulaba obuwanguzi bwa Kristo mu kiseera mwe tubwoleseza mwokka. Kristo awangudde obuwanguzi naye omulimu gwaffe kwe kwolesa obuwanguzi obwo ku Setaani n'obwakabaka bwe, Yesu bwe yawangula edda era kino tuyinza okukikola mu kiseera kyokka kye tuviiramu mu kwekuuma ne tutandika okulumbagana.

>>Kkumi na ttaano:
Eky'okulwanyisa eky'Okusaba

Okusobola okuba nga tuyinza okulumba n'okusuula wansi ebigo bya Setaani, Katonda atuwadde eby'okulwanyisa eby'omwoyo ebisaanira. 2 Abakkolinso 10:4 kisoma:

⁴ ... kubanga eby'okulwanyisa eby'entalo zaffe si bya mubiri [si bya mubiri, si bya kungulu, oba ebikwatikako; byo si zibbomu, si masasi, si zittanka oba nnyonyi nnwanyi], naye bya maanyi eri Katonda olw'okumenya ebigo.

(NAS)

Kituufu ddala, ekyo kyogera ku bigo bya Setaani. Mu ngeri endala, Katonda atugabirira n'eby'okulwanyisa eby'omwoyo. Nga nsinziira ku kusoma ennyo n'obumanyirivu bw'obuntu, nzikiriza Ebyawandiikibwa bibikkula eby'okulwanyisa by'omwoyo eby'okulumba ebikulu bina. Bye bino: okusaba, okutendereza, okubuulira n'obujulizi. Tujja kulowooza okusooka ku ky'okulwanyisa ky'okusaba.

Nteekwa okulaga ensonga ya kino nga ŋamba nti okusaba kusinga nnyo ku ky'okuba eky'okulwanyisa.

Waliwo engeri ez'enjawulo nnyingi ez'okusaba, emu nga eri nti okusaba kya kulwanyisa kya lutalo lwa mwoyo. Nzikiriza kye ky'okulwanyisa ekisinga okuba eky'amaanyi mu by'okulwanyisa byonna Katonda by'atuwadde.

Mu Abaefeso 6:18, oluvannyuma nga Pawulo amaze okulambika ebintu omukaaga eby'eby'okulwanyisa eby'okwekuuma, yagamba:

[18] Nga musabanga buli kiseera mu Mwoyo n'okusabanga n'okwegayiriranga.

(NIV)

Mu kiseera ekyo yava ku ky'okwekuuma n'adda ku ky'okulumba. Si butanwa nti ekyo kijja mangu ddala oluvannyuma lw'olukalala lw'eby'okulwanyisa by'okwerinda. Ayogerera awo eky'okulwanyisa ekisinga obukulu mu by'okulwanyisa byonna eby'okulumba, nga kwe kusaba.

Lowooza ku kusaba nga ekikompola ekiddukira mu bbanga ekiva ku Ssemazinga omu ne kikuba Ssemazinga omulala. Kino kye kikompola ekinasulibwa okuva mu ssemazinga omu, ka tugambe America, nga kirungamizibwa enkola eruŋŋamya ey'omulembe ne kyolekera omulabe ali ku ssemazinga omulala ennyo, ka tugambe mu Bulaaya, okuzikiriza omulabe omu awo wennyini w'ali. Tewali kkomo lya budde oba lugendo mu kusaba. Okusaba kuli nga ekikompola ekyo ekiva ku ssemazinga omu okuzikiriza omulabe ku ssemazinga omulala. Wamu nakwo, tuyinza okulumba ekigo kya Setaani awantu wonna, ne mu bifo eby'omu ggulu.

> **Tewali kkomo lya budde oba lugendo mu kusaba.**

Eky'okulabirako eky'essaala ey'okulumba kituweebwa mu Bikolwa 12:1-6. Ekkanisa yali eyigganyizibwa

Kabaka Kerode. Yakobo, omu ku bakulembeze, yali amaze okutugumbulibwa Kerode. Kaakano Peetero naye yakwatibwa era yali alindiridde gwa kuttibwa mu bbanga ttono. Embeera y'eno:

¹Mu biro ebyo kabaka Kerode n'agolola emikono okukola obubi abamu abomu kkanisa.
²N'atta n'ekitala Yakobo muganda wa Yokaana.
³Awo bwe yalaba Abayudaaya nga bakisiimye, ne yeeyongera okukwata ne Peetero. Ze nnaku ez'emigaati egitazimbulukuswa.
⁴Bwe yamala okumukwata, n'amussa mu kkomera, n'amuwaayo eri basserikale kkumi na mukaaga okumukuuma kinnabana, ng'ayagala okumutwala mu maaso g'abantu Okuyitako nga kuwedde. [Yali tagenda kukikola mu kiseera kya Kuyitako kubanga ekyo kyanditwaliddwa nga okwonoona ekiseera ekitukuvu mu kalenda y'Abayudaaya.]
⁵Awo Peetero n'akuumirwa mu kkomera, naye ab'ekkanisa ne banyiikiranga okumusabira eri Katonda.
⁶Ku lunaku Kerode lwe yali ayagala okumutwalayo, mu kiro ekyo Peetero yali nga yeebase wakati wa basserikale babiri, ng'asibiddwa n'enjegere bbiri, abakuumi baali ku luggi nga bakuuma ekkomera.

(NIV)

Peetero yali mu kkomera ery'obukuumi obw'amaanyi ennyo. Kerode yali mumalirivu nnyo nti tewali n'omu eyali asobola okununula Peetero nti mu butuufu yalina ebibinja bina eby'abaserikale bana bana buli kibinja nga bamutunuulira ekiro n'emisana, essaawa nnya nnya buli kibinja. Kiragibwa nti omuserikale omu yasibibwanga ku mikono oba ku bigere bya Peetero. Mu butonde, engeri yonna ey'okununulibwa yali tesobokera ddala. Ekkanisa, wewaawo, yali eri mu kusaba okw'okulaliira.

Embeera enzibu ekyusa ebyo bye tutwala okuba ebikulu. Simanyi kuyaayaana kwa ngeri ki ekkanisa kwe yali eyaayaanamu mu kusaba, naye mu kaseera mpaawo kaaga Yakobo yali abaggyiddwaako. Kaakano ne balaba akabi ka Peetero, omukulembeze waabwe owobutonde, ak'okutwalibwa. Okwo kwali kusiikuulwa ku lw'okusaba okw'okulaliira. Baali tebasaba biseera bya misana byokka, naye likoda eraga nti baali basaba n'obudde obw'ekiro. Kikulu okukigenderera nti waliwo ebiseera nga okusaba okw'emisana kwokka nga tekujja kumala. Yesu yagamba mu Lukka 18 nti Katonda yandiramudde abalonde Be abaamukaabirira emisana n'ekiro. Waliwo okunyiinyitira mu kusaba oluusi okwetaagibwa okusumulula okwenyigiramu kwa Katonda.

Yesu yali awadde ekisuubizo eri Peetero mu Yokaana 21:18-19:

[18]**"Ddala ddala nkugamba nti bwe wali omuvubuka, weesibanga n'ogenda gy'oyagala; naye bw'olikaddiwa, oligolola emikono gyo, omulala alikusiba, alikutwala gy'otoyagala."**

[19]**Yesu yayogera bw'atyo, ng'alaga okufa kw'alifa okugulumiza Katonda. Bwe yamala okwogera bw'atyo, n'amugamba nti, "Ngoberera!"**

(NIV)

Nneewuunya oba nga Peetero yali afumiitiriza ku kisuubizo ekyo mu kkomera. Yesu yagamba, "bw'olikaddiwa..." Mu kiseera ekyo, Peetero yali tannaba kukaddiwa. Nkitwala nti Peetero yali alowooza nti waaliwo ekyali kigenda okubaawo okuleetera ekigambo kya Yesu okuyimirira, era okuyimirira kyayimirira, naye kyatwala kusaba kwa kkanisa okukireetera okukola.

Katonda yayanukula okusaba kw'ekkanisa nga

asindika malayika okusumulula Peetero. Ebikolwa 12:8-11 kigamba:

⁸Malayika n'amugamba nti, "Weesibe, oyambale engatto zo. Era Peetero n'akola bw'atyo. N'amugamba nti, "Yambala ekyambalo kyo, ongoberere."
⁹N'afuluma, n'amugoberera okuva mu kkomera, so teyamanya Nga bya mazima malayika by'akoze, naye yalowooza nti alabye kwolesebwa.
¹⁰Bwe baayita ku bakuumi abaasookerwako n'ab'okubiri ne batuuka ku luggi olw'ekyuma oluyitibwako okutuuka mu kibuga. Ne lubaggukirawo lwokka, ne bafuluma ne bayita mu kkubo limu, amangu ago malayika n'amuleka.
¹¹Peetero bwe yeddamu n'agamba nti, "Kaakano ntegedde mazima nga Mukama waffe atumye malayika n'anziya mu mukono gwa Kerode ne mu kusuubira kwonna okw'eggwanga ly'Abayudaaya."

(NIV)

Katonda yayanukula essaala z'ekkanisa n'okuyingirawo kw'obwakatonda okuyita mu malayika. Wabula, okusumululwa okwo kye kyali ekitundu ekisooka eky'ebyava mu kusaba kwabwe.

Tuteekwa era okulaba ekitundu eky'okubiri, nga gwe gwali omusango ogwasalibwa malayika ku oyo eyayigganya, Kabaka Kerode. Mu Bikolwa 12:19-23, tusoma:

¹⁹Kerode bwe yamunoonya n'atamulaba n'abuuliriza abakuumi n'alagira okubatta. N'ava mu Buyudaaya okugenda e Kayisaliya n'atuula eyo.
²⁰N'asunguwalira nnyo ab'e Ttuulo n'ab'e Sidoni; ne bajja gy'ali n'omwoyo gumu, bwe baakwanagana ne Bulasto omukulu w'omu nnyumba ya kabaka, ne basaba

okubawa emirembe, kubanga ensi yaabwe erisibwa bya mu nsi ya kabaka.

²¹Awo ku lunaku olwalagaanyizibwa Kerode n'ayambala ebyambalo by'obwakabaka, n'atuula ku ntebe, n'abagamba ebigambo.

²²Abantu bonna ne boogerera waggulu nti, "eryo ddoboozi lya katonda, si lya muntu." [Mu ngeri endala, baawanika Kerode nga bamuyita katonda. Weetegereze ebyaddirira.]

²³Amangu ago malayika wa Mukama n'amukuba, kubanga tawadde Katonda kitiibwa, n'aliibwa envunyu, n'afa.

(NIV)

Ka tweekenneenye tulabe engeri okusaba gye kukola mu mbeera eyo ng'eky'okulwanyisa eky'okulumba. Essaala yabotola mu bifo eby'omu ggulu n'esumulula okukola kwa bamalayika. Tuyinza okugigeregeranya ku kiseera mu Danyeri 10, Danyeri bwe yasaba malayika n'akka okuva mu ggulu ng'alina okuddibwamu.

Ebigambo ebisembayo eby'Ebyawandiikibwa biri mu Bikolwa 12:24:

²⁴Naye ekigambo kya Katonda ne kikula ne kyeyongeranga.

(NIV)

Kino kiwa ekifaananyi eky'okugenda mu maaso okutaziyizika okw'Ekigambo kya Katonda, naddala ekisuubizo Yesu kye yawa Peetero nti yali wa kukaddiwa nga tannafa. Naye kyatwala ssaala okussa mu nkola ebisuubzo by'Ekigambo kya Katonda. Kino kye tuteekwa okutegeera: ebisuubizo by'Ekigambo kya Katonda tebidda mu kifo kya kigambo kya Katonda, bisiikuula okusaba kwaffe, era kitwala ssaala zaffe okuleetera ebisuubizo by'Ekigambo kya Katonda okukolera mu mwoyo gwaffe.

Era kitwala kusaba kwaffe okusumulula okukola kwa bamalayika ku lwaffe.

Ebyawandiikibwa bigamba nti bamalayika gye myoyo egiweereza, egitumibwa olw'okuganyulwa kwaffe, naye tebajja, nga etteeka, okutuusa nga tubotodde mu kusaba. Olw'essaala yaffe tusumulula okukola kwa bamalayika nga kwe kwanukula kwa Katonda. Jjukira mu bwongo nti essaala ebotola okuyita mu bwakabaka bwa Setaani mu bifo eby'omu ggulu n'esumulula okukola kwa bamalayika okw'obwakatonda.

>>Kkumi na mukaaga:
Eky'Okulwanyisa eky'Okutendereza

Eky'okulwanyisa eky'amaanyi ekiddako eky'okulumbisa ekigoberera mu magezi oluvannyuma lw'okusaba kwe kutendereza. Mu ngeri emu, oyinza okulowooza ku kutendereza nga engeri emu ey'okusaba. Mu Baibuli, okutendereza emirundi mingi kukwataganyizibwa n'okussibwamu ekitiibwa oba okutiibwa okwa Katonda. Okutendereza kukoowoola okwenyigiramu kwa Katonda okw'obwakatonda era kwe kwanukula okusaanidde eri okwenyigiramu okwo. Mu Kuva 15:10-11 mwe musangibwa oluyimba Musa ne Isiraeri lwe baayimba oluvannyuma lw'okusumululwa kwabwe okuva e Misiri era n'oluvannyuma lw'eggye lya Falaawo okumala okusaanyizibwawo n'amazzi g'Ennyanja Emmyuufu.

[10]Wakuunsa omuyaga Gwo, ennyanja n'ebasaanikira; baasaanawo nga lisasi mu mazzi ag'amaanyi.
  [11]'Ani afaanana nga ggwe, Mukama, mu bakatonda? Ani afaanana nga ggwe alina ekitiibwa mu butukuvu? Ow'entiisa mu kutenderezebwa, akola amagero?"

(NAS)

Weetegereze ebigambo "Ow'entiisa mu kutenderezebwa." Okutendereza kubikkula n'okukoowoola entiisa ya Katonda, naddala eri abalabe b'abantu ba Katonda.

Zabbuli 22:23 kirangirira:

> ²³**Mmwe abatya Mukama, mumutenderezenga; Mmwe mwenna ezzadde lya Yakobo, mumugulumizenga, mumutyenga mwenna ezzadde lya Isiraeri.**
>
> (NAS)

Okutendereza kwe kwanukula okusaanidde abantu ba Katonda eri entiisa Ye, eri ebikolwa Bye ebitiibwa eby'entalo n'okuwoolera eggwanga ku lwabwe.

Zabbuli 8:2 kigamba:

> ²**Mu kamwa k'abawere n'abayonka wanyweza amaanyi, olw'abalabe bo, Olyoke osirise omulabe n'oyo awalana eggwanga.**
>
> (NAS)

Tulaba wano nti Katonda agabiridde amaanyi ku lw'abantu be okulwanyisa abalabe baabwe. Ebigambo bibiri bikozesebwa ku lw'omulabe. Okusooka, "abalabe," mu bungi. Nzikiriza kino kitegeeza bwakabaka bwa Setaani, okutwalira awamu. Bano be baamasaza n'amaanyi, abafuzi n'ab'obuyinza aboogerwako mu Abaefeso 6:12. Ekigambo eky'okubiri ye "mulabe," mu kimu. Nzikiriza ekyo kyogera ku Setaani yennyini.

Katonda agabiridde abantu Be n'amaanyi okukola ku bwakabaka buno bwonna. Ekika ky'amaanyi Katonda g'agabiridde kyongera okubikkulibwa mu ngeri esingawo obujjuvu mu Matayo 21:15-16. Yesu yali mu yeekaalu ng'akola eby'amagero n'abaana abato badduka nga badda eno n'eri nga boogerera waggulu, "Osanidde!"

Abakulembeze b'eddiini baasaba Yesu asirise abaana abo.

> ¹⁵**Naye bakabona abakulu n'abawandiisi bwe baalaba eby'amagero bye yakola, n'abaana abaayogerera waggulu mu yeekaalu nga bagamba nti "Ozaana eri omwana wa Dawudi," ne banyiiga,**
> **16 ne bamugamba nti Owulira bano bwe bagamba? Yesu n'abagamba nti, "Mpulira; temusomangako nti 'mu kamwa k'abaana abato n'abawere otuukirizza ettendo?' "**
>
> (NAS)

Yesu yabaanuukula nga ajuliza Zabbuli 8:2, naye n'akyusaamu katono mu bigambo ebyo. Yatuwa, nga bwe kyali, ebigambo bye Ye. Omuwandiisi wa Zabbuli yagamba, "okuva mu kamwa k'abawere n'abayonka wanyweza amaanyi." Yesu yagamba nti, "...Otegese ettendo." Bwe kityo kino kibikkula nti amaanyi g'abantu ba Katonda kwe kutendereza.

Okutendereza y'ensibuko yaffe ey'amaanyi ey'ekitalo.

Genderera ebintu ebirala ebimu ebikwata ku kubikkulirwa kuno. Okusooka, ku buli mulundi kigamba, "Okuva mu kamwa." Akamwa gwe mukutu omukulu ku lw'okusumulula eby'okulwanyisa byaffe eby'omwoyo okulumbagana obwakabaka bwa Setaani. Eky'okubiri, kwogera ku "baana abawere." Kino kitegeeza abo abatalina maanyi ga butonde agaabwe ku bwabwe, abateekwa okwesigama ku maanyi ga Katonda.

> ²⁵**Mu biro ebyo Yesu yaddamu n'agamba nti, "Nkwebaza, Kitange, Mukama w'eggulu n'ensi, nti kubanga wakisa ebigambo bino ab'amagezi n'abakabakaba n'obibikkulira abaana abato.."**
>
> (Matayo 11:25 NAS)

Yali ayogera ku bayigirizwa Be bennyini. "Abaana abawere" tekitegeeza abo abaakazaalibwa mu butonde, naye be bo abatalina maanyi ga butonde agaabwe ku bwabwe, abateekwa okwesigamira ddala ku maanyi ga Katonda.

Ekiruubirirwa ky'okukozesa okutendereza nga eky'okulwanyisa kwe kusirisa Setaani. Kino kikwatagana ne Okubikkulirwa 12:10. Kuno kwolesebwa okutannaba kutuukirizibwa, naye okutubuulira ebingi ebikwata ku kukola kwa Setaani mu kiseera kino.

> **¹⁰Ne mpulira eddoboozi ddene mu ggulu, nga lyogera nti**
> **¹¹"Kaakano obulokozi buzze n'amaanyi n'obwakabaka bwa Katonda waffe, n'obuyinza bwa Kristo we, kubanga aloopa baganda baffe yasuulibwa, abaloopa mu maaso ga Katonda waffe emisana n'ekiro."**
>
> *(NAS)*

Kino kitutegeeza nti ekikolwa kya Setaani ekikulu era eky'okulwanyisa kye ekikulu okukontana naffe kwe kutuloopa buli kiseera. Ye atuloopa bukiseera mu maaso ga Katonda, emisana n'ekiro. Kinzijira mu bwongo nti oba nga Setaani akola nnyo emisana n'ekiro, tetuyinza kumatira kuba nga tukola nnyo misana wokka. Tuteekwa okumusisinkana emisana n'ekiro.

Setaani atuloopa okutuleetera okuwulira omusango. Kino kye ky'okulwanyisa kye ekikulu ky'atulumbisa.

Oyinza okugamba, "Kale nno lwaki Katonda tasirisa Setaani?" Kyangu, lwa nsonga nti Katonda atuwadde engeri y'okusirisa Setaani era Ye tagenda kukitukolera. Engeri y'okukola ekyo kwe kutendereza "okuva mu kamwa k'abaana abawere n'abayonka." Okutendereza kwe kulinnya okuyita mu bifo by'omu ggulu, ne kutuuka ku nnamulondo ya Katonda, ne kusirisa okuloopa kwa Setaani kw'atuloopa.

Okubikkulirwa 16:13-14 kya bunnabbi. Sijja kugezaako kunnyonnyola ngeri gye kirikolebwa mu byafaayo, wabula njagala okuggyayo ennono emu enkulu. Yokaana agamba:

> ¹³Ne ndaba nga giva mu kamwa k'ogusota, ne mu kamwa k'ensolo, ne mu kamwa ka nnabbi w'obulimba, emizimu emibi esatu, nga giringa ebikere;
> ¹⁴kubanga gye mizimu gya balubaale, egikola obubonero egigenda eri bakabaka b'ensi zonna, okubakungaanya eri olutalo olw'oku lunaku olukulu olwa Katonda, Omuyinza w'ebintu byonna.
>
> *(NAS)*

Ensonga gye njagala okuggyayo wano eri nti emyoyo gya setaani egitali mirongoofu nagyo gikola kuyita mu kamwa. Okutendereza okusirisa Setaani kuva mu kamwa k'abantu ba Katonda. Amaanyi ga setaani ag'omwoyo gasumululwa okuyita mu kamwa k'abo abali ku ludda lwa Setaani. Okuva mu kamwa k'ogusota, ensolo, ne nnabbi w'obulimba ne muva emyoyo emibi. Mu ngeri emu, kino kiraga nti oludda olusinga okukozesa akamwa kalwo ke kajja okuwangula olutalo luno. Bwe tutayiga kukozesa kamwa kaffe, tetuyinza kuwangula lutalo.

Emyoyo egitali mirongoofu era gigerageranyizibwa ku bikere. Kyewuunyisa okukitegeera nti ebikere bikola okuleekaana mu kiro kyokka n'okuleekaana kwabyo kwe kukaaba okuddiriŋŋana okutakoma, okugenda mu maaso okuyita mu ssaawa zonna ez'ekiro. Nzikiriza ekyo kifaananyi ekitegeerekeka obulungi ennyo eky'ekintu kye tumanyi mu bugunjufu obw'omulembe guno omupya – okusaasaanya ebirowoozo. Okusaasaanya ebirowoozo kuno emirundi mingi kikozesebwa kya Setaani okutumbula endowooza enkyamu, ebigendererwa by'eby'obufuzi ebikyamu, oba abafuzi ababi era abakyamu. Emu ku ngeri enkulu ey'okukwatamu amaanyi gano ly'ettendo eriva mu kamwa k'abantu ba Katonda.

Eky'okulabirako ekirala eky'amaanyi g'okutendereza kiva mu Zabbuli 149:6-9:

> **⁶Ettendo eggulumivu lya Katonda libenga mu bulago bwabwe, n'ekitala eky'obwogi obubiri mu ngalo zaabwe,**
> **⁷Okuwalana eggwanga ku mawanga, n'okubonyaabonya abantu,**
> **⁸Okusiba bakabaka baabwe n'enjegere, n'abakungu baabwe n'ebyuma ebisiba,**
> **⁹Okubatuukiririzaako omusango ogwawandiikibwa. Abatukuvu be bonna balina ekitiibwa ekyo.**
>
> *(NIV)*

Kino kyogera ku kintu abatukuvu ba Katonda bonna kye bayinza okukola okuyita mu kutendereza. Naye, okutendereza okwo nga kuwerekeddwako ekitala eky'obwogi obubiri, nga ky'Ekigambo kya Katonda. Mu ngeri endala, Ekigambo kya Katonda n'okutendereza biteekwa okugendera awamu. Nga kugattiddwa wamu n'Ekigambo kya Katonda, okutendereza kufuuka ekikozesebwa eky'okuleeta omusango ku bakabaka n'amawanga. Bakabaka n'abakungu aboogerwako be balangira bamalayika ne bakabaka ba Setaani ab'ensi etalabika. Eri ffe, abantu ba Katonda abakkiriza, tuweereddwa obuyinza okubatuukiririzaako omusango ogwawandiikibwa. Mu ngeri endala, tuweereza ku bo omusango ogubikkuddwa ogwa Katonda era omukisa guno guweereddwa abatukuvu ba Katonda bonna.

Mu 1 Abakkolinso 6:2-3, Pawulo agamba Abakristaayo:

²**Oba temumanyi ng'abatukuvu be balisalira ensi omusango?**
³**Temumanyi nga tulisalira bamalayika omusango?**
(NIV)

Tulina obuyinza obutuweereddwa, okuyita mu Kigambo kya Katonda n'okuyita mu ky'okulwanyisa eky'okutendereza, okutuukiriza omusango gwa Katonda ku bamalayika, ku bafuzi, ku bakabaka, ku bantu ne ku mawanga. Ekyo kiraga amaanyi n'obuyinza eby'ekitalo.

>>Kkumi na musanvu:
Eky'Okulwanyisa eky'Okubuulira

Eky'okulwanyisa kino eky'okulumba kikwataganyizibwa butereevu era mu ngeri ey'enjawulo ku Kigambo kya Katonda. Kuno kubuulira Kigambo kya Katonda kyokka era okutaliimu kintu kirala. Tekikwata mu ngeri yonna n'okubuulira ebintu ebirala, nga obufulosoofi bw'abantu, endowooza z'eby'obufuzi, oba era n'okunoonyereza ku bikwata ku Katonda n'eddiini okugenda ewala ennyo.

Tutandika n'ekiragiro kya Pawulo eri Timoseewo mu 2 Timoseewo 4:1-4:

¹Nkukuutirira mu maaso ga Katonda ne Kristo Yesu, alisalira omusango abalamu n'abafu, era n'olw'okulabika kwe n'obwakabaka bwe:
²buuliranga ekigambo, kubirizanga mu bbanga erisaaniramu n'eritasaaniramu; weranga, nenyanga, buuliriranga, n'okugumiikiriza kwonna n'okuyigiriza.
³Kubanga ebiro birijja lwe batalikkiriza kuwulira kuyigiriza kwa bulamu. Naye, amatu nga gabasiiwa, balikuŋaanya abayigiriza nga okwegomba kwabwe bo bwe kuli.

⁴**Baliziba amatu okulekanga amazima, balikyama okugobereranga enfumo obufumo.**

(NIV)

Njagala okwogera ku bintu ebimu ebikulu. Okusooka, obukulu bw'ekiragiro. Kiweebwa mu maaso ga Katonda ne Kristo Yesu, mu musana ogw'amazima nti Kristo alifuga abalamu n'abafu era ne mu kulaba okulabika Kwe mu bwakabaka Bwe. Kye kimu ku biragiro ebisinga obukulu ebyali biweereddwa omuddu wa Katonda yenna.

Eky'okubiri, ekiragiro kya kubuulira Kigambo. Kitegeeza mbalirira ya mubuulizi ku lw'ekyo ky'abuulira. Okujuliza ku nsonga nti Yesu aliramula abalamu n'abafu kiraga nti omubuulizi alyanukula eri Mukama ku lw'obubaka bw'abuulira.

Kuno kulabula obutayaniriza kwegomba kw'abajeemu abeesanyusa-bokka abatayagala kuwulira mazima era abajja okunoonya ababuulizi abanaabuulira engeri y'ekintu kye baagala okuwulira. Waliwo okulabula nti si bonna nti bajja kutwala amazima. Naye, nga oggyeeko okuziyizibwa n'okuvumirirwa, ekiragiro kya kubuulira Kigambo kya Katonda.

Ebyawandiikibwa birina bingi eby'okwogera ku kukola kw'Ekigambo kya Katonda. Mu Isaaya 55:11, Katonda agamba:

¹¹ "... **bwe kityo bwe kinaabanga ekigambo kyange ekiva mu kamwa kange: Tekiridda gyendi nga kyereere, naye kirikola ekyo kye njagala, era Kiriraba omukisa mu ekyo kye nnakitumirira.**

(NIV)

Nate era, mu Yeremiya 23:29, Katonda agamba:

²⁹**"Ekigambo kyange tekifaanana muliro,"** bw'ayogera Mukama, **"era tekifaanana nnyondo eyasaayasa olwazi?"**

(NIV)

Ate, mu Abaebbulaniya 4:12, kigamba:

Ekigambo kya Katonda kiramu, era kikozi. Kisala okusinga buli kitala kyonna eky'obwogi obubiri, era kiyitamu n'okwawula ne kyawula obulamu n'omwoyo, ennyingo n'obusomyo, era kyangu okwawula okulowooza n'okufumiitiriza okw'omu mutima.

(NIV)

Waliwo amaanyi ag'ekitalo mu Kigambo kya Katonda ekibuuliddwa. Ebibala byakyo bikakafu. Tekigenda kuddayo nga kyereere. Kigenda kutuukiriza ebyo ebisanyusa Katonda. Kyo y'ennyondo ejja okwasaayasa buli lwazi oluziyiza ebiruubirirwa bya Katonda. Kiri nga ekitala ekisala ekiyingira mu bitundu ebisinga okuba eby'omunda eby'obuntu bw'omuntu era ne kyanjuluza ebyama by'omu mitima n'ebirowoozo by'abantu.

Ebikolwa 19:8-10 kyakulabirako eky'amaanyi gano ag'Ekigambo kya Katonda ekibuuliddwa okuva mu buweereza bwa Pawulo mu Efeso:

⁸**Pawulo n'ayingira mu kuŋaaniro n'ayogeranga n'obuvumu okumala emyezi esatu, ng'awakanaga era ng'asendasendanga olw'ebigambo by'obwakabaka bwa Katonda.**

⁹**Naye abamu bwe baakakanyala ne batawulira, nga bavumanga ekkubo mu maaso g'ekibiina. Pawulo n'ava gye baali. N'ayawula abayigirizwa ng'awakaniranga buli lunaku mu ssomero lya Tulaano.**

¹⁰**Ebyo ne bimala emyaka ebiri, ne bonna abaali batuula**

mu Asiya ne bawulira ekigambo kya Mukama waffe, Abayudaaya n'Abayonaani.

(NIV)

Waliwo ebigambo bisatu ebinnyonnyola okubuulira kwa Pawulo kuno: kwanyiinyittira, kwagenda mu maaso buli kiseera, kwakolebwa mu bifo bingi. Buli lunaku, okumala emyaka ebiri, yayigiriza Ekigambo kya Katonda. Kwakolebwa mu bifo bingi mu ngeri nti okuyigiriza kwe kwatuuka mu ssaza lyonna eddene ery'omu Asiya. Emirundi mingi tulemwa okukitegeera nti Pawulo yatwala emyaka ebiri mu kibuga kya Efeso, buli lunaku ng'abuulira Ekigambo kya Katonda.

Ebyavaamu biri nga okukasuka ejjinja mu kidiba n'olyoka otunuulira amayengo nga gava mu kifo ejjinja we lyagudde, nga geeyongerayongera okugaziwa ku buli ludda okutuusa lwe gatuuka ku mabbali g'ekidiba. Ekyasooka okuvaamu kwali kukakasa kwa bwakatonda. Ekyawandiikibwa kigamba nti Katonda ajja kukakasa Ekigambo Kye. Takakasa birowoozo oba bufirosoofi bw'abaana b'abantu, oba newakubadde obubonero bw'enzikiriza ez'enjawulo. Ajja, wewaawo, kukakasa Kigambo Kye. Bw'atyo yakikola ku lwa Pawulo. Ebikolwa 19:11-12 kigamba:

¹¹**Katonda n'akola eby'amagero ebitalabwa buli lunaku mu mikono gya Pawulo.**

(NIV)

Njagala ekigambo ekyo "eby'amagero ebitalabwa buli lunaku." Omanyi amakulu g'ekyo? Kiri nti eby'amagero ebimu byali bya bulijjo naye ebyo ebyali wano mu Efeso byali tebirabwa buli lunaku.

Nneebuuzizza ekibuuzo kino: "Mu ameka ku makanisa

gaffe leero mwe tulina wadde eby'amagero ebya bulijjo, nga oggyeeko eby'amagero ebitalabwa buli lunaku?" Eby'amagero bino ebitalabwa buli lunaku ne biryoka binnyonnyolwa:

> [12]N'abalwadde ne baleterwanga ebiremba n'engoye ez'oku mubiri gwe, endwadde ne zibavangako, dayimooni n'abavangako.
>
> (NIV)

Nnyinza okujulira okuva mu bumanyirivu bwange nti ndabye eby'amagero ebiri nga ebyo mu biseera byange. Ebikolwa bino tebyava ku mulembe. Ensonga enkulu kwe kubuulira Ekigambo kya Katonda.

Ekyavaamu ekyasooka eky'okubuulira kwa Pawulo mu Efeso kwali kukakasa kwa bwakatonda eri obubaka bwe olw'eby'amagero. Ekyavaamu eky'okubiri gy'emyoyo emibi okugobwa okufuluma ebweru. Ebikolwa 19:13-16 kigamba:

> [13]Naye era abantu Abayudaaya abataliiko waabwe, abagoba dayimooni, ne beetulinkirira okwogera erinnya lya Mukama waffe Yesu ku abo abalina dayimooni, nga bagamba nti, "mbalayiza Yesu Pawulo gw'abuulira.
> [14]Awo waaliwo abaana musanvu aba Sukewa Omuyudaaya kabona omukulu, abaakola bwe batyo.
> [15]Dayimooni n'addamu n'abagamba nti, "Yesu mmutegeera ne Pawulo mmumanyi, naye mmwe be ani?"
> [16]Omuntu eyaliko dayimooni n'ababuukira n'abasinga bonna n'abayinza. N'okudduka ne badduka okuva mu nnyumba eri nga bali bwereere nga balina ebiwundu.
>
> (NIV)

Ekimu ku bintu ebikulu mu buweereza kwe kwanika abakozi ba Setaani ab'ekyama. Badayimooni, oba emyoyo emibi, be bakozi ba Setaani ab'ekyama. Kikiikirira eddaala ekkulu ery'okugenda mu maaso mu buweereza bw'Ekigambo kya Katonda emyoyo gino emibi bwe gyanikibwa mu lujjudde. Kino kye kyaliiwo wano. Nkomeddwako ne ki omyoyo guno omubi kye gwayogera: "Yesu mmutegeera, ne Pawulo mmumanyi." Gyendi, eyo ngeri ya kutendereza okutakoleddwa butereevu abakiise ba Setaani bwe bayinza okwogera ku mubuulizi, "Mmumanyi, alina ekintu ky'afuna."

Ekyavaamu eky'okusatu eky'okubuulira kwa Pawulo kyali okumaamira kw'eddogo ku kibuga ekiramba kwamenyebwa, nga bwe kinnyonnyolwa mu Ebikolwa 19:17-19:

> **17 Kino [ekyaliwo eky'omusajja eyaliko omwoyo omubi] bwe kyategeerwa bonna Abayudaaya n'Abayonani abaatulanga mu Efeso, entiisa n'ebakwata bonna, erinnya lya Mukama waffe Yesu ne ligulumizibwa.**
>
> **18 Era bangi ku bo abakkiriza ne bajja, ne baatula ne bategeeza ebikolwa byabwe.**
>
> **19 Era bangi ku bo abaakolanga eby'obufumu ne bakuŋaanya ebitabo byabwe, ne babyokera mu maaso gaabwe bonna. Ne babala omuwendo gwabyo ne balaba ebitundu bya ffeeza obukumi butaano.**
>
> *(NIV)*

Okiraba, abantu bangi nnyo baali bakkiriza naye baali beenyigira mu bufumu, embeera efaanagana mu kkanisa leero. Baalina ekigere kimu mu bwakabaka bwa Katonda, n'ekigere ekimu mu nsiisira ya Setaani. Naye bwe baalaba okwolesebwa kuno okw'entiisa okw'obwa nnamaddala okw'amaanyi ga Setaani, baasalawo okweweerayo ddala eri Katonda n'okukyuka okuva ku Setaani. Nga ekikakasa kino, baaleeta ebitabo oba emizingo, ebyalimu okumanya okw'ebyama by'ekizikiza, okw'amaanyi ag'ebyewuunyo, n'eddogo. Ebitabo bino byonna byayokebwa mu lujjudde mu kibuga kya Efeso.

> >
> Amaanyi emabega wa bino byonna kyali Kigambo kya Mukama.

Omuwendo gw'ebitabo gwali obutundu bwa ffeeza obukumi butaano. Ffeeza emu, mu kiseera ekyo, yali nga mpeera ya lunaku ey'omuntu omukozi. Singa obalirira empeera y'olunaku mu Amerika okuba ddoola 30, obutundu bwa ffeeza emitwalo etaano ziwerera ddala ddoola 1,500,000 (akakadde ka ddoola kamu n'ekitundu). Ogwo muwendo gwa ssente munene nnyo. Ekintu kye kimu kyetaaga okubaawo kumpi mu buli kibuga ekikulu eky'omu Amerika leero.

Ka tulabe okunnyonnyola kw'Ebyawandiikibwa okwa bino byonna mu Ebikolwa 19:20:

[20]Bwe kityo ekigambo kya Mukama waffe ne kyeyongeranga mu maanyi ne kiwangula.

(NIV)

Amaanyi emabega wa bino byonna kyali Kigambo kya Mukama. Obuweereza bwa Pawulo obw'ekigambo okumala emyaka egisukka mu ebiri bwavaamu ebikolwa eby'amaanyi, ebyewuunyisa. Obwakabaka bwa Setaani mu kitundu ekyo bwanyeenyezebwa okutuuka ku musingi gwabwo, ebigo bye byasuulibwa ku ttaka.

Ebikolwa 20:20 n'ebiddirira bye bigambo bya Pawulo yennyini eby'obuweereza bwe mu Efeso:

[20]Mumanyi nti sseekekanga kubabuulira kigambo kyonna ekisaana ...

[26]Kyenva mbategeeza leero nti ndi mulongoofu olw'omusaayi gwa bonna.

²⁷kubanga sseekekanga kubabuulira kuteesa kwa Katonda kwonna.

(NIV)

Pawulo yawa obufunze bw'obuweereza bwe nga obutaalina kwerekereza kwonna era obutaalimu kwekkiriranya. Eyo y'engeri y'okubuulira okw'Ekigambo kya Katonda evaamu okukola okufaananira ddala. Twetaaga engeri eyo ey'okubuulira leero.

>>Kkumi na munaana:
Eky'Okulwanyisa eky' Obujulizi

Twetaaga okutandika nga tulaba enjawulo wakati w'obujulizi n'okubuulira. Okubuulira kwe kwanjula amazima g'Ekigambo kya Katonda bulambalamba, naye obujulizi kwe "kujulira" oba okubeera "omujulirwa." Obujulizi kwe kwogera okuva mu bumanyirivu bw'obuntu ku bintu ebibaddewo ebikwatagana n'Ekigambo kya Katonda era ebikakasa amazima g'Ekigambo kya Katonda. Eky'okulabirako, bwe tuba tubuulira obubaka ku kuwonya, tubuulira ennono Katonda kwasinziira okuwonya era ne tuwa ebisuubizo Bye eby'okuwonya. Nate bwe tuba nga tujulira ku kuwonya, twogera ku kintu ekyaliwo mwe twasisinkanira Katonda n'atuwonya. Bwe kityo obujulizi n'okubuulira byombi bikwatagana n'Ekigambo kya Katonda naye bikyogerako mu ngeri za njawulo.

Obujulizi bukulu eri enkola ya Yesu ey'okukoma ku nsi yonna n'enjiri. Yayanjuluza enkola eno mu bigambo Bye ebisembayo ku nsi nga bwe yayimirira ku Lusozi lw'Emizeyituuni n'abayigirizwa Be, ng'anaatera okubaleka, nga bwe kizuulibwa mu Bikolwa 1:8:

⁸"Naye muliweebwa amaanyi ag'Omwoyo Omutukuvu bw'alimala okujja ku mmwe, nammwe munaabanga bajulirwa bange mu Yerusaaleemi ne mu Buyudaaya bwonna ne mu Samaliya, n'okutuusa ku nkomerero y'ensi."

(NIV)

Tukiraba, okusooka, nti okuba abajulirwa abalungi ku lwa Yesu, twetaaga amaanyi ag'obwakatonda. Obujulizi bwaffe bwa bwakatonda. Bwetaaga okuwagirwa n'okutondebwawo olw'amaanyi ag'obwakatonda, amaanyi ag'Omwoyo Omutukuvu. Yesu teyakkiriza bayigirizwa Be kufuluma n'okutandika okujulira okutuuka nga bamaze okuweebwa amaanyi ago ku Lunaku lwa Pentekoote.

Eky'okubiri, Yesu teyagamba, "Mulijulira," ekyo abantu bannaddiini bangi kye boogera leero. Yagamba, "Muliba bajulirwa ..." Mu ngeri endala, si bigambo byokka bye twogera oba obupapula bw'ebigambo by'enjiri bwe tubawa, naye obulamu bwaffe bwonna bulina okuba obujulirwa eri Yesu n'amazima g'enjiri.

Eky'okusatu, Yesu yatunula mu maaso n'alaba enkulungo eyccyongera okugaziwa bulijjo. Yagamba nti tandikira wooli mu Yerusaalemi. Genda obuulire abantu. Ka bakkirize era ka bajjuzibwe n'Omwoyo Omutukuvu. Oluvannyuma ka bagende babuulire abantu abalala. Abo nabo, ka bakkirize, bajjuzibwe n'Omwoyo Omutukuvu, era bagende babuulire abalala. Yagamba nti kijja kutandikira mu Yerusaalemi, kyeyongereyo mu Buyudaaya, era ne mu Samaliya, era tekigenda kukoma okutuusa nga kituuse ku kitundu ekisembayo eky'ensi.

Ebyo bye byali ebigambo ebisembayo Yesu bye yayogera ku nsi. Ebirowoozo Bye n'omutima Gwe byali mu kitundu ekisembayo eky'ensi. Teyandimatidde okutuuka nga ekyo kimaze okutuukibwako. Entegeka ye enkulu ey'okukituukako yali ya bantu Be bonna okufuuka abajulirwa, nga bujulira eri abalala n'okuwangula abalala. Nabo, ku lwabwe, baalina okujulira okutuuka, ng'amayengo agagaziwa okuva mu mayinja agasuuliddwa mu kidiba, lwe bandituuse ku kitundu ekisembayo eky'ensi.

Bwe tutunula emabega mu byafaayo, abantu ba Katonda bwe bassa mu nkola entegeka eno, yakola. Mu myaka ebikumi bisatu, yali ewangudde Obwakabaka bwa Abaruumi. Nzikiriza nti amaanyi g'omwoyo ago amakulu ag'ekitalo agaawangula Obwakabaka bw'Abaruumi obukafiiri bwali bujulirwa bw'enkumi n'enkumi z'abakkiriza Abakristaayo okuva mu byafaayo eby'enjawulo, langi, amadaala nga ogerageranya n'abantu abalala, n'eddiini ez'enjawulo. Bonna baagamba, "Yesu yakyusa obulamu bwange!" Amaanyi ga kino mu nkomerero gaasuula wansi obwakabaka bw'Abaruumi obwo obwali obunywevu, obw'amaanyi, obw'obulumi n'okubonaabona.

>>
Baibuli eraga nti eky'okulwanyisa kye kimu mu nkomerero ya byonna kijja kusuula wansi n'obwakabaka bwa Setaani mu bifo eby'omu ggulu.

Baibuli eraga nti eky'okulwanyisa kye kimu mu nkomerero ya byonna kijja kusuula wansi n'obwakabaka bwa Setaani mu bifo eby'omu ggulu. Kino kiyinza okulabibwa mu bunnabbi mu Kubikkulirwa 12:7-11. Ennyiri zino zinnyonnyola olutalo olw'amaanyi olugenda okunyigiramu eggulu n'ensi ku nkomerero y'omulembe guno wakati wa bamalayika n'abantu.

[7]**Ne waba olutalo mu ggulu.** [Nzikiriza ekyo kikyali kya mu maaso.] **Mikaeri ne bamalayika be nga batabaala okulwana n'ogusota, ogusota ne gulwana ne bamalayika baagwo.**

[8]**Ne batayinza, so ne wataba kifo kyabwe nate mu ggulu.**

⁹N'ogusota ogunene ne gusuulibwa, Omusota ogw'edda, oguyitibwa Omulyolyomi era Setaani, omulimba w'ensi zonna. Ne gusuulibwa ku nsi, ne bamalayika baagwo ne basuulibwa nagwo.

¹⁰Ne mpulira eddoboozi ddene mu ggulu nga lyogera nti kaakano obulokozi buzze n'amaanyi n'obwakabaka bwa Katonda waffe, n'obuyinza bwa Kristo we, kubanga aloopa baganda baffe yasuulibwa, abaloopa mu maaso ga Katonda waffe emisana n'ekiro."

(NIV)

"Oyo aloopa ab'oluganda" ye Setaani. Kino kinnyonnyola engeri gy'asuuliddwa wansi okuva mu bwakabaka bwe mu bifo eby'omu ggulu. Ne kiryoka kinnyonnyola engeri abakkiriza gye baawangula Setaani. Kigenderere nti luno lutalo olwa muntu ku muntu olw'obusimbalaala.

¹¹"**Nabo** [abakkiriza] **baamuwangula** [Setaani] **olw'omusaayi gw'Omwana gw'endiga n'olw'ekigambo eky'okutegeeza kwabwe, ne batayagala bulamu bwabwe okutuusa okufa."**

(NIV)

Eky'okulwanyisa kyabwe ekikulu kiri mu kigambo ekyo "obujulizi." Obujulizi bwabwe mu nkomerero bwe bugenda okunyeenya busuule wansi obwakabaka bwonna obwa Setaani. Nzikiriza obujulirwa bwabwe bwekulungulira mu bintu bibiri: Ekigambo kya Katonda n'omusaayi gwa Yesu. Obujulizi bwabwe bwasumulula amaanyi agali mu Kigambo n'omusaayi.

Tuyinza okwessaako kino mu ngeri y'okussa mu nkola, ennyangu, ffe fennyini.

Tuwangula Setaani bwe tujulira mu buntu ku ki Ekigambo kya Katonda kye kigamba ku musaayi gwa Yesu kye gutukolera. Oyinza okulaba obukulu bw'okuba

305

n'obujulizi obw'obuntu eri Ekigambo n'eri omusaayi.

Waliwo engeri ez'enjawulo ze tuyinza okukola ekyo. Engeri emu ennonde ky'Eky'eggulo kya Mukama oba omugaati n'envinnyo ebikozesebwa. Oluusi tetugulaba mu ngeri eno, naye buno bwe bujulizi obweyongera mu maaso obw'okukkiriza kwaffe mu Kigambo n'omusaayi. Ng'ayogera ku ky'Eggulo kya Mukama, Pawulo yagamba mu 1 Abakkolinso 11:26:

²⁶Kubanga buli lwe munaalyanga ku mugaati guno ne lwe munanywanga ku kikompe, munaayolesanga okufa kwa Mukama waffe okutuusa lw'alijja.

(NIV)

Tumanyi ekikopo kikiikirira omusaayi gwa Mukama, bwe kityo mu kugabana mu ky'Eggulo kya Mukama, tujulira bulijjo, nga tulangirira okufa n'okuzuukira kwa Yesu Kristo.

Okusobola okujulira obulungi eri ki Ekigambo kya Katonda kye kyogera ku musaayi gwa Yesu, tuteekwa okuba nga tumanyidde ki Ekigambo kya Katonda kye kitutegeereza ddala ku musaayi gwa Yesu. Waliwo obugabirizi obukulu ennyo bwa mirundi etaano obubikkuliddwa mu Kigambo kya Katonda obujja gye tuli okuyita mu musaayi gwa Yesu.

Okusooka, tusanga mu Abaefeso 1:7:

⁷Mu Ye [Kristo] tulina okununulibwa okuyita mu musaayi gwe, okusonyiyibwa ebyonoono byaffe, ng'obugagga obw'ekisa kye bwe buli ...

(NIV)

Ekyo kitubuulira ebintu bibiri ebitugabiriddwa okuyita mu musaayi gwa Yesu. Ekisooka kwe kununulibwa (twanunulibwa). Eky'okubiri kwe kusonyiyibwa (twasonyiyibwa), nga bwe kiragibwa mu 1 Yokaana 1:7:

> ⁷...naye bwe tutambulira mu musana, nga Ye bwali mu musana, tussa kimu fekka na fekka, n'omusaayi gwa Yesu Omwana we gutunaazaako ekibi kyonna.
>
> (NAS)

Eky'okusatu, omusaayi gutunaaza bulijjo. Okuyita mu musaayi, tuba tulina okunaazibwa kw'omwoyo bulijjo. Abaruumi 5:9 kigamba:

> ⁹Kale okusinga ennyo kaakano bwe twaweebwa obutuukirivu olw'omusaayi gwe, tugenda kulokoka mu busungu ku bubwe.
>
> (NAS)

Eky'okuna, twatuukirizibwa. Kino kitegeeza twafuulibwa abatuukirivu. Okunnyonnyola okusinga obulungi kwe nnali mpulidde okwa ekigambo "okutuukirizibwa" kwe kuno: Natuukirizibwa-ne-mba-nga atayonoonangako, kubanga nfuuliddwa omutuukirivu n'obutuukirivu obutamanyi kibi, nga bwe butuukirivu obwa Kristo. Abaebbulaniya 13:12 kirangirira:

> ¹²Era ne Yesu kyeyava abonaabonera ebweru wa wankaaki, alyoke atukuze abantu olw'omusaayi gwe ye.
>
> (NAS)

Eky'okutaano, Baibuli etugamba nti tuyinza okutukuzibwa okuyita mu musaayi gwa Yesu. "Okutukuza" kitegeeza kutukuza, oba okwawula omuntu okuva mu balala ku lwa Katonda.

Buno bwe bugabirizi obukulu obutaano obw'omusaayi

gwa Yesu obubikkuliddwa olw'Ekigambo kya Katonda:

Okusooka, twanunulibwa;
Eky'okubiri, twasonyiyibwa;
Eky'okusatu, twanaazibwa;
Eky'okuna, twatuukirizibwa (twafuulibwa abatuukirivu);
Eky'okutaano, twatukuzibwa (twafuulibwa abatukuvu).

Obugabirizi buno butuuka okukolera ddala mu bujjuvu mu bulamu bwaffe bwe tujulira gye buli mu buntu. Tuteekwa okuba abavumu ekimala okwogera bye tukkiriza. Tuteekwa okukyogera bwe tuti:

Okuyita mu musaayi gwa Yesu, nanunulibwa okuva mu mukono gwa Setaani.
　Okuyita mu musaayi gwa Yesu, ebibi byange byonna byasonyiyibwa.
　Omusaayi gwa Yesu gunnaaza okuva mu bibi byonna. Okuyita mu musaayi gwa Yesu, ntuukirizibwa, nfuulibwa omutuukirivu, ne-mba-nga-atayonoonangako.
　Okuyita mu musaayi gwa Yesu, ntukuzibwa, nfuulibwa omutukuvu, njawuliddwa ku bantu abalala okuba owa Katonda. Sikyali mu ttwaale lya Setaani.

Fumiitiriza ku bugabirizi obwo obutaano obw'omusaayi gwa Yesu: okununulibwa, okusonyiyibwa, okunaazibwa, okutuukirizibwa, okutukuzibwa. Oluvannyuma lw'ekyo tegeera amazima nti bufuuka bubwo obukukolera bw'obuwaako obujulizi ggwe ng'omuntu. Olw'okujulira gye buli mu buntu, tuwangula Setaani "olw'omusaayi gw'Omwana gw'Endiga n'olw'ekigambo ky'okutegeeza kwaffe."

Okubeera ab'amaanyi mu lutalo olw'omwoyo, tuteekwa bulijjo okulumbagana n'eby'okulwanyisa

Katonda by'atuwadde. Tekimala ffe okwekuuma obwekuumi n'okulindirira Mukama okutusumulula. Tuli ggye ery'abawanguzi, n'amawanga ag'ensi gengedde nga galindirira abantu abanaagawangula n'Enjiri ey'Obwakabaka.

>>OMUSOMO
Gwa Baibuli
Ogw'Okweyigiriza Wekka

Ekiwandiiko Ekigaziye Eky'Omulembe

"Fubanga okweraga ng'osiimibwa Katonda, omukozi atakwatibwa nsonyi, ayisa wakati ekigambo eky'amazima."

2 Timoseewo 2:15 (NIV)

>>Ennyanjula
Endagiriro Eri Omuyizi

Soma endagiriro zino nga tonnaba kwanukula kibuuzo kyonna!

EKIRUUBIRIRWA KY'OMUSOMO GUNO EKYA BAIBULI

OMUSOMO GUNO ogw'okweyigiriza wekka gulina ebigendererwa ebikulu bina:

1. Okuteekawo omusingi ogw'okumanya Baibuli ogw'okuzimbirako obulamu bw'Ekikristaayo obw'amaanyi.
2. Okukuwa enkola mu kunoonya Ebyawandiikibwa n'okuzuula ebisuubizo bya Katonda.
3. Okukutendeka mu kwekenneenya Ebyawandiikibwa okwevumbulira amakulu gaabyo amatuufu.
4. Okutonda mu ggwe empisa ey'okukkiriza ebintu by'omwoyo bwe biba nga biyinza okukakasibwa mu Baibuli.

ENKOLA Y'ENJULIZA ZA BAIBULI

Enzivuunula ya Baibuli ekozeseddwa okuyita mu musomo guno ye Nzivuunula ya Kabaka Yakobo. Ebigambo mu nzivuunula eyiyo biyinza okwawukanako. Naye, amazima agayigiriziddwa mu musomo guno gasigala nga gategeerekeka bulungi mu nzivuunula yonna eyeesigamikako.

Okuzuula buli kitabo mu Baibuli n'amannya gaabyo agafunziddwa, laba ku muko ogwe (11)? Essuula z'Ebyawandiikibwa ziweebwa mu ngeri eno: okusooka, erinnya ly'ekitabo; eky'okubiri, essuula; eky'okusatu, olunyiriri. Eky'okulabirako, Abar 3:23 ky'ekiyitibwa Abaruumi, essuula 3, olunyiriri lwa 23.

ENNYINNYONNYOLA Y'EBIGAMBO

Ekitundu ky'ennyinnyonnyola y'ebigambo ebimu kiteekeddwamu emabega w'ekitabo kino. Kino kiwa okunnyonnyola okwangu eri ebigambo ebimu ebisinga okuba ebizibu by'onoosanga mu MUSOMO GUNO. Tunuulira ekitundu ky'ennyinnyonnyola y'ebigambo bw'oba totegeera kigambo kyonna ki kye kitegeeza. Ebigambo ebiri mu kitundu ky'ennyinnyonnyola y'ebigambo birina akabonero (*) ku mabbali gaabyo.

ENGERI Y'OKUKOLAMU AMASOMO

Ku ntandikwa ya buli ssomo kuliko ekitundu, omutwe gwakyo guyitibwa "Ennyanjula." Kino kituwa okuwumbawumba okufunze okw'okuyigiriza okukulu okuddirira. Bulijjo soma okuyita mu nnyanjula eyo n'obwegendereza nga tonnagezaako kwanukula bibuuzo.

- Mu musomo ogusooka, (Omusomo 1: Baibuli: Ekigambo kya Katonda) mulimu ebibuuzo amakumi abiri mu bina. Oluvannyuma lwa buli kibuuzo, waliwo okujuliza eri Ekyawandiikibwa kimu oba ebisingawo. Wandiika eky'okuddamu kyo ku musittale (oba emisittale egiddirira buli kibuuzo). Goberera emitendera gino:

1. Soma ekibuuzo n'obwegendereza.
2. Zuula Ekyawandiikibwa era okisome n'obwegendereza okutuusa lw'onoozuula eky'okuddamu eri ekibuuzo ekyo. Oyinza okwetaaga okusoma ennyiriri ezikulembera n'eziddirira ekyo ekiweereddwa okusobola okufuna amakulu amajjuvu.
3. Wandiika mu bigambo ebyangu eky'okuddamu ky'ozudde.

Oluusi eky'okuddamu eri ekibuuzo ekimu kigabanyiziddwamu mu bitundu bibiri oba ebisingawo. Mu by'okuddamu eby'engeri eyo, amabanga ku lwa buli kitundu ky'eky'okuddamu gaweereddwa ennamba.

Biibino ebibuuzo ebibiri ebisooka okuva mu Ssomo 1 n'eby'okuddamu ebituufu nga biwandiikiddwamu nga eky'okulabirako.

1. Linnya ki Yesu lye yawa Ebyawandiikibwa? (Yokaana 10:35)
   Ekigambo kya Katonda.

2. Yesu yayogera ki ku Kyawandiikibwa ekiraga obuyinza bwakyo? (Yokaana 10:35)
   Tekiyinza kumenyebwa.

Soma Yokaana 10:35 okulaba oba nga eby'okuddamu bino bituufu.

OMULIMU OGW'OKUJJUKIRA

Ku ntandikwa ya buli ssomo, waliwo omulimu ogw'okujjukira. Oteekwa okuyiga buli lunyiriri mu mutima.

Zi kaadi z'okujjuukirirako ebyawandiikibwa zikubiddwa ku nkomerero y'ekitabo kino olw'okuyambibwa kwo. Twaala zi kaadi zo ez'okujjuukirirako buli w'olaga.

Buli lw'ofissaawo akadde, tunuulira ennyiriri zo ez'okwejjukanya. Okutunuulira okwa buli kiseera kye kyama ky'omulimu gw'okwejjukanya oguyitamu. Mu ngeri eno, ojja kuyiga Ekigambo nga okikwata mu mutima. Ekigambo kya Katonda kijja kukuwa okulungamizibwa, amaanyi, emmere ey'omwoyo, obuwanguzi ku Setaani, n'ensigo ez'okusiga mu mitima gy'abalala.

OMUTENDERA KU LW'OKUYITA MU MUSOMO

Wandiikamu eky'okuddamu kyo eri buli kibuuzo mu Ssomo 1, era oluvannyuma – nga Baibuli yo ogibisse – wandiika omulimu ogw'okujjukira mu bbanga eriteekeddwa ku nkomerero. Oluvannyuma bikkula omuko ogende ku By'Okuddamu Ebituufu osobole okukebera omulimu gwo. Eky'okuddamu kyo bwe kiba nga tekikwatagana n'eky'okuddamu ekituufu, soma ekibuuzo n'Ekyawandiikibwa nate okutuusa nga otegedde ensonga ku lw'eky'okuddamu ekituufu.

Ku muko oguddirira Eby'Okuddamu Ebituufu, ojja kusanga okunnyonnyola ku by'okuddamu ebituufu. Somamu mu by'okuddamu bino, era onoonye

Ebyawandiikibwa ebiweereddwa.

Ekisembayo, weegolole n'obubonero bw'ogwanira ku lwa buli kyakuddamu. Eky'okuddamu bwe kiba nga kisukka mu kabonero akamu, teweewa bubonero bujjuvu okujjako nga eky'okuddamu kyo nga kiweddeyo bulungi okufaanana n'eky'okuddamu ekituufu. Jjukira nti obubonero ku lw'omulimu gw'okwejjukanya bukulu!

Gatta obubonero bwo bwonna ku lw'Omusomo 1, era okebere omugatte guno nga ogerageranya n'emitindo egiweereddwa wansi w'eby'okuddamu ebituufu: 50 ku 100 oba okusingawo eba "Paasi"; 70 ku 100 okudda waggulu kiba "Kirungi nnyo"; 80 ku 100 okudda waggulu kiba "Kisukkulumye."

Enkola ku lw'okukola amasomo okuva ku 18 okutuuka ku 20 ya njawuloko naye ennyonnyoddwa bulungi nnyo ku ntandikwa y'amasomo ago.

Jjukira! Tokyusanga kugenda ku byakuddamu bituufu ku lw'okuyiga kwonna okutuusa nga osoose okujjuzaamu eky'okuddamu kyo ggwe eri buli kibuuzo mu ssomo eryo – nga ogasseeko omulimu gw'okwejjukanya!

Bw'oba ng'omalirizza omusomo ogusembayo, bikkula omuko oguliko omutwe oguliko "Obubonero ku lw'Omusomo" (omuko gwa 199)? Wandiikamu obubonero bwo ku lwa buli ssomo mu bbanga erissiddwawo, obugatte, era ovumbule ky'ofunye ku lw'omusomo okutwalira awamu.

AMAGEZI G'OBUNTU AGASEMBAYO

1. Tandika buli ssomo n'okusaba, ng'osaba Katonda okukuluŋamya n'okukuwa okutegeera.
2. Topapa. Togezaako kumalayo ssomo lyonna mu lutuula lumu. Soma oyite mu buli ssuula ya byawandiikibwa emirundi egiwerako okutuusa ng'okakasizza amakulu

gaayo. Emirundi mingi kijja kuba kiyamba okusoma ennyiriri eziwerako ezikulembera oba eziddirira olunyiriri lw'Ekyawandiikibwa ekiweereddwa okusobola okufuna amakulu gakyo amajjuvu.

3. Wandiika mu ngeri ennyonjo era etegeerekeka. Towanvuya nnyo kyakuddamu kyo okusinga bwe kyetaagisa. Kozesa ekkalaamu ensongole obulungi oba peeni ya bwino.
4. Beera ng'olowooza nnyo ku mulimu gw'okwejjukanya.
5. Saba buli lunaku nti Katonda akuyambe okussa mu nkola mu bulamu bwo amazima ag'enjawulo ago g'oyiga.

AMANNYA AMAFUNZE AG'EBITABO BYA BAIBULI

EBITABO BY'ENDAGAANO ENKADDE

I. **ETTEEKA**
   Olubereberye .... Lub
   Okuva .... Kuv
   Eby'Abaleevi .... Leev
   Okubala .... Kubal
   Ekyamateeka .... Ma

II. **EBYAFAAYO**
   Yoswa .... Yos
   Ekyabalamuzi .... Balam
   Luusi .... Luus
   1 Samwiri .... 1 Sam
   2 Samwiri .... 2 Sam
   1 Bassekabaka .... 1 Bassek
   2 Bassekabaka .... 2 Bassek
   1 Ebyomumirembe .... 1 Byom
   2 Ebyomumirembe .... 2 Byom
   Ezera .... Ezer
   Nekkemiya .... Nek
   Eseza .... Es

III. **EBITABO BY'AMAGEZI**
   Yobu .... Yob
   Zabbuli .... Zab
   Engero .... Nge
   Omubuulizi .... Mub
   Oluyimba .... Lu

IV. **BANNABBI ABAKULU**
   Isaaya .... Is
   Yeremiya .... Yer
   Okukungubaga .... Kung
   Ezeekyeri .... Ez
   Danyeri .... Dan

V. **BANNABBI ABATO**
   Koseya .... Kos
   Yoweeri .... Yo
   Amosi .... Am
   Obadiya .... Ob
   Yona .... Yon
   Mikka .... Mi
   Nakkumu .... Nak
   Kaabakuuku .... Kaab
   Zeffaniya .... Zef
   Kaggayi .... Kag
   Zekkaliya .... Ze
   Malaki .... Mal

EBITABO BY'ENDAGAANO EMPYA

I. **ENJIRI ENNYA**
   Matayo .... Mat
   Makko .... Mak
   Lukka .... Luk
   Yokaana .... Yok

II. **EBYAFAAYO**
   Ebikolwa .... Bik

III. **EBBALUWA ZA PAWULO**
   Abaruumi .... Bar
   1 Abakkolinso .... 1 Kol
   2 Abakkolinso .... 2 Kol
   Abaggalatiya .... Bag
   Abaefes
   Abafiripi .... Baf
   Abakkolosaayi .... Bak
   1 Abasasseloniika .... 1 Bas
   2 Abasasseloniika .... 2 Bas
   1 Timoseewo .... 1 Tim
   2 Timoseewo .... 2 Tim
   Tito .... Tit
   Firemooni .... Fir
   Abaebbulaniya .... Beb

IV. **EBBALUWA EZ'AWAMU**
   Yakobo .... Yak
   1 Peetero .... 1 Peet
   2 Peetero .... 2 Peet
   1 Yokaana .... 1 Yok
   2 Yokaana .... 2 Yok
   3 Yokaana .... 3 Yok
   Yuda .... Yud

V. **OBUNNABBI**
   Okubikkulirwa .... Kub

(Manyanti "Yokaana" kiyimirirawo ku lw'Enjiri ya Yokaana, naye "1 Yokaana" ku lw'Ebbaluwa Esooka eya Yokaana, n'ebirala.)

OMUSOMO OGUSOOKA

>>Baibuli: Ekigambo kya Katonda

ENNYANJULA:
Baibuli kye Kigambo kya Katonda kyennyini. Kye kirabo kya Katonda eky'amaanyi eri abantu bonna buli wantu wonna. Katonda yatuwa ekirabo kino okutuyamba okuva mu kibi kyaffe n'ennaku n'ekizikiza.
    Baibuli si kitabo kya bulijjo. Buli kigambo kya mazima. Kijjuziddwa n'amaanyi n'obuyinza bwa Katonda bwennyini. Abasajja abaagiwandiika baalungamizibwa olw'Omwoyo Omutukuvu. Katonda yabalungamya okuwandiika amazima gennyini nga bwe Yagabawa.
    Tulina okusoma Baibuli zaffe nga kiri nga Katonda Yennyini y'ayogera gye tuli – bulambalamba era mu buntu. Olw'Ekigambo kye, Katonda ajja kutuwa ebintu ebirungi bingi:

- Ekitangaala
- Okutegeera
- Emmere ey'Omwoyo
- Obulamu obulungi obw'omubiri

Ebigambo bya Baibuli birina amaanyi oku:

- okutunaaza
- okututukuza* (okutwawulako ku lwa Katonda)
- okutuzimba
- okutufuula abagabanyi mu kikula kya Katonda kyennyini
- okutuwa amaanyi n'amagezi okuwangula Setaani

Omulimu gw'Okwejjukanya: 2 Timoseewo 3:16-17
☐ Kebera wano oluvannyuma lw'okukwata obukusu olunyiriri.

Ebibuuzo by'OMUSOMO

1. Linnya ki Yesu lye yawa Ebyawandiikibwa? (Yokaana 10:35)
   ....

2. Yesu yayogera ki ku Kyawandiikibwa ekiraga obuyinza bwakyo? (Yokaana 10:35)
   ....
   ....

3. Wandiika ebintu bibiri Dawudi by'atugamba ebikwata ku Kigambo kya Katonda.
   (1) (Zab 119:89) ....
   (2) (Zab 119:160) ....

4. Ngeri ki Ebyawandiikibwa gye byaweebwamu olubereberye?
   (1) (2 Tim 3:16) ....
   (2) (2 Peet 1:20-21) ....

5. Nsigo ya ngeri ki omuntu gy'ateekeddwa okufuna mu mutima gwe okusobola okuzaalibwa omulundi ogw'okubiri n'okufuna obulamu obutaggwaawo? (1 Peetero 1:23) ....
   ....

6. Wandiika ebintu bina Ebyawandiikibwa bye bigasa eri Omukristaayo.(2 Timoseewo 3:16)
   (1) .... (2) ....
   (3) .... (4) ....

7. Ki ekivaamu eky'enkomeredde mu Mukristaayo ayiga era n'agondera Ekigambo kya Katonda? (2 Timoseewo 3:17) ....

8. Mmere ki ey'omwoyo Katonda gy'agabiridde ku lw'abaana Be? (1 Peetero 2:2) (Mat 4:4) ....

9. Ebigambo bya Katonda byagasa bitya Yobu? (Yobu 23:12) ....

10. Yeremiya bwe yalya Ekigambo kya Katonda, kyafuuka ki gy'ali? (Yeremiya 15:16) ....

11. Omuntu Omukristaayo omuvubuka ayinza atya okutambulira mu bulamu obulongoofu? (Zab. 119:9) ....

12. Lwaki Omukristaayo alina okukweka (okukuuma) Ekigambo kya Katonda mu mutima gwe? (Zab. 119:11) ....

13. Bintu ki ebibiri Ekigambo kya Katonda bye kizaala mu "bavubuka" bwe kibeera mu bo? (1 Yokaana 2:14)
    (1) ....
    (2) ....

14. Yesu yayanukula atya Setaani buli mulundi gwe Yakemebwa? (Mat 4:4, 7, 10) ....
....

15. Kitala ki Katonda ky'awadde Abakristaayo ng'ekitundu ku by'okulwanyisa byabwe eby'omwoyo? (Abaefeso 6: 17) ....
....

16. Kunnyonnyola ki okw'emirundi ebiri Zabbuli eye 119 kw'ekozesa okulaga engeri Ekigambo kya Katonda gye kiyamba Abakristaayo okutambula mu nsi eno? (Zabbuli 119:105)
    (1) ....
    (2) ....

17. Bintu ki ebibiri Ekigambo kya Katonda bye kiwa ebirowoozo by'Omukristaayo? (Zab 119:130)
    (1) ....
    (2) ....

18. Ekigambo kya Katonda kigabirira ki ku lw'omubiri gw'Omukristaayo akiyiga n'obwegendereza? (Nge 4:20-22) ....
....

19. Abantu ba Katonda bwe baali abalwadde era bwe baali mu bwetaavu, Katonda yatuma ki okubawonya n'okubasumulula? (Zab 107:20) ....
....

20. Wandiika ebintu bina okuva mu nnyiriri zino wammanga ebyo Ekigambo kya Katonda bye kikola ku lw'abantu Be.
    (1) (Yokaana 15:3) (Bef 5:26) ....
    (2) (Yokaana 17:17) ....
    (3) (Bikolwa 20:32) ....
    (4) (Bikolwa 20;32) ....

21. Omukristaayo akakasa atya okwagala kwe eri Kristo Yesu? (Yokaana 14:21) ....
    ....

22. Yesu be b'ani be yayita maama We ne baganda Be? (Lukka 8:21) ....
    ....

23. Okwagala kwa Katonda kufuulibwa kutya okutuukiridde mu Mukristaayo? (1 Yokaana 2:5) ....
    ....

24. Bibala ki ebibiri ebigoberera mu bulamu bwaffe bwe tukaayanira ebisuubizo by'Ekigambo kya Katonda? (2 Peetero 1:4)
    (1) ....
    (2) ....

Omulimu gw'Okwejjukanya: 2 Timoseewo 3:16
Wandiika ennyiriri zino okuva mu by'ojjukira.

TOVA KU MUKO GUNO OKUTUUSA NGA OMAZE OKUJJUZAAMU EBY'OKUDDAMU BYONNA MU MUSOMO GUNO.

EBY'OKUDDAMU EBITUUFU N'OBUBONERO - OMUSOMO OGUSOOKA

Ekibuuzo	Eky'okuddamu	Obubonero
1	Ekigambo kya Katonda	1
2	Tekiyinza kumenyebwa	1
3	(1) Emirembe gyonna kinyweredde mu ggulu (2) Mu bulamba bwakyo kyo ge mazima	1 1
4	(1) Olw'okulungamizibwa kwa Katonda (2) Abasajja abatukuvu aba Katonda baayogera nga bwe baalungamizibwa Katonda	1 2
5	Ensigo etayonooneka (ennongoofu) ey'ekigambo kya Katonda	2
6	(1) Okuyigirizanga (2) Okunenyanga (3) Okutereezanga (4) Okubuulira okuli mu butuukirivu*	1 1 1 1
7	Afuulibwa atuukiridde (atabulwa kintu kyonna kyonna) ng'alina ddala byonna olwa buli mulimu omulungi.	2
8	Ekigambo kya Katonda	1
9	Okusukka ku mmere ye gye yeetaaga	1
10	Essanyu n'okusanyuka kw'omutima gwe	1
11	Nga yeegendereza ng'Ekigambo kya Katonda bwe kiri	2
12	Alyoke aleme okwonoona mu maaso ga Katonda.	1
13	(1) Kibafuula ab'amaanyi (2) Bawangula omubi (Setaani)	1 1
14	Yayanukula okuva mu Kigambo ekiwandiike ekya Katonda	1
15	Ekigambo kya Katonda	1
16	(1) Kyo ye ttabaaza eri ebigere byabwe (2) Kyo musana eri ekkubo lyabwe	1 1
17	(1) Omusana (2) Okutegeera	1 1
18	Okulama eri omubiri gwe gwonna	1
19	Ye (Katonda) yatuma Ekigambo Kye	1
20	(1) Kibanaaza (kinaaza, nga amazzi amayonjo) (2) Kibatukuza* (3) Kibazimba (kiyigiriza) (4) Kibawa obusika	1 1 1 1
21	Ye alina amateeka ga Kristo era agakwata	2
22	Abo abawulira Ekigambo kya Katonda ne bakikola	1

Ekibuuzo	Eky'okuddamu	Obubonero
23	Nga akwata Ekigambo kya Katonda	1
24	(1) Tufuulibwa abagabana ku buzaaliranwa bwa Katonda	1
	(2) Tuwona okuzikirira okw'ensi eno	1

Kebera kaadi yo ey'okwejjukanyizaako ku lw'omulimu gw'okwejjukanya omuwandiike.

Omulimu gwo ogw'okwejjukanya bwe guba nga tegulina nsobi mu bigambo, obubonero 4 ku lwa buli lunyiriri.   8
(akabonero I kasaleko ku lwa buli nsobi mu lunyiriri. Bwe mubaamu ensobi ezisukka mu 3, towa kabonero konna ku lw'olunyiriri olwo.)

OMUGATTE 49

eby'okuddamu ebituufu 25 = 50 ku 100
eby'okuddamu ebituufu 34 = 70 ku 100
eby'okuddamu ebituufu 39 = 80 ku 100

ENSONGA ENKULU KU BY'OKUDDAMU EBITUUFU – OMUSOMO OGUSOOKA

(Ennamba ku muko guno zijuliza emabega ku nnamba eziri ku muko gw'Eby'okuddamu ebituufu.)

1-2. Yesu yakkiriza Ebyawandiikibwa by'Endagaano Enkadde. Yabikkiriza awatali kubuuza kibuuzo kyonna. Yakkiriza obuyinza bwabyo ng'Ekigambo kya Katonda ekyalungamizibwa. Yeesigamya okuyigiriza Kwe kwonna ku Byawandiikibwa bino. Yesu yamala obulamu Bwe bwonna nga agondera Ebyawandiikibwa bino n'okubituukiriza.

3. Ekigambo kya Katonda kitandikira mu ggulu. Ekigambo kino kyaweebwa okuyita mu bantu. Katonda Yennyini y'ensibuko.

4. (1) *"Olw'okulungamizibwa kwa Katonda"* (2 Timoseewo 3:16) kitegeeza "Katonda yassiza munda." Ebigambo omukka n'omwoyo bye bimu mu Lwebbulaniya n'Oluyonaani. (Ku lw'okuyiga okujjuvu okw'okulungamya n'obuyinza bwa Baibuli, laba Ekitabo ky'Omukkiriza ajjuziddwa-Omwoyo, Ekitundu I, Omusingi ku lw'Okukkiriza.)

5. Ngeri ki *"ensigo etaggwaawo"* ey'Ekigambo kya Katonda gy'ekolera mu ffe? Ensigo efunibwa olw'okukkiriza* mu mutima. Oluvannyuma kitandika okukulira omwo olw'Omwoyo Omutukuvu. Eky'enkomerero kireeta obulamu obutazikirira, obutaggwaawo* , obw'obwakatonda. Obutazikirira* kitegeeza tebuyinza kwonooneka.

6-8. Genderera: *"ebyawandiikibwa byonna"* (2 Timoseewo 3:16), *"buli kigambo"* (Matayo 4:4. Okuyigira ddala ebyawandiikibwa, Omukristaayo ateekwa okuyiga Baibuli yonna n'okussa mu nkola okuyigiriza kwamu.

8-10. Ekigambo kya Katonda kigabirira emmere ku lwa buli ddaala ly'okuzimbibwa kw'omwoyo: (1) *"Amata"* ku lw'abaana abawere (1 Peetero 2:2); (2) *"Omugaati"* ku lw'abo abakula (Matayo 4:4); (3) *"emmere eŋŋumu"* (eky'okulya ekijjuvu) ku lwa abo "abajjudde emyaka," oba abakulu *mu mwoyo*. (Abaebbulaniya 5:12-14).

11. Tulina okussa mu nkola okuyigiriza kw'Ekigambo kya Katonda mu buli kitundu kyonna eky'obulamu bwaffe.

12. Omuntu omu yagamba: "Oba Ekigambo kya Katonda kinaakukuuma okuva mu kibi, oba ekibi kinaakukuuma okuva ku Kigambo kya Katonda."

13-15. Mu Abaefeso 6:13-17, Pawulo yalambika ebintu mukaaga eby'eby'okulwanyisa by'omwoyo ebyo ebiwa Omukristaayo obukuumi obujjuvu. Naye kimu kyokka ku byo kye ky'okulwanyisa eky'okulumbagana, *"ekitala eky'Omwoyo"* (oluny. 17). Buvunaanyizibwa bwa buli mukkiriza *"okutwala"* (oluny. 17) ekitala kino – nga ky'Ekigambo kya Katonda.

16. Laba 1 Yokaana 1:7: *"Bwe tutambulira mu musana...."* *"Omusana"* gwe tulina okutambuliramu ky'Ekigambo kya Katonda, ekitusobozesa okulabira ddala nga bwe tutambula.

17-19. Ekigambo kya Katonda kigabirira ku lw'omwoyo, obwongo n'omubiri gw'Omukristaayo.

20. (4) Okuyita mu Kigambo kya Katonda kyokka mwe tutuukira okumanya (a) obusika bwaffe obutuufu mu Kristo, ne (b) ngeri ki ey'okufunamu obusika obwo.

21-23. "Okukwata Ekigambo kya Katonda kikulaga nga omuyigirizwa wa Kristo....

Endowooza yo eri Ekigambo kya Katonda y'endowooza yo eri Katonda Yennyini. Toyagala Katonda kusukka ku ngeri gy'oyagala Ekigambo Kye. Togondera Katonda okusinga bw'ogondera Ekigambo Kye. Tossa kitiibwa mu Katonda okusinga bw'ossa ekitiibwa mu Kigambo Kye.

Tolina bbanga lisingawo mu mutima gwo n'obulamu bwo ku lwa Katonda okusinga ly'olina ku lw'Ekigambo Kye."
(*Akatabo k'Omukkiriza ajjuziddwa-Omwoyo*, Ekitundu I, Omusingi ku lw'Okukkiriza, Essuula 2.)

24. Bwe tukkiriza ne tugondera Ekigambo kya Katonda, obuzaaliranwa bwa Katonda bwennyini bujjuza emitima gyaffe n'obulamu bwaffe ne budda mu kifo ky'ekikula kya Adamu* eky'okwonoona, ekikadde.

OMUSOMO OGW'OKUBIRI

>>Enteekateeka ya Katonda ey'Obulokozi (Ekitundu I)

ENNYANJULA:
Ekibi ndowooza. Ndowooza ya bujeemu munda mu buli kinnoomu ku ffe. Ejeemera Katonda. Ekibi kivaamu ebikolwa eby'ebweru ebiteekawo omuwaatwa wakati waffe ne Katonda. Fenna tuli boonoonyi mu ngeri eno. Obulamu bwaffe obw'okwonoona buggyako Katonda ekitiibwa ky'Ayagala era ky'Agwanira.

Ekibi kirina ebivaamu oba ebibonerezo bisatu:

1. Okufa munda, mu mwoyo gwaffe.
2. Okufa kw'omubiri gwaffe
3. Okusibwa n'okutulugunyizibwa mu kifo ky'ekizikiza wala okuva ku Katonda emirembe n'emirembe.

Yesu yajja okutulokola okuva mu bibi byaffe. Yesu Yennyini teyayonoona. N0aye yeetikka ebibi byaffe ku Ye Yennyini. Yafa mu kifo kyaffe, n'Azuukira nate okuva mu bafu. Yesu yakola kino ffe tulyoke tusonyiyibwe era tubeere balamu emirembe n'emirembe wamu naye.

Omulimu gw'Okwejjukanya: Abaruumi 6:23
☐ Kebera wano oluvannyuma lw'okukwata olunyiriri luno. (Wejjukanye ennyiriri okuva mu masomo agaasooka buli lunaku.)

Ebibuuzo by'Omusomo

A. EKIBI N'EBIKIVAAMU

1. Ani yatonda ebintu byonna? (Kub. 4:11) ....
   ....

2. Wandiika ebintu bisatu Katonda by'agwanira okufuna. (Kub. 4:11)
   (1) .... (2) ....
   (3) ....

3. Abantu bameka abaayonoona? (Bar 3:23) ....
   ....

4. Bibi ki ebibiri ebyasooka abantu bye baakola? (Bar. 1:21)
   (1) ....
   (2) ....

5. Biki ebyaava mu kino? (Bar.1:21)

   (1) Mu birowoozo by'omuntu?
   (2) Mu mutima gw'omuntu?

6. Wandiika ensonga bbiri ezikwata ku mutima gw'omuntu. (Yer.17:9)
   (1) ....
   (2) ....

7. Muntu ki yekka amanyi amazima agakwata ku mutima gw'omuntu? (Yer.17:10) (Luk. 16:15) ....
   ....
   ....

8. Wandiika ebintu ebibi kkumi-na-bisatu ebiva mu mutima gw'omuntu. (Mak.7:21-22)

   (1) .... (2) ....
   (3) .... (4) ....
   (5) .... (6) ....
   (7) .... (8) ....
   (9) .... (10) ....
   (11) .... (12) ....
   (13) ....

9. Bwe tuba nga tusobola okukola ekintu ekirungi, ne tutakikola, Katonda ekyo akiyita ki? (Yak. 4:17) ....
   ....

10. Bwe tugamba nti tetulina kibi, ki kye tuba twekola? (1 Yok. 1:8) ....
    ....

11. Bwe tugamba nti tetwonoonye, ki kye tuba tukola Katonda? (1Yok.1:10) ....
    ....

12. Kibonerezo ki ekibi kye kyaleeta ku bantu bonna? (Bar.5:12; 6:23) (Yak.1:15) ....
    ....

13. Nkomerero ki ey'oluvannyuma lwa byonna eya abo bonna abateenenya* bibi byabwe? (Mat.25:41) (Kub.20:12-15) ....
    ....
    ....

14. Wandiika ebika by'abantu munaana abaligenda mu nnyanja ey'omuliro. (Kub. 21:8)
    (1) .... (2) ....
    (3) .... (4) ....
    (5) .... (6) ....
    (7) .... (8) ....

B. EKIRUUBIRIRWA KY'OKUFA N'OKUZUUKIRA* KWA YESU

15. Kiruubirirwa ki ekyaleeta Yesu mu nsi? (1 Tim.1:15)
    ....
    ....
    ....

16. Yesu b'ani be yayita, era b'ani be yasembeza? (Mat.9:13) (Luk. 15:2) ....
    ....

17. Yesu yennyini yakola ekibi kyonna? (Beb. 4:15) (1 Peet. 2:22) ....
    ....

18. Ki Yesu kye Yatwetikkira ku musalaba? (1 Peet. 2:24) .
    ....

19. Ku lwa kiruubirirwa ki nti Yesu yafa ku musalaba? (1 Peet.3:18) ....

20. Nsonga ki essatu ezikwata ku Yesu Pawulo ze yayigiriza nga enjiri? (1 Kol. 15:3-4)
    (1) .... (2) ....
    (3) ....

21. Nga bwe tulaba nti Yesu kaakano mulamu emirembe gyonna, ki ky'Ayinza okukola ku lw'abo abajja gy'Ali? (Beb.7:25) ....
....

22. Wandiika ebintu bisatu kaakano ebiweebwa abantu bonna mu linnya erya Yesu. (Luk.24:47) (Bik.4:12)
(1) .... (2) ....
(3) ....

Omulimu gw'okwejjukanya: Abaruumi 6:23
Wandiika olunyiriri luno okuva mu kujjukira.

....
....
....
....
....
....
....
....

TOVA KU MUKO GUNO OKUTUUSA NGA OMAZE OKUJJUZA EBY'OKUDDAMU BYONNA MU MUSOMO GUNO

EBY'OKUDDAMU EBITUUFU N'OBUBONERO – OMUSOMO OGW'OKUBIRI

Ekibuuzo	Eky'Okuddamu	Obubonero
1	Katonda (Mukama)	1
2	(1) Ekitiibwa (2) Obukulu (3) Amaanyi	1 1 1
3	Bonna baayonoona ne batatuuka ku kitiibwa kya Katonda	1
4	(1) Tebaagulumiza* Katonda (2) Tebeebaza	1 1
5	(1) Baafuuka abataliimu (abatali ba mazima) mu birowoozo byabwe (2) Emitima gyabwe gyazikizibwa	1 1
6	(1) Mulimba (muvundu) okusinga ebintu byonna (2) Mubi nnyo	1 1
7	Mukama (Katonda)	2
8	(1) Ebirowoozo ebibi (2) Obwenzi (okwegatta okw'obuseegu) (3) Obukaba (okwegatta okukozeseddwa obubi) (4) Obutemu (5) Obubbi (6) Okwegomba (omululu) (7) Obubi (8) Obulimba (okunyaga) (9) Okulookalooka (10) Eriiso ebbi (obuggya) (11) Okuvvoola* (okukolimira) (12) Amalala (13) Obusirusiru	1 1 1 1 1 1 1 1 1 1 1 1 1
9	Katonda ekyo akiyita kibi	1
10	Twerimba	1
11	Tufuula Katonda omulimba	1
12	Kufa	1
13	Omuliro ogw'olubeerera, ennyanja y'omuliro, okufa okw'okubiri	1

Ekibuuzo	Eky'okuddamu	Obubonero
14	(1) Abatiitiizi (abajjudde okutya) (2) Abatakkiriza (3) Ababi ennyo (abajjudde obukyayi) (4) Abatemu (5) Abaseegu (6) Abalogo (7) Abasinza ebifaananyi (8) Abalimba bonna	1 1 1 1 1 1 1 1
15	Okulokola aboonoonyi	1
16	Yesu yayita era n'asembeza aboonoonyi	1
17	Nedda, tewali n'ekimu	1
18	Ebibi byaffe	1
19	Okutuleeta eri Katonda	1
20	(1) Yesu yafa olw'ebibi byaffe (2) Yaziikibwa (3) Yazuukira nate ku lunaku olw'okusatu	1 1 1
21	Okubalokolera ddala	1
22	(1) Okwenenya* (2) Okuggyawo* ebibi (3) Obulokozi*	1 1 1

Kebera kaadi yo ku lw'omulimu gw'okwejjukanya omuwandiike.

Omulimu gwo ogw'okwejjukanya bwe guba nga
gutuukiridde mu bigambo, obubonero 4.   4
(salako akabonero kamu ku lwa buli nsobi. Bwe waba nga waliwo ensobi ezisukka mu 3, tewali kabonero n'akamu ku lw'olunyiriri olwo.)

OMUGATTE 54

eby'okuddamu ebituufu 27 = 50 ku 100
eby'okuddamu ebituufu 38 = 70 ku 100
eby'okuddamu ebituufu 43 = 80 ku 100

ENSONGA ENKULU KU BY'OKUDDAMU EBITUUFU – OMUSOMO OGW'OKUBIRI

(Ennamba ku muko guno zijuliza emabega ku nnamba ku muko gw'Eby'okuddamu Ebituufu.)

1-4. Ekibi ky'omuntu kwe kulemererwa kwe okukola omulimu gwe ogumuweereddwa Katonda. Omuntu yatondebwa kugulumiza* Katonda. "Ye [omuntu] ky'ekikula n'ekitiibwa kya Katonda" (1 Kol.11:7). Ekintu kyonna ekiremererwa okugulumiza Katonda kiba kibi.
3. "Bonna...tebatuuka ku kitiibwa kya Katonda." Kino kitegeeza ki? Kuba ekifaananyi eky'akasaale akakubiddwa ku katundu akamu ku ssabbaawa. Akasaale kakuba bbali w'ekiruubirirwa. "Akatundu" ku lw'omuntu kwe kubeerawo mu bulamu ku lwa "ekitiibwa kya Katonda." Naye Baibuli egamba nti bonna tebatuuka ku kigendererwa kino. (Laba Abafiripi 3:14.)
6-8. Ebyawandiikibwa bino byonna byogera ku "mutima." Biraga ki ekiri munda y'abantu bonna. "Abantu bonna" kitegeeza buli kinnoomu na buli mutima gwa muntu.
8. Si bibi bino byonna nti bikolebwa abantu bonna. Naye ensigo ez'ebibi bino byonna zisangibwa mu buli mutima gwa muntu. Ebintu bibiri bikolera wamu okusalawo oba nga ensigo zino zikula okufuuka ekibi mu bulamu bw'omuntu: (1) Ekkomo ly'ekikula ky'empisa z'omuntu, ne (2) abantu n'ebifo mu bulamu bw'omuntu.
9. Tukola ekibi bwe tukola ekintu Katonda ky'agaana. Era twonoona bwe tuleka oba okugaana, okukola ekintu Katonda ky'alagira. Tulina omusango mu ngeri y'emu bwe tutakola kintu kirungi era ekituufu. Soma Matayo 25:3, 25, 45. Bonna baasalirwa omusango ku lw'ekyo kye baatakola. Be bawala embeerera abasirusiru, omuwanika

atali mwesigwa, n'amawanga aga "embuzi."

13. Waliwo ebifo eby'enjawulo bibiri: (1) Ggeyeena (era eyitibwa Amagombe) ky'ekifo emmeeme ezivudde mu mibiri gye zigenda nga zirindirira okuzuukira* n'omusango*
(Lukka 16:23); ne (2) Ggeyeena, oba ennyanja ey'omuliro, ky'ekifo eky'ekibonerezo oluvannyuma lw'okuzuukira* n'omusango* (Kub. 20:12-15). Ennyanja ey'omuliro ky'ekifo ekisembayo eky'okutulugunyizibwa okw'olubeerera okwa ababi ne bamalayika abaagwa.

14. Abantu abatyi n'abatakkiriza basaliddwa omusango. Abantu bameka abeefaananyiriza okuba bannaddiini abalinyigibwa mu b'engeri eyo?

18. Okumala ekiseera, ekibi "kyabikkibwako" ne ssaddaaka ez'amateeka ga Musa. (Laba Abaebbulaniya 10:1-4). Naye olw'okufa kwa Yesu, ekibi kyaggibwawo emirembe n'emirembe. (Laba Abaebbulaniya 10:11-18.)

19. Ekibi ekitasonyiyiddwa kyawula Katonda n'omuntu (Isaaya 59:2). Ekibi kyaggibwawo Yesu ku musalaba. Oluvannyuma ekkubo ne liggulwawo ku lw'omuntu okudda eri Katonda. Ebiziyiza byonna ebisigaddewo kaakano biri ku ludda lwa muntu, si ku ludda lwa Katonda.

20. Okukkiriza* kuzimbibwa ku bintu ebiriwo. Enjiri, oba amawulire amalungi, yeesigamiziddwa ku nsonga zino essatu ezaaliwo mu byafaayo.

21. "Okutuuka ku kisembayo" (Abaebbulaniya 7:25) kitegeeza "okumalirayo ddala," mu kino mulimu buli kyetaago kya buli mwonoonyi kaakano n'emirembe n'emirembe. Yesu amala n'okukirawo ku lwa buli muntu okutuusa ku nkomerero y'omulembe n'okuyingira mu bulamu obw'olubeerera*.

OMUSOMO OGW'OKUSATU

>>Enteekateeka ya Katonda ey'Obulokozi (Ekitund kyo 2)

ENNYANJULA:
Katonda kaakano atuwa obulokozi* okuyita mu kukkiriza* kwaffe mu Yesu Kristo. Tulokolebwa okuyita mu kukkiriza* kwaffe mu Yesu, si kuyita mu ddiini yonna oba emirimu emirungi.

Okukkiriza ekirabo kya Katonda eky'obulokozi* tuteekwa okukola ebintu bina:

1. Tuteekwa okukkiriza ebibi byaffe mu lujjudde era twenenye* (tukyuke okuva mu bibi byaffe).
2. Tuteekwa okukkiriza nti Yesu yafa ku lwa buli kinnoomu ku ffe n'azuukira nate.
3. Tuteekwa okusembeza Kristo eyazuukira olw'okukkiriza* ye ng'omulokozi waffe owa ssekinnoomu.
4. Tuteekwa okumwatula mu lujjudde nga Mukama waffe (okwogera n'okutegeeza abalala nti Yesu ye Mukama.

Kino kye kibaawo bwe tusembeza Yesu mu ngeri eno:

- Ajja okubeera emirembe n'emirembe mu mitima gyaffe
- Atuwa obulamu obutaggwawo*
- Atuwa amaanyi okutambulira mu bulamu obw'obutuukirivu
- Atuwa obuwanguzi ku kibi

Omulimu gw'Okwejjukanya: Yokaana 1:12-13
☐ Kebera wano oluvannyuma lw'okukwata ennyiriri zino. (Jjukira ennyiriri okuva mu masomo agaasooka buli lunaku.

Ebibuuzo by'OMUSOMO

C. ENGERI GYE TUYINZA OKUFUNA OBULOKOZI*

23. Tulina kunoonya ddi obulokozi*? (2 Kol. 6:2) (Nge 27:1)
   ....

24. Tuyinza okwerokola ffe fennyini olw'ebikolwa byaffe ebirungi? (Abaefeso 2:8-9) (Tito 3:5) ....
   ....

25. Tuyinza okulokolebwa olw'okukwata amateeka? (Abaruumi 3:20) ....

26. Bwe tuba twegomba obusaasizi bwa Katonda, bintu ki ebibiri bye tuteekwa okukola? (Nge 28:13)
   (1) ....
   (2) ....

27. Bwe twatula ebibi byaffe, bintu ki ebibiri Katonda by'anaatukolera? (1 Yok.1:9)
   (1) ....
   (2) ....

28. Katonda biki by'akozesa okunaaza emitima gyaffe okuva mu bibi byonna? (1 Yok.1:7) ....
   ....

29. Bwe tuba twegomba okulokolebwa, bintu ki ebibiri bye tuteekwa okukola. (Bar.10:9-10)
   (1) N'emitima gyaffe? ....
   (2) N'akamwa kaffe? ....

30. Bwe tujja eri Yesu, Anaatugaana? (Yokaana 6:37) ....
....

31. Bwe tuggulawo emitima gyaffe okusembeza Yesu, kisuubizo ki ky'atuwadde? (Kub.3:20) ....
....

32. Bwe tusembeza Yesu, ki ky'Atuwa? (Yokaana 1:12) ....
....

33. Mbeera ki gye tufuna nga ekivamu ekyo? (Yokaana 1:13) (Yokaana 3:3) ....

34. Bwe tusembeza Yesu, Katonda atuwa ki okuyita mu Ye? (Bar.6:23) ....

35. Kisoboka gye tuli okumanya nti tulina obulamu obutaggwawo? (1 Yok.5:13) ....
....

36. Buwandiike ki Katonda bw'atuwadde obukwata ku Yesu? (1 Yokaana 5:11) ....
....

37. Bwe tuba tusembezza Yesu, Omwana wa Katonda, ki kye tuba tulina? (1 Yokaana 5:12-13) ....
....

D. OBULOKOZI* BUWA AMAANYI OKUWANGULA ENSI NE SETAANI

38. Bwe tumala okusembeza Yesu, ani abeera mu mitima gyaffe olw'okukkiriza*? (Bag.2:20) (Bef. 3:17) ....
....

39. Ki kye tuyinza okukola okuyita mu maanyi Yesu g'atuwa? (Baf.4:13) ....

40. Bwe tukkiriza oba okwatula Yesu mu lujjudde mu maaso g'abantu, Ye alitukolera ki? (Matayo 10:32) ....
....

41. Bwe twegaana Yesu mu maaso g'abantu, ki ky'Alikola? (Matayo 10:33) ....

42. Muntu wa ngeri ki ayinza okuwangula ensi n'ebikemo byayo?
(1) (1Yokaana 5:4) ....
(2) (1Yokaana 5:5) ....

43. Lwaki abaana ba Katonda basobola okuwangula ensi? (1Yokaana 4:4) ....

44. Lwa bintu ki ebibiri nti abantu ba Katonda basobola okuwangula Setaani? (Kub.12:11)
(1) ....
(2) ....

45. Ani Katonda gw'asuubizza okusembeza mu ggulu nga omwana We? (Kub.21:7) ....

Omulimu gw'Okwejjukanya: Yokaana 1:12-13
Wandiika ennyiriri zino okuva mu by'ojjukira.
....
....
....

TOVA KU MUKO GUNO OKUTUUSA NGA OMAZE OKUJJUZA EBY'OKUDDAMU BYONNA MU MUSOMO GUNO

EBY'OKUDDAMU EBITUUFU N'OBUBONERO – OMUSOMO OGW'OKUSATU

Ekibuuzo	Eky'okuddamu	Obubonero
23	Kaakano, leero	1
24	Nedda	1
25	Nedda	1
26	(1) Okwatula* ebibi byaffe (2) Okuleka (okuleka emabega) ebibi byaffe	1 1
27	(1) Atusonyiwa ebibi byaffe (2) Atunaaza okuva mu butali butuukirivu bwonna (amakubo amabi era ag'obwonoonefu)	1 1
28	Omusaayi gwa Yesu Kristo, Omwana wa Katonda	1
29	(1) Okukkiriza nti Katonda yazuukiza Yesu okuva mu bafu (2) Okwatula Yesu nga Mukama	1 1
30	Nedda	1
31	"Nange n'ayingira"	1
32	Obuyinza okufuuka abaana ba Katonda	1
33	Tuzaalibwa Katonda (okuzaalibwa ogw'okubiri)	1
34	Obulamu obutaggwawo*	1
35	Wewaawo (Yokaana yawandiika ku lwa kigendererwa ekyo)	1
36	Katonda atuwadde obulamu obutaggwawo* mu Kristo Yesu	2
37	Obulamu obutaggwawo*	1
38	Kristo Yesu abeera mu mitima gyaffe	1
39	Ebintu byonna (ebyo Katonda by'ayagala tukole)	1
40	Naye alitwatula mu maaso ga Kitaawe ali mu ggulu	1
41	Naye alitwegaana mu maaso ga Kitaawe ali mu ggulu	1
42	(1) Oyo azaaliddwa Katonda (okuyita mu kukkiriza* kwe) (2) Oyo akkiriza nti Yesu ye Mwana wa Katonda	1 1
43	Kubanga Oyo ali mu bo (Katonda) mukulu okusinga oyo ali mu nsi (Setaani)	2
44	(1) Olw'omusaayi gw'omwana gw'Endiga (Kristo Yesu) (2) Olw'ekigambo eky'okutegeeza kwabwe	1 1
45	Oyo awangula	1

Kebera kaadi yo ey'okwejjukanyizaako ku lw'omulimu gw'okwejjukanya omuwandiike.

Omulimu gwo ogw'okwejjukanya bwe guba nga gutuukiridde mu bigambo, obubonero 4 ku lwa buli lunyiriri. (akabonero 1 kasaleko ku lwa buli nsobi gy'okoze mu lunyiriri). Bwe wabaawo ensobi ezisukka mu 3, teri kabonero n'akamu ku lwa olunyiriri olwo.

8

OMUGATTE 38

eby'okuddamu ebituufu 19 = 50 ku 100
eby'okuddamu ebituufu 27 = 70 ku 100
eby'okuddamu ebituufu 30 = 80 ku 100

ENSONGA ENKULU KU BY'OKUDDAMU EBITUUFU – OMUSOMO OGW'OKUSATU

(Ennamba ku muko guno zijuliza emabega ku nnamba ku muko gw'Eby'Okuddamu Ebituufu.)

24-25. Baibuli egaana buli kugezaako kw'omuntu okwerokola yekka oba okwefuula yekka omutuukirivu*. Omuntu tayinza kulokolebwa awatali kisa kya Katonda. Ekisa ekyo ekirokola kifunibwa okuyita mu kukkiriza mu Kristo Yesu.

25. Amateeka tegaweebwa kufuula muntu mutuukirivu*. Amateeka gaaweebwa okulaga omuntu nti mwonoonyi era nti tayinza kwerokola. (Laba Abaruumi 3:20 ne Abaruumi 7:7-13.)

26. Okwatula* obwatuzi ekibi awatali kukireka tekireeta busaasizi bwa Katonda ku lw'omuntu. (Laba era ogerageranye Isaaya 55:7.) Okuleka kitegeeza "okulekera ddala emabega."

27. Katonda bw'asonyiwa ekibi, era anaaza n'atukuza omutima gw'omwonoonyi. Omwonoonyi bw'anaazibwa n'atukuzibwa, tagenda mu maaso mu bibi by'amaze okwatula*.

28. Omuntu talina ddagala lirye ku bubwe ku lw'omutima gwe omwonoonyi. Omusaayi gwa Kristo Yesu gwokka gwe guyinza okunaaza n'okuguzza obuggya.

29. (2) "Yatula* Yesu nga Mukama" nzivuunula esingako okuba entuufu okusinga Enzivuunula ya Kabaka Yakobo Empya. (Laba era ogerageranye 1 Kol.12:3 ne Abafiripi 2:11.)

31. Ebigambo bya Yesu mu Kubikkulirwa 3:20 bigambibwa ekkanisa e Lawudikiya. Ekkanisa eno yali egamba okuba nga ya Bakristaayo. Naye Kristo Yesu Yennyini yalekebwa ebweru w'ekkanisa yaabwe, nga anoonya okuyingira munda. Amakanisa ameka amalala ag'Ekikristaayo agali bwe gatyi leero? Ekisuubizo kya Yesu "okuyingira munda" kikolebwa eri buli kinnoomu ku ffe nga bassekinnoomu.

Ekisuubizo tekyakolebwa eri kkanisa yonna ng'ekitole. Okusembeza Yesu bulijjo kusalawo kwa ssekinnoomu.

32. Obutuufu – oba, ekisinga okuba ekituufu, obuyinza.

33. Yokaana 3:1-7 kitugamba nti tuteekwa okuzaalibwa omulundi ogw'okubiri. Yokaana 1:12-13 kitubuulira engeri gye tuyinza okuzaalibwa omulundi ogw'okubiri (okuzaalibwa Katonda.) Kubaawo lwa kusembeza Yesu Kristo ng'Omulokozi era Mukama waffe nga abantu ba ssekinnoomu.

34. Gerageranya "empeera" ku "kirabo" mu Abaruumi 6:23. Genderera enjawulo: "empeera" = okusasulibwa okw'obwenkanya ku lw'ebibi bye tukoze; "ekirabo" = okuweebwa kw'ekisa kya Katonda okutagwanidde, okw'obuwa.

38. Obulamu bw'Ekikristaayo bweyongera mu maaso, nga bwe butandika, olw'okukkiriza*. "Kale nga bwe mwaweebwa Kristo Yesu Mukama waffe, mutambulirenga bwe mutyo mu Ye" (Abakkolosaayi 2:6). Tusembeza Yesu lwa kukkiriza*. Tutambulira mu Yesu lwa kukkiriza* (2 Kol. 5:7).

39. Mu ngeri esinga okuba entuufu, Abafiripi 4:13 kisoma, "Nnyinzizza byonna mu Kristo ali mu nze ng'ampa amaanyi."

40-41. Yesu ye "Kabona Omukulu ow'okwatula kwaffe*" (Beb. 3:1). Kwe kugamba, Yesu agenda okukola nga Kabona waffe Omukulu. Atwogerera ng'ayatula amannya gaffe mu maaso ga Kitaawe. Naye Ye akola kino nga naffe gye tukoma okumwatula*. Bwe watabaawo kwatula*, tetuba na Kabona Mukulu wa kutwogerera. (Gerageranya Abaebbulaniya 4:14 ne Abaebbulaniya 10:21-23.) Mu ky'okukola ekisembayo, tulina eby'okukola bibiri byokka: okwatula* oba okwegaana. Tewali kintu kyonna wakati w'ebyo.

44. "Olw'omusaayi gw'Omwana gw'Endiga n'olw'ekigambo

ky'okutegeeza (kwaffe)" (Kub. 12:11). Tuteekwa okutegeeza ku lwaffe ng'abantu ku ki Ekigambo kya Katonda kye kigamba omusaayi gwa Kristo Yesu kye gutukolera. Egimu ku miganyulo emikulu egiggya gye tuli okuyita mu musaayi gwa Yesu gye gino: okununulibwa* (Bef. 1:7), okunaazibwa (1Yokaana 1:7), okukkirizibwa* (Bar. 5:9), n'okutukuzibwa* (Beb.13:12).

45. Gerageranya Abaruumi 12:21. Mu nkomerero, waliwo eby'okusalawo bibiri byokka: okuwangula oba okuwangulwa. Nate era, tewali kintu kyonna wakati w'ebyo.

OMUSOMO OGW'OKUNA

>>Okubatizibwa Okw'omu mazzi: Mu ngeri ki? Ddi? Lwaki?

ENNYANJULA:
Yesu yagamba, "Akkiriza n'abatizibwa alirokolebwa" (Makko 16:16). Ekkubo lya Katonda ery'obulokozi likyali ly'erimu: Okusooka, kkiriza; oluvannyuma, batizibwa.

Okukkiriza mu Kristo kitondawo enkyukakyuka ey'omunda mu mitima gyaffe. Okubatizibwa mu mazzi kikolwa eky'ebweru eky'obuwulize eri Katonda. Olwa kwo tujulira. Twolesa nti enkyukakyuka ebaddewo munda, mu mitima gyaffe.

Okubatizibwa kutufuula omu ne Kristo mu kuziikibwa Kwe ne mu kuzuukira* Kwe. Twawulibwa okuva mu bulamu obukadde obw'ekibi n'okuwangulwa. Tuva mu mazzi okutambulira mu bulamu obuggya obw'obutuukirivu* n'obuwanguzi. Kino kifuulibwa ekisoboka olw'amaanyi ga Katonda mu ffe.

Ebyawandiikibwa mu musomo guno binnyonnyola n'obwegendereza obw'amaanyi ngeri ki, ddi n'ensonga lwaki tuteekwa okubatizibwa.

Omulimu gw'okwejjukanya: Abaruumi 6:4
☐ Kebera wano oluvannyuma lw'okukwata olunyiriri olwo.
(Jjukira ennyiriri okuva mu masomo agaasooka buli lunaku.)

Ebibuuzo by'Omusomo

1. Nsonga ki Yesu Yennyini gye yawa ku lw'okubatizibwa? (Mat.3:15) ....

2. Omwoyo Omutukuvu yalaga atya nti Yasanyusibwa okubatizibwa kwa Yesu? (Matayo 3:16) ....
   ....

3. Kiki Katonda Taata kye yayogera ku Yesu bwe Yabatizibwa? (Matt.3:17) ....

4. Yesu yayingira mu mazzi okubatizibwa? (Matt.3:16)
   ....

5. Omuntu bw'aba ayagala okulokolebwa, Yesu yagamba ki ky'alina okukola oluvannyuma lw'okukkiriza enjiri? (Makko 16:16) ....

6. Yesu yagamba ki abayigirizwa Be okukola abantu nga tebannababatiza? (Matt.28:19) ....
   ....

7. Eri b'ani Yesu gye yatuma abayigirizwa Be n'obubaka buno (Matt.28:19) ....

8. Ki Yesu ky'asuubira abantu okukola oluvannyuma lw'okubatizibwa? (Matt.28:20) ....
   ....

9. Ki Peetero kye yagamba abantu okukola nga tebannabatizibwa? (Bik.2:38)
   ....

10. Bantu bameka Peetero be yagamba abaalina okubatizibwa? (Bik.2:38) ....

11. Abantu beeyisa batya abaafuna Ekigambo kya Katonda n'essanyu? (Bik.2:41) ....
....

12. Kiki abantu be Samaliya kye baakola oluvannyuma lw'okukkiriza okubuulira kwa Firipo? (Bik.8:12)
....

13. Kiki Firipo kye yagamba omulaawe ky'ateekwa okukola nga tannaba kubatizibwa? (Bik. 8:37)
....
....

14. Omulaawe yayanukula atya? (Bik.8:37)
....

15. Omulaawe yakka mu mazzi okubatizibwa? (Bik.8:38)
....
....

16. Omulaawe yawulira atya oluvannyuma lw'okubatizibwa? (Bik.8:39) ....
....

17. Oluvannyuma lwa Koluneeriyo ne mikwano gye okulokolebwa era nga bafunye Omwoyo Omutukuvu, kiki omutume Pawulo kye yabalagira okuddako okukola? (Bik.10:44-48) ....
....
....
....

18. Kiki omukuumi w'ekkomera lye Firipi n'abomu nnyumba ye kye baakola oluvannyuma lw'okukkiriza obubaka bwa Pawulo? (Bik.16:29-33)

　..

　..

19. Kiki abayigirizwa ba Efeso kye baakola oluvannyuma lw'okukkiriza obubaka bwa Pawulo? (19:4-5)

　..

　..

20. Bintu ki ebibiri Kristo bye yafuna naffe bye tugoberera bwe tubatizibwa? (Bar.6:4) (Bak.2:12)
    (1) ....
    (2) ....

21. Pawulo agamba atya abakkiriza engeri gye balina okubeerawo oluvannyuma lw'okubatizibwa? (Bar. 6:4)

　..

　..

22. Waliwo enjawulo yonna wakati w'abakkiriza ab'amawanga ag'enjawulo oluvannyuma lw'okubatizibwa?
    (Bag. 3:26-28) ....

　..

23. Byakulabirako ki ebibiri eby'okubatizibwa mu mazzi ebisangibwa mu Ndagaano Enkadde ebijulizibwa mu Ndagaano Empya?
    (1) (1 Kol.10:1-2) (Kuv. 14:21-22)

　..

    (2) (1 Peet. 3:20-21) (Lub.6-7)

　..

Omulimu gw'Okwejjukanya: Abaruumu 6:4
Wandiika olunyiriri luno okuva mu by'ojjukira.

....
....
....
....
....
....
....
....
....

TOVA KU MUKO GUNO OKUTUUSA NG'OMAZE OKUJJUZA EBY'OKUDDAMU BYONNA MU MUSOMO GUNO

EBY'OKUDDAMU EBITUUFU N'OBUBONERO – OMUSOMO OGW'OKUNA

Ekibuuzo	Eky'okuddamu	Obubonero
1	Kubanga kitugwanira bwe kityo okutuukiriza obutuukirivu* Bwonna	2
2	Ye (Omwoyo Omutukuvu) yakka wansi ng'ejjiba ne Limuwummulirako	2
3	Oyo ye Mwana wange, gwe njagala, gwe nsanyukira ennyo	2
4	Ye	1
5	Alina okubatizibwa	1
6	Okufuula abayigirizwa	1
7	Eri amawanga gonna	1
8	Okukola Yesu by'ayagala; okukwata ebintu byonna by'alagidde	2
9	Okwenenya*	1
10	Buli kinnoomu	1
11	Baabatizibwa	1
12	Baabatizibwa	1
13	Okukkiriza n'omutima gwe gwonna	1
14	Nzikiriza nti Yesu Kristo ye Mwana wa Katonda	1
15	Ye	1
16	N'agenda ng'asanyuka	1
17	Kubatizibwa	1
18	Baabatizibwa	1
19	Baabatizibwa	1
20	(1) Okuziikibwa Kwe (2) Okuzuukira Kwe okuva mu bafu	1 1
21	Balina okutambulira mu bulamu obuggya	2
22	Nedda, tewali njawulo	1
23	(1) Abaisiraeri nga bayita mu Nnyanja Emmyuufu (2) Nuuwa n'ab'omu nnyumba ye nga bayita mu mataba mu Kyombo	2 2

Kebera kaadi yo ey'okwejjukanyizaako ku lw'omulimu ogw'okwejjukanya omuwandiike.

Omulimu gwo ogw'okwejjukanya bwe guba nga tegulina nsobi mu bigambo, obubonero 4 ku lwa buli lunyiriri. (akabonero 1 kasaleko ku lwa buli nsobi mu lunyiriri. Bwe mubaamu ensobi ezisukka mu 3, towa kabonero konna ku lw'olunyiriri olwo.)

4

OMUGATTE 36

eby'okuddamu ebituufu 18 = 50 ku 100
eby'okuddamu ebituufu 25 = 70 ku 100
eby'okuddamu ebituufu 29 = 80 ku 100

ENSONGA ENKULU KU BY'OKUDDAMU EBITUUFU – OMUSOMO OGW'OKUNA

(Ennamba ku muko guno zijuliza emabega ku nnamba eziri ku muko gw'Eby'Okuddamu Ebituufu.)

1-4. Okubatizibwa kwa Yokaana kwali "kubatizibwa kwa kwenenya*" n'okwatula* kw'ebibi (Mak.1:4-5). Naye Yesu teyalina bibi bya kwatula* oba okwenenya*. Naye, olw'okubatizibwa, Yesu yalaga obuwulize eri okwagala kwa Katonda. Mu kukola kino, Yesu yassaawo eky'okulabirako ku lw'abalala. Yesu yawa ensonga eno: "Kubanga kitugwanira bwe tutyo okutuukiriza obutuukirivu bwonna." (Mat.3:15).
Ekigambo "n'olw'ekyo" kyogera ku ky'okulabirako kya Yesu ekituukiridde eky'okubatizibwa: okuyingira munda – n'okufuluma okuva mu – mazzi.. "Kigwanira" kyogera ku ky'okulabirako Kye eky'obuwulize ku lw'abakkiriza bonna abeesimbu okugoberera. "Okutuukiriza obutuukirivu bwonna*" kiwa ensonga etuukiridde: okutuukiriza obutuukirivu* bwonna.
Okusooka, Omukristaayo afuulibwa omutuukirivu* okuyita mu kukkiriza* kwe mu Kristo. Oluvannyuma, atuukiriza obutuukirivu* buno obw'omunda obw'okukkiriza* n'ekikolwa eky'ebweru eky'obuwulize – okubatizibwa.
Nga kitegeereddwa mu ngeri eno, okubatizibwa kulina okusiimibwa okw'abantu bonna abasatu ab'omutwe ogw'obwaKatonda: Taata, Omwana, n'Omwoyo.
5, 6, 9, 13. Nga tannaba kubatizibwa, omuntu alina okutuukiriza obukwakkulizo obusatu buno wammanga: (1) alina okuyigirizibwa engeri y'okubatizibwa n'ensonga ku lw'okubatizibwa; (2) alina okwenenya* ebibi bye; (3) alina okukkiriza mu Yesu Kristo nga Omwana wa

Katonda.

7, 10, 11, 12, 17, 18, 19. Yesu yagamba abayigirizwa Be nti okubatizibwa kwali kwa kubeerawo ku lw'amawanga gonna. Tewali ggwanga lyali lya kulekebwa bweru. Okutuukiriza kino, Endagaano Empya eraga nti abaakalokoka bonna bulijjo baabatizibwanga awatali kulwa. Emirundi egisinga obungi, kino kyaliwo ku lunaku lwennyini olw'okukyukirako. Tewaaliwo kulindirira kuwanvu n'akamu wakati w'okukyusibwa n'okubatizibwa. Tewali nsonga lwaki enkola eno terina kugobererwa kaakano, nga mu kkanisa eyasooka.

8, 20, 21. Olw'okubatizibwa Abakristaayo mu lwatu beegatta ne Kristo mu kuziikibwa* n'okuzuukira* Kwe. Oluvannyuma lw'okubatizibwa, balagirwa okutambulira mu bulamu obuggya obw'obutuukirivu*. Obulamu obuggya bufuulibwa obusoboka olw'ekisa n'amaanyi ag'Omwoyo Omutukuvu.

23. (1) 1 Abakkolinso 10:1-2 kituwa okubatizibwa kwa mirundi ebiri ku lw'abantu ba Katonda: "mu kire ne mu nnyanja." Okubatizibwa "mu kire" kifaananyi kya kubatizibwa mu Mwoyo Mutukuvu. Okubatizibwa mu "nnyanja" kifaananyi kya kubatizibwa kwa mu mazzi.

(2) Olw'okukkiriza*, Nuuwa n'ab'omu nnyumba ye baayingira mu kyombo (= Kristo).

Ekyaddako, mu kyombo, baayita mu mazzi ag'amataba (= okubatizibwa). Bwe batyo ne balokolebwa okuva mu busungu* bwa Katonda. Baayawulibwa okuva mu nsi enkadde, etaatya Katonda, enkadde ne bakulemberwa okuyingira mu bulamu obuggya ddala.

OMUSOMO OGW'OKUTAANO

>>Omwoyo Omutukuvu

ENNYANJULA:

Yesu yeesigama ku Mwoyo Omutukuvu mu buweereza Bwe obwa buli lunaku ku nsi.
 Omwoyo Omutukuvu yamukkako ku Mugga Yoludaani. Ekyo nga tekinnabaawo, Yesu teyabuulira bubaka bwonna oba okukola eky'amagero kyonna. Oluvannyuma lwakyo okubaawo, buli kintu kye yakola kyaliwo lwa maanyi ag'Omwoyo Omutukuvu.
 Nga Yesu bwe yali anatera okulinnya mu ggulu, yakola ekisuubizo eri abayigirizwa Be. Yasuubiza nti yandibasindikidde Omwoyo Omutukuvu okuva mu ggulu. Yakola kino bwe kityo nabo basobole okufuna Omwoyo Omutukuvu. Ekisuubizo kino kyatuukirizibwa ku lunaku lwa Pentekoote bonna bwe baabatizibwa mu Mwoyo Omutukuvu. Omwoyo Omutukuvu ye yali Omuyambi waabwe era yagabirira ebyetaago byabwe byonna eby'omwoyo.

ENSONGA ENKULU:
"Omwoyo Omutukuvu" ne "Gositi Omutukuvu" z'engeri ebbiri ez'enjawulo ez'okwogera ekintu kye kimu. Tewali njawulo mu makulu.

Omulimu gw'Okwejjukanya: Ebikolwa 2:38-39
☐ Kebera wano oluvannyuma lw'okukwata ennyiriri zino.
 (Jjukira ennyiriri okuva mu masomo agaasooka buli lunaku.)

Ebibuuzo by'OMUSOMO

1. Katonda Taata yakozesa ki okufuka amafuta ku Yesu ku lw'obuweereza Bwe obw'oku nsi? (Ebikolwa 10:38)
   ....

2. Yokaana Omubatiza yalaba ki nga kikka ku Yesu? (Yokaana 1:32-33) ....

3. Yesu yagamba ki ekyali ku Ye, nga kimusobozesa okubuulira n'okuweereza eri abo abaali mu bwetaavu? (Lukka 4:18) ....

4. Lwa maanyi ki Yesu ge yagamba ge yagobesa emizimu? (Matayo 12:28) ....

5. Ani Yesu gwe yagamba nti yandimusindise eri abayigirizwa Be, okuva eri Kitaawe, oluvannyuma Ye yennyini nga amaze okuddayo mu ggulu? (Yokaana 14:16, 26; 15:26) ....
   ....

6. Kigambo ki ekirala Yesu ky'akozesa okunnyonnyola Omuyambi? (Yokaana 14:17; 15:26)
   ....

7. Wandiika ebintu bibiri Yesu by'agamba Omwoyo Omutukuvu by'ajja okukolera abayigirizwa. (Yokaana 14:26) (1) ....
   (2) ....

8. Ngeri ki endala Yesu gy'agamba Omwoyo Omutukuvu gy'anayambamu abayigirizwa? (Yokaana 16:13)
   ....

9. Laga engeri bbiri Omwoyo Omutukuvu gy'anaabikkulamu Yesu eri abayigirizwa Be.
   (1) (Yokaana 15:26) ....
   (2) (Yokaana 16:14) ....

10. Ddi Yesu lwe yagamba abayigirizwa lwe bandifunye amaanyi okufuuka abajulirwa ku Lulwe mu Yerusaalemi? (Ebikolwa 1:8)
    ....

11. Kiki Yokaana Omubatiza kye yagamba abantu Yesu kye yandibakoledde? (Makko 1:8)
    ....

12. Kisuubizo ki Yesu kye yawa abayigirizwa Be ng'abuzaayo akaseera katono alinnye mu ggulu? (Ebikolwa 1:5) ....

13. Kiki Yesu kye yagamba abayigirizwa Be okukola okutuusa nga kimaze okutuukirizibwa? (Lukka 24:49)
    ....

14. Lunaku ki Omwoyo Omutukuvu lwe yajja eri abayigirizwa, nga bwe kyasuubizibwa Yesu? (Ebikolwa 2:1-4) ....

15. Lwaki Omwoyo Omutukuvu yali tayinza kuweebwa bayigirizwa mu kiseera ky'obuweereza bwaYesu ku nsi? (Yokaana 7:39)
    ....

16. Oluvannyuma lwa Yesu okuddayo mu kifo Kye eky'ekitiibwa ku mukono ogwa ddyo ogwa Katonda, kiki kye yafuna okuva eri Kitaawe? (Ebikolwa 2:33)
    ....

17. Ngeri ki abatali bakkiriza abaaliwo gye bali bayinza okumanya nti Yesu yali afuse Omwoyo Omutukuvu ku Bayigirizwa Be? (Ebikolwa 2:33)
....

18. Kiki abatali bakkiriza bano kye baali bayinza okuwulira abayigirizwa nga bakola okuyita mu maanyi ag'Omwoyo Omutukuvu? (Ebikolwa 2:7-11)
....

19. B'ani Katonda b'asuubiza okufukako Omwoyo we ku nkomerero y'omulembe guno? (Ebikolwa 2:17)
....

20. B'ani Peetero b'agamba nti ekirabo ekyasuubizibwa eky'Omwoyo Omutukuvu kiteekeddwawo ku lwabwe? (Ebikolwa 2:39) ....

21. Kirabo ki ekirungi Katonda Kitaffe ky'anaawa ab aana Be bonna abamusaba ku lwakyo? (Lukka 11:13)
....

Omulimu gw'Okwejjukanya: Ebikolwa 2:38-39
Wandiika ennyiriri zino okuva mu kujjukira
....
....
....
....
....
....

TOVA KU MUKO GUNO OKUTUUSA NGA OMAZE OKUJJUZA EBY'OKUDDAMU BYONNA MU MUSOMO GUNO

EBY'OKUDDAMU EBITUUFU N'OBUBONERO – OMUSOMO OGW'OKUTAANO

Ekibuuzo	Eky'okuddamu	Obubonero
1	n'Omwoyo Omutukuvu n'amaanyi	1
2	Omwoyo (Omutukuvu) mu kifaananyi eky'ejjiba	1
3	Omwoyo wa Mukama	1
4	Olw'Omwoyo wa Katonda	1
5	Omuyambi (Omwoyo Omutukuvu)	1
6	Omwoyo ow'amazima	2
7	(1) Alibayigiriza ebintu byonna (2) Alibajjukiza byonna bye nnabagamba.	1 2
8	Alibalungamya mu mazima gonna	1
9	(1) Alinjulira Nze (Yesu) (2) Alingulumiza* Nze (Yesu)	1 1
10	Omwoyo Omutukuvu bw'alibakkako	1
11	Alibabatiza n'Omwoyo Omutukuvu	1
12	Mulibatizibwa n'Omwoyo Omutukuvu ennaku si nnyingi okuva kati	2
13	Naye mulindirire mu kibuga kya Yerusaalemi okutuusa lwe muliweebwa amaanyi okuva waggulu	2
14	Olunaku lwa Pentekoote (oluyitibwa Shabuoth mu Lwebbulaniya	1
15	Kubanga Yesu yali tannagulumizibwa*	1
16	Ekisuubizo ky'Omwoyo Omutukuvu	1
17	Baali basobola okukiraba n'okukiwulira	1
18	Baali boogerera mu nnimi ez'amawanga abatali bakkiriza gye baali bavudde	2
19	Ku mibiri gyonna (abantu bonna)	1
20	Kwammwe, era kwa baana bammwe, n'abo bonna abali ewala, bonna abaliyitibwa Mukama Katonda waffe	3
21	Omwoyo Omutukuvu	1

Kebera kaadi yo ey'okwejjukanyizaako ku lw'omulimu gw'okwejjukanya omuwandiike.

Omulimu gwo ogw'okwejjukanya bwe guba nga gutuukiridde mu bigambo, obubonero 4 ku lwa buli lunyiriri. **8** (Salako akabonero 1 ku lwa buli nsobi mu lunyiriri. Bwe wabaawo ensobi ezisukka mu 3, tewali kabonero ku lw'olunyiriri olwo.)

OMUGATTE 38

eby'okuddamu ebituufu 19 = 50 ku 100
eby'okuddamu ebituufu 27 = 70 ku 100
eby'okuddamu ebituufu 30 = 80 ku 100

ENSONGA ENKULU KU BY'OKUDDAMU EBITUUFU – OMUSOMO OGW'OKUTAANO

(Ennamba ku muko guno zijuliza emabega ku nnamba ku muko gw'Eby'okuddamu Ebituufu.)

1-5. Ekigambo ky'Oluzungu ekitegeeza Kristo kiggyibwa mu kigambo ky'Oluyonaani ekitegeeza "afukiddwako amafuta." Kye kimu ddala nga ekigambo ky'Olwebbulaniya ekivvuunulibwa nga Masiya, nakyo ekitegeeza "afukiddwako amafuta." Yesu yafuuka Masiya, Oyo afukiddwako Amafuta, Omwoyo Omutukuvu bwe yamukkaako okuva mu ggulu. Kino kyaliwo ku Mugga Yoludaani, oluvannyuma lw'okubatizibwa Kwe Yokaana Omubatiza.

Erinnya "Kristo"oba "Masiya," litulaga nti obuweereza obw'oku nsi obwa Yesu bwafuulibwa obusoboka olw'amafuta ag'Omwoyo Omutukuvu. Katonda yeegomba amafuta ge gamu ku lw'Abakristaayo bonna. "Naye atunyweza ffe awamu nammwe mu Kristo, era eyatufukako amafuta, ye Katonda" (2 Abakkolinso1:21). "Naye amafuta ge mwafuna okuva ku ye gabeera mu mmwe" (1Yokaana 2:27).

Abakristaayo mu butuufu be "abafukiddwako amafuta." Okubeera abayigirizwa ab'amazima, Abakristaayo bateekwa okwesigama ku Mwoyo Omutukuvu. Yesu Yennyini yeesigama ku Mwoyo Omutukuvu. Yesu yatulaga ekkubo.

5-6. Ekigambo ekirala ekikozesebwa ku lw'Omwoyo Omutukuvu kye kiyitibwa "Omuwolereza." Omuwolereza ye muntu awolereza ensonga, looya. Ekigambo kye kimu kikozesebwa ku lwa Yesu mu 1 Yokaana 2:1. Yesu awolereza ensonga y'omukkiriza mu ggulu. Omwoyo Omutukuvu awolereza ensonga ya Kristo Yesu ku nsi okuyita mu mukkiriza. (Laba Matayo 10:19-20.)

6-9. Mu Yokaana 16:7, Yesu yagamba, "Kibasaanira Nze okugenda; kubanga Nze bwe sirigenda, Omubeezi talibajjira; naye bwe ndigenda ndimutuma gye muli." Yesu bwe yaddayo mu ggulu, yasindika Omwoyo Omutukuvu ku bayigirizwa. Mangu ddala baafuna okumanya n'okutegeera okwa Yesu okusinga ku kwe baalina nga tanajja. Baategeera Yesu okusinga bwe baamutegeera nga akyaali wamu nabo ku nsi. Mu ngeri eyo Omwoyo Omutukuvu yatuukiriza obuweereza Bwe. Omwoyo Omutukuvu atumibwa okubikkula, okutaputa, n'okugulumiza* obuntu, omulimu, n'obubaka bwa Kristo. Buno bwe buweereza Bwe gye tuli.

11. Kumpi n'entandikwa ey'Enjiri zonna ennya, Yokaana Omubatiza asonga ku Yesu nga Oyo "alibabatiza n'Omwoyo Omutukuvu." Endagaano Empya essa omulaka ogusingira ddala ogusoboka ku kitundu kino eky'obuweereza bwa Kristo. Ekkanisa y'Abakristaayo erina okukola kye kimu.

12-13. Enjiri zimaliriza – nga bwe zitandika – n'ekisuubizo eky'okubatizibwa mu Mwoyo Omutukuvu.

15-16. Olw'okufa Kwe ku musalaba, Yesu yagula ekirabo eky'Omwoyo Omutukuvu ku lwa buli mukkiriza. (Laba Abaggalatiya 3:13-14.) Oluvannyuma lw'okuzuukira* n'okulinnya* Kwe mu ggulu, Yesu yalina omukisa ogw'enjawulo okufuna ekirabo kino okuva ewa Kitaawe n'oluvannyuma okukiwaayo ng'ekirabo eri abayigirizwa Be.

17-18. Okuyita mu Ndagaano Empya yonna, okubatizibwa mu Mwoyo Omutukuvu kukakasibwa olw'okulabisibwa okw'obwakatonda okw'okwogera mu nnimi endala.

18-21. Ku nkomerero y'omulembe guno, Katonda asuubizza nti alifuka Omwoyo Omutukuvu ku bantu bonna omulundi gumu ogusembayo. Buli Mukristaayo alina eddembe ery'obwebange ery'ebyawandiikibwa okusaba ekirabo kino.

OMUSOMO OGW'OMUKAAGA

>>Ebiva mu Kubatizibwa mu Mwoyo Omutukuvu

ENNYANJULA:
Okubatizibwa mu Mwoyo Omutukuvu kirabo okuva mu ggulu. Omukkiriza afuna ekirabo kino aweebwa amaanyi ag'obwakatonda okujulira n'okuweereza ng'omuyigirizwa wa Yesu.

Abakkiriza abafuna ekirabo kino bamanyibwa olw'obusobozi bwabwe okwogera oba okusabira mu lulimi olutamanyiddwa gye bali. Akabonero kano – oba ekirabo – kaweebwa Omwoyo Omutukuvu. Eno ye nsonga lwaki oluusi kiyitibwa okusabira mu Mwoyo Omutukuvu. Baibuli era ekiyita "okwogera mu nnimi endala" (Ebikolwa 2:4). Mu kkanisa y'Endagaano Empya, embeera eno yatwalibwanga okuba eya bulijjo ku lw'abakkiriza bonna.

Olw'okusabira mu lulimi luno, Omukristaayo azimba obulamu bwe obw'omwoyo. Yeeteeka mu kusseekimu okw'obusimbalaala era okwa buli kiseera ne Katonda. Kino kiggulawo omulyango ogw'eggulu ogukkiriza ebirabo n'ebibala eby'Omwoyo Omutukuvu okukolebwa nga birabisibwa mu bulamu bw'omukkiriza.

Omulimu gw'Okwejjukanya: Ebikolwa 2:17-18
- ☐ Kebera wano oluvannyuma lw'okukwata ennyiriri zino. (Jjukira ennyiriri okuva mu masomo agaasooka bulijjo.)

Ebibuuzo by'Omusomo

1. Kiki ekyatuuka ku bayigirizwa ku lunaku lwa Pentekoote (oluyitibwa Shabuoth mu Lwebbulaniya) bonna bwe bajjuzibwa n'Omwoyo Omutukuvu? (Ebikolwa 2:4)

2. Ani yabuulira abantu be Samaliya okukkiriza mu Yesu nga Masiya? (Ebikolwa 8:12)

3. Peteero ne Yokaana bwe bajja e Samaliya, kiki kye baasabira Abakristaayo eyo? (Ebikolwa 8:15)

4. Ngeri ki abantu be Samaliya gye baafunamu Omwoyo Omutukuvu? (Ebikolwa 8:17)

5. Sawulo owe Taluso (Pawulo) yafuna atya Omwoyo Omutukuvu? (Ebikolwa 9:17)

6. Kiki ekyatuuka ku bonna abaawulira Peetero ng'abuulira mu nnyumba ya Koluneeriyo? (10:44)

7. Peetero ne mikwano gye baamanya batya nti buli kinnoomu mu nnyumba ya Koluneeriyo yali afunye Omwoyo Omutukuvu? (Ebikolwa 10:45-46)

8. Kibuuzo ki Pawulo kye yabuuza abayigirizwa ba Efeso? (Ebikolwa 19:2)

   ....

9. Abayigirizwa bano mu Efeso baafuna ddi Omwoyo Omutukuvu? (Ebikolwa 19:6)

   ....
   ....

10. Kiki ekyaliwo oluvannyuma lw'Omwoyo Omutukuvu okukka ku bayigirizwa bano? (Ebikolwa 19:6)

    ....
    ....

11. Pawulo yagamba nti ye yennyini yayogera kyenkana ki mu nnimi? (1 Kol. 14:18)

    ....

12. Lambika ebintu bisatu Omukristaayo by'akola bw'ayogera mu lulimi olutamanyiddwa. (1 Kol. 14:2-4)
    (1) .... (2) ....
    (3) ....

13. Omukristaayo bw'asabira mu lulimi olutamanyiddwa, kitundu ki ku ye ekiba kisaba? (1 Kol. 14:14)

    ....
    ....

14. Yesu yagamba atya nti abasinza ab'amazima gye balina okusinza Katonda? (Yokaana 23-24)

    ....
    ....
    ....

15. Yuda azzaamu atya Abakristaayo amaanyi okwezimba bokka mu kukkiriza kwabwe*? (Yuda 20)
   ....

16. Omukristaayo bw'asabira mu lulimi olutamanyiddwa, ki ky'ayinza okuddako okusabira? (1 Kol. 14:13)
   ....

17. Mu lukungaana olw'omu lujjudde awatali mutaputa, Omukristaayo ayinza kusaba atya mu lulimi olutamanyiddwa? (1 Kol. 14:28)
   ....
   ....

18. Pawulo yayogera nti yeegomba nti Abakristaayo bonna bandyogedde mu nnimi? (1 Kol. 14:5)
   ....
   ....

19. Pawulo yagamba nti Abakristaayo bameka abayinza okulagula*? (1 Kol. 14:31)
   ....

20. Abakristaayo balina okuba nga tebamanyi bikwata ku birabo bya mwoyo? (1 Kol. 12:1)
   ....

21. Wanddiika ebirabo omwenda eby'Omwoyo. (1 Kol. 12:8-10)
   (1) .... (2) ....
   (3) .... (4) ....
   (5) .... (6) ....
   (7) .... (8) ....
   (9) ....

22. Ebibala omwenda eby'Omwoyo bye biruwa?
    (Bag. 5:22-23)
    (1) .... (2) ....
    (3) .... (4) ....
    (5) .... (6) ....
    (7) .... (8) ....
    (9) ....

23. Omukristaayo alina okuba n'ebirabo eby'Omwoyo nga talina bibala bya mwoyo? (1 Kol.13:1-2)
    ....
    ....

24. Omukristaayo alina okuba n'ebibala eby'omwoyo nga talina birabo bya mwoyo? (1 Kol.12:31; 14:1)
    ....
    ....

25. Bintu ki ebisatu eby'obwakatonda ebiribaawo okuva mu kufukibwa kw'Omwoyo Omutukuvu ku nkomerero y'omulembe guno? (Ebikolwa 2:17)
    (1) ....
    (2) ....
    (3) ....

26. Lambika ebirabo by'omwoyo eby'enjawulo bitaano omukkiriza by'ayinza okukozesa okubeesabeesa bakkiriza banne mu lukungaana. (1 Kol. 14:26)
    (1) .... (2) ....
    (3) .... (4) ....
    (5) ....

Omulimu gw'okwejjukanya: Ebikolwa 2:17-18
Wandiika ennyiriri zino okuva mu by'ojjukira

....
....
....
....
....
....
....
....
....

TOVA KU MUKO GUNO OKUTUUSA NGA OMAZE OKUJJUZA EBY'OKUDDAMU MU MUSOMO GUNO

EBY'OKUDDAMU EBITUUFU N'OBUBONERO –
OMUSOMO OGW'OMUKAAGA

Ekibuuzo	Eky'okuddamu	Obubonero
1	Baayogera n'ennimi endala nga Omwoyo bwe yabawa okwatula	2
2	Firipo	1
3	Balyoke bafune Omwoyo Omutukuvu	1
4	Peetero ne Yokaana baabassaako emikono gyabwe	1
5	Ananiya yamussaako emikono gye	1
6	Omwoyo Omutukuvu yabakkako bonna	1
7	Baabawulira nga boogera n'ennimi ne bagulumiza Katonda	1
8	Mwafuna Omwoyo Omutukuvu bwe mwakkiriza?	1
9	Baayogera n'ennimi ne balagula*	1
10	Omwoyo Omutukuvu bw'alibakkako	1
11	Okusinga mmwe mwenna (kwe kugamba, okusinga Abakristaayo bonna ab'e Kkolinso)	1
12	(1) Ayogera eri Katonda (si eri bantu) (2) Ayogera byama (3) Yeezimba (yeebeesabeesa n'okwezza obuggya) yekka	1 1 1
13	omwoyo gwe	1
14	Mu mwoyo n'amazima	1
15	Nga basabira mu Mwoyo Omutukuvu	1
16	Nti ye atapute (oba okuvvuunula)	1
17	Ayinza okwogera eri ye yennyini n'eri Katonda	1
18	Ye	1
19	Bonna	1
20	Nedda	1
21	(1) Ekigambo ky'amagezi (2) Ekigambo ky'okutegeera (3) Okukkiriza* (4) Ebirabo eby'okuwonya (5) Okukola eby'amagero (6) Obunnabbi (7) Okwawula (okumanya) emyoyo (8) Ennini ez'engeri ez'enjawulo (9) Okutaputa kw'ennimi	1 1 1 1 1 1 1 1 1

Ekibuuzo	Eky'okuddamu	Obubonero
22	(1) Okwagala (2) Essanyu (3) Emirembe (4) Okugumiikiriza (5) Ekisa (6) Obulungi (7) Okukkiriza (8) Obuwombeefu (9) Okwegendereza	1 1 1 1 1 1 1 1 1
23	Nedda	1
24	Nedda	1
25	(1) Batabani bammwe ne bawala bammwe baliragula* (2) Abalenzi bammwe baliraba okwolesebwa (3) Abakadde bammwe baliroota ebirooto	1 1 1
26	(1) Zabbuli (2) Okuyigiriza (3) Olulimi (4) Okubikkulirwa (okulaba okw'omwoyo) (5) Okutaputa (okutegeeza)	1 1 1 1 1

Kebera kaadi yo ey'okwejjukanyizaako ku lw'omulimu gw'okwejjukanya omuwandiike.

Omulimu gwo ogw'okwejjukanya bwe guba nga gutuukiridde, obubonero 4 ku lwa buli lunyiriri. **8**

(Salako akabonero 1 ku lwa buli nsobi mu lunyiriri. Bwe wabaawo ensobi ezisukka mu 3, tewali kabonero ku lw'olunyiriri olwo.)

OMUGATTE 59

eby'okuddamu ebituufu 10 = 50 ku 100
eby'okuddamu ebituufu 41 = 70 ku 100
eby'okuddamu ebituufu 47 = 80 ku 100

ENSONGA ENKULU KU BY'OKUDDAMU EBITUUFU – OMUSOMO OGW'OMUKAAGA

(Ennamba ku muko guno zijuliza emabega ku miko gy'Eby'okuddamu Ebituufu.)

1. "Kubanga ku ebyo ebijjula mu mutima, akamwa bye koogera" (Matayo 12:34) Okukulukuta okusooka okw'Omwoyo Omutukuvu kuva mu kamwa ka mukkiriza.

2-4. Firipo yaweereza abantu b'e Samaliya. Bangi ddala mu bo baalokolebwa era ne bawonyezebwa. Naye kino kyali tekimala ku lw'abatume. Era baasuubira abakkiriza bonna abaggya okufuna okubatizibwa mu Mwoyo Omutukuvu. Bwe kityo oluvannyuma, nga bamaze okulokolebwa, abakkiriza abaggya mu Samaliya baabatizibwa mu Mwoyo Omutukuvu. Kino kyaliwo okuyita mu buweereza bwa Peetero ne Yokaana.

5. Kigenderere nti Ananiya ayitibwa mu ngeri ennyangu nti "omuyigirizwa" (Ebik.9:10). N'olw'ekyo, okussaako emikono okuwa Omwoyo Omutukuvu tekwali kwa batume bokka. Era okussaako emikono si kwa tteeka buli mulundi okuyamba abalala okufuna Omwoyo Omutukuvu. Mu Bikolwa 2:2-4 ne 10:44-46 abakkiriza baafuna awatali kussibwako mikono.

8-10. Mu Efeso, nga mu Samaliya, abayigirizwa bano baafuna okubatizibwa mu Mwoyo Omutukuvu nga embeera ey'enjawulo. Kwaliwo oluvannyuma lw'okubatizibwa. Nga mu Bikolwa 2:4 ne 10:46, embeera yaabwe yavaamu okwogera mu nnimi endala (nate era, mu Bikolwa 19:2-6, okulagula*).

11-15. Omugaso gw'okwogerera mu lulimi olulala gwa kusinza n'okusaba okw'obuntu. Omukkiriza tategeera n'ebirowoozo bye ki ky'agamba. Naye Omwoyo gwe gukola okusseekimu ne Katonda. Mu ngeri eno asobola okwezimba yekka.

16-17. Okuyita mu kirabo eky'okutaputa Abakristaayo bayinza okutuuka okumanya amakulu g'ekintu ekyogeddwa mu lulimi olutamanyiddwa. Ebigambo ebyogerwa mu nkuŋaana z'olujjudde mu lulimi olutamanyiddwa biteekwa okuvvuunulibwa omuntu omu. Bwe watabaawo muntu wa kuvvunula, omukkiriza ayinza okwogera mu lulimi olutamanyiddwa "eri ye yennyini n'eri Katonda (1 Kol.14:28).

19. Okulagula* kwe kwogera mu bigambo ebiweereddwa Omwoyo Omutukuvu. Naye ebigambo byogerwa mu lulimi oluyinza okutegeerebwa omwogezi n'abo abawuliriza.

21-24. Waliwo enjawulo wakati w'ebirabo n'ekibala. Ekirabo kiweebwa n'okufunibwa omulundi gumu, mu kaseera katono. Ebibala bijja olw'okukola n'okulindirira. (Laba 2 Timoseewo 2:6.) Lowooza ku njawulo wakati w'omuti gwa Ssekukkulu n'ebirabo byagwo n'omuti gwa appo n'ebibala byagwo. Mu mwoyo, ebirabo tebitwala kifo kya bibala. Ebibala tebitwala kifo kya birabo. Katonda ayagala Abakristaayo bonna okuba na byombi. (Kigenderere nti okwagala tekuyitibwa kirabo.)

25-26. Waliwo ebivaamu bingi ebibaawo okuva mu kubatizibwa mu Mwoyo Omutukuvu. Waliwo ebirabo eby'obwakatonda n'ebibala. Olwa bino, Abakristaayo bayinza okuweerezaganya. Bino byonna biri waggulu w'obusobozi obwa bulijjo oba okusoma kw'omuntu.

>>Okukebera w'Otuuse Okusooka

YOGAAYOGA!

Omalirizza kaakano amasomo omukaaga agasooka. Lowoozaamu katono kino ki kye kitegeeza!

Otandise okutendekebwa kwo mu butuukirivu* olw'okwanjulibwa eri emitwe gino wammanga:

- Baibuli ng'Ekigambo kya Katonda.
- Enteekateeka ya Katonda ku lw'abantu bonna n'engeri gy'oyinza okuyingira n'okunyumirwa emiganyulo gyabwo gyonna.
- Okuyigiriza ku bukulu bw'okubatizibwa kw'omu mazzi
- Obugabirizi bw'Omwoyo Omutukuvu n'emiganyulo gyabwo gyonna.

Mu mutendera ogwo, onoonyerezza mu Byawandiikibwa ku lw'eby'okuddamu eri ebibuuzo bino era osomye ennyiriri ezisukka mu 170! Era wejjukanyizza ennyiriri z'Ebyawandiikibwa enkulu kkumi.

Oba oli awo, emirundi egimu, oyinza okuba ng'osanze ebintu nga si byangu. Oyinza okuba nga weebuuza, Ddala kino kigwanira okutwala obudde n'okufuba? Naye ekyo kikakasa bukakasa Sulemaani kye yayogera ku ky'okunoonya amagezi: Kiri nga okusima okunoonya eky'obugagga ekiri mu ttaka. (Laba Engero 2:1-5.)

Okusima mulimu ogukaluba, ogumenya omugongo. Guleetera ebinywa okuluma n'amabavu mu ngalo. Si kintu ekitali kya bulijjo, n'olw'ekyo, bw'oba ng'ofunye ku "bulumi" ne "amabavu" ag'omu bwongo nga bw'obadde okola ennyo okuyita mu masomo gano omukaaga agasoose.

Ku ludda olulala, nate era ozimba "ebinywa" eby'obwongo n'eby'omwoyo. Ozimba embavu ey'omunda n'amaanyi ag'embala. "Obulumi" ne "amabavu" bya kiseera buseera – bijja kuyita. Naye embala gy'ozimba ogenda kuba nayo ejja kuba naawe emirembe. Embala eyo musingi mukulu ku lw'obuwanguzi obw'omu maaso, si nsonga ki ky'okola mu bulamu.

Bw'otyo nno towaayo kya nkalakkalira ku lw'ekyo eky'ekiseera obuseera! Genda mu maaso nga osima! Eky'obugagga mazima ddala wekiri ojja kukituukako.

>> Okutunulako Emabega Okusooka

Nga tonnagenda mu maaso ku masomo amaggya agakyamula agali mu maaso, kijja kukuzzaamu amaanyi n'okukunyweza okwekenneenya ebyo byonna by'ovumbudde kampegaano.

Ziizino engeri ezimu ez'okukuyamba okukola kino.

Okusooka, soma n'obwegendereza okuyita mu bibuuzo byonna eby'amasomo omukaaga agasoose awamu n'eby'okuddamu byabyo ebituufu. Kebera olabe oba omanyi n'okutegeera eky'okuddamu ekituufu eri buli kibuuzo.

Eky'okubiri, weetegereze ennyiriri zonna ez'Ebyawandiikibwa mu masomo gano omukaaga by'oyize ku lw'Omulimu gw'Okwejjukanya.

Eky'okusatu, soma n'obwegendereza okuyita mu bibuuzo bino wammanga era olowooze ku ngeri ki gye wandibyanukudde. Buli kibuuzo kikwatagana mu ngeri emu n'amasomo g'obadde oyiga.

1. Otadde otya mu nkola eky'okuddamu kya Katonda ku lw'ekibi mu bulamu bwo ggwe?
2. Miganyulo ki gy'oyinza okusuubira mu bulamu bwo ggwe nga bw'oyiga n'okugondera Ekigambo kya Katonda?
3. Nnyonnyola engeri ez'enjawulo Omwoyo Omutukuvu z'ayinza okukuyambamu mu bulamu bwo obw'omwoyo.
4. Ngeri ki okuyita kwa Isiraeri mu Nnyanja Emmyuufu gye kuli enkola ku lw'abo abagoberera Yesu mu kubatizibwa?

Eky'enkomerero, wandiika ku lupapula olw'enjawulo eby'okuddamu byo ggwe eri ebibuuzo ebyo waggulu.

* * * * *

Tewali bubonero buteereddwawo ku lw'okwejjukanya kuno. Ekigendererwa kyakwo kwe kukuyamba okunyweza ebyo byonna by'obadde ovumbula. Bw'oba nga omatidde nti kino kituukiddwako, genda ku muko okuli Omusomo ogwo 7.

OMUSOMO OGW'OMUSANVU

>> Okusinza n'Okusaba

ENNYANJULA:
Okusaba ngeri Katonda gye yagabirira ku lw'Abakristaayo okuyingira mu kubeerawo Kwe. Okusaba y'engeri Abakristaayo gye bajja okufuna ebyo bye beetaaga okuva eri Katonda.

Okuyita mu kusaba, Abakristaayo bafuna ebintu bisatu okuva eri Katonda.

- Okulungamizibwa okwetaagibwa
- Obuyambi
- Amaanyi ku lw'obulamu bwabwe

Abakristaayo abaagala Katonda okuwulira essaala zaabwe bateekwa okumusinza. Era, Abakristaayo bonna bajja kuganyulwa era babe ba maanyi okusingawo bwe bassa ku bbali obudde obuweereddwayo buli lunaku okusaba n'okusoma Baibuli.

Omuntu asinga okuba ow'amaanyi mu nsi ye Mukristaayo amanyi okusaba era n'essaala ze ne ziddibwamu.

Okusobola okusaba mu ngeri eno, tuteekwa okuba n'obuyambi bw'Omwoyo Omutukuvu. Tuteekwa okugoberera n'obwegendereza ebiragiro by'Ekigambo kya Katonda. Ebiragiro bino biteekeddwa mu Musomo guno.

Omulimu gw'Okwejjukanya: Yokaana 15:7
☐ Kebera wano oluvannyuma lw'okukwata olunyiriri olwo.
 (Jjukira ennyiriri okuva mu masomo agaasooka buli lunaku.)

Ebibuuzo by'Omusomo

1. Bantu ba ngeri ki Katonda b'anoonya? (Yokaana 4:23-24)
   ....

2. Ssaala y'ani Katonda gy'asanyukiramu? (Nge 15:8)
   ....

3. Ssaala ya ngeri ki evaamu ebibala eby'amaanyi? (Yakobo 5:16)
   ....

4. Bwe tuba twagala Katonda okuwulira essaala zaffe, bintu ki ebibiri bye tuteekwa okukola? (Yokaana 9:31)
   (1) .... (2) ....

5. Lwa nsonga ki nti tuyinza okuyingira n'obugumu mu kubeerawo kwa Katonda okutukuvu? (Beb. 10:19)
   ....

6. Bintu ki ebibiri bye tulina okuyingira nabyo mu kubeerawo kwa Katonda? (Zabbuli 100:4)
   (1) .... (2) ....

7. Kiki Omukristaayo ky'alina okukola ekifo ky'okutya n'okweralikirira? (Abafiripi 4:6)
   ....

8. Linnya ly'ani lye tulina okusabiramu, era na kiruubirirwa ki? (Yokaana 4:13)
   ....
   ....

9. Kusinziira ku bukwakkulizo ki obubiri kwe tuyinza okusabira kyonna kye tuyinza okusaba okuva eri Katonda? (Yokaana 15:7)
   (1) ....
   (2) ....

10. Wandiika ebintu bina, ebisangibwa mu nnyiriri zino wansi, ebinaaziyiza okuddibwamu eri essaala zaffe.
    (1) (Zab.66:18) ....
    (2) (Yakobo 1:6-7) ....
    (3) (Yakobo 4:3) ....
    (4) (1 Peetero 3:7) ....

11. Okusobola okuwangula amaanyi ga setaani, ki oluusi kye tuteekwa okukola bwe tusaba? (9:29)
    ....

12. Okusobola okufuna ebintu bye twetaaga, ki kye tuteekwa okukola bwe tusaba? (Makko 11:24)
    ....

13. Bwe tuba nga tulina ensonga yonna gye tuvunaana abantu abalala bwe tusaba, ki kye tuteekwa okusooka okukola? (Makko 11:25)
    ....

14. Bwe tusonyiwa abalala bwe tusaba, Katonda anaatukola atya? (Makko 11:25)
    ....

15. Bwe tutasonyiwa balala, Katonda anaatukola atya? (Makko 11:26)
    ....
    ....

16. Bwe tusaba okusinziira ku kwagala kwa Katonda, bintu ki ebibiri bye tuyinza okwekakasa? (1 Yokaana 5:14-15)
    (1) ....
    (2) ....

17. Dawudi yagamba nti yatandikanga atya buli lunaku? (Zab. 5:3) ....

18. Mirundi ki esatu Dawudi gye yasalawo okusaba buli lunaku? (Zab. 55:17)
    (1) .... (2) ....
    (3) ....

19. Ng'oggyeeko emirundi nga egyo egy'ebiseera eby'okusaba eby'olutentezi, tulina kusaba mirundi emeka? (Bef. 6:18) (1 Bas. 5:17)
    ....
    ....

20. Bwe tuba tuli banafu nga tetumanyi kusaba mu ngeri ntuufu, ani atuyamba okusabira mu kwagala kwa Katonda? (Bar. 8:26-27)
    ....
    ....
    ....

21. Madaala ki ge tuteekwa okutwala okusabira mu kyama? (Mat.6:6) ....
    ....
    ....

22. Yesu agamba atya nti engeri eno ey'okusaba gy'eriweebwamu empeera? (Mat.6:6)
    ....

23. Bwe tusisinkana n'Abakristaayo abalala ku lw'okusaba mu linnya lya Yesu, kisuubizo ki Yesu ky'atuwadde? (Matayo 18:20)

24. Endowooza yaffe erina kuba ki eri Abakristaayo abalala be tusaba nabo? (Matayo 18:19)

25. Tulina kusooka kusabira ani? (1 Timoseewo 2:1-2)

26. Kitundu ki eky'omubiri Pawulo ky'ayogerako wano ku lw'okusaba? (1 Tim. 2:8)

27. Ndowooza ki ez'obwongo enkyamu ebbiri ze tuteekwa okwekuuma bwe tusaba? (1 Timoseewo 2:8)
    (1) .... (2) ....

28. Kiki ekiva mu ssaala zaffe nga zaanukuddwa? (Yokaana 16:24)

Omulimu gw'Okwejjukanya: Yokaana 15:7
Wandiika olunyiriri luno okuva mu ky'ojjukira.

....
....
....
....
....
....
....
....

TOVA KU MUKO GUNO OKUTUUSA NGA OMAZE OKUJJUZA EBY'OKUDDAMU BYONNA MU MUSOMO GUNO.

EBY'OKUDDAMU EBITUUFU N'OBUBONERO – OMUSOMO OGW'OMUSANVU

Ekibuuzo	Eky'okuddamu	Obubonero
1	Abasinza ab'amazima, abanaasinza Katonda mu mwoyo ne mu Mazima	2
2	Okusaba kw'abagolokofu	1
3	Okusaba kw'omutuukirivu* okukola, okuyaayaana (okw'omuliro).	2
4	(1) Okusinza Katonda (2) Okukola okwagala kwa Katonda	1 1
5	Olw'omusaayi gwa Yesu	1
6	(1) Okwebaza (2) Okutendereza	1 1
7	Mu kigambo kyonna mu kusabanga n'okwegayiriranga, awamu n'okwebazanga, bye mwagala bitegeezebwenga eri Katonda	3
8	Mu linnya lya Yesu, bw'atyo Katonda Kitaffe alyoke agulumizibwe*	2
9	(1) Bwe tubeera mu Yesu (2) Ebigambo Bye bwe bibeera mu ffe	1 1
10	(1) Bwe tukuuma obutali butuukirivu (okukkiriza ekibi kye tumanyi) mu mutima gwaffe (2) Bwe tubuusabuusa ne tutasabira mu kukkiriza* (3) Bwe tusaba obubi(n'omwoyo omukyamu) ku lw'okwesanyusa ffe (4) Enkolagana enkyamu wakati w'omwami n'omukyala	1 1 1 1
11	Okusiiba	1
12	Okukkiriza nti tubifunye (mu kiseera ky'okusaba)	1
13	Tuteekwa okubasonyiwa	1
14	Katonda ajja kutusonyiwa	1
15	Katonda tajja kutusonyiwa	1
16	(1) Nti Katonda atuwulira (2) Nti tufunye bye tusabye eri Katonda	1 1
17	Nga alongoosanga okusaba kwe eri Katonda, n'okutunula waggulu	2

Ekibuuzo	Eky'okuddamu	Obubonero
18	(1) Akawungeezi (2) Ku makya (3) Akawungeezi	1 1 1
19	Buli kiseera, obutayosa	1
20	Omwoyo Omutukuvu	1
21	Yingira mu kisenge kyo, ggalawo oluggi era osabire mu kyama	1
22	Kitaffe ali mu ggulu alituwa empeera mu lujjudde	1
23	Yesu abeerawo wamu naffe	1
24	Tulina okukkiriziganya nabo mu nsonga yonna gye tusabira	2
25	Ku lwa bakabaka ne bonna abali mu buyinza	1
26	Okuyimusa emikono emitukuvu	1
27	(1) Obusungu (2) Okubuusabuusa	1 1
28	Essanyu – essanyu erituukiridde	1

Kebera kaadi yo ey'okwejjukanyizaako ku lw'omulimu gw'okwejjukanya omuwandiike.

Omulimu gwo ogw'okwejjukanya bwe guba nga gutuukiridde mu bigambo, obubonero 4.   **4**
(Salako akaboneio 1 ku lwa buli nsobi. Bwe wabaawo ensobi ezisukka mu 3, tewali kabonero ku lw'olunyiriri olwo.)

OMUGATTE 49

eby'okuddamu ebituufu 25 = 50 ku 100
eby'okuddamu ebituufu 34 = 70 ku 100
eby'okuddamu ebituufu 39 = 80 ku 100

ENSONGA ENKULU KU BY'OKUDDAMU EBITUUFU – OMUSOMO OGW'OMUSANVU

(Ennamba ku muko guno zijuliza emabega ku nnamba eziri ku muko ogw'Eby'okuddamu Ebituufu.)

Katonda ayagala era asobola okwanukula essaala. Baibuli yonna – naddala Endagaano Empya – eraga nti kino kituufu. (Laba Matayo 7:7-8.) Mu butuufu, Katonda ayagala okwanukula essaala okusinga abantu bwe baagala okusaba. Naye, okufuna okuddibwamu eri essaala zaffe, tuteekwa okutuukiriza obukwakkulizo bwa Katonda. Eby'okuddamu ebisinga mu musomo guno bikwata ku bukwakkulizo buno. Kuno kwe kuwumbawumba:

5, 8, 23. Nga aboonoonyi, tuyinza kugenda eri Katonda okuyita mu ssaddaaka etangirira Kristo Yesu yekka. Twesigama ku Yesu, atwogerera mu maaso ga Kitaawe. Mu kukkiriza ensonga eno, tujja eri Katonda okuyita mu linnya n'omusaayi gwa Yesu.
1, 4(1), 6, 7. Enkola entuufu: okusinza, okwebaza, okutendereza.
1, 2, 3, 4(2), 9(1). Embala entuufu: amazima, obugolokofu, obutuukirivu*, obuwulize (byonna bisoboka nga bwe tunywerera (bwe tubeera) mu Kristo.
8, 10(3), 10(4), 13, 14, 15, 24, 27(1). Ekigendererwa ekituufu: olw'ekitiibwa kya Katonda, si kutuukiriza kwegomba kwaffe. Nate era enkolagana entuufu n'abantu abalala, naddala abo abasinga okutuba okumpi.
9(2), 16, 25. Okusaba okusinziira ku kwagala kwa Katonda, okubikkuliddwa mu Kigambo Kye.
10(2), 12, 16(2), 27(2). Kaayanira olw'okukkiriza* okuddibwamu eri essaala zaffe mu kaseera ako kennyini

mwe tusabira. "Kaakano bye biro eby'okukkirizibwamu" (2 Kol. 6:2).

17, 18, 19. Ebiseera ebigere n'okulemerako – towanika. (Gerageranya ne Lukka 18:1.)

3, 11, 21, 26. Okuyaayaana, okwefiisa, okwewaayo. (Okwewaayo eri okusaba n'omutima omuwombeefu, ggwe wekka ne Katonda.)

20. Mu bino byonna, tetuyinza kwesigama ku kwagala, ku maanyi oba okutegeera kwaffe kwokka. Tuteekwa okuba n'obuyambi obw'obwakatonda obw'Omwoyo Omutukuvu.

22, 28. Empeera ku lw'okusaba okutuufu.

OMUSOMO OGW'OMUNAANA

>> Enteekateeka ya Katonda ku lw'Okuwonya Emibiri Gyaffe (Ekitundu 1)

ENNYANJULA:
Omuntu bwe yakyuka okuva ku Katonda mu bujeemu, yafiirwa omukisa n'obukuumi bwa Katonda. Omuntu yajja wansi w'ekikolimo n'amaanyi ga Setaani. Olwo Setaani n'alyoka asobola okuleeta obulumi n'obunafu n'endwadde ku mubiri gw'omuntu.

Naye, Katonda mu kusaasira Kwe akyayagala okuwa omukisa omuntu. Katonda akyayagala okulokola omuntu okuva mu kibi kye n'okuva mu ndwadde. Kristo Yesu yeetikka ebibi byaffe ate era n'endwadde zaffe bwe yafa ku lwaffe ku musalaba. Gano ge mawulire amalungi ag'obulokozi*.

N'olw'ekyo – olw'okukkiriza* mu Yesu – tuyinza kaakano okufuna okuwonyezebwa okw'ebweru ku lw'emibiri gyaffe, awamu n'okusonyiyibwa n'emirembe ku lw'emmeeme zaffe.

Omulimu gw'Okwejjukanya: I Peetero 2:24
☐ Kebera wano oluvannyuma lw'okukwata olunyiriri.
Wejjukanye ennyiriri okuva mu masomo agaasooka buli lunaku.)

Ebibuuzo by'OMUSOMO

A. ANI ALEETA ENDWADDE ATE ANI ALEETA OKULAMA?

1. Ani yasooka okulimba omuntu n'okumukema okujeemera Katonda? (Lub.3:1-13) (1 Yokaana 3:8) (Okubikkulirwa 12:9)
   ....
   ....
   ....

2. Lwaki obulumi, endwadde, n'okufa byasooka kujja eri muntu? (Lub.3:14-19)
   ....
   ....

3. Ani yaleeta endwadde ku Yobu? (Yobu 2:7)
   ....

4. Ani yaleeta endwadde ku mukazi mu Lukka 13:11, 16, era yali asibiddwa atya?
   ....
   ....

5. Ani anyigiriza abantu n'endwadde? (Ebikolwa 10:38)
   ....

6. Katonda asuubiza kukolera ki abantu Be abamugondera? (Okuva 15:26)
   ....
   ....

7. Bintu ki ebibiri Katonda by'asuubiza okukolera abantu Be abamuweereza? (Kuv. 23:25)
   (1) ....
   (2) ....

8. Endwadde za bantu ba Katonda oba za balabe baabwe? (Eky'Amateeka 7:15)
   ....

9. Bintu ki ebibiri Dawudi bye yagamba Mukama bye yamukolera? (Zab. 103:3)
   (1) ....
   (2) ....

10. Bintu ki ebisatu omutume Yokaana bye yayagaliza mukwano gwe Omukristaayo?
    (1) ....
    (2) ....
    (3) ....

11. Bimeka ku bisuubizo bya Katonda bye tuyinza okukaayanira nga tugamba "wewaawo" ne "amiina" mu Yesu? (2 Abakkolinso 1:19-20)
    ....
    ....

12. Yesu yalabisibwa (yajja mu nsi) lwa kiruubirirwa ki? (1 Yokaana 3:8)
    ....

13. Kiruubirirwa ki Katonda kye yafukirako Yesu amafuta n'Omwoyo Omutukuvu? (Ebikolwa 10:38)
    ....
    ....

14. Kwagala kwa ani Yesu kwe yajja okukola? (Yokaana 5:30) (Yokaana 6:38)

15. Ani yakolera Yesu eby'amagero Bye? (Yokaana 10:37-38) (Yokaana 14:10)

16. Bameka ku abo abaajja gy'ali Yesu be yawonya? (Matayo 8:16) (Matayo 12:15) (Matayo 14:35-36) (Lukka 4:40) (Lukka 6:19)

17. Bika bimeka eby'endwadde Yesu bye yawonya? (Matayo 4:23-24) (Matayo 9:35)

18. Yesu bw'ataawonya bantu bangi, yali nsonga ki? (Matayo 13:58) (Makko 6:5-6)

19. Katonda akyukakyuka? (Malaki 3:6) (Yakobo 1:17)

20. Kristo Yesu akyukakyuka? (Abaebbulaniya 13:8)

B. EKIRUUBIRIRWA KY'OKUFA KWA KRISTO KU MUSALABA

21. Wandiika ebintu bisatu Kristo Yesu bye yeetikka mu kifo kyaffe. (Mat. 8:17) (1 Peetero 2:24)
    (1) ......
    (2) ......
    (3) ......

22. Nga ebibala, bintu ki ebisatu ebivaamu bye tuyinza okuba nabyo mu bulamu bwaffe? (1 Peetero 2:24)
    (1) ......
    (2) ......
    (3) ......

23. Ani yafuulibwa ekikolimo mu kifo kyaffe? (Abaggalatiya 3:13)
    ......

24. Kiki Yesu ky'atununuddemu? (Abaggalatiya 3:13)
    ......

25. Bika bya ndwadde bimeka ebyali mu kikolimo ky'etteeka? (Eky'amateeka 28:15, 21-22, 27-28, 35 ne 59-61)
    ......
    ......

26. Katonda atugamba kulondako ki, mukisa oba kikolimo? (Eky'amateeka 30:19)
    ......

Omulimu gw'Okujjukira: 1 Peetero 2:24
Wandiika olunyiriri luno okuva mu by'ojjukira.

....
....
....
....
....
....
....
....
....

TOVA KU MUKO GUNO OKUTUUSA NGA OMAZE OKUJJUZA EBY'OKUDDAMU BYONNA MU MUSOMO GUNO.

EBY'OKUDDAMU EBITUUFU N'OBUBONERO – OMUSOMO OGW'OMUNAANA

Ekibuuzo	Eky'okuddamu	Obubonero
1	Ogusota, Omubi, Setaani	1
2	Kubanga omuntu yajeemera Katonda	1
3	Setaani – Omubi	1
4	Setaani yamusiba n'omwoyo ow'obugongobavu	2
5	Setaani	1
6	Obutassa n'emu ku ndwadde z'e Misiri ku bo – okubawonya	2
7	(1) Okuwa omukisa emmere yaabwe n'amazzi (2) Okubaggyako endwadde	1 1
8	Eri abalabe ba bantu ba Katonda	1
9	(1) Mukama yasonyiwa obutali butuukirivu bwe(ebibi) bwonna (2) Mukama yawonya endwadde ze zonna	1 1
10	(1) Nti alyoke akulaakulane (2) Nti alyoke abeere n'obulamu obulungi (3) Nti emmeeme ye eryoke ekulaakulane	1 1 1
11	Ebisuubizo bya Katonda byonna	1
12	Okuzikiriza emirimu gya Setaani	1
13	Okukola obulungi n'okuwonya bonna abaajoogebwa* Setaani	1
14	Okwagala kwa Katonda Kitaawe	1
15	Katonda Kitaawe	1
16	Bonna – buli kinnoomu	1
17	Buli ngeri yonna ey'endwadde n'obulwadde	1
18	Obutakkiriza bw'abantu	1
19	Nedda; tekibangawo	1
20	Tekibangawo	1
21	(1) Obunafu bwaffe (2) Endwadde zaffe (3) Ebibi byaffe	1 1 1
22	(1) Tuyinza okufa eri ebibi (2) Tuyinza okubeerawo mu butuukirivu (3) Tuyinza okuwonyezebwa	1 1 1

23	Yesu	1
24	Ekikolimo ky'etteeka	1
25	Buli ngeri yonna ey'endwadde	1

Kebera kaadi yo ey'okwejjukanyizaako ku lw'omulimu gw'okwejjukanya omuwandiike.

Omulimu gwo ogw'okwejjukanya bwe guba nga gutuukiridde mu bigambo, obubonero 4. **4**
(Salako akabonero 1 ku lwa buli nsobi. Bwe wabaawo ensobi ezisukka mu 3, tewali kabonero ku lw'olunyiriri olwo.)

OMUGATTE 40

eby'okuddamu ebituufu 20 = 50 ku 100
eby'okuddamu ebituufu 28 = 70 ku 100
eby'okuddamu ebituufu 32 = 80 ku 100

ENSONGA ENKULU KU BY'OKUDDAMU EBITUUFU – OMUSOMO OGW'OMUNAANA

(Ennamba ku muko guno zijuliza emabega ku nnamba eziri ku muko gw'eby'okuddamu ebituufu.)

1-2. Essuula ey'Olubereberye eyoku 3 yonna eraga ensibuko enkulu ey'ebibonyoobonyo by'abaana b'abantu ng'eva ku Setaani. Yesu Yennyini yayogera kino ku Setaani: "Yali mussi okuva ku lubereberye" (Yokaana 8:44).

3-5. Endwadde zonna ziyinza okunoonyerezebwa emabega okutuuka ku nsibuko zaazo – Setaani. Endwadde kitundu ku "mirimu gya Setaani" (1 Yokaana 3:8)

6. Engeri endala ey'okuvvuunula Okuva 15:26 eri: "Nze Yakuwa, Omusawo wo."

9. Genderera ekigambo "zonna." Zabbuli 103:3 egamba, "obutali butuukirivu bwo bwonna" ne "endwadde zo zonna."

10. Kigenderere nti Yokaana yali awandiikira omukkiriza eyali eky'okulabirako, Gaayo, eyali atambulira mu mazima n'okukola n'obwesigwa omulimu gwe ng'Omukristaayo (3 Yokaana 3-5)

11. Abakkolinso Eky'okubiri 1:20 kikontana n'ekirowoozo nti ekisuubizo ky'okuwonyezebwa mu mubiri nti si kya Bakristaayo leero. Ebisuubizo bya Katonda byonna bya (kaakano) ku lwaffe. Ekyo kizingiramu Abakristaayo bonna. Kitegeeza kino: "Buli kisuubizo ekikwatagana n'embeera yange n'okusisinkana ekyetaago kyange kiriwo ku lwange kaakano."

13. Abantu bonna abasatu ab'omutwe gw'obwaKatonda weebali nga bakola mu buweereza bw'okuwonya. Taata yafuka amafuta ku Mwana olw'Omwoyo. Ekyavaamu kwali kuwonyezebwa ku lwa bonna.

14-15. Okwagala kwa Taata kutubikkuliddwa bulungi mu bulamu bwa Yesu. Kino kituufu ku lw'okuwonya ne ku lwa buli kintu ekirala kyonna Yesu kye yakola.

16-18. Omuntu yenna eyajja ewa Yesu ku lw'okuwonyezebwa yawonyezebwa. Kino Enjiri ennya kye zitulaga ku buli mulundi.

19-20. Amazima g'enjiri magumu ng'olwazi era tegakyuka. Amazima g'enjiri agatakyuka geesigamizibwa ku kikula ekitakyuka ekya Katonda Yennyini.

21. Matayo ne Peetero bajuliza okuva mu Isaaya 53:4-5. Engeri entuufu ey'okusoma Isaaya 53:4 eri: "Mazima ddala Ye yeetikka endwadde zaffe era n'atwala obulumi bwaffe." "Ye" ye Kristo Yesu. Mu 1 Peetero 2:24, ekigambo "yatuwonya" kiggyibwa mu kigambo ky'Oluyonaani ekyatuwa ekigambo ky'Oluzungu ekitegeeza omusawo. Mazima ddala Yesu ye musawo waffe.

24. "Ekikolimo ky'etteeka" (Abaggalatiya 3:13) kitegeeza ekikolimo ekiva mu kumenya amateeka. Ekikolimo kino kinnyonnyolwa mu bujjuvu mu Ky'Amateeka 28:15-68. Kizingiramu buli ngeri yonna ey'endwadde.

26. Katonda assaawo ebintu bibiri bibiri ebikontana. Olondako (a) obulamu n'omukisa; oba (b) okufa n'ekikolimo. Kirekeddwa muntu okwesalirawo.

OMUSOMO OGW'OMWENDA

>> Enteekateeka ya Katonda ku lw'Okuwonya Emibiri Gyaffe

ENNYANJULA:
Okuwonyezebwa ku lw'emibiri gyaffe kuva eri Katonda. Tuyinza okufuna okuwonyezebwa bwe tukola bino:

- Bwe tuwulira Ekigambo kya Katonda
- Bwe tukkiriza Ekigambo kya Katonda
- Bwe tuba n'okukkiriza* ne tukkiriza Omwoyo wa Katonda okujjuza emibiri gyaffe n'obulamu obw'okuzuukira* obwa Yesu Kristo.

Ne ekisingawo, tuyinza era okuwa okuwonyezebwa n'okusumululwa* eri abalala mu linnya lya Yesu. Okusumululwa* kwe kuteebwa okuva mu myoyo emibi. Waliwo engeri enkulu bbiri ez'okuwa okuwonyezebwa n'okusumululwa* eri abalala. Tuyinza okukola kino mu ngeri zino:

- Nga tussa emikono gyaffe ku balwadde n'okubasabira.
- Nga tufuna abakadde b'ekkanisa abakkiriza okubasiiga amafuta mu linnya lya Yesu.

Bwe tukolera mu kukkiriza* mu ngeri eno, Katonda ajja kukolera wamu naffe era akakase amazima g'Ekigambo Kye olw'eby'amagero eby'okuwonya n'okusumulula*.

Omulimu gw'Okwejjukanya: Makko 16:17-18
☐ Kebera wano oluvannyuma lw'okukwata ennyiriri zino. (Wejjukanye ennyiriri okuva mu masomo agaasooka buli lunaku.)

EBIBUUZO BY'OMUSOMO

C. ENGERI SSATU ZE TUYITAMU OKUWONYEZEBWA
(1) **Ekigambo kya Katonda**
(2) **Omwoyo wa Katonda**
(3) **Okukkiriza* kwaffe**

27. Kiki Katonda ky'atuma okutuwonyan'okutusumulula*? (Zabbuli 107:20) ....

28. Miganyulo ki ebiri ebigambo bya Katonda gye bireeta eri abaana Be? (Ngero 4:20-22)
    (1) .... (2) ....

29. Omwoyo wa Katonda bw'aba nga abeera mu ffe, kinaakola ki ku lw'emibiri gyaffe egifa? (Abaruumi 8:11)
    ....

30. Kiki Katonda ky'ayagala okuggyayo (okwolesa) mu mibiri gyaffe? (2 Kol.4:10-11) ....

31. Kiki Yesu kye yali anoonya mu abo abaajja gy'ali ku lw'okuwonyezebwa? (Mat. 9:28-29) (Makko 2:5) (Makko 9:23) (Lukka 8:50) ....
    ....

32. Peetero yannyonnyola atya okuwonyezebwa kw'omusajja omulema? (Ebik. 3:16)
    ....

33. Kiki Pawulo kye yalaba mu muntu omugongobavu e Lusitula ekyamusobozesa okuwonyezebwa? (Ebikolwa 14:8-10)
    ....

34. Okukkiriza kujja kutya gye tuli? (Abaruumi 10:17)
   ....

D. OBUYINZA OBUWEEREDDWA ABAKKIRIZA

35. Wa ebika by'amaanyi bibiri Kristo Yesu bye yawa abayigirizwa Be. (Matayo 10:1)
    (1) ....
    (2) ....

36. Lambika ebintu bina Kristo Yesu bye yalagira abayigirizwa Be okukola. (Mat.10:8)
    (1) .... (2) ....
    (3) .... (4) ....

37. Abayigirizwa Be bwe baalemwa okuwonya omugwi w'ensimbu, nsonga ki ebbiri Yesu ze yawa? (Mat.17:20-21) (Makko 9:29)
    (1) ....
    (2) ....

38. Yesu yagamba nti omuntu akkiriza mu Ye yandisobodde okukola ebintu bibiri. Bye biki? (Yokaana 14:12)
    (1) ....
    (2) ....

39. Kiki abakkiriza kye bayinza okukolera abantu abalwadde mu linnya lya Yesu? (Makko 16:17-18)
   ....
   ....

40. Kiki ekinaabeera ku bantu bano abalwadde? (Makko 16:18)
   ....

41. Kiki Omukristaayo ky'alina okukola bw'aba nga mulwadde? (Yakobo 5:14) ....

42. Bintu ki ebibiri abakadde b'ekkanisa bye balina okukolera Omukristaayo omulwadde? (Yakobo 5:14)
    (1) .... (2) ....

43. Bintu ki ebibiri Mukama by'anaakolera Omukristaayo omulwadde? (Yakobo 5:15)
    (1) .... (2) ....

44. Ssaala ya kika ki eneerokola omulwadde? (Yakobo 5:15)
    ....

45. Bintu ki ebibiri abayigirizwa bye baasabira ebyo Katonda bye yandikoze mu linnya Lya Yesu? (Ebikolwa 4:29-30)
    (1) ....
    (2) ....

46. Abayigirizwa bwe baatuluma ne babuulira, bintu ki ebibiri Mukama bye yabakolera? (Makko 16:20)
    (1) ....
    (2) ....

    Omulimu gw'Okwejjukanya: Makko 16:17-18
    Wandiika ennyiriri zino okuva mu by'ojjukira
    ....
    ....
    ....

    TOVA KU MUKO GUNO OKUTUUSA NGA OMAZE OKUJJUZA EBY'OKUDDAMU BYONNA MU MUSOMO GUNO

EBY'OKUDDAMU EBITUUFU N'OBUBONERO – OMUSOMO OGW'OMWENDA

Ekibuuzo	Eky'okuddamu	Obubonero
27	Ekigambo Kye (Katonda)	1
28	(1) Obulamu (2) Okulama eri omubiri gwabwe gwonna	1 1
29	Kijja kuwa obulamu eri emibiri gyaffe egifa	1
30	Obulamu bwa Yesu	1
31	Okukkiriza*	1
32	Okukkiriza* mu linnya lya Yesu kwali kumuwonyezza	2
33	Omuntu omugongobavu yalina okukkiriza okuwonyezebwa	1
34	Mu kuwulira Ekigambo kya Katonda	2
35	(1) Amaanyi ku myoyo emibi okugigoba (2) Amaanyi okuwonya buli ngeri yonna ey'endwadde n'obulwadde	2 2
36	(1) Okuwonya abalwadde (2) Okulongoosa abagenge (3) Okuzuukiza abafu (4) Okugoba badayimooni	1 1 1 1
37	(1) Olw'obutakkiriza bwabwe (2) Yali esobola kuvaayo kuyita mu kusaba na kusiiba kwokka	1 1
38	(1) Emirimu gye yakola (2) Emirimu emikulu okusinga	1 1
39	Abakkiriza bayinza okussa emikono ku balwadde mu linnya lya Yesu	1
40	Banaawona	1
41	Alina okutumya abakadde b'ekkanisa	1
42	(1) Bamusabire (2) Bamusiige amafuta mu linnya lya Mukama Yesu	1 1
43	(1) Alimuyimusa (2) Alimusonyiwa bw'aba ng'akoze ebibi	1 1
44	Essaala ey'okukkiriza*	1
45	(1) Abawe eky'okwogera wamu n'obugumu (2) Akkirize obubonero n'ebyewuunyo bikolebwe	1 1
46	(1) Mukama yakolera wamu nabo (2) Yakakasa Ekigambo okuyita mu bubonero obwagoberera	1 1

Kebera kaadi yo ey'okwejjukanyizaako ku lw'omulimu gw'okwejjukanya omuwandiike.

Omulimu gwo ogw'okwejjukanya bwe guba nga gutuukiridde mu bigambo, obubonero 4. **8**
(Salako akabonero 1 ku lwa buli nsobi. Bwe wabaawo ensobi ezisukka mu 3, tewali kabonero ku lw'olunyiriri olwo.)

OMUGATTE 44

eby'okuddamu ebituufu 22 = 50 ku 100
eby'okuddamu ebituufu 31 = 70 ku 100
eby'okuddamu ebituufu 35 = 80 ku 100

ENSONGA ENKULU KU BY'OKUDDAMU EBITUUFU – OMUSOMO OGW'OMWENDA

(Ennamba ku muko guno zijuliza emabega ku nnamba ku muko gw'Eby'okuddamu Ebituufu.)

27-34. Zabbuli 33:6 egamba nti Katonda yakozesa Ekigambo Kye n'omukka Gwe okutonda eggulu. Omukka gwa Katonda kye kimu nga okugamba nti Omwoyo wa Katonda. Ebitonde byonna byabaawo olw'Ekigambo n'Omwoyo wa Katonda nga bakolera wamu. Ekintu kye kimu ddala eky'Omulimu gwa Katonda ogw'okuddamu okutonda ogw'okuwonya. Guno gukolebwa olw'Ekigambo Kye n'Omwoyo we nga bakolera wamu. Tufuna omulimu guno ogw'okuwonya olw'okukkiriza* kwaffe.

28. Engero 4:20-22. Ennyiriri zino ye "ccupa y'eddagala" ey'amaanyi eya Katonda. Okuwonyezbwa, oteekwa okumira eddagala lya Katonda nga bwe likulagirwa. Goberera endagiriro ze ennya: (1) Wuliriza ebigambo bya Katonda; (2) "tega okutu kwo" kitegeeza okuba omwetoowaze era ayigirizika (3) kuumira ebigambo bya Katonda mu maaso g'amaaso go; (4) kuumira ebigambo bya Katonda mu mutima gwo.

Tumira eddagala lya Katonda eriwonya ne liyingira mu ffe okuyita mu birowoozo, okutu, eriiso, n'omutima.

30. Katonda ayagala obulamu bw'okuzuukira obwa Yesu "okulabisibwa" (nga bubikkuliddwa mu lwatu) mu "mubiri gwaffe ogufa" (2 Abakkolinso 4:10-11). Okuyita mu Yesu, Katonda agaba okuwonyezebwa, okulama, n'amaanyi mu mibiri gyaffe mu bulamu buno obwa kaakano.

34. Abaruumi 10:17. Okusooka, Ekigambo kya Katonda kireeta "okuwulira." Oluvannyuma, okuva mu "kuwulira" tuzimba "okukkiriza." Omutendera ogw'okuwulira gunnyonnyolwa mu mitendera gyagwo ena mu Ngero 4:20-21.

35-36. Lowooza ku kino: Abayigirizwa bwe baasindikibwa okubuulira, bulijjo baasuubirwanga okuwonya abantu n'okubasumulula* okuva mu myoyo emibi.

Gerageranya Matayo 10:8 ne Matayo 28:20: "Okubayigiriza okukwata ebintu byonna bye nnabalagira mmwe; era, laba, Ndi nammwe bulijjo, okutuusa ku nkomerero y'omulembe guno." "Enkomerero y'omulembe" gwe mulembe guno ogwa kaakano. Yesu yalagira nti obuweereza buno bwe bumu busigale nga tebukyusiddwa ku lwa buli mulembe ogw'abayigirizwa okutuuka ku mulembe ogwa kaakano. Ekyo kituzingiramu leero, nga abayigirizwa.

37. (2) Yesu Yennyini yateranga okusiiba. Yasuubira abayigirizwa Be okugoberera eky'okulabirako Kye. (Laba Matayo 6:16-18.) Naye, abayigirizwa tebaakola kino ebbanga lyonna Yesu (omugole omusajja) lye yamala nabo ku nsi. (Laba Mak. 2:18-20)

38. Obuweereza bwa Yesu ye nkola egobererwa ku lw'obuweereza bwonna obw'Ekikristaayo. Oluvannyuma lw'okuddayo eri Kitaawe, Yesu yatuma Omwoyo Omutukuvu. Omwoyo Omutukuvu akola leero okuyita mu bayigirizwa abakkiriza okukola emirimu egyasuubizibwa Yesu.

39. Ebisuubizo bya Makko 16:17-18 bikola okutwalira awamu eri abakkiriza bonna – kwe kugamba, eri "abo abakkiriza."

39-44. Ku lw'okuyigiriza okusingawo ku musomo guno, laba ekitundu eky'Okussaako Emikono eky'ekitabo kyange, Ekitabo-ky'omu ngalo eky'Omukkiriza ajjuziddwa-Omwoyo.

41. Buvunaanyizibwa bwaffe okuyita abakadde b'ekkanisa bwe tuba nga tuli balwadde.

45. Ebikolwa 4:30 ekyali ssaala egobererwa ku lw'ekkanisa y'Abakristaayo.

OMUSOMO OGW'EKKUMI

>> Okujulira n'Okuwangula Emmeeme

ENNYANJULA:

Olw'okufa Kwe okw'okutangirira ku musalaba, Yesu yafuula obulokozi* okuba nga busoboka ku lw'abantu bonna buli wantu wonna. Naye okusobola okufuna obulokozi*, buli muntu ateekwa kusooka kuwulira Kigambo kya Katonda n'obujulirwa bwa Kristo Yesu.

Buli muntu alokolebwa alina okujjuzibwa n'Omwoyo Omutukuvu. Oluvannyuma balina okwesigama ku maanyi ag'Omwoyo Omutukuvu okujulira eri abalala ku Kristo Yesu. Singa kino kikoleddwa mu bwesimbu buli mukkiriza, obujulirwa bwa Kristo tebwandikomye okutuusa nga buli kitundu kyonna eky'ensi nga kituukiddwako n'amawanga gonna nga gawulidde. Eno ye nteekateeka ya Katonda.

Eno ye ngeri ennene Abakristaayo gye bayinza okukolera awamu. Tuyinza okukola okuteekateeka ekkubo ku lw'okudda kwa Yesu. Abakristaayo abesigwa mu kujulira balifuna empeera okuva eri Yesu Yennyini. Mu ggulu balifuna essanyu ery'okulaba emmeeme ez'abo abaawangulwa obujulirwa bwabwe. Abakristaayo abatali besigwa baliba n'okwanukula eri Katonda ku lw'emmeeme ezaabula ze baalemererwa okujulira.

Omulimu gw'Okwejjukanya: Ebikolwa 1:8
☐ Kebera wano oluvannyuma lw'okukwata olunyiriri.
(Wejjukanye ennyiriri okuva mu masomo agaasooka buli lunaku.)

Ebibuuzo by'Omusomo

1. Kiki Yesu kye yagamba abayigirizwa Be kye baalina okubeera ku Lulwe? (Ebik. 1:8)
   ....

2. Yesu yagamba nti abayigirizwa Be baalina kutuuka wa nga abajulirwa? (Ebik.1:8)
   ....
   ....

3. Eri b'ani abajulirwa gye balina okugenda nga omulembe guno tegunnaggwaako? (Matayo 24:14)
   ....
   ....

4. Bintu ki ebisatu ebikwata ku Yesu Peetero bye yagamba nti ye n'abayigirizwa abalala bye baali abajulirwa baabyo? (Ebikolwa 10:39-41)
   (1) ....
   (2) ....
   (3) ....

5. Katonda yagamba ki Pawulo kye yalina okukolera Kristo? (Ebikolwa 22:15)
   ....
   ....

6. Pawulo kiki kye yagenda mu maaso okukola okuva ku lunaku lwe yatuuka okumanya Yesu? (Ebikolwa 26:22)
   ....
   ....
   ....

7. Omujulirwa ow'amazima ki ky'akola n'obujulizi bwe? (Engero 14:25)

   ....

8. Kiki Omukristaayo omugezi ky'alina okunoonya okukola? (11:30)

   ....
   ....

9. Oluvannyuma lwa Andereya okusisinkana Yesu, ye ani gwe yaleeta eri Yesu? (Yokaana 1:35-42)

   ....
   ....
   ....
   ....

10. Oluvannyuma lwa Yesu okusisinkana Firipo, Firipo ye yaleeta ani eri Yesu? (Yokaana 1:43-47)

    ....
    ....
    ....

11. Abafalisaayo bwe baabuuza omuntu eyazaalibwa nga muzibe, kiki kye yabaddamu okuva mu kye yalaba? (Yokaana 9:25)

    ....
    ....

12. Mazima ki ag'emirundi ebiri ge tulina okwogerako n'okuleetera okumanya eri abantu abalala?
    (1 Ebyomumirembe 16:8-9)
    (1) ....
    (2) ....

13. Abantu bwe baaziyiza okutegeeza kwa Pawulo mu Kkolinso, Katonda yagamba ki Pawulo? (Ebikolwa 18:9) ....
....
....

14. Mwoyo ki Pawulo gwe yagamba Timoseewo ogutaava eri Katonda? (2 Tim. 1:7)
....

15. Kiki okutya abantu kye kuleeta? (Engero 29:25)
....
....

16. Kiragiro ki Pawulo kye yawa Timoseewo ekikwatagana n'okutegeeza kwa Yesu? (2 Timoseewo 1:8)
....

17. Peetero ne Yokaana bwe baalagirwa obutayogera ku Yesu, byakuddamu ki ebibiri bye baawa?
(1) (Ebikolwa 4:20) ....

(2) (Ebikolwa 5:29) ....
....

18. Abayigirizwa abalala bwe baawulira nti Peetero ne Yokaana baali bagaaniddwa okwogera ku Yesu, bonna kiki kye baakola? (Ebikolwa 4:24)
....
....
....

19. Oluvannyuma lw'abayigirizwa okusaba n'okujjuzibwa n'Omwoyo Omutukuvu, bonna kiki kye baakola? (Ebikolwa 4:31) ....

20. Kifo ki eky'enjawulo Katonda kye yawa Ezekyeri mu bantu be? (Ezek. 3:17) ....
....

21. Katonda ki kye yagamba Ezekyeri ekyandimutuuseeko singa yalemererwa okulabula aboonoonyi? (Ezekyeri 3:18) ....
....

22. Bintu ki ebibiri Pawulo bye yategeeza eri abantu bonna mu Efeso? (Ebikolwa 20:21)
   (1) ....
   (2) ....

23. Lwaki Pawulo yasobola okugamba nti yali mulongoofu okuva mu musaayi gw'abantu bonna ab'omu Efeso? (Ebikolwa 20:26-27) ....
....
....

24. Mpeera ki ey'enkomerero eterekeddwa abajulirwa bonna abesigwa aba Kristo? (2 Timoseewo 4:8)
....
....
....

Omulimu gw'Okwejjukanya: Ebikolwa 1:8
Wandiika olunyiriri luno okuva mu by'ojjukira

TOVA KU MUKO GUNO OKUTUUSA NGA OMAZE OKUJJUZA EBY'OKUDDAMU BYONNA MU MUSOMO GUNO

EBY'OKUDDAMU EBITUUFU N'OBUBONERO – OMUSOMO OGW'EKKUMI

Ekibuuzo	Eky'okuddamu	Obubonero
1	Bajulirwa	1
2	Okutuuka ku nkomerero y'ensi	1
3	Ensi yonna – amawanga gonna	1
4	(1) Ebintu byonna bye yakola (2) Okufa Kwe (3) Okuzuukira Kwe	1 1 1
5	Okubeera omujulirwa We eri abantu bonna ku ebyo bye yali alabye ne bye yali awulidde	3
6	Okujulira eri abato n'abakulu nti Ebyawandiikibwa (bannabbi ne Musa) byaali bituufu	3
7	Asumulula* emmeeme	1
8	Kuwangula mmeeme	1
9	Muganda we yennyini, Simooni	1
10	Nassanayiri	1
11	Kintu kimu kye mmanyi: nti newakubadde nga nnali muzibe, kaakano ndaba.	1
12	(1) Ebikolwa bya Katonda (2) Emirimu gye egy'ekyewuunyo	1 1
13	Totya, naye yogera	2
14	Omwoyo gw'okutya	1
15	Omutego	1
16	Tokwatibwanga nsonyi kutegeeza kwa Mukama waffe	2
17	(1) Tetuyinza kukola kintu kirala wabula okwogera ebyo bye twalaba ne bye twawulira (2) Tuteekwa okugondera Katonda okusinga abantu	2 1
18	Baasitula eddoboozi lyabwe (baasaba) eri Katonda nga bassa kimu	2

Ekibuuzo	Eky'okuddamu	Obubonero
19	Baayogera Ekigambo kya Katonda n'obuvumu	1
20	Mukuumi	1
21	Katonda yandivunaanye omusaayi gwabwe mu mukono gwe	2
22	(1) Okwenenya eri Katonda (2) Okukkiriza eri Mukama waffe Yesu Kristo	1 1
23	Kubanga yali teyewaze (tadduse) kuva mu kulangirira gye bali okuteesa kwonna (okuyigiriza) okwa Katonda	2
24	Engule ey'obutuukirivu*	1

Kebera kaadi yo ey'okwejjukanyizaako ku lw'omulimu gw'okwejjukanya omuwandiike.

Omulimu gwo ogw'okwejjukanya bwe guba nga gutuukiridde mu bigambo, obubonero 4. **4**
(Salako akabonero 1 ku lwa buli nsobi. Bwe wabaawo ensobi ezisukka mu 3, tewali kabonero ku lw'olunyiriri olwo.)

OMUGATTE 44

eby'okuddamu ebituufu 22 = 50 ku 100
eby'okuddamu ebituufu 31 = 70 ku 100
eby'okuddamu ebituufu 35 = 80 ku 100

ENSONGA ENKULU KU BY'OKUDDAMU EBITUUFU – OMUSOMO OGW'EKKUMI

(Ennamba ku muko guno zijuliza emabega ku nnamba ku muko gw'eby'Okuddamu Ebituufu.)

1. Abakristaayo baliwo kuba bajulirwa eri Kristo Yennyini, si kusinga eri enjigiriza, enzikiriza, oba ekyo ky'olabye. Yesu yagamba, "Nange bwe ndiwanikibwa ku nsi ndiwalulira gye ndi bonna." (Yokaana 12:32) Obujulirwa bw'Ekikristaayo bulina okuyimusa Yesu. Okukola kino obulungi, buteekwa okuba nga bulungamiziddwa n'okuweebwa amaanyi Omwoyo Omutukuvu.

4. Gerageranya Ebikolwa 1:21-22 ne 4:33. Ensonga enkulu ey'obujulirwa bwonna obukwata ku Kristo kwe kuzuukira* Kwe okuva mu bafu.

5-6. Obujulirwa bwa Pawulo ye nkola ku lw'Abakristaayo bonna. Bwesigamizibwa ku bumanyirivu bw'obuntu. Bwasonga ku Kristo Yesu. Bwakakasa obuwandiike bw'Ebyawandiikibwa.

7-8. Obujulirwa bw'obuntu obwesigwa y'engeri esinga okukola okuwangula emmeeme endala eri Kristo.

9-10. Peetero yafuuka omukulembeze mu batume era omubuulizi omukulu. Naye muganda we Andereya ye yasooka okujja eri Kristo n'alyoka aleeta ne Peetero. Oluvannyuma, Firipo mu ngeri y'emu n'aleeta Nassanayiri. Bwe kityo enkola ku lw'okuwangula emmeeme essibwawo abatume bennyini.

11. Omuntu omu yagamba, "Omuntu alina obumanyirivu tasingibwa muntu alina ebigambo by'okuwakana." Kino kitegeeza nti obumanyirivu bw'obuntu bwogera nnyo okusinga ebigambo ebikalu.

12. Ebigambo by'Omukristaayo birina okuba ebituufu n'okugulumiza* Katonda. Mu kino azimba okukkiriza* kwe ye era n'okw'abalala.

13-16, 19. "Omwoyo gw'okutya" (okuba omutiitiizi) Pawulo gwe yawandiikako mu 1 Peetero 1:7 guziyiza obusobozi bwo okujulira bwe kityo abalala bakkirize. Baibuli eyigiriza bulungi nti omwoyo guno teguva eri Katonda. Omukristaayo talina kukkiriza kukwatibwa oba okusibibwa gwo. Eky'okuddamu kwe kujjuzibwa n'Omwoyo Omutukuvu.

17(2). Okusalawo wakati w'okugondera Katonda n'okugondera omuntu emirundi mingi kweraga kwokka. Okuddamu kwa Peetero ne Yokaana kukyakolera ddala ne leero.

18. Okusaba kye ky'okulwanyisa eky'amaanyi ekiweereddwa Abakristaayo okuwangula ekintu kyonna ekiziyiza obujulirwa bwabwe.

20-23. Bwe tuba tulina omukisa okujulira eri abantu mu bulamu bwaffe, Katonda atulaga nti tukoze ensobi bwe tuziyiza obujulizi bwaffe gye bali. Ezekyeri mu Ndagaano Enkadde ne Pawulo mu Ndagaano Empya baategeera kino. Pawulo yalagirwa Katonda obutalekaayo n'ekimu. Katonda yayagala Pawulo okwogera mu lwatu "okuteesa kwonna okwa Katonda" (Ebikolwa 20:27). Katonda akyalagira kye kimu Abakristaayo ab'omulembe guno.

OMUSOMO OGW'EKKUMI N'OGUMU

>> Enteekateeka ya Katonda ku lw'Okukulaakulana

ENNYANJULA:
Okuyita mu Baibuli yonna, Katonda asuubiza okuwa omukisa n'okukulaakulanya abo abamwesiga n'okumuweereza. Okusobola okufuna emikisa gya Katonda egy'ensimbi n'ebikozesebwa, tuteekwa okuyiga etteeka lya Katonda ery'okukkiriza*: "Mugabenga, nammwe muligabirwa" (Lukka 6:38).

Tutandika na kuddiza Katonda. Tuwa ekimu eky'ekkumi ekisooka eky'ebyo byonna bye tufuna, mu ssente oba mu birime. Ekimu eky'ekkumi kino ekisooka, ekissibwa ku bbali ku lwa Katonda, kiyitibwa "ekimu eky'ekkumi kyaffe." Waggulu w'ekimu eky'ekkumi kino, tuleeta "ebiweebwayo" byaffe eri Katonda, nga Omwoyo Omutukuvu bw'atuluŋamya. Nga bwe tukola kino mu kukkiriza*, Katonda atuwa omukisa mu bujjuvu n'okugabirira ebyetaago byaffe byonna.

Omulimu gw'Okwejjukanya: Matayo 6:33
☐ Kebera wano oluvannyuma lw'okukwata olunyiriri.
(Wejjukanye ennyiriri okuva mu masomo agaasooka buli lunaku.)

Ebibuuzo by'Omusomo

A. EBY'OKULABIRAKO BY'ABADDU BA KATONDA ABAAKULAAKULANA

1. Katonda bwe yawa Ibulayimu obuwanguzi mu lutalo, Ibulayimu yaddiza ki kabona wa Katonda, Melekizeddeki? (Lub.14:19-20) ....
   ....

2. Katonda mu kuddira yakola atya ne Ibulayimu? (Lub. 24:1) ....
   ....

3. Bintu ki ebina Yakobo bye yayagala Katonda okumukolera? (Lub.28:20)
   (1) ....
   (2) ....
   (3) ....
   (4) ....

4. Yakobo yasuubiza kuwa ki Katonda mu kuddira? (Lub.28:22) ....
   ....

5. mu kuddira yayisa atya Yakobo? (Lub.33:11)
   ....

6. Yusufu yali muntu wa ngeri ki? (Lub. 39:2)
   ....

7. Nsonga ki eyaviirako okukulaakulana kwa Yusufu? (Lub. 39:2; 23)
   ....

8. Bintu ki ebisatu Katonda bye yalagira Yoswa ebikwata ku kitabo kye eky'Amateeka? (Yoswa 1:8)
   (1) ....
   (2) ....
   (3) ....

9. Kiki Katonda kye yasuuza Yoswa singa yakola ebintu bino ebisatu? (Yoswa 1:8)
   ....

10. Kiki Dawudi kye yasuubiza Sulemaani singa yakuuma amateeka n'emisango* gy'amateeka ga Katonda? (1 Byom. 22:13) ....
    ....

11. Ebbanga lyonna Uzziya lye yanoonya Mukama, kiki Katonda kye yamukolera? (2 Byom. 26:5)
    ....

12. Kezeekiya bwe yanoonya n'okuweereza Katonda n'omutima gwe gwonna, kiki ekyamutuukako? (2 Byom. 31:21; 32:30).
    ....

B. OBUKWAKKULIZO N'EBISUUBIZO BY'OKUKULAAKULANA

13. Ku bikwata ku kika ky'omuntu ekimu, Katonda agamba nti "buli ky'akola akiweerwako omukisa." (Zabbuli 1:3)
    (a) Wandiika ebintu bisatu ebyo omuntu ow'engeri eyo byatateekwa kukola (Zabbuli 1:1).
    (1) ....
    (2) ....
    (3) ....

(b) Kaakati wandiika ebintu bibiri omuntu ow'engeri eyo by'ateekwa okukola. (Zabbuli 1:2)
(1) ....
(2) ....

14. Mu ngeri ki ebbiri Katonda ze yagamba nti Isiraeri yali amubba? (Mal. 3:8)
(1) .... (2) ....

15. Kiki ekyatuuka ku Isiraeri nga kiva mu kubba Katonda? (Mal. 3:9)
....

16. Katonda yagamba atya Isiraeri okumugezesa (okumukema)? (Mal.3:10)
....
....

17. Kiki Katonda kye yasuubiza Isiraeri nti kye yandibakoledde oluvannyuma lw'ekyo? (Mal.3:10)
....
....

18. Bintu ki ebibiri Yesu by'agamba Abakristaayo okunoonya okusooka ebirala byonna? (Matayo 6:33)
(1) .... (2) ....

19. Kiki ekivaamu Kristo ky'asuubiza nti kinaagoberera oluvannyuma lw'ekyo? (Matayo 6:33)
....

20. Bwe tugaba, na kigera ki mwe kinaatuddizibwa? (Lukka 6:38) ....
....

21. Na mutindo ki Pawulo gwe yagamba buli Mukristaayo okugera kyenkana ki ky'alina okussa ku bbali ku lwa Katonda? (1 Kol.16:2) ....
....

22. Lwa kigendererwa ki nti Kristo yafuuka omwavu? (2 Kol.8:9) ....
....

23. Muntu wa ngeri ki Katonda gw'ayagala? (2 Kol. 9:7)
....

24. Bwe tuba twagala okukungula ebingi, kiki kye tuteekwa okusooka okukola? (2 Kol. 9:6)
....

25. Ekisa kya Katonda bwe kyeyongera gye tuli, biki ebibiri ebivaamu ebinaagoberera? (2 Kol. 9:8)
   (1) ....
   (2) ....

26. Bantu ba ngeri ki Katonda baatajja kumma kintu kirungi kyonna? (Zabbuli 84:11)
....
....

27. Bantu ba ngeri ki abatajja kubulwa kintu kirungi kyonna? (Zabbuli 34:10)
....

28. Mu ki Katonda mw'asanyukira? (Zabbuli 35:27)
....
....
....

Omulimu gw'Okwejjukanya: Matayo 6:33
Wandiika olunyiriri luno okuva mu by'ojjukira.

....
....
....
....
....
....
....
....
....
....
....

TOVA KU MUKO GUNO OKUTUUSA NGA OMAZE OKUJJUZA EBY'OKUDDAMU BYONNA MU MUSOMO GUNO.

EBY'OKUDDAMU EBITUUFU N'OBUBONERO – OMUSOMO OGW'EKKUMI N'OGUMU

Ekibuuzo	Eky'okuddamu	Obubonero
1	Ekimu eky'ekkumi mu byonna	1
2	Katonda yawa Ibulayimu omukisa mu bintu byonna	1
3	(1) Okubeera naye (2) Okubeera naye mu kkubo lye yatambuliramu (3) Okumuwa emmere ey'okulya (4) Okumuwa engoye ez'okwambala	1 1 1 1
4	Ekimu eky'ekkumi ku ebyo byonna Katonda bye yandimuwadde	1
5	Katonda yayisa mu ngeri ey'ekisa ne Yakobo	1
6	Omusajja ow'omukisa	1
7	Mukama yali naye n'aleetera buli kye yakola okukulaakulana	1
8	(1) Tekirina kuva mu kamwa ke (2) Alina okukifumiitirizaamu* emisana n'ekiro (3) Alina okwegendereza okukola buli kintu ekyawandiikibwamu	1 1 1
9	Bwe yanditereezezza bw'atyo ekkubo lye era bwe yandiweereddwa omukisa	2
10	Bw'otyo bw'onoolabanga omukisa	1
11	Katonda n'amulabyanga omukisa.	1
12	Yalaba omukisa mu mirimu gye gyonna	1
13a	(1) Obutatambulira mu kkubo ly'ababi (2) Obutayimirira mu kkubo ly'abalina ebibi (3) Obutatuula mu ntebe y'abanyooma	1 1 1
13b	(1) Ateekwa okusanyukira mu mateeka ga Mukama (2) Ateekwa okufumiitiriza* mu mateeka emisana n'ekiro	1 1
14	Mu bimu eby'ekkumi Mu biweebwayo	1 1
15	Eggwanga lyonna lyakolimirwa n'ekikolimo	1
16	Nga baleeta ebimu eby'ekkumi byonna mu ggwanika	1
17	Okubaggulirawo ebituli eby'omu ggulu n'okubafukira omukisa ne wataba na bbanga we gugya	2

Ekibuuzo	Eky'okuddamu	Obubonero
18	(1) Obwakabaka bwa Katonda (2) Obutuukirivu bwa Katonda	1 1
19	Ebintu bino byonna (ebikwatibwako) biribongerwako	1
20	N'ekigera kye kimu kye mukozesa okuwa abalala	1
21	Nga bw'ayinza okukulaakulana (okuyita mu Katonda)	1
22	Nti okuyita mu bwaavu Bwe ffe tulyoke tugaggawale	2
23	Oyo agaba n'essanyu	1
24	Tuteekwa okusiga ennyingi	1
25	(1) Tujja kuba n'ebitumala byonna (obungi) mu bintu byonna (2) Tulyoke tusukkirirenga mu bikolwa byonna ebirungi	1 1
26	Abo abatambulira mu bugolokofu (mu mpisa)	1
27	Abo abanoonya Mukama	1
28	Mu kukulakulana kw'omuweereza We	1

Kebera kaadi yo ey'okwejjukanyizaako ku lw'omulimu gw'okwejjukanya omuwandiike.

Omulimu gwo ogw'okwejjukanya bwe guba nga gutuukiridde mu bigambo, obubonero 4. **4**
(Salako akabonero 1 ku lwa buli nsobi. Bwe wabaawo ensobi ezisukka mu 3, tewali kabonero ku lw'olunyiriri olwo.)

OMUGATTE 47

eby'okuddamu ebituufu 24 = 50 ku 100
eby'okuddamu ebituufu 33 = 70 ku 100
eby'okuddamu ebituufu 38 = 80 ku 100

ENSONGA ENKULU KU BY'OKUDDAMU EBITUUFU – OMUSOMO OGW'EKKUMI N'OGUMU

(Ennamba ku mu guno zijuliza emabega ku nnamba eziri ku muko gw'Eby'okuddamu Ebituufu.)

1-5. Kitegeere nti okusasula ekimu eky'ekkumi tekwatandika na Mateeka ga Musa. Omuntu eyasooka okuwandiikibwa mu Baibuli ng'awa ebimu eby'ekkumi ye Ibulayimu. Mu Abaruumi 4:11-12, Ibulayimu ayitibwa "kitaawe w'abo bonna abakkiriza...era abatambulira mu madaala g'okukkiriza* [okwa] jjajjaffe Ibulayimu.

Kitegeere era nti kabona Ibulayimu gwe yawa ebimu eby'ekkumi yali Merukizeddeeki. Era, okusinziira ku Abaebbulaniya 5-7, Yesu ye Kabona waffe asinga Obukulu ow'amaanyi "okusinziira ku ngeri ya Merukizeddeeki." Nga Kabona waffe Omukulu leero, Yesu akyafuna ebimu eby'ekkumi eby'abantu Be abakkiriza.

Ibulayimu ne Yakobo baafuna emikisa gya Katonda egy'ebikwatibwako ng'ekyaava mu kuwa kwabwe eby'ekkumi. Mu Lubereberye 32:10, Yakobo yagamba, "Nnasomoka omugga guno Yoludaani n'omuggo gwange, era kaakano nfuuse ebibinja bibiri. Yakobo bwe yatandika okuwa Katonda ebimu eby'ekkumi, teyalina kintu kyonna okujjako omuggo mu mukono gwe. Emyaka amakumi abiri nga giyiseewo yali mukulu omugagga ow'amaka amanene era agakula.

6-7. Ebizibu eby'amaanyi tebiyinza kulemesa Katonda kutuukiriza bisuubizo Bye. Ne mu kkomera Yusufu yali wa mukisa. Bwe yafuuka omukulembeze ow'amaanyi mu Misiri, yeeyongera okulaba omukisa nate. Omukisa gwa Yusufu gwaava mu mbala ye n'enkolagana ye eri Katonda.

8-9. Yoswa yayitibwa okukulembera abantu ba Katonda

okuyingira mu Nsi Ensuubize. Leero Abakristaayo bayitiddwa okuyingira mu "nsi ey'ebisuubizo." Mu kiseera kiri oba kaakano, omusingi ku lw'omukisa gwe gumu. Kitegeere nti okufumiitiriza * okutuufu kukulu. Gerageranya eky'okuddamu eri ekibuuzo 13b(2)

10-12. Katonda yakulaakulanya buli kabaka wa Yuda eyali omuwulize eri amateeka era omwesigwa mu kuweereza kwa yeekaalu – okuva mu kiseera kya Dawudi okutuuka ku kuwambibwa kw'Abababulooni.

13. Kigenderere nti Zabbuli 1:1-3 yawandiikibwa eri buli mukkiriza abeerawo olw'ebigambo bino.

14-15. Abantu ba Katonda bwe batabeera beesigwa mu kuwaayo eri Katonda, ekikolimo kiyinza okujja ku ggwanga. Kino kya mazima leero ku lw'amawanga gonna, si ku lwa Isiraeri ey'ebiseera eby'edda ennyo yokka.

16-21. Okukkiriza * gwe musingi gwokka ogw'obutuukirivu * Katonda gw'ajja okukkiriza."Buli ekitava mu kukkiriza * kiba kibi" (Abaruumi 14:23). (Gerageranya Abaebbulaniya 11:6.) Kino kituufu mu kukwata kwaffe okw'ensimbi ne mu buli kitundu kyonna eky'obulamu bwaffe.

22. Okusinziira ku Baibuli, obwavu kiba kikolimo. Eky'Amateeka 28:15-68 kirambika olukalala lw'ebikolimo byonna ebiva mu kumenya amateeka ga Katonda. Mu lunyiriri olwa 48, bino nabyo mwebiri: "Onooweerezanga abalabe bo...mu njala, mu nnyonta, mu kuyita obwereere, ne mu kwetaaga okw'ebintu byonna." Buno bwe bwavu obw'enkomeredde. Ku musalaba, Yesu yatwala ku Ye yennyini buli kimu ku bikolimo bino. (Laba Abaggalatiya 3:13-14.) Yalumwa enjala, ennyonta, yayita obwereere, mu bwetaavu bwa buli kintu. Yakola kino nti abakkiriza balyoke bafune obugagga bwa Katonda ku lwa buli kyetaago. (Laba Abafiripi 4:19.)

23. Mu makulu agaasooka, "okusanyuka" (2 Kol. 9:7) kitegeeza "okusanyuka ng'olekaanira waggulu."

24. Abakristaayo balina okuwaayo mu ngeri y'emu eyo omulimi gy'asiga ensigo. Balina okuwaayo nga basanyuka, mu magezi, mu bitundu ebinaasinga okuleeta amagoba ku lw'obwakabaka bwa Katonda.

26-28. Okukulaakulana kwe kwagala kwa Katonda ku lw'abantu Be abakkiriza abamugondera.

>> Okukebera w'Otuuse Okw'Okubiri

YOGAAYOGA ... NATE

Omazeeko amasomo ekkumi n'erimu agasooka – ekyo kisukka mu makkati g'amasomo gonna awamu.

Amasomo omukaaga agasooka geekulungulira mu bubaka obw'enjiri ne gassaawo omusingi ku lw'obulamu bwo obweyongera mu maaso mu Kristo. Wayiga ku bukulu bw'okubatizibwa mu mazzi ne ki kye kitegeeza okubatizibwa mu Mwoyo Omutukuvu.

Mu masomo ataano ge waakamaliriza, watandika okuyingira mu bulamu obweyongera ebuziba mu Kristo. Okuyita mu masomo gano, wayanjulibwa eri emitwe egy'okusinza, okusaba, n'okujulira. Era waleetebwa maaso ku maaso n'obugabirizi bwa Katonda ku lw'ebyetaago byo eby'omubiri n'ebyetaago byo eby'ensimbi.

Kirowoozeeko! Kaakano olina eky'okuddamu, si ku lw'ebyetaago byo ggwe ebisinga okuba eby'ebuziba byokka, naye ku lw'abalala bangi abatabalika abameggana n'embeera n'okubonaabona nga ggwe bwe wali. Tokyali kitundu ku kizibu; oli kitundu ku ky'okuddamu! Oyinza okuba omusana eri abo abakwetooloodde abali mu kizikiza. Weeyongeddeyo okuva mu bisookerwako okutuuka okusobola okwanjula abalala eri Kristo n'okubaleetera okumanya ku bikwata ku kye wafuna.

Ng'obuvunaanyizibwa bwa maanyi! Ng'olekeddwa wekka, tewandisobodde kumatiza kusoomoozebwa okwo. Naye Katonda takulese ku lulwo. Akoze obugabirizi obujjuvu ku lulwo okutambulira mu bulamu obwolesa ekisa Kye n'ekitiibwa Kye mu buli mbeera.

Mu kiseera kino, onoonyerezza Ebyawandiikibwa n'ozuula eby'okuddamu eri ebibuuzo ebirambulukufu 170. Era kaakano otadde mu bwongo ennyiriri kkumi na mukaaga ez'Ebyawandiikibwa. Okumanya kwo okwa Baibuli kukula mu ngeri eya yiri yiri!

Nga bw'ogenda mu maaso mu masomo ataano agaddako, ojja kutandika okulaba obukulu bwa Isiraeri mu Baibuli. Enteekateeka ya Katonda yali ki ku lw'abantu Be? Ojja kulaba engeri obunnabbi bw'endagaano enkadde gye butuukirizibwa mu Ndagaano Empya. Era ojja kulaba kiki ekireetera obuweereza bwa Yesu n'obwa Musa okufaanagana.

>>Okutunulako Emabega Okw'okubiri

Nga tonnagenda mu maaso mu kitundu ekiddako eky'amasomo, kebera olabe oba ng'otegeerera ddala eby'okuyiga byonna ebikooneddwako mu masomo okuva ku gw'omusanvu okutuuka ku gw'ekkumi n'ogumu. Nga bw'otegeera amakulu ag'amasomo agamaze okuggwa, ojja kuba ng'ogwanira okusingawo okugenda mu maaso ku masomo agaddako.

Enkola egobererwa mu kutunulako emabega kuno okw'okubiri efaanana n'eyo ey'okusooka.

Okusooka, soma n'obwegendereza okuyita mu bibuuzo byonna eby'amasomo omunaana agaasooka, awamu n'eby'okuddamu byabyo ebituufu. Kebera olabe nti kaakano omanyi n'okutegeera eky'okuddamu ekituufu eri buli kibuuzo.

Eky'okubiri, tunulako emabega ku nnyiriri zonna mu masomo gano ataano agasembyeyo g'oyize ku lw'Omulimu gw'Okwejjukanya.

Eky'okusatu, n'obwegendereza soma ebibuuzo bino ebiddako era olowooze ku ngeri gye wandibizzeemu. Buli kibuuzo kikwatagana mu ngeri emu ku by'okuyiga by'obadde osoma.

1. Nsonga ki ez'ebyawandiikibwa z'oyinza okuwa ku lw'okukkiriza nti Katonda akyawonya abo abamwesiga leero?
2. Ngeri ki essatu ez'okuwonya Katonda z'akozesa? Oyinza otya okukozesa zino?
3. Wandiika obujulizi obumpi obw'engeri Katonda

gy'akomye ku bulamu bwo bwe wandisobodde okugabana n'abalala.
4. Nnyonnyola mu bufunze engeri y'omuntu Katonda gw'asuubiza: "Buli ky'akola kinaalabanga omukisa" (Zabbuli 1:3).

Eky'enkomerero, wandiika ku lupapula olw'enjawulo eby'okuddamu byo eri ebibuuzo ebyo waggulu.

* * * * *

Tewali bubonero buteereddwawo ku lw'okutunulako emabega kuno okw'okubiri. Ekigendererwa kyakwo kwe kukuyamba okukwata byonna by'obadde ovumbula. Bw'oba ng'oli mumativu nti kino kituukiddwako, genda ku Musomo ogwe 12.

OMUSOMO EKY'EKKUMI N'EBBIRI

>>Enteekateeka ya Katonda Ey'Enjawulo

ENNYANJULA:
Omwaka nga gwa 1900 nga Yesu tannazaalibwa Katonda yalonda omusajja ayitibwa Ibulaamu (oluvannyuma eyaddamu okutuumibwa Ibulayimu) okufuuka taata w'eggwanga gwe yategekera amagenda ag'enjawulo. Katonda yakola endagaano ne Ibulayimu mwe Yasuubiriza nti, okuyita mu bazzukulu be, amawanga gonna gandiweereddwa omukisa. Katonda yakakasa endagaano eno eri mutabani wa Ibulayimu Isaaka n'eri muzzukulu we Yakobo (erinnya lye lye Yakyusa okufuuka Isiraeri).

Nga wayiseewo emyaka ebikumi bina mu asatu, okuyita mu Musa, Katonda yakola endagaano endala n'abazzukulu ba Yakobo, eggwanga lya Isiraeri, mwe Yabaweera amateeka amajjuvu n'ekifaananyi ekisingawo okuba ekijjuvu eky'amagenda gaabwe. Oluvannyuma, Katonda yatuma bannabbi eri Isiraeri abaalagula engeri amagenda gaabwe gye gandituukiriziddwamu.

Omulimu gw'Okwejjukanya: Okuva 19:5-6
☐ Kebera wano oluvannyuma lw'okwejjukanya ennyiriri zino (Ddamu okutunuulira ennyiriri okuva mu masomo agaasooka bulijjo.)

Ebibuuzo by'Omusomo

A. EKIRUUBIRIRWA KYA KATONDA KIBIKKULIBWA ERI IBULAYIMU

1. Abantu bameka Katonda be yasuubiza Ibulayimu nti bandiweereddwa omukisa okuyita mu ye? (Olubereberye 12:3) ....

   ....

2. Musingi ki Katonda kwe yasinziira okukkiriza Ibulayimu ng'omutuukirivu*? (Lub. 15:6)

   ....

   ....

3. Eri abantu bameka Katonda be yasuubiza okufuula Ibulayimu taata? (Lub. 17:4-5)

   ....

   ....

   ....

4. Ani Katonda gwe yakola naye endagaano ey'olubeerera? (Lub. 17:7) ....

   ....

5. Kisuubizo ki Katonda kye yawa Ibulayimu mu ndagaano eno? (Lub. 17:7)

   ....

6. Bantu ki ababiri abaava mu Ibulayimu oluvannyuma abaagattibwa mu ndagaano eno? (Kuv. 6:3-4) (Leev. 26:42)

   ....

   ....

7. Linnya ki eppya Katonda lye yawa Yakobo? (Lub. 35:10) ....
   ....

8. Bifaananyi ki ebibiri Katonda bye yakozesa okulaga Ibulayimu engeri abazzukulu be gye bandibadde abangi? (Lub.22:17)
   (1) .... (2) ....

9. Abantu bameka Katonda be yasuubiza Ibulayimu abandiweereddwa omukisa mu nsigo Ye? (Lub.22:18)
   ....
   ....

10. Lwaki Katonda yasuubiza kino eri Ibulayimu? (Lub. 22:18) ....
    ....

11. Katonda yalagira ki Ibulayimu kye yalina okukola ku lw'abaana be n'ab'omu nnyumba ye okusobola okufuna Katonda kye yali amusuubizza? (Lub. 18:19)
    ....
    ....
    ....

B. EKIRUUBIRIRWA KYA KATONDA EKIBIKKULIDDWA ERI MUSA

12. Biragiro ki ebibiri ebyasooka Katonda bye yakola ku Isiraeri bwe batuuka ku Lusozi Sinaayi? (Kuv 19:5)
    (1) ....
    (2) ....

13. Kasita Isiraeri yatuukiriza ebiragiro bino, bintu ki ebisatu Katonda bye yasuubiza bye bandibadde? (Kuv 19:5-6)
    (1) ....
    (2) ....
    (3) ....

14. Kiki ekirala Katonda kye yasuubiza Isiraeri ku bukwakkulizo bwe bumu? (Ma 28:1)
    ....
    ....

15. Wandiika engeri bbiri kino engeri gye kyandikomye ku ndowooza y'abantu abalala eri Isiraeri.
    (Eky'Amateeka 28; 10)
    (1) ....
    (2) ....

16. Kiki ekyandivudde mu kukuuma kwa Isiraeri okw'endagaano ya Katonda? (Eky'Amateeka 29:9)
    ....
    ....

C. EKIRUUBIRIRWA KYA KATONDA NGA BWE KIBIKKULIBWA MU ZABBULI NE BANNABBI

17. Ngeri ki ebbiri okuganja n'omukisa gwa Katonda ku Isiraeri gye binaakomamu ku bitundu ebirala ebisigaddewo eby'ensi? (Zab 67:1-2)
    (1) ....
    (2) ....

18. Katonda asuubiza okussa Omwoyo we ku muweereza We omulonde. Kiki omuweereza ono ky'anaakolera Bannaggwanga*? (Is 42:1) ....
....
....

19. Wandiika ebintu bibiri Katonda by'anaalonda omuweereza We okuba ku lwa Isiraeri ne ku lwa Bannaggwanga* (Is 42:6)
    (1) ....
    (2) ....

20. Bintu ki ebibiri Katonda bye yalondera Isiraeri okuba ku Lulwe? (Is 43:10)
    (1) ....
    (2) ....

21. Wandiika engeri ssatu Katonda ze yayagala Isiraeri okwanukulamu eri okwebikkula Kwe Yennyini.
    (Is 43:10b)
    (1) .... (2) ....
    (3) ....

Bannabbi bawa ekifaananyi eky'ebiseera eby'omu maaso ebiruubirirwa bya Katonda ku lwa Isiraeri we byandituukiriziddwa. Ebibuuzo bino wammanga bikwatagana n'ebiseera bino.

22. Ku lwa biruubirirwa ki ebibiri abantu abangi bye banaagendera ku Lusozi lwa Mukama? (Is 2:2-3)
    (1) ....
    (2) ....

23. Bintu ki ebibiri ebirifuluma mu Sayuuni ne Yerusaalemi? (Is 2:3)
    (1) .... (2) ....

24. Mu kiseera abantu b'ensi mwe balibeerera mu kizikiza ekikutte, kiki Mukama ky'alikola ku lwa Sayuuni? (Is 60:2) ....
....

25. Ngeri ki amawanga amalala n'abafuzi baago gye galyaanukula? (Is 60:3)
....
....

26. Mu kiseera eggwanga lya Isiraeri mwe lirizzibwaawo n'okuzimbibwa obuggya, mannya ki abiri agaliweebwa Abayudaaya? (Is 61:4-6)
    (1) ....
    (2) ....

27. Ku lwa biruubirirwa ki ebibiri abantu abangi n'amawanga ag'amaanyi bye balijjirira e Yerusaalemi? (Zak 8:22)
    (1) ....
    (2) ....

28. Kiki abantu abalala okuva mu mawanga amalala kye baligamba Omuyudaaya? (Zak 8:23)
....
....

Omulimu ogw'Okwejjukanya: Okuva 19:5-6
Wandiika ennyiriri zino okuva mu by'ojjukira.

....
....
....
....
....
....
....
....
....

TOVA KU MUKO GUNO OKUTUUSA NG'OMAZE OKUJJUZA EBY'OKUDDAMU BYONNA MU MUSOMO GUNO

EBY'OKUDDAMU EBITUUFU N'OBUBONERO – OMUSOMO OGW'EKKUMI N'EBBIRI

Ekibuuzo	Eky'okuddamu	Obubonero
1	Ebika byonna eby'omu nsi	1
2	Ibulayimu yakkiriza (oba yakkiriza mu) Katonda	1
3	Amawanga mangi	1
4	Ne Ibulayimu n'ezzadde lye	1
5	Okuba Katonda gy'ali n'eri ezzadde lye	1
6	Isaaka ne Yakobo	1
7	Isiraeri	1
8	(1) Emmunyeenye ez'omu ggulu (2) Omusenyu oguli ku ttale ly'oku nnyanja	1 1
9	Amawanga gonna ag'oku nsi	1
10	Kubanga Ibulayimu yagondera eddoboozi lya Katonda	1
11	Okubalagira okukwatanga ekkubo lya Mukama, okukolanga obutuukirivu* n'eby'ensonga	2
12	(1) Okugondera eddoboozi lya Katonda (2) Okukuuma endagaano ya Katonda	1 1
13	(1) Ekintu ekiganzi eri Katonda waggulu w'abantu bonna (2) Obwakabaka bwa bakabona (3) Eggwanga ettukuvu	1 1 1
14	Okubagulumizanga waggulu w'amawanga gonna ag'oku nsi	1
15	(1) Gandirabye nti baali batuumiddwa erinnya lya Mukama (2) Ganditidde Isiraeri	1 1
16	Bandirabye omukisa mu byonna bye baakola	1
17	(1) Ekkubo lya Katonda lijja kumanyibwa mu nsi (2) Obulokozi* bwa Katonda bujja kumanyibwa mu mawanga gonna	1 1
18	Ye alyolesa omusango eri Ab'amawanga	1
19	(1) Endagaano eri abantu (2) Omusana eri Abamawanga	1 1
20	(1) Bajulirwa Be (2) Muweereza We	1 1

Ekibuuzo	Eky'okuddamu	Obubonero
21	(1) Okumanya (2) Okukkiriza (3) Okutegeera	1 1 1
22	(1) Alyoke abayigirize amakubo ge (2) Balyoke batambulire mu mpenda ze	1 1
23	(1) Amateeka (2) Ekigambo kya Mukama	1 1
24	Alimuviirayo n'ekitiibwa Kye kirimulabikirako	2
25	Abamawanga* balijja eri omusana gwe ne bakabaka eri okumasamasa kwe	2
26	(1) Bakabona ba Mukama (2) Abaweereza ba Katonda waffe	1 1
27	(1) Okunoonya Mukama w'eggye (2) Okusaba mu maaso ga Mukama	1 1
28	Tuligenda nammwe, kubanga tuwulidde nti Katonda ali nammwe	2

Kebera kaadi yo ey'okwejjukanyizaako ku lw'omulimu gw'okwejjukanya omuwandiike.

Omulimu gwo ogw'okwejjukanya bwe guba nga gutuukiridde
mu bigambo, obubonero 4. **8**
(Salako akabonero 1 ku lwa buli nsobi. Bwe wabaawo ensobi
ezisukka mu 3, tewali kabonero ku lw'olunyiriri olwo.)

OMUGATTE 54

eby'okuddamu ebituufu 27 = 50 ku 100
eby'okuddamu ebituufu 38 = 70 ku 100
eby'okuddamu ebituufu 43 = 80 ku 100

ENSONGA ENKULU KU BY'OKUDDAMU EBITUUFU – OMUSOMO OGW'EKKUMI N'EBBIRI

(Ennamba ku muko guno zijuliza emabega ku nnamba eziri ku muko gw'Eby'okuddamu Ebituufu.)

1. Okuva ku Lubereberye, ekiruubirirwa kya Katonda kyazingiramu amawanga gonna ag'oku nsi.
2. Omusingi gw'enkolagana ya Ibulayimu ne Katonda kwaali kukkiriza* kwe.
3. Ibulaamu kitegeeza "taata eyagulumizibwa"; Ibulayimu kitegeeza "taata w'ekibinja."
Okuva ku Lubereberye, enteekateeka ya Katonda yasukka ezzadde lya Ibulayimu ery'ekiseera ekyo okuzingiramu abantu okuva mu buli ggwanga.
4-5. Endagaano kwe kwewaayo okusinga okuba okukalaativu Katonda kw'ayinza okukola. Buli nkolagana ey'olubeerera ne Katonda eteekwa okwesigamizibwa ku ndagaano. (Laba Zabbuli 50:5)
6-7. Endagaano ya Katonda yakakasibwa okusooka eri Isaaka (si Isimairi); oluvannyuma eri Yakobo (eyaddamu okutuumibwa Isiraeri); n'oluvannyuma eri eggwanga eryava mu Yakobo ne lituumibwa Isiraeri.
8-9. Katonda yakkaatiriza nti omuwendo gw'abantu abaalina okuweebwa omukisa okuyita mu Ibulayimu gwaali munene nnyo okusinga bwe yali ayinza okufumiitiriza oba okubala.
10. Okukkiriza* kwa Ibulayimu kwayolesebwa mu buwulize bwe – ne bwe kiba ng'ekyo kyategeeza kusaddaaka mwana we.
11. Engeri Ibulayimu gye yayigirizaamu n'okugunjulamu ab'omu nnyumba ye essaawo omutindo gwa Katonda ku lwa ba taata bonna. Ye yali ensonga lwaki Katonda yamulonda.

12. Ekisumuluzo eri emikisa gya Katonda gyonna kwe kuwulira eddoboozi Lye. (Gerageranya Okuva 15:26 n'Eky'Amateeka 28:1-2.)

13. Ebisuubizo bino ebisatu biwumbawumba ekiruubirirwa kya Katonda ku lwa Isiraeri.

14-15. Katonda yaluubirira Isiraeri okuba omukulembeze era eky'okulabirako ku lw'amawanga amalala gonna.

16. Laba ensonga ey'ogerwako ku kibuuzo ekye 12.

17. Katonda yaluubirira nti emikisa gye yandifuse ku Isiraeri gyandikulukuse okuva ku bo ne gituuka mu mawanga amalala gonna.

18-19. Mu nkomerero ya byonna, ebiruubirirwa bya Katonda ku lwa Isiraeri bigenda kutuukirizibwa okuyita mu Muweereza omulonde annyonnyoddwa wano.

20. Laba ensonga enkulu ku bibuuzo 14-15 ne 18-19.

21. Okwanukula okw'emirundi esatu kuno kwetaagisa ku lwa Isiraeri okutuukiriza ekiruubirirwa kya Katonda.

22-23. Katonda aluubirira Yerusaalemi okubeera enkulungo ey'okuyigiriza okw'omwoyo ku lw'amawanga gonna.

24-25. Omulembe guno guliggwaako n'ebiro eby'ennaku n'ekizikiza eby'ensi yonna, mu makkati g'ebyo Katonda mw'alibikkulira ekitiibwa Kye okusooka eri Sayuuni n'oluvannyuma okuyita mu Sayuuni okutuuka mu mawanga n'abafuzi baago.

26. Okuzzibwawo kwa Isiraeri kugenda kutuukiriza ekiruubirirwa kya Katonda ekyasooka, ekyogerwako mu Kuva 19:6.

27-28. Laba ensonga enkulu ku bibuuzo 22-23.

OMUSOMO OGW'EKKUMI N'ESSATU
>>Okulemererwa n'Obununuzi

ENNYANJULA:
Okuyita mu Musa, Katonda yakola endagaano ne Isiraeri eyalina enjuuyi bbiri ezikontana. Singa Isiraeri baali beesigwa eri endagaano, bandiweereddwa omukisa waggulu w'amawanga amalala gonna. Naye singa tebaali beesigwa, Katonda yandibaleeseeko omusango* ogw'emitendera egyandyeyongedde okuba emikalubo. Mu byafaayo ebyaddirira, Isiraeri baakakasa obutaba beesigwa era emisango* gyonna Katonda gye yalagula gyabajjako.

Naye, Katonda yasuubiza nti, mu nnaku ez'oluvannyuma, Omununuzi yandizze eri Sayuuni era nti Isiraeri bandifunye ekisonyiwo n'okunaazibwa okuva mu bibi byabwe byonna era bandizzeemu okuba eggwanga ettukuvu.

Omulumu gw'Okwejjukanya: Isaaya 43:25
☐ Kebera wano oluvannyuma lw'okwejjukanya olunyiriri.
 (Laba nate ennyiriri okuva mu masomo agaasooka buli lunaku.)

Ebibuuzo by'Omusomo

A. OKULEMWA KWA ISIRAERI

1. Kiki Musa kye yalabula Isiraeri kye bandikoze oluvannyuma lw'okufa kwe? (Ma 31:29)
   ....
   ....
   ....

2. Lwaki obubi bwandizze ku baana ba Isiraeri mu nnaku ez'oluvannyuma? (Ma 31:29)
   ....
   ....

3. Emirundi esatu Katonda yalabula Isiraeri obuteeyisa mu ngeri emu gy'Ali. Yali ngeri ki eyo? (Leev 26:21, 23, 27) ....
   ....

4. Singa Isiraeri baagaana okulabula kwa Katonda, ebibi ebivaamu eby'omuddiringanwa byandibazzeeko. Wandiika ebyo ebinnyonnyolwa mu nnyiriri zino eza Leev 26.
   (1) olunyiriri olwa 25
   (a) .... (b) ....
   (c) ....

   (2) olunyiriri olwa 29 ....

   (3) olunyiriri olwa 31
   (a) .... (b) ....
   (c) ....

(4) olunyiriri olwa 32
(a) .... (b) ....

(5) olunyiriri olwa 33
(a) .... (b) ....

5. Mu bizibu byonna ebirambikiddwa mu by'okuddamu eri ebibuuzo okuva ku 1 okutuuka ku 4 waggulu, bimeka ebituukidde ddala ku baana ba Isiraeri?

....
....
....

6. Danyeri yayatula* ebibi eby'enjawulo ebyakolebwa abantu be. Bibi ki bye yaggyirayo ddala mu Danyeri 9:5?
   (1) .... (2) ....
   (3) .... (4) ....
   (5) ....

7. Mu ngeri ki Isiraeri mwe baali bajeemedde eddoboozi lya Katonda? (Dan. 9:10) ....

....
....

8. Singa Danyeri abadde mulamu leero, bimeka ku bibi bye bimu bye yandyetaaze okwatula* ku lw'abantu Abayudaaya? ....

....
....

B. OBULOKOZI* BWA KATONDA

9. Katonda yalabula Isiraeri nti bandigobeddwa mu nsi yaabwe naye n'asuubiza nti teyandibakoze ebintu bibiri. Byaali bintu ki ebyo? (Leev 26:44)
   (1) ....
   (2) ....

10. Kiki Katonda ky'alijjukira ekirimuleetera okulaga okusaasira eri Isiraeri? (Leev. 26:45)
    ....
    ....

11. Kiki Dawudi kye yasaba okuva mu Sayuuni? (Zabbuli 14:7) ....
    ....

12. Mu lunaku obusungu bwa Katonda lwe buliggibwawo, kiki abaana ba Isiraeri kye balyogera ekikwatagana n'obulokozi* bwa Katonda? (Isa. 12:2)
    ....

13. Ngeri ki ebbiri Katonda ze yeebikkulamu eri Isiraeri? (Isa. 43:3)
    (1) .... (2) ....

14. Waliwo Omulokozi omulala yenna? (Isa. 43:11)
    ....
    ....

15. Kiki Katonda ky'asuubiza ekikwata ku byonoono* bya Isiraeri? (Isa. 43:25) ....
    ....

16. Kiki Katonda ky'asuubiza ekikwata ku bibi bya Isiraeri? (Isa. 43:25) ....
....

17. Eri b'ani mu Sayuuni Katonda b'asuubiza Omununuzi? (Isa. 59:20)
....
....

18. Kiki ekirijja mu Sayuuni? (Isa. 62:11)
....
....

19. Kiki ekiriba naye? (Isa. 62:11)
....
....

20. Kiki ekiriba mu maaso Ge? (Isa. 62:11)
....

21. Mu lunaku Katonda mw'alikomezaawo Isiraeri, ngeri ki ebbiri Ye mw'alikoleramu n'ebibi byabwe? (Yer. 33:7-8)
(1) ....
(2) ....

22. Mu lunaku Katonda mw'alikomezaawo Isiraeri mu nsi yaabwe, ngeri ki gy'Alyebikkulamu okuyita mu bo eri amawanga? (Ezek. 39:27
....
....

Omulimu gw'Okwejjukanya: Isaaya 43:25
Wandiika olunyiriri luno okuva mu by'ojjukira.

....
....
....
....
....
....
....
....
....

TOVA KU MUKO GUNO OKUTUUSA NGA OMAZE OKUJJUZA EBY'OKUDDAMU BYONNA MU MUSOMO GUNO.

EBY'OKUDDAMU EBITUUFU N'OBUBONERO – OMUSOMO OGW'EKKUMI N'OGUMU

Ekibuuzo	Eky'okuddamu	Obubonero
1	Bandyeyonoonedde ddala n'okuva mu kkubo Musa lye yabalagira	2
2	Kubanga bandikoze ekibi mu maaso ga Mukama okumusunguwaza olw'omulimu gw'emikono gyabwe	2
3	Okutambula nga bayomba ne Katonda	1
4	(1) (a) Ekitala (olutalo) okubajjako (b) Bandikubiddwa kawumpuli (c) Bandigabuddwa mu mukono gw'omulabe	1 1 1
	(2) Bandiridde ennyama y'abaana baabwe mu kiseera ky'okuzingizibwa	1
	(3) (a) Ebibuga byandizisiddwa (b) Awatukuvu wandifuuliddwa amalungu (c) Tewandibaddengawo biweebwayo by'akaloosa eri Mukama	1 1 1
	(4) (a) Ensi yandifuuliddwanga ddungu (b) Abalabe banditudde mu nsi y'Abaisiraeri era ne bagyewuunya	1 1
	(5) (a) Bandisaasaanyiziddwa mu mawanga (b) Ekitala kyandibagobereddenga	1 1
5	Gyonna	1
6	(1) Twayonoona (2) Twakola eby'obubambaavu (3) Twakola eby'obubi (4) Twajeema (5) Twakyama okuleka ebiragiro n'emisango* gya Katonda	1 1 1 1 1
7	Baali tebatambulidde mu mateeka Ge, ge yassa mu maaso gaabwe abaddu Be bannabbi	2
8	Byonna	1
9	(1) Okutabagananga (2) Obutabakyawanga, okubazikiririza ddala n'okuleka Endagaano Ye nabo	1 2

Ekibuuzo	Eky'okuddamu	Obubonero
10	Endagaano ya bajjajja baabwe be yaggya mu nsi y'e Misiri	2
11	Obulokozi* bwa Isiraeri	1
12	Katonda ye/afuuse obulokozi bwange	1
13	(1) Omutukuvu waabwe (2) Omulokozi waabwe	1 1
14	Nedda	1
15	Alibisangula	1
16	Talibijjukira	1
17	Eri abo abakyuka okuva mu kusobya* mu Yakobo	1
18	Obulokozi*	1
19	Empeera ye	1
20	Omulimu Gwe (okusasula)	1
21	(1) Alibanaaza (2) Alibasonyiwa	1 1
22	Alitukuzibwa* mu bo	1

Kebera kaadi yo ey'okwejjukanyizaako ku lw'omulimu gw'okwejjukanya omuwandiike.

Omulimu gwo ogw'okwejjukanya bwe guba nga gutuukiridde mu bigambo, obubonero 4. **4**
(Salako akabonero 1 ku lwa buli nsobi. Bwe wabaawo ensobi ezisukka mu 3, tewali kabonero ku lw'olunyiriri olwo.)

OMUGATTE 48

eby'okuddamu ebituufu 24 = 50 ku 100
eby'okuddamu ebituufu 34 = 70 ku 100
eby'okuddamu ebituufu 38 = 80 ku 100

ENSONGA ENKULU KU BY'OKUDDAMU EBITUUFU – OMUSOMO OGW'EKKUMI N'ESSATU

(Ennamba ku muko guno zijuliza emabega ku nnamba eziri ku muko gw'Eby'okuddamu Ebituufu.)

1-2. Ne mu kiseera Katonda nga tannaba kuwa Isiraeri ndagaano, yamanya nti bandigimenye. Yali era ateeseteese ekkubo mwe bandiyise okufuna ekisonyiwo n'okuzzibwawo.

3. Omulandira gw'ebikolwa bya Isiraeri ebikyamu yali ndowooza nkyamu: nga batambula bayomba ne Katonda. Enzivuunula endala egamba, "okweyisa n'obukambwe eri [Katonda]" (Lev. 21:26 NASB).

4-5. Engeri yennyini ebibi bino ebyavaamu gye byajja ku Isiraeri yawandiikibwa ekitundu ekimu mu Baibuli n'ekitundu ekirala mu biwandiiko bya Yosefasi byeyongedde era mu byafaayo eby'oluvannyuma.

6-8. Ebibi ebyayatulwa* Danyeri biyinza okuwumbibwa wumbibwa mu kigambo kimu: bujeemu.

9. Katonda yalabula Isiraeri nti yandibonerezza ebikolwa byabwe ebibi byonna, naye era yasuubiza nti teyandibalese mu nkomerero ya byonna ng'abantu Be. (Gerageranya Yeremiya 33:23-26.)

10. Newakubadde abantu ba Katonda bayinza obutaba beesigwa, Katonda asigala nga mwesigwa eri endagaano Ye. (Gerageranya Zabbuli 89:34)

11-14. Eky'okuddamu kya Katonda ku lw'okulemwa kwa Isiraeri kufunzibwa mu kigambo kimu: bulokozi*. Katonda Yennyini yekka y'asobola okuba omulokozi awatali kukkiriranya butukuvu Bwe Ye.

15-16. Obulokozi* bwa Katonda bwaggwera ddala nti asangula ebibi byaffe bw'atyo n'aba nga takyabijjukira.

17. Katonda, mu kusaasira Kwe, awa Isiraeri Omununuzi,

naye Isiraeri bateekwa okwanukula nga bakyuka okuva mu byonoono byabwe*.

18-20. Omununuzi ono aleeta ebintu bisatu wamu naye: obulokozi*, empeera, n'okusasula*.

21. Obulokozi mulimu okunaazibwa n'okusonyiyibwa.

22. Okuva ku ntandikwa, ekiruubirirwa kya Katonda kibadde kufuula Isiraeri omukisa eri amawanga amalala n'okubikkula obutukuvu Bwe okuyita mu Isiraeri.

>>OMUSOMO OGW'EKKUMI N'ENNYA

Ekifaananyi kya Yesu Kristo (Ekitundu Ekisooka)

ENNYANJULA:
Katonda yakirabirawo nti Isiraeri yandikyuse okudda mu kibi era bwe batyo balemererwe okutuukiriza ekiruubirirwa Kye ku lwabwe. Mu busaasizi Bwe, wewaawo, yasuubiza okubasindikira Omununuzi okuva mu nsigo ya Dawudi. Okufaanana nga Dawudi, Omununuzi ono yandifukiddwako amafuta n'Omwoyo Omutukuvu wa Katonda era ku lw'ensonga eno yandimanyiddwa nga "Masiya" (Oyo afukiddwaako Amafuta). Mu Ndagaano Empya, Kristo kitegeeza ddala kye kimu nga Masiya. Okujja okwa Masiya ono mutwe mukulu ogw'Endagaano Enkadde. (Mu Lwebbulaniya, Endagaano Enkadde eyitibwa Tanach.) Bannabbi bannyonnyola mu ngeri ddala yennyini gye yandizze ne kiki kye yandikoze.

Mu kyasa ekyasooka, abawandiisi Abayudaaya abaakkiriza ebisuubizo bino baannyonnyola omusajja eyabituukiriza era gwe baategeera nga Masiya. Ebiwandiiko byabwe byakuŋanyizibwa mu Ndagaano Empya. Ebibuuzo mu musomo guno bijuliza ekitundu mu Ndagaano Enkadde n'eky'okubiri mu Ndagaano Empya.

Omulimu gw'Okwejjukanya: Malaki 3:1
☐ Kebera wano oluvannyuma lw'okukwata olunyiriri luno.
(Wejjukanye ennyiriri okuva mu masomo agaasooka buli lunku.)

Ebibuuzo by'Omusomo

A. OLUNYIRIRI LWA MASIYA

1. Ani Katonda gwe yasuubiza ensigo ey'enjawulo? (Lub. 22:15-18) ....
....

2. Kiki Katonda kye yasuubiza amawanga gonna okuyita mu nsigo eno? (Lub. 22:18) ....
....

3. Yesu yasibuka mu jjajja ono? Matayo 11:1)
....

4. Kiki kaakano ekiweebwa okuyita mu Yesu eri Abamawanga*? (Bag. 3:13-14) ....
....

5. Okuyita mu ani ku batabani ba Ibulayimu ababiri ensigo eyasuubizibwa mwe yali egenda okujjira? (Lub.17:19, 21) ....
....

6. Yesu yava mu Isaaka? (Ma. 1:2)
....

7. Eri ani ku batabani be Isaaka gwe yayisizaako omukisa gwa Ibulayimu? (Lub. 28:1-4)
....

8. Omukisa guno gwayongerwayo era eri ezzadde ly'omwana ono? (Lub. 28:4)
....

9. Yesu yali muzzukulu wa Yakobo? (Lukka 3:34)
   ....

10. Kuva mu kika ki ekya Isiraeri omufuzi (Masiya) mwe yalina okujjira? (Lub. 49:10)
    ....

11. Kuva mu kika ki Yesu mwe yayita okujja? (Lukka 3:33)
    ....

12. Kabaka ki owa Isiraeri Masiya mwe yalina okuyita? (Zab.89:35-36) (Isa.9:6-7)
    ....
    ....

13. Yesu yava mu kabaka ono? (Ma.1:6-16)
    ....
    ....

B. OKUZAALIBWA KWA MASIYA

14. Wa Masiya gye yalina okuzaalibwa? (Mikka 5:2)
    ....

15. Yesu yazaalibwa wa? (Ma. 2:1) (Lukka 2:4-7)
    ....

16. Kiki ekyalina okuba eky'enjawulo mu kuzaalibwa kwa Yesu? (Isa. 7:14) ....
    ....

17. Kiki ekyali eky'enjawulo mu kuzaalibwa kwa Yesu? (Ma.1:18, 22-23) (Luk.1:26-35)
    ....

18. Danyeri yateekawo engeri y'okubalirira ddi Masiya lwe yandizze? (Dan. 9:25-26)
   ....

19. Bbanga ki eryalina okuyitawo oluvannyuma lw'ekiragiro ky'okuddamu okuzimba Yerusaalemi Masiya mwe yalina okujjiramu? (Dan. 9:25)
   ....

20. Yesu yajja mu kiseera ekyalagulwa Danyeri?
   ....

C. OBUWEEREZA BWA MASIYA

21. Waaliwo omubaka yenna eyalina okukulembera Masiya? (Mal.3:1)
   ....

22. Omulimu gw'omubaka ono gwalina kuba ki? (Mal. 3:1)
   ....

23. Mubaka ki eyakulembera Yesu? (Ma. 3:1-3; 11:7-10)
   ....

24. Omulimu gw'omubaka ono kwaali kukola ki? (Ma.3:1-3; 11:7-10) (Lukka 1:76)
   ....

25. Mukama yalina kujja nga mubaka wa ki? (Mal. 3:1)
   ....

26. Katonda yasuubiza endagaano empya eri Isiraeri? (Yer. 31:31-34)
   ....

27. Endagaano eyo egabirira ku lw'okusonyiyibwa okujjuvu okw'ebibi? (Yer. 31:34)

   ....

28. Yesu yajja kutabaganya ndagaano ya ngeri eyo? (Abaebbulaniya 9:13-15) ....

   ....

29. Kiki Yokaana Omubatiza kye yalaba nga kikka ku Yesu mu kikula eky'ejjiba? (Yok. 1:29-33)

   ....

30. Isaaya awa ekifaananyi ky'omusajja afukiddwako amafuta ag'Omwoyo Omutukuvu. Wandiika ebintu bina amafuta gano kye gandimusobozesezza okukola. (Isa. 61:1)
   (1) ....
   (2) ....
   (3) ....
   (4) ....

31. Oluvannyuma lw'okusoma ebigambo bino mu kkuŋaniro, Yesu yeeyogerako ki? (Lukka 4:16-21)

   ....

   ....

32. Katonda yafukako na ki amafuta ku Yesu ow'e Nazaaleesi? (Bik.10:38)

   ....

33. Wandiika ebintu bibiri amafuta gano kye gaasobozesa Yesu okukola. (Bik.10:38)
   (1) ....
   (2) ....

34. Isaaya yalagula nti Katonda yandizze okulokola Isiraeri era yandireese okuwonya okw'ebika by'endwadde bina. Lambika ebika bino ebina. (Isa. 35:4-6)
    (1) .... (2) ....
    (3) .... (4) ....

35. Wandiika ebika by'endwadde bina Yesu ze yawonya. (Makko 8:22-25; 7:32-37) (Yok.5:5-9) (Ma. 9:32-33)
    (1) .... (2) ....
    (3) .... (4) ....

36. Yesu yalina kwebagala ku kika kya nsolo ki okuyingira mu Yerusaalemi? (Zak. 9:9)
    ....

37. Nsolo ki abayigirizwa kwe bassa Yesu ku lw'okuyingira Kwe okw'obuwanguzi mu Yerusaalemi? (Ma. 21:6-11) (Makko 11:1-11) ....
    ....

Omulimu ogw'Okwejjukanya: Malaki 3:1
Wandiika olunyiriri luno okuva mu by'ojjukira

....
....
....
....
....
....
....

TOVA KU MUKO GUNO OKUTUUSA NGA OMAZE OKUJJUZA EBY'OKUDDAMU BYONNA MU MUSOMO GUNO

EBY'OKUDDAMU EBITUUFU N'OBUBONERO –
OMUSOMO OGW'EKKUMI N'ENNYA

Ekibuuzo	Eky'okuddamu	Obubonero
1	Eri Ibulayimu	1
2	Omukisa	1
3	Ye	1
4	Omukisa gwa Ibulayimu	1
5	Isaaka	1
6	Ye	1
7	Yakobo	1
8	Ye	1
9	Ye	1
10	Yuda	1
11	Yuda	1
12	Dawudi	1
13	Ye	1
14	Besirekemu	1
15	Besirekemu	1
16	Yalina kuzaalibwa mbeerera	1
17	Yazaalibwa mbeerera	1
18	Ye	1
19	Wiiki 69 (oba omugatte ogw'emyaka gy'Ekiyudaaya 483)	1
20	Ye	1
21	Ye	1
22	Okuteekateeka ekkubo mu maaso ga Masiya	1
23	Yokaana Omubatiza	1
24	Okuteekateeka ekkubo mu maaso ga Yesu	1
25	Endagaano	1
26	Ye	1
27	Ye	1
28	Ye	1
29	Omwoyo Omutukuvu	1
30	(1) Okubuulira amawulire amalungi eri abaavu (2) Okuwonya abamenyese mu mitima (3) Okulangirira eddembe eri abawambe (4) Okuggulawo ekkomera eri abasibe	1 1 1 1

Ekibuuzo	Eky'okuddamu	Obubonero
31	Leero Ekyawandiikibwa kino kituukiridde mu matu gammwe	1
32	N'Omwoyo Omutukuvu n'amaanyi	1
33	(1) Okugenda wonna ng'akola bulungi (2) Okuwonya bonna abaajoogebwa* Setaani	1 1
34	(1) Obuzibe bw'amaaso (2) Obwakiggala (3) Obulema (4) Obwakasiru	1 1 1 1
35	(1) Obuzibe bw'amaaso (2) Obwakiggala (3) Obulema (4) Obwakasiru	1 1 1 1
36	Ku ndogoyi, n'akayana omwana gw'endogoyi.	1
37	Ku ndogoyi, n'akayana omwana gw'endogoyi	1

Kebera kaadi yo ey'okwejjukanyizaako ku lw'omulimu gw'okwejjukanya omuwandiike.

Omulimu gwo ogw'okwejjukanya bwe guba nga gutuukiridde mu bigambo, obubonero 4. **4**
(Salako akabonero 1 ku lwa buli nsobi. Bwe wabaawo ensobi ezisukka mu 3, tewali kabonero ku lw'olunyiriri olwo.)

OMUGATTE 51

eby'okuddamu ebituufu 26 = 50 ku 100
eby'okuddamu ebituufu 38 = 70 ku 100
eby'okuddamu ebituufu 41 = 80 ku 100

ENSONGA ENKULU KU BY'OKUDDAMU EBITUUFU – OMUSOMO OGW'EKKUMI N'ENNYA

(Ennamba ku muko guno zijuliza emabega ku nnamba ku muko gw'Eby'okuddamu Ebituufu.)

1-6. Katonda yasuubiza Ibulayimu nti okuyita mu Isaaka yandimuwadde ezzadde okuyita mu oyo omukisa gwandizze eri amawanga gonna. Yesu, Masiya, yava mu Ibulayimu okuyita mu Isaaka, ye yali Ensigo okuyita mu oyo ekisuubizo ky'omukisa eri amawanga gonna kyatuukirizibwa. (Laba Abaggalatiya 3:16.)
7-9. Ekisuubizo ky'Ensigo okuyita mu oyo omukisa mwe gwali gugenda okuyita okujja kyayongerwayo wansi okuyita mu Yakobo. Bwe kityo, Masiya yalina okujja okuva mu lunyiriri lw'abantu Abayudaaya.
10-13. Katonda yakitegeka nti omufuzi wa Isiraeri yalina kuva mu kika kya Yuda. Kino kyatuukirizibwa okusooka mu Dawudi n'oluvannyuma mu Yesu, eyava mu Dawudi.
1-13. Tewali n'omu eyasoomooza olunyiriri oba ensibuko ya Dawudi eya Yesu bwe yali ng'akyali ku nsi. Yali ku nsi. Ebiwandiiko bya Isiraeri byonna ebikwata ku nnyiriri byazikirira yeekaalu ey'okubiri bwe yasaanyizibwawo mu mwaka gwa 70 nga Yesu amaze okuzaalibwa. Kiba tekisoboka olw'ensonga eyo omuntu yenna eyazaalibwa oluvannyuma lw'omwaka ogwo okukakasa okweyogerako kwe nga Masiya. Mu kwogera kwa Lukka ku lunyiriri lwa Yesu, yayogera kimu kyokka nti Yesu yalina okuba omwana wa Yusufu. (Laba Lukka 3:23.)
14-15. Mu kiseera ky'okuzaalibwa kwa Yesu, abakulembeze bannaddiini Abayudaaya baali basuubira Masiya okuzaalibwa mu Besirekemu eky'e Buyudaaya. (Laba Matayo 2:1-6.)
16-17. Genderera ensonga zino eziddako ku

lw'okuvvuunula *almah* mu nnyiriri zino nga "embeerera" (Isa.7:14): (1) Abawandiisi Abayudaaya abavvuunula Endagaano Enkadde okugizza mu Luyonaani (eyitibwa Septuagint) baakivvuunulamu *parthenos*, ekigambo ky'Oluyonaani ekya bulijjo ekitegeeza embeerera; (2) Tewali bunnabbi obwa Tanach obwogera ku taata nga muntu owa Masiya, bwogera ku maama yekka (Laba Isaaya 49:1, 5; Zabbuli 22:9); (3) Almah kinnyonnyola omukazi omuto, atannaba kufumbirwa, ekyakwata buteerevu ku Maliya; (4) Mu Tanach, *almah* kikozesebwa okwogera ku mbeerera yokka (Laba Olubereberye 24:43; Okuva 2:8); (5) Ekigambo ekirala nga kya Lwebbulaniya ekiyitibwa *bethulah* mu Yoweeri 1:8 kyogera ku mukazi abadde n'omwami. Okwongereza ku ekyo, *bethulah* oluusi kikozesebwa okuyita eggwanga omuntu. (Laba Isaaya 23: 12; 47:1; Yeremiya 18:13; 31:4, 21)

18-20. Okusinziira ku Danyeri 9:25-26, Masiya yandizze n'oluvannyuma n'asalibwako oluvannyuma lwa wiiki 69, (ekituufu ddala, "emisanvu") gy'emyaka. Olw'okuba omwaka gw'Ekiyudaaya gulimu ennaku 360, omuwendo omutuufu okusinziira ku kalenda y'amawanga g'Ebulaaya gwandibadde emyaka 477. Ekiragiro okuzzaawo Yerusaalemi mu bufuzi bwa Akaswero Kabaka w'e Buperusi oba oli awo kyafuluma mu mwaka gwa 445 nga Yesu tannaba kuzaalibwa. Kino kyandiwadde omwaka nga gwa 32 ku lw'okujja kwa Masiya Omulangira. Yesu yakola okuyingira Kwe okw'obuwanguzi mu Yerusaalemi mu kiseera ng'ekyo era nga wayise ekiseera kimpi oluvannyuma "n'asalibwako." "Abantu b'omulangira ow'okujja" bye byali ebibinja by'Abaruumi wansi wa Tito eyasanyaawo Yerusaalemi mu mwaka gwa 70 nga Yesu amaze okuzaalibwa.

25-28. Endagaano Empya eyasuubizibwa mu Yeremiya 31:31-34 erimu ebintu ebikulu bina: (1) ekikula ekipya eky'omunda ("Nditeeka amateeka gange mu bitundu byabwe eby'omunda, era mu mutima gwabwe mwe ndigawandiikira"); (2) enkolagana ey'obuntu ne Katonda ("bonna balimmanya"); (3) Okusonyiwa ebibi (Ndisonyiwa obutali butuukirivu bwabwe, n'ekibi kyabwe sirikijjukira nate"). Bino ebyaliwo byonna byassibwa mu ndagaano Yesu gye yassaawo. Era, mu Ezekyeri 16:59-60, Katonda avunaana Isiraeri olw'okumenya endagaano eyasooka naye asuubiza okugiwanyisiganya n'endagaano ey'olubeerera.

29-35. Omwoyo Omutukuvu okukka ku Yesu yamulaga nga Masiya eyasuubizibwa. Kino kyamutegeka okuba omununuzi w'abantu ba Katonda okuva mu kibi n'endwadde.

34-35. Eby'amagero eby'okuwonya ebya Yesu byakakasa erinnya lye nga Masiya.

36-37. Kaali kalombolombo ku lwa kabaka okwebagajja endogoyi. (Laba 1 Bassekabaka 1:33-34.)

OMUSOMO OGW'EKKUMI N'ETTAANO

>>Ekifaananyi kya Yesu Kristo (Ekitundu ekyo 2)

ENNYANJULA:
Omutume Peetero yawandiika ku bikwata ku bannabbi b'Endagaano Enkadde nti Omwoyo wa Kristo mu bo yalagula okubonaabona kwa Kristo n'ekitiibwa ekyali eky'okugoberera (1 Peetero 1:10-11). Ebiseera ebimu, bannabbi bano baayogera mu muntu eyasooka ku kuyita mu mbeera ez'enjawulo ezitaabatuukako bo naye ezaaliwo oluvannyuma mu bulamu bwa Yesu. Bannyonnyola okusooka okubonaabona kwa Kristo (Masiya) ate oluvannyuma ekitiibwa eky'olubeerera* kye yali alina okuyingiramu. Okulagula ng'okwo kubaawo okusingira ddala mu Zabbuli za Dawudi ne mu Isaaya. Omusomo guno gulimu eby'okulabirako eby'enjawulo.

Omulimu gw'Okwejjukanya: Isaaya 53:4-5
☐ Kebera wano oluvannyuma lw'okukwata olunyiriri olwo. (Wejjukanye ennyiriri okuva mu masomo agaasooka buli lunaku.)

Ebibuuzo eby'Omusomo

D. OKUBONAABONA KWA MASIYA

38. Masiya yali wa kukkirizibwa oba okugaanibwa abantu Be bennyini? (Isaaya 53:1-3) ....

39. Isiraeri ng'eggwanga baakkiriza oba baagaana Yesu? (Yok. 1:11; 12:37-38)

40. Muntu wa ngeri ki Masiya gwe yali agenda okulibwamu olukwe? (Zab. 41:9)

41. Ani yalya mu Yesu olukwe? (Makko 14:10)

42. Omusajja ono yali mukwano gwa Yesu? (Matayo 26:47, 50)

43. Ku lwa muwendo ki Masiya gwe yalina okulibwamu olukwe? (Zak. 11:12)

44. Ssente mmeka eyalya mu Yesu olukwe ze yafuna? (Matayo 26:15) ....

45. Kiki ekyalina okukolebwa ne ssente ez'okulyamu Yesu olukwe? (Zakaliya 11:13)

46. Kiki ekyakolebwa ne ssente ez'okulyamu Yesu olukwe? (Mataayo 27:3-7)

47. Masiya yalina okwewozaako mu maaso g'abaali bamulyoolyoma? (Isaaya 53:7)

48. Yesu yayanukula atya abo abaamulyoolyoma? (Mataayo 26:62-63; 27:12-14)

49. Masiya yali wa kukubibwa n'okuwandulirwa amalusu? (Isaaya 50:6)

50. Wandiika engeri bbiri Yesu ze yabonaabonamu mu mikono gy'abo abaamutulugunya*. (Makko 14:65) (Yokaana 19:1)

51. Bantu ba ngeri ki abaalina okuttibwa wamu ne Masiya? (Isaaya 53:12)

52. Abasajja ababiri abaakomererwa wamu ne Yesu be b'ani? (Mataayo 27:38)

53. Wandiika ebitundu by'omubiri gwa Masiya bibiri ebyalina okufumitibwa (Zab.22:16)

....

54. Yesu yafumitibwa mu bibatu bye n'ebigere? (Lukka 24:39-40) (Yok. 20:25-27)

....

....

55. Kiki ekyali eky'okutuuka ku minagiro n'ebyambalo bya Masiya? (Zabbuli 22:18)

....

56. Kiki abaserikale Abaruumi kye baakola n'ebyambalo n'ekkanzu ya Yesu? (Yokaana 19:23-24)

....

....

57. Kiki kye baalina okuwa Masiya okunywa? (Zabbuli 69:21) ....

....

58. Kiki kye baawa Yesu okunywa? (Yokaana 19:29)

....

59. Kiki ekyali kitayinza kutuuka ku magumba ga Masiya? (Zabbuli 34:19-20)

....

60. Amagumba ga Yesu gaamenyebwa? (Yok. 19:33, 36)

....

61. Kiki Mukama kye yalina okussa ku Masiya? (Isa. 53:6)

....

62. Kiki ekyalina okutuuka ku Masiya ng'ekiva mu ekyo? (Isa. 53:8)

   ....

63. Kiki Yesu kye yeetika ku musalaba? (1 Peetero 2:24)

   ....

64. Kiki ekyatuuka ku Yesu ng'ekyavaamu? (1 Peetero 3:18)

   ....

65. Mu ntaana ya muntu wa kika ki Masiya mwe yalina okuziikibwa? (Isa. 53:9)

   ....

66. Mu ntaana y'ani Yesu mwe yaziikibwa? (Ma. 27:57-60)

   ....
   ....

67. Yali muntu wa kika ki? (Ma. 27:17)

   ....

E. OBUWANGUZI BWA MASIYA KU KUFA

68. Oluvannyuma ng'emmeeme ya Masiya emaze okufuuka ekiweebwayo ku lw'ekibi, bintu ki ebisatu ebisuubizibwa ebimukwatako? (Isa. 53:10)
    (1) .... (2) ....
    (3) ....

69. Ebisuubizo bino byandisobodde okutuukirizibwa singa Masiya yasigala nga mufu?

   ....
   ....

70. Bintu ki ebibiri Katonda by'asuubiza Omutukuvu We? (Zab. 16:10)
   (1) ....
   (2) ....

71. Ebintu bino bibiri byatuukirizibwa mu bulamu bwa Dawudi? (1 Bassek. 2:10) (Bik. 2:29)
   ....
   ....

72. Mu mbeera y'ani mwe byatuukirizibwa? (Ebikolwa 2:30-32)
   ....

73. Kifo ki eky'obuyinza Katonda kye yasuubiza Masiya? (Zabbuli 110:1)
   ....

74. Kino kyandisobodde okutuukirizibwa bwe yandisigadde ku nsi?
   ....

75. Kutuuka mu kifo ki eky'obuyinza Katonda kye yagulumizaamu Yesu? (Bik. 2:33-36)
   ....

76. Kutuuka mu kiseera ki Yesu ky'ateekwa okusigala mu ggulu? (Bik. 3:19-21)
   ....

77. Ngeri ki Masiya gy'alijjamu okusimba Obwakabaka Bwe? (Dan. 7:13)
   ....
   ....

78. Ngeri ki Yesu gy'alidda okuva mu ggulu? (Ma. 26:63-64)

....

79. Lusozi ki ebigere bya Yesu kwe biriwummulira? (Zak. 14:4)

....

80. Lusozi ki Yesu kw'aliddira? (Ebikolwa 1: 9-12)

....

Omulimu gw'okwejukanya: Isaaya 53:4-5
Wandiika ennyiriri zino okuva mu ky'ojjukira.

....
....
....
....
....
....
....
....

TOVA KU MUKO GUNO OKUTUUSA NGA OMAZE OKUJJUZA EBY'OKUDDAMU BYONNA MU MUSOMO GUNO.

EBY'OKUDDAMU EBITUUFU N'OBUBONERO –
OMUSOMO OGW'EKKUMI N'ETTAANO

Ekibuuzo	Eky'okuddamu	Obubonero
38	Yali wa kugaanibwa	1
39	Baamugaana	1
40	Mukwano gwe gw'amanyi (ow'oku lusegere)	1
41	Yuda Isukalyoti	1
42	Ye	1
43	Ebitundu asatu ebya feeza	1
44	Ebitundu asatu ebya feeza	1
45	Zaalina okukasukibwa eri omubumbi mu nnyumba ya Mukama	2
46	Zaasuulibwa wansi mu yeekaalu ne zikozesebwa okugula ennimiro y'omubumbi	2
47	Nedda	1
48	Yasigala asirise	1
49	Ye	1
50	Yakubibwa n'awandulirwa amalusu	2
51	Aboonoonyi*	1
52	Ababbi babiri (aboonoonyi*)	1
53	Emikono gye n'ebigere bye	2
54	Ye	1
55	Zaalina okugabanibwa, n'obululu ne bukubibwa ku lw'engoye Ze	2
56	Baagabana ebyambalo bye ne basuula obululu ku lw'engoye Ze	2
57	Omwenge omukaatuufu	1
58	Omwenge omukaatuufu	1
59	Gaali tegayinza kumenyebwa	1
60	Nedda	1
61	Obutali butuukirivu bwaffe fenna	1
62	Yali wa kusalibwaako okuva mu nsi ey'abalamu	2
63	Ebibi byaffe	1
64	Yattibwa	1
65	Omusajja omugagga	1
66	Yusufu ow'e Alimasaya	1
67	Omusajja omugagga	1

Ekibuuzo	Eky'okuddamu	Obubonero
68	(1) Aliraba ezzadde Lye (2) Alyongera ku nnaku Ze (3) Ebyo Mukama by'ayagala biriraba omukisa mu mukono Gwe	1 1 1
69	Nedda	1
70	(1) Talireka mmeeme ye mu Magombe (2) Talimuleka kulaba kuvunda	1 1
71	Nedda	1
72	Embeera ya Yesu	1
73	Okutuula ku mukono ogwa ddyo ogwa Katonda	1
74	Nedda	1
75	Omukono ogwa ddyo ogwa Katonda	1
76	Ebiseera by'okuzzibwawo kw'ebintu byonna	1
77	Ng'ajja n'ebire by'eggulu	1
78	Ng'ajjira ku bire by'eggulu	1
79	Olusozi lw'Emizeyituuni	1
80	Olusozi lw'Emizeyituuni	1

Kebera kaadi yo ey'okwejjukanyizaako ku lw'omulimu gw'okwejjukanya omuwandiike.

Omulimu gwo ogw'okwejjukanya bwe guba nga gutuukiridde mu bigambo, obubonero 4. **8**
(Salako akabonero 1 ku lwa buli nsobi. Bwe wabaawo ensobi ezisukka mu 3, tewali kabonero ku lw'olunyiriri olwo.)

OMUGATTE 61

eby'okuddamu ebituufu 31 = 50 ku 100
eby'okuddamu ebituufu 43 = 70 ku 100
eby'okuddamu ebituufu 49 = 80 ku 100

ENSONGA ENKULU KU BY'OKUDDAMU EBITUUFU – OMUSOMO OGW'EKKUMI N'ETTAANO

(Ennamba ku muko guno zijuliza emabega ku nnamba ku muko gw'Eby'okuddamu Ebituufu.)

38, 47, 51, 61, 62, 65, 68. Isaaya 52:13 ne 53:12 bunnabbi bwa Masiya obukulu obw'Endagaano Enkadde. Buwa ekifaananyi eky'Omuddu wa Mukama agaaniddwa abantu Be bennyini, newakubadde nga tewali kibi kyonna ku ludda Lwe, era abonaabona olw'ekibonerezo ky'okufa ku lw'obutali butuukirivu bwabwe. Aboogezi Abayudaaya bagezezzaako okulaga "Omuddu" wa Isaaya 52:13 ng'abantu Abayudaaya, ababonaabonedde mu mikono gy'amawanga amalala. Naye okutaputa kuno tekuyinza kuba kutuufu olw'ensonga zino:

(1) "Omuddu" alagibwa wano teyagira kyejo newakubadde okuba n'obukuusa mu kamwa ke. (Laba Isaaya 53:9.) Kino tekikwata ku bantu Bayudaaya.
(2) "Omuddu" yafumitibwa ku lw'okwonoona* kw'abalala. (Laba ennyiriri 4-6.) Okubonaabona kwa Isiraeri kwaleetebwa bibi byabwe bo, nga Musa bwe yali abalabudde. (Laba Abaleevi 26:14-43.)
(3) Olw'okumanya mu buntu okwa "Omuddu" ono (eyeetikka obutali butuukirivu bw'abalala ku Ye yennyini), bangi bandifuuliddwa abatuukirivu* mu maaso ga Katonda. Kino kijja mu ngeri emu yokka ya kuyita mu kukkiriza kw'omuntu* mu Masiya. (Laba Abaruumi 3:21-24.)

39. Isiraeri ng'eggwanga baagaana Yesu. Newakubadde nga kyali bwe kityo, waaliwo abaasigalawo abaamugoberera. Ekibiina ekyasooka eky'abakkiriza kyalimu okusinga

Abayudaaya ab'omu biseera bya Masiya.

59 – 60. Omwana gw'Endiga ogw'Okuyitako, nnannyini musaayi ogwakuuma abaana ba
Isiraeri okuva eri malayika w'okufa, tegwayinza kuba na ggumba lyagwo n'erimu eryamenyebwa (Okuva 12: 46) Yesu, ng'omwana gw'endiga gwa Katonda ogwa ssaddaaka, mu ngeri y'emu yali tayinza kuba na magumba gamenyebwa (Yokaana 1:29) (I Kol. 5:7)

61 – 64. Ssaddaaka ya Yesu yasiikirizibwanga buli Lunaku lwa Kutangirira kabona omukulu bwe yakyusanga ebibi bya Isiraeri n'abissa ku Azazeeri (Abaleevi 16:21-22). Omusaayi gwokka ogwa ssaddaaka gwe gwaali guyinza okutangirira ku lw'ekibi. (Leev. 17:11). N'olw'ekyo, Yesu teyakoma ku kya kwetikka bibi bya bantu naye era yayiwa omusaayi Gwe ku lw'okutangirira okujjuvu era okw'enkomeredde (Beb 9: 13-22).

68 – 72. Okuzuukira* kwa Yesu okuva mu bafu kwaali kukakasa kwa Katonda gy'Ali nga Masiya era Mukama (Abaruumi 1:3-4).

73 – 75. Yesu teyakoma ku kya kuzuukira, naye era yalinnya waggulu eri Katonda Kitaawe mu ggulu. Omukono ogwa ddyo ogwa Katonda gukiikirira entebe ey'obuyinza bwonna n'amaanyi gonna mu butonde bwonna awamu. Yesu yatwala ekifo Kye eyo, ng'afugira mu massekkati g'abalabe Be okutuusa ebintu byonna lwe birigondera obufuzi Bwe. (Laba Zabbuli 110:2.)

76. Katonda yasuubiza ebiro eby'okuzzibwawo ku nkomerero y'omulembe guno. Kino kigenda kwekulungulira ku kuzzibwawo kwa Isiraeri era kigenda kutuuka ku ntikko n'okudda kwa Masiya mu kitiibwa. (Laba Zabbuli 102:16.)

77 – 80. Obunnabbi bw'okudda kwa Masiya mu kitiibwa bwe businga n'obungi okusinga obwo obw'okujja Kwe okwasooka mu bwetoowaze.

OMUSOMO OGW'EKKUMI N'OMUKAAGA

>> Nnabbi nga Musa

ENNYANJULA:
Mu Ky'Amateeka 18:18-19, Musa yaleeta eri Isiraeri ekisuubizo kya Katonda kino:

> Ndibayimusiza Nnabbi nga ggwe okuva mu baganda baabwe, era nditeeka ebigambo Byange mu kamwa Ke, era alyogera gye bali ebyo byonna bye ndimulagira. Era olulituuka buli ataliwulira bigambo Byange, Ye by'ayogera mu linnya Lyange, ndikimuvunaana.

Ebigambo bino ebya Musa bissaawo ensonga enkulu ssatu:

Okusooka, Musa wano annyonnyola nnabbi omu naddala, Katonda gw'asuubiza okutuma mu Isiraeri mu kiseera eky'oluvannyuma. Olulimi Musa lwe yakozesa lwa muntu omu wonna: "Nnabbi," "Akamwa Ke," "Alyogera." Ebigambo bino tebiyinza kunnyonnyola bannabbi ab'oluvannyuma mu Isiraeri okutwalira awamu. Biteekwa kuba nga byogera ku nnabbi omu ow'enjawulo.

Eky'okubiri, nnabbi ow'enjawulo ono yali wa kuba n'obuyinza obw'enjawulo, waggulu w'abalala bonna abaali baamusooka. Singa omuntu yenna mu Isiraeri yagaana okuwulira nnabbi ono, Katonda yandireese omusango ku muntu oyo.

Eky'okusatu, nnabbi ono yali wa kuba nga Musa mu ngeri ezandimwawudde ku bannabbi abalala bonna abandizze mu Isiraeri.

Mu Bikolwa 3:22-26, omutume Peetero yajuliza ebigambo bino ebya Musa n'abissa butereevu ku Yesu ow'e Nazaleesi. Okugerageranya okw'obwegendereza okw'Endagaano Enkadde n'Endagaano Empya kulaga ensonga ez'enjawulo ezisukka mu makumi abiri ezifaanagana wakati wa Musa ne Yesu. Ebibuuzo wano wammanga ebikwatagana n'ebifaanagana wakati wa bannabbi bano ababiri bisengekeddwa mu bibinja okusinziira ku mitwe emikulu esatu: We baabeerera Abaana, embeera z'Obuntu, n'Obuweereza.

Omulimu gw'Okwejjukanya: Eky'Amateeka 18:18

☐ Kebera wano oluvannyuma lw'okwejjukanya olunyiriri olwo. (Wejjukanye ennyiriri okuva mu masomo agaasooka buli lunaku.)

Ebibuuzo by'Omusomo

A. OBUTO BWABWE

1. Wa erinnya lya kabaka Munnaggwanga eyakakatika obufuzi bwe ku Isiraeri mu kiseera ky'okuzaalibwa kwa buli kinnoomu ku bannabbi bano. (Okuva 1:8-14) (Lukka 2:1-7)
   (1) Musa ....
   (2) Yesu ....

2. Ngeri ki obulamu bwa Musa ne Yesu gye bwaali mu kabenje mu buwere bwabwe? (Okuva 1:15-16) (Matayo 2:16) ....
   ....

3. Byaali bikolwa by'ani ebyalokola obulamu bwabwe? (Okuva 2:1-15) (Beb. 11:23) (Matayo 2:13-14)
   ....

4. Bantu ki buli omu be yafunamu obuddukiro okumala ekiseera? (Okuva 2:10) (Matayo 2:14-15
   ....

5. Busobozi ki obw'amagezi buli omu bwe yayolesa? (Bik. 7:22) (Lukka 2:46-47) (Matayo 13:54)
   ....

B. EMBEERA ZAABWE EZ'OBUNTU

6. Wandiika enneeyisa za mirundi ebiri buli omu z'afaanaganya munne. (Kub. 12:3, 7) (Mat. 12:29) (Beb. 3:1-6)
   (1) .... (2) ....

7. Bannabbi bano bulijjo baasembezebwanga Isiraeri? (Kuv. 2:14; 32:1) (Kub.16:41) (Yok.7:52) (Mat. 27:21-22)

8. Ngeri ki baganda baabwe ne bannyinaabwe gye beeyisangamu gye bali ebiseera ebimu? (Kub.12:1) (Makko 3:21) (Mat. 13:54-57) (Yok.7:3-5)

9. Ngeri ki buli nnabbi gye yayanukulamu mu maaso ga Katonda ku bikwata ku kibi kya Isiraeri? (Kuv. 32:31-32) (Lukka 23:34)

10. Kiki buli omu kye yali omwetegefu okukola okukkakkanya obusungu bwa Katonda eri ekibi ky'abantu? (Kuv. 32:31-32) (Lukka 23:34)

11. Kiki buli omu ku bannabbi bano kye yakola mu kiseera ekikulu mu bulamu bwabwe? (Kuv. 34:28) (Mat. 4:2)

12. Buli omu ku bannabbi bano yanyumirwa omukwano ogw'enjawulo ne Katonda? (Kub. 12:7-8) (Yok.1:18) (Mat. 11:27)

13. Mu kifo kya ngeri ki buli omu ku bannabbi bano gye yagendanga okufuna okusseekimu ne Katonda? (Kuv. 24:12) (Mat. 17:1, 5)

14. Baatwala abayigirizwa bonna wamu nabo? (Kuv. 24: 13) (Mat.17:1)

   ....

15. Mulimu ki embeera eyo gwe yakola ku mibiri gyabwe? (Kuv.34:29-30) (Mat.17:2)

   ....

16. Ngeri ki ey'enjawulo Katonda gye yayogeramu nabo wakiri omulundi gumu? (Kuv.19:19-20) (Yok.12:28-30)

   ....

17. Bitonde ki eby'omwoyo ebyakuuma entaana ya buli nnabbi? (Yuda 9) (Mat. 28:2-7)

   ....

C. OBUWEEREZA BWABWE

18. Wa amannya g'obuweereza obulala bubiri ng'oggyeeko obw'obunnabbi, obwo buli omu ku bo bwe yakola.
    (1) Ma. 4:1, 5; Mat. 5:1-2; Yokaana 3:1-2

    ....

    (2) Zab. 77:20; Isa. 63:11; Yok. 10:11, 14, 17)

    ....

19. Mazima ki ag'enjawulo, amakulu agakwata ku Katonda buli omu ge yabikkula eri abantu ba Katonda? (Kuv. 3:13-15) (Yok.17:6)

    ....

20. Kika kya mmere ki Katonda mu maanyi ge kye yagabirira abantu Be okuyita mu buli omu ku bannabbi bano? (Kuv. 16:14-16) (Zab.78:24) (Yok.6:32-33, 51)

    ....

21. Kuva mu kika kya busibe ki Musa kye yasumululamu Isiraeri? (Kuv.3:10) (Ma.6:21) ....
   ....

22. Kuva mu kika kya busibe ki Yesu kye yasumululamu abo abaakkiriza mu Ye? (Yok. 8:31-36)
   ....

23. Ngeri ki bannabbi bano ababiri gye baayambamu abalwadde? (Kub. 21:6-9) (Mat.4:23; 8:16-17)
   ....

24. Waaliwo nnabbi omulala yenna eyakola eby'amagero eby'amaanyi nga bino? (Ma. 34:10-12) (Yok.5:36; 15:24) (Bik.2:22) ....
   ....

25. Kiki buli omu kye yassaawo wakati wa Katonda n'abantu Be? (Kuv. 24:7-8) (Mat. 26:26-28)
   ....

26. Yassibwako envumbo na ki? (Beb. 9:11-22)
   ....

   Omulimu ogw'Okwejjukanya: Ma. 18:18
   Wandiika olunyiriri luno okuva mu by'ojjukira.
   ....
   ....
   ....
   ....

   TOVA KU MUKO GUNO OKUTUUSA NGA OMAZE OKUJJUZA EBY'OKUDDAMU BYONNA MU MUSOMO GUNO

EBY'OKUDDAMU EBITUUFU N'OBUBONERO – OMUSOMO OGW'EKKUMI N'OMUKAAGA

Ekibuuzo	Eky'okuddamu	Obubonero
1	(1) Falaawo (2) Kayisaali Augusito	1 1
2	Bakabaka ababi baawa ebiragiro buli omu ku bo okuttibwa	1
3	N'ekikolwa ky'abazadde baabwe	1
4	Abantu b'e Misiri	1
5	Amagezi n'okutegeera ebitali bya bulijjo	1
6	(1) Obwetoowaze (2) Obwesigwa eri Katonda	1 1
7	Nedda	1
8	Baabavumirira/baabagaana	1
9	Buli omu yasaba Katonda okusonyiwa abantu	1
10	Buli omu yali mwetegefu okwetikka ekibonerezo ky'abantu	1
11	Buli omu yasiiba ennaku amakumi ana	1
12	Wewaawo	1
13	Olusozi oluwanvu	1
14	Wewaawo	1
15	Obwenyi bwabwe bwamasamasa	1
16	Katonda yayogera mu ddoboozi eriwulikika okuva mu ggulu	1
17	Bamalayika	1
18	(1) Omuyigiriza (2) Omusumba	1
19	Erinnya lya Mukama	1
20	Emmere okuva mu ggulu	1
21	Okuva mu busibe eri Falaawo mu Misiri	1
22	Okuva mu busibe eri ekibi	1
23	Baabawonya	1
24	Nedda	1
25	Endagaano	1
26	Omusaayi ogwa ssaddaaka (okukomererwa kwa Yesu)	1

Kebera kaadi yo ey'okwejjukanyizaako ku lw'omulimu gw'okwejjukanya omuwandiike.

Omulimu gwo ogw'okwejjukanya bwe guba nga gutuukiridde mu bigambo, obubonero 4.   **4**
(Salako akabonero 1 ku lwa buli nsobi. Bwe wabaawo ensobi ezisukka mu 3, tewali kabonero ku lw'olunyiriri olwo.)

OMUGATTE 33

eby'okuddamu ebituufu 17 = 50 ku 100
eby'okuddamu ebituufu 23 = 70 ku 100
eby'okuddamu ebituufu 26 = 80 ku 100

ENSONGA ENKULU KU BY'OKUDDAMU EBITUUFU – OMUSOMO OGW'EKKUMI N'OMUKAAGA

(Ennamba ku muko guno zijuliza emabega ku nnamba eziri ku muko gw'Eby'okuddamu Ebituufu.)

1-4. Mu buli lugero, Setaani, omulabe omukulu owa Isiraeri, yanoonya okuzikiriza omununuzi omulonde owa Katonda nga tannasobola kutuukiriza mulimu gwe. Buli omu yakuumibwa okuyita mu kukkiriza* n'embavu eby'abazadde be.

5. Musa ne Yesu bombi baategekebwa Katonda n'ebirabo eby'amagezi eby'enjawulo.

6. Bombi beesigama ku maanyi ag'obwakatonda aga Katonda, si ku maanyi gaabwe ag'obutonde.

7-8. Endowooza enkyamu ziyinza okuziyiza abantu ba Katonda obutategeera oba obutassa kitiibwa mu mununuzi Katonda gw'atumye gye bali.

9-10. Musa ne Yesu bombi baali beetegefu okwetikka ekibonerezo ky'abantu ba Katonda, naye Yesu yekka ye yali ayinza okukkirizibwa Katonda kubanga Ye Yennyini yali taliiko kibi. (Beb. 7:26-27)

12-16. Musa ne Yesu bombi baali beesigama ku kusseekimu okw'obuntu ne Katonda. Ebyava mu kusseekimu kuno byalabisibwa mu ngeri eziwuniikiriza ez'enjawulo.

19. Erinnya lya Katonda libikkula ekikula kya Katonda. Okuyita mu Musa, Katonda yeebikkula ng'owolubeerera* era atajjulukuka; okuyita mu Yesu yeebikkula nga Kitaffe. (Laba Matayo 11:27; Abaruumi 8:15.)

20. Emaanu eyagabirirwa okuyita mu Musa yakoma ku kuwanirira bulamu bwa mubiri, obw'ekiseera. Abamu ku abo abaagirya baafa oluvannyuma wansi w'omusango* gwa Katonda. (Laba Okubala 14:22-23, 32; 26:63-65.)

Naye okuyita mu Yesu, omukkiriza afuna obulamu obutaggwawo*. (Laba Yokaana 6:47-51.)

21-22. Obusibe Musa bwe yasumululamu Isiraeri bwaali bwa mubiri; obusibe Yesu bw'asumululamu omukkiriza bwa mwoyo.

25-26. Isiraeri baamenya endagaano eyasooka Katonda gye yakola nabo, naye Katonda yasuubiza okukola endagaano empya eyanditaddewo okusonyiyibwa okw'ebibi byabwe byonna (Yer. 31:31-34) Yesu yajja kussaawo ndagaano eno empya.

OKUWUNZIKA:

Omusomo guno guggyayo ensonga abiri-mu-mukaaga ez'okufaanagana okutegeerekeka wakati wa Musa ne Yesu. Kyandibadde tekisoboka kuzuula nnabbi mulala yenna agolokose mu Isiraeri, okujjako Yesu, afaanagana Musa ne bwe kiba mu muwendo omutono ogw'ensonga zino. N'olw'ekyo, tekiba kya magezi okugaana nti Yesu ye nnabbi Musa gwe yalagula mu Ky'Amateeka 18:18-19.

Naye, Yesu bw'aba nga ye nnabbi Musa gwe yalagulako, kiba kikulu nnyo ku lwaffe okutegeera amazima gano n'okugakolerako. Katonda yayogera ku bikwata ku nnabbi ono: "Buli ataliwulira bigambo Byange, Oyo by'ayogera mu linnya Lyange, Ndikimuvunaana" (Ma. 18:19).

Okusalawo, n'olw'ekyo, kuli wakati w'omusango* gwa Katonda oba omukisa Gwe: Musango* bwe tugaana Yesu, nnabbi wa Katonda; mukisa bwe tumukkiriza.

>>Okukebera w'Otuuse Awookusatu

YOGAAYOGA ...NATE!

Omalirizza amasomo kkumi na mukaaga kaakano, nga esigadde ekitundu kimu kyokka eky'okumaliriza. Lowoozaamu katono kino kiki kye kitegeeza!

Mu kitundu kye waakamaliriza, okoze okunoonyereza okwa akawonvu n'akagga okw'egimu ku mitwe egisinga okuba egy'ebuziba n'obukulu egyaali gisumuluddwa mu biwandiiko ebikwata ku nsonga ez'enjawulo mu nsi. Mu bino mulimu:

- Ebyafaayo n'amagenda ga Isiraeri.
- Obulamu n'embala za basatu ku basajja abasinga okuba ab'amaanyi abaali basomose eddaala ly'ebyafaayo by'abantu: Ibulayimu, Musa ne Yesu.
- Omutwe omukulu ogw'obunnabbi bwa baibuli bwonna: obulamu n'omulimu gwa Masiya-Omununuzi.

Mu kukola ekyo, onoonyezza ku lulwo mu Baibuli eby'okuddamu eri kumpi ebibuuzo eby'enjawulo ebikumi bibiri.

Era otadde mu bwongo bwo omugatte gw'ennyiriri z'Ebyawandiikibwa enkulu amakumi-abiri-mu-ssatu.

Guma omwoyo! Waliwo amasomo amalala matono agasigaddeyo okumaliriza omusomo. Oluvannyuma lw'ekyo ojja kwesanga nga otegekeddwa okusingawo okugenda mu maaso okunyumirwa emiganyulo gy'okumanya Katonda mu nsi muno.

Kaakano, ekigambo ekikwata ku kiki ekiri mu maaso:

amasomo 17, 18 ne 19 gajja kukwongerayo mu maaso okutuuka ku ntikko enkulu ey'ebyafaayo byonna: okudda kwa Yesu okw'obuntu. Wano ojja kuzuula obubonero obuwerako bw'osobola okunoonya obulaga okudda Kwe. Oluvannyuma onooyanukula ebibuuzo mu Kutunulako Emabega okusembayo. Ekisembayo mu byonna, Omusomo ogwa 20 gugatta ebitundu byonna wamu mu kussa mu nkola okw'obuntu. Weeyongere mu maaso! Okola bulungi!

>>Okutunulako Emabega Okwookusatu

Nga tonnagenda mu maaso mu bigambo ebiggya mu masomo agasigaddeyo, ojja kwetaaga okwekebera okulaba nti otegeerera ddala ebigambo byonna eby'omuwendo ebiri mu masomo okuva ku 12 okutuuka ku nkomerero ya 16. Gy'okoma okutegeera bino, gy'onookoma okusobola okutegeera ebigambo ebipya ebisanyusa ebiri mu maaso.

Enkola egobererwa mu kutunulako emabega kuno okwookusatu y'emu nga okulala.

Okusooka, soma n'obwegendereza okuyita mu bibuuzo byonna eby'amasomo ataano agaasooka, awamu n'eby'okuddamu ebituufu. Kebera olabe nti omanyi era otegeera ensonga ku lwa buli kyakuddamu ekituufu.

Ekyokubiri, ddamu weetegereze buli Kyawandiikibwa okuva mu masomo gano ataano ge wayiga ku lw'Omulimu gw'Okwejjukanya.

Ekyookusatu, soma n'obwegendereza okuyita mu bibuuzo bino wammanga era olowooze ku ngeri gye wandibizzeemu. Buli kibuuzo kikwatagana mu ngeri emu ku bigambo by'obadde osoma.

1. Masomo ki okuva mu byafaayo bya Isiraeri ge wandigambye nti gakyakwata ku Isiraeri n'amawanga amalala leero?
2. Bikolwa ki eby'ekisa Yesu bye yaweebwa amaanyi okukola olw'amafuta ag'Omwoyo Omutukuvu ku Ye?
3. Wa ebintu kkumi ebyaaliwo mu bulamu bwa Yesu ebyatuukiriza obunnabbi obw'enjawulo obw'Endagaano Enkadde.

4. Wandiika ensonga enkulu kkumi ez'okufaanagana wakati wa Musa ne Yesu.

Ekisembayo, wandiika ku lupapula olw'enjawulo eby'okuddamu byo eri ebibuuzo ebyo waggulu.

* * * * *

Tewali bubonero bussiddwawo ku lw'okutunula emabega kuno okwookusatu. Ekiruubirirwa kyakwo kwe kukuyamba okunyweza ebyo byobadde ovumbula. Bw'oba omatidde nti kino kituukiddwako, bikkula ku muko ku musomo ogwe 17.

>>OMUSOMO OGW'EKKUMI N'OMUSANVU

>>Okujja okw'Omulundi ogw'Okubiri okwa Kristo

ENNYANJULA:
Yesu Kristo yasooka okujja ku nsi emyaka egisukka mu nkumi bbiri egiyise. Ebikwata ku kujja Kwe byategeezebwa nga tekunnabaawo mu byawandiikibwa ebitukuvu – obunnabbi – mu Baibuli. Okujja Kwe okwasooka kwaliwo mu ngeri yennyini nga bwe kyawandiikibwa mu bunnabbi buno obw'enjawulo.

Yesu bwe yava ku nsi eno okuddayo mu ggulu, Yakakasa abayigirizwa Be nti Yandikomyewo ku nsi nate. Ng'oggyeeko ebisuubizo bya Yesu byennyini, waliwo obunnabbi obulala bungi okuyita mu Baibuli yonna obukwata ku kujja okw'omulundi ogw'okubiri okwa Yesu, Masiya. Mu butuufu, waliwo obunnabbi bungi mu Baibuli obukwata ku kujja Kwe okw'omulundi ogw'Okubiri okusinga obwo obukwata ku kujja Kwe okwasooka.

Oba nga obunnabbi bw'okujja Kwe okwasooka bwatuukirira mu ngeri yennyini nga bwe kyawandiikibwa, kya magezi okukkiriza nti obunnabbi bw'okujja Kwe okw'omulundi ogw'okubiri bujja kutuukirizibwa mu ngeri y'cmu.

Ebyawandiikibwa mu musomo guno birimu ebisuubizo ebitegeerekeka eby'okudda kwa Kristo. Era bitutegeeza kiki ekirituuka ku Bakristaayo mu kiseera ekyo n'engeri Abakristaayo gye bateekwa okwetegeka kaakano.

Omulimu ogw'Okwejjukanya: Lukka 21:36
☐ Kebera wano oluvannyuma lw'okukwata olunyiriri olwo.
   (Wejjukanye ennyiriri okuva mu masomo agaasooka buli lunaku.)

Ebibuuzo by'Omusomo

A. EBISUUBIZO BY'OKUDDA KWA KRISTO

1. Lwa kigendererwa ki Kristo kye yagamba nti yali agenda kuleka abayigirizwa Be? (Yokaana 14:2)
   ....

2. Kisuubizo ki Kristo kye yawa abayigirizwa Be bwe yabaleka? (Yokaana 14:3)
   ....

3. Kristo bwe yatwalibwa mu ggulu, kisuubizo ki bamalayika kye baawa? (Ebikolwa 1:11)
   ....

4. "Ssuubi ki eddamu" Abakristaayo bonna ab'amazima lye balindirira? (Tito 2:13)
   ....

5. Maloboozi ki asatu agaliwulirwa Kristo bw'alikka okuva mu ggulu? (1 Bas. 4:16)
   (1) .... (2) ....
   (3) ....

B. KIKI EKIRITUUKA KU BAKRISTAAYO

6. Abakristaayo bonna baliba baafa (nga beebaka) Masiya bw'alijja? (I Kol. 15:51)
   ....

7. Mu kiseera kino, kiki ekirituuka ku Bakristaayo abaafa? (I Bas. 4:16)
   ....

8. Bintu ki ebibiri oluvannyuma ebirituuka ku Bakristaayo bonna, oba nga baliba bafudde oba nedda?
   (1) (1 Kol. 15:51) ....
   (2) (1 Bas. 4:17) ....

9. Abayigirizwa bano baliddamu nate okwawulwa okuva ku Mukama? (1 Bas. 4:17) ....
   ....

10. Bwe tulirabira ddala Mukama, nkyukakyuka ki eribeerawo mu ffe? (1 Yok. 3:2) ....
    ....

11. Ng'ekiva mu nkyukakyuka eno, omubiri gw'Omukristaayo guliba gufaanana gutya oluvannyuma lw'ekyo (Abaefeso 3:21) ....
    ....

12. Bigambo ki ebibiri Pawulo by'akozesa okunnyonnyola omubiri gw'Omukristaayo oluvannyuma lw'okuzuukira*? (1 Kol.15:53)
    (1) .... (2) ....

13. Baibuli ennyonnyola etya embaga Abakristaayo gye balinyumirwa oluvannyuma? (Kub. 19:9)
    ....

C. ENGERI ABAKRISTAAYO GYE BATEEKWA OKWETEGEKA

14. Kiki omugole w'Omwana gw'Endiga kye yakola ng'ekijjulo ky'embaga tekinnabaawo? (Kub. 19:7)
    ....
    ....

15. Kika kya kyambalo ki kye yayambala? (Kub. 19:8)
....

16. Kiki bafuta entukuvu ky'ekiikirira? (Kub. 19:8)
....

17. Ku bawala embeerera ekkumi, baluwa abaayingira mu bufumbo? (Mat. 25:10) ....

18. Omuntu bw'aba alina essuubi ly'okulaba Yesu bw'alidda, yeeteekateeka atya ku lwa kino?
(1 Yokaana 3:3) ....
....

19. Eri b'ani Yesu b'alirabikira omulundi ogw'okubiri ku lw'obulokozi*? (Beb. 9:28)
....

20. Bintu ki ebibiri bye tuteekwa okukola bwe tuba nga twagala okulaba Mukama? (Beb. (12:14)
(1) .... (2) ....

21. Bubonero ki obusatu obuliba ku Bakristaayo ab'amazima Yesu bw'alidda? (2 Peetero (3:14)
(1) .... (2) ....
(3) .... (4) ....

22. Bigambo ki Yesu by'alikozesa okulaga engeri y'embagirawo okujja Kwe gye kulibaamu? (Kub.3:3; 16:15)
....
....

23. Ani amanyi olunaku n'essaawa ey'okujja kwa Yesu? (Makko 13:32)
   ....

24. Kiki Kristo Yesu kye yalabula Abakristaayo bonna okukola (Makko 13:35-37)
   ....
   ....

25. Kiki Yesu kye yalabula Abakristaayo okukola ng'oggyeeko okutunula ? (Lukka 21:36)
   ....

26. Bintu ki ebisatu Yesu bye yalabula Abakristaayo ebyandiyinzizza okubalemesa okwetegeka? (Lukka 21:34)
   (1) .... (2) ....
   (3) ....

Omulimu ogw'Okwejjukanya: Lukka 21:36
Wandiika olunyiriri luno okuva mu by'ojjukira

....
....
....
....
....
....

TOVA KU MUKO GUNO OKUTUUSA NGA OMAZE OKUJJUZA EBY'OKUDDAMU BYONNA MU MUSOMO GUNO

EBY'OKUDDAMU EBITUUFU N'OBUBONERO – OMUSOMO OGW'EKKUMI N'OMUSANVU

Ekibuuzo	Eky'okuddamu	Obubonero
1	Okugenda okubateekerateekera ekifo	1
2	Nti yandikomyewo nate n'abatwaala gy'ali	2
3	Yesu y'omu ono alidda mu ngeri y'emu nga bwe mumulabye nga agenda mu ggulu	2
4	Okulabika okw'ekitiibwa okwa Katonda waffe omukulu era Omulokozi Yesu Kristo	2
5	(1) Okwogerera waggulu (2) Eddoboozi lya malayika omukulu (3) Ekkondeere lya Katonda	1 1 1
6	Nedda	1
7	Balizuukira (okuva mu bafu)	1
8	(1) Bonna baliwanyisibwa (2) Bonna balikwatibwa mu bire okusisinkana Mukama mu Bbanga	1 1
9	Nedda; tekiribaawo	1
10	Tulifaanana nga Ye	1
11	Ng'omubiri gwa Kristo ogw'ekitiibwa (ogwagulumizibwa)	1
12	(1) Obutavunda* (2) Obutafa*	1 1
13	Embaga y'obugole bw'Omwana gw'Endiga	1
14	Yeeteekateeka	1
15	Bafuta entukuvu, ennungi era emasamasa (enjeru)	1
16	Ebikolwa eby'obutuukirivu* eby'abatukuvu.	1
17	Abo abaali beetegese	1
18	Yeerongoosa nga Ye (Yesu) bw'ali omulongoofu	2
19	Eri abo abamulindirira	1
20	(1) Okugoberera emirembe n'abantu bonna (2) Okugoberera obutukuvu	1 1
21	(1) Mu mirembe (2) Abatalina bbala (3) Abataliiko musango	1 1 1
22	Nga omubbi	1
23	Teri n'omu amanyi, Katonda Kitaffe yekka	1

Ekibuuzo	Eky'okuddamu	Obubonero
24	Okutunula	1
25	Okusabanga bulijjo	1
26	Obuluvu Obutamiivu Okweraliikirira olw'eby'obulamu buno	1 1 1

Kebera kaadi yo ey'okwejjukanyizaako ku lw'omulimu gw'okwejjukanya omuwandiike.

Omulimu gwo ogw'okwejjukanya bwe guba nga gutuukiridde mu bigambo, obubonero 4. **4**
(Salako akabonero 1 ku lwa buli nsobi. Bwe wabaawo ensobi ezisukka mu 3, tewali kabonero ku lw'olunyiriri olwo.)

OMUGATTE 43

eby'okuddamu ebituufu 22 = 50 ku 100
eby'okuddamu ebituufu 30 = 70 ku 100
eby'okuddamu ebituufu 34 = 80 ku 100

ENSONGA ENKULU KU BY'OKUDDAMU EBITUUFU – OMUSOMO OGW'EKKUMI N'OMUSANVU

(Ennamba ku muko guno zijuliza emabega ku nnamba eziri ku muko ogw'eby'Okuddamu Ebituufu.)

1-5. "Mu kamwa k'abajulirwa ababiri oba abasatu buli kigambo kinywezebwa" (Mat.18:16). Ku bikwata ku kudda kwa Kristo tulina abajulirwa abasatu (1) Christo Yennyini (Yokana 14:3); (2) bamalayika (Ebikolwa 1:11); (3) omutume Pawulo (1 Basse.4:16). Genderera essira ku kudda kwa Kristo mu buntu: "Yesu ono y'omu" (Ebikolwa 1:11), "Mukama Yennyini" (1 Basse. 4:16). "Essuubi eddamu" lino (Tito 2:13) kye kigendererwa ekisinga okuba ekya waggulu eky'okubeerawo okw'Ekikristaayo.

5. (1) Eddoboozi liriva mu Mukama Yennyini. Eddoboozi lye lyokka lye lirina amaanyi okuyita abafu. (Laba Yokaana 5:28-29.) (2) ssaabamalayika alabika aliba Gabulyeri. Omulimu gwe ogw'enjawulo kwe kulangirira nga Katonda anaatera okutambula mu nsonga z'abaana b'abantu. (Laba Lukka 1:19, 26.) (3) Ekkondeere likozesebwa okukoowoola abantu ba Katonda okukungaana awamu. (Laba Okubala 10:2-3.)

6. "Okwebaka" kitegeeza kufa. (Gerageranya Ebikolwa 7:60 ne 1 Abakkolinso 11:30.) Ekigambo kino kikozesebwa ku lw'okufa kw'Abakristaayo kubanga basuubira okugolokoka nate ku makya g'okuzuukira*.

6-8. Engeri y'ebyo ebiribaawo eri bw'eti: (1) Abakristaayo abaafa (abeebaka) balizuukizibwa n'emibiri emiggya, egigulumiziddwa. (2) Abakristaayo abalamu emibiri gyabwe girikyusibwa mu kutemya kikkowe okudda mu mibiri egigulumiziddwa* nga egya bannaffe. (3) Abakristaayo bonna balikwakkulibwa wamu mu bire okusisinkana Mukama nga bw'akka okuva mu ggulu.

10-12. Omubiri ogugulumiziddwa* ogw'Omukristaayo gulibeera ng'omubiri ogugulumiziddwa* ogwa Mukama gwennyini. (Ku lw'okuyiga okusingawo okuba okujjuvu okw'omusomo guno, laba ekitabo kyange Ekitabo ky'omu ngalo eky'Omukkiriza ajjuziddwa-Omwoyo, Ekitundu ky'Omukaaga, Okuzuukira kw'Abafu.)

13. Gerageranya Matayo 8:11 ne Matayo 26:29.

14-21, 24-25. Baibuli mu ngeri etegeerekeka obulungi ennyo eyigiriza nti, okusobola okwetegeka ku lw'okudda kwa Kristo, Abakristaayo bateekwa okukola ennyo okweteekateeka. Mu Kubikkulirwa 19:8, amakulu gennyini aga "bafuta ennungi" bye "bikolwa eby'obutuukirivu* eby'abatukuvu." Buno bwe butuukirivu* bwa Kristo, obufunibwa olw'okukkiriza*, obukolebwa okulabisibwa mu bulamu obwa bulijjo obw'Abakristaayo. (Gerageranya Abafiripi 2:12-13: "Kola...kubanga Katonda y'akolera mu ggwe.")

Mu ngeri eno, Ekigambo kya Katonda kirungamya Abakristaayo okweteekateeka n'ebikolwa eby'obutuukirivu* ebya:

1. Obulongoofu (okubeerawo nga toliiko bbala) (1 Yokaana 3:3 ne 2 Peetero 3:14)
2. Obutukuvu (Abaebbulaniya 12:14)
3. Emirembe (enkolagana entuufu n'abantu bonna) (Beb. 12:14 ne 2 Peetero 3:14)
4. Obutabaako musango (okubeera omwesigwa mu mirimu gyonna egy'Obukristaayo) (2 Peetero 3:14)
5. Okujjula essuubi (okulindirira n'okuyaayaana ku lwa Yesu) (Beb. 9:28)
6. Okutunula (Makko 13:37)
7. Okusaba (Lukka 21:36).

22. Kristo aliba ng'omubbi mu ngeri gy'alijja, naye alitwala ekyo kyokka Ekikye – "abo aba Kristo mu kujja Kwe" (1 Kol.15:23).

23. Akaseera ako bwe kalijja, Taata aligamba Omwana. Olwo eggulu lyonna lirikubirizibwa okutandika okukola.

30. (1) Yesu bulijjo yalabulanga ku ky'obutalyanga n'okunywanga ekisusse nga tannalabula ku kya butamiivu.

(3) Gerageranya Lukka 17:27-28. Ebintu ebyogeddwako wano tebiriimu kwonoona ku bwabyo. Ekibi kiva mu kusibibwa ennyo mu byo.

OMUSOMO OGW'EKKUMI N'OMUNAANA

>>Obubonero bw'Okujja kwa Kristo okw'Okubiri

ENNYANJULA:
Baibuli etubuulira ku bintu bingi eby'enjawulo ebiribaawo mu nsi nga ebula ekiseera kitono okutuuka ku kujja kwa Kristo okw'okubiri. Ebintu bino buliba bubonero okutulabula nti Ye ajja mangu.

Mu musomo guno, obumu ku bubonero obusinga okuba obukulu bwogerwako. Bwawuddwamu mu bibinja bibiri:

A. Obubonero mu Nsi y'Eddiini
B. Obubonero mu Nsi Okutwalira Awamu.

Wansi wa buli kibinja kya bubonero wateekeddwawo eby'okujuliza eri ennyiriri z'Ebyawandiikibwa obubonero obwo mwe bwogerwako. Mu musomo guno kikwetaagisa okukola bino wammanga:

(1) Soma oyite mu bubonero obuli mu Kibinja A.
(2) Soma oyite mu Byawandiikibwa ebirambikiddwa wansi w'Ekibinja A.
(3) Ku kakoloboze wansi wa buli kabonero, wandikawo okujuliza kw'Ekyawandiikibwa ekikoogerako.
(4) Ddamu omutendera gwe gumu ku lw'Ekibinja B.
(5) Ku nkomerero ya buli kabonero, ojja kulaba akabokisi. Bw'oba omazeeko ekitundu ekisigaddeyo eky'omusomo, soma oyite mu

501

bubonero nate, era okebere buli kabokisi bw'oba ng'owulira nti akabonero ako akamu kali mu mutendera gwa kutuukirizibwa mu nsi nga bw'ogimanyi.

(Genderera: Waliwo Ekyawandiikibwa kimu ekituufu ekijulizibwa ku lwa buli kabonero. Naye, mu Kibinja B, Matayo 24:7 kyogera ku bubonero busatu obw'enjawulo. Wandiika Matayo 24:7 oluvannyuma lwa buli kabonero ke kikwatako.)

Omulimu ogw'Okwejjukanya: Lukka 21:28
☐ Kebera wano oluvannyuma lw'okukwata olunyiriri olwo.
(Wejjukanye ennyiriri okuva mu masomo agaasooka buli lunaku.)

Ebibuuzo by'Omusomo

A. OBUBONERO MU NSI Y'EDDIINI

1. Okufukibwa kw'Omwoyo Omutukuvu wonna mu nsi. ☐

2. Okubuulira enjiri n'omulimu gw'obuminsane mu nsi. ☐

3. Abakristaayo okussibwa wansi, okukyayibwa, okutulugunyizibwa, n'okuttibwa mu mawanga gonna. ☐

4. Bannabbi b'obulimba bangi ☐

5. Okugwa okunene okuva mu kukkiriza kw'Ekikristaayo ☐

6. Abakristaayo bangi, nga babuzaabuziddwa Setaani, nga beewaayo eri emyoyo egy'obulimba. ☐

7. Okwagala kw'Abakristaayo bangi nga kunnyogoga. ☐

OKUJULIZA KW'EBYAWANDIIKIBWA
- Matayo 24:12 • I Timoseewo 4:1 • Matayo 24:9
- Ebikolwa 2:17 • Matayo 24:11 • 2 Abasasseloniika 2:3
- Matayo 24:14

B. OBUBONERO MU NSI OKUTWALIRA AWAMU

8. Entalo ez'ensi yonna ez'amaanyi; eggwanga lirigolokokera ku ggwanga linnaalyo.
   .... ☐

9. Okweyongera kw'entambula n'okumanya
   .... ☐

10. Okugolokoka kw'omugendo gw'okuwagira ebirungi ku lwa Isiraeri* n'okuddamu okuzimba Isiraeri.
    .... ☐

11. Yerusaalemi okununulwa okuva mu bufuzi bw'Abamawanga*.
    .... ☐

12. Abanyoomi bangi nga beegaana Ekigambo kya Katonda n'ekisuubizo ky'okudda kwa Kristo.
    .... ☐

13. Abantu abasibiddwa mu masanyu g'ebintu ebikwatibwako n'obulamu obwa buli lunaku n'okwerabira emisango* gya Katonda egijja.
    .... ☐

14. Okukka okw'amaanyi mu kubeerawo okw'empisa ennungi era okugolokofu, awamu n'okukka okw'ebikula by'eddiini eby'ebweru.
    .... ☐

15. Obujeemu bulyeyongera.
    .... ☐

16. Enjala ne kawumpuli
.... ☐

17. Okunyeenya kw'ensi (musisi) mu bifo bingi.
.... ☐

18. Ennaku mu mawanga n'okutabulwa.
.... ☐

19. Abakontana ne Kristo bangi.
.... ☐

OKUJULIZA KW'EBYAWANDIIKIBWA:
- Matayo 24:12 • Lukka 21:24 • 1 Yokaana 2:18
- 2 Peetero 3:2-7 • Danyeri 12:4 • Matayo 24:7
- Lukka 17:26-30 • Zabbuli 102:16 • 2 Timoseewo 3:1-5
- Lukka 21:25

Mulimu ogw'Okwejjukanya: Lukka 21:28
Wandiika olunyiriri luno okuva mu by'ojjukira
....
....
....
....
....
....
....

TOVA KU MUKO GUNO OKUTUUSA NGA OMAZE OKUJJUZA EBY'OKUDDAMU BYONNA MU MUSOMO GUNO.

EBY'OKUDDAMU EBITUUFU N'OBUBONERO –
OMUSOMO OGW'EKKUMI N'OMUNAANA

Ekibuuzo	Eky'okuddamu	Obubonero
1	Ebikolwa 2:17	1
2	Matayo 24:14	1
3	Matayo 24:9	1
4	Matayo 24:11	1
5	2 Abasasseloniika 2:3	1
6	1 Timoseewo 4:1	1
7	Matayo 24:12	1
8	Matayo 24:7	1
9	Danyeri 12:4	1
10	Zabbuli 102:16	1
11	Lukka 21:24	1
12	2 Peetero 3:2-7	1
13	Lukka 17:26-30	1
14	2 Timoseewo 3:1-5	1
15	Matayo 24:12	1
16	Matayo 24:7	1
17	Matayo 24:7	1
18	Lukka 21:25	1
19	1 Yokaana 2:18	1

Kebera kaadi yo ey'okwejjukanyizaako ku lw'omulimu gw'okwejjukanya omuwandiike.

Omulimu gwo ogw'okwejjukanya bwe guba nga gutuukiridde mu bigambo, obubonero 4.   **4**
(Salako akabonero 1 ku lwa buli nsobi. Bwe wabaawo ensobi ezisukka mu 3, tewali kabonero ku lw'olunyiriri olwo.)

OMUGATTE 23

eby'okuddamu ebituufu 12 = 50 ku 100
eby'okuddamu ebituufu 16 = 70 ku 100
eby'okuddamu ebituufu 18 = 80 ku 100

Ebibuuzo Ebikulu Ebisembayo Bisatu

Waliwo obubonero obw'enjawulo kkumi na mwenda obw'okujja kwa Kristo obwogeddwako mu musomo guno.

1. **Ku ludda lwa bumeka ku bwo kwe wateeka akabonero?**
2. **Kino kikulaga nti Kristo ayinza okuba nga ajja mangu?**
3. **Bwe kiba bwe kityo, weetegese?**

ENSONGA ENKULU KU BY'OKUDDAMU EBITUUFU – OMUSOMO OGW'EKKUMI N'OMUNAANA

(Ennamba ku muko guno zijuliza emabega ku nnamba eziri ku muko gw'Eby'okuddamu Ebituufu.)

1. Enjogera "bonna abalina omubiri" etegeeza abaana b'abantu bonna okutwalira awamu. Etera okukozesebwa n'amakulu gano mu Bannabbi (Isaaya 40:5-6) (Yeremiya 25:31) (Ezekyeri 21:4-5). Buli kitundu ky'abaana b'abantu kijja kuwulira okukola kw'okufukibwa okunene kuno okusembayo okw'Omwoyo wa Katonda.

2. Okuleeta enjiri eri abantu abalala n'amawanga amalala ky'ekivaamu ekya bulijjo eky'okufukibwa kw'Omwoyo Omutukuvu. Genderera ebigambo eby'enjawulo oluvannyuma lw'akabonero kano: "Era oluvannyuma enkomerero n'eryoka ejja" (Mat. 24:14).

3. Waaliwo Abakristaayo abaafiirira enzikiriza yaabwe (abajulizi) bangi mu kyasa ky'amakumi abiri okusinga mu kyasa ekirala kyonna. Eky'okulabirako, amawanga mangi ag'Abakomunisiti gayigganya Abakristaayo ng'enkola y'eggwanga.

4-6. Obubonero obusatu buno bwonna busonga ku kweyongera okw'amaanyi mu kunyigiriza kwa setaani n'obulimba bwe ebiruubirirwa okusika Abakristaayo okuva ku bwesigwa bwabwe eri Kristo. Baibuli eraga nti, mu nkomerero, walibaawo ebibinja by'Abakristaayo ebikulu bibiri byokka. Ekimu kinnyonnyolwa nga "omugole" n'ekirala nga "malaaya." Omugole mwesigwa eri Omugole Omusajja (Kristo). Malaaya si mwesigwa eri Kristo. (Laba Okubikkulirwa 17-18.)

7. Akabonero kano kakwatagana n'ekifaananyi eky'Ekkanisa mu Lawodikiya. Ekibi ekisingisa omusango eky'Abakristaayo bano kwe kubeera nga "ba kibogwe";

tebannyogoga so nga tebabuguma (Okubikkulirwa 3:14-22). Okukka kuno mu kwagala mu Bakristaayo kugenda kusinga kuva ku emu ku nsonga zino oba okusingawo:

(1) Abakristaayo nga bayigganyizibwa ekisukkiridde;

(2) Abakristaayo nga balimbibwa Setaani;

(3) Abakristaayo nga baliwo okusinga ku lwa ssente n'okubeera obulungi mu bintu ebikwatibwako.

8. Ekyasa ekyayita kyaalaba entalo ezisinga okuba ez'amaanyi n'obungi okusinga ekyasa ekirala kyonna, naddala ssematalo w'ensi yonna ow'emirundi ebiri.

9. Genderera engeri ensonga zino ebbiri gye zikwataganamu mu ngeri ey'amagezi. Okweyongera mu kumanya (amagezi ga saayansi) kusobozesa okweyongera mu by'entambula. Mu ngeri y'emu, okweyongera mu by'entambula kwongera okumanya.

10-11. Okugolokoka kw'omugendo gw'okuwagira ebirungi ku lwa Isiraeri, okuzaalibwa obuggya okw'eggwanga lya Isiraeri, n'Olutalo olw'Ennaku-Mukaaga olwa 1967 bye bimu ku byamagero ebikulu eby'ebyafaayo eby'akaco kano. Omuntu omu yagamba: "Abayudaaya gwe mukono gwa Katonda ogubala eddakiika ku ssaawa y'obunnabbi eya Katonda, era omukono ogwo kumpi gutuuse ku ssaawa mukaaga ogw'ekiro."

12. Ekyasa ekyayita kyalaba okulumbagana awatali kutya okw'omuddiringanwa ku Baibuli obutafaanana n'omulembe omulala gwonna. Kyewuunyisa nti obulumbaganyi buno ku Baibuli mu butuufu bukakasa amazima gaayo olw'okuba nti Baibuli ebwogerako mu ngeri etegeerekeka.

13-15, 18. Obubonero buno bukakasibwa okuba obutuufu buli lunaku n'amawulire g'ensi ey'omulembe guno. (Gerageranya Lukka 17:26 ne Olubereberye 6:5, 12-13.) Ebintu ebibi ebikulu ebisatu eby'ennaku za

Nuuwa byaali:
(1) ebirowoozo ebibi n'okwegomba okubi
(2) okwegatta okutali kwa kitiibwa era okw'obuseegu.
(3) obukambwe.

16. Enjala ne kawumpuli mu butonde bitera okugendera awamu, era byombi bitera okuleetebwa entalo.

17. Likoda ezikwata ku kyasa ekyayita ziraga okweyongera okwewunyisa mu muwendo gw'ebikankano oba musisi.

19. Omulimu gwa "omwoyo gw' okukontana ne Kristo" (1 Yokaana 4:3) gwa mirundi ebiri: okusooka, okuggya Kristo mu kifo Kye ekyamuweebwa-Katonda, ekisukkulumu eky'obuyinza; eky'okubiri, okuyimusa omuntu omulala mu kifo kya Kristo. Mu ngeri eno, endowooza z'eby'obufuzi enkulu ez'omulembe guno n'emirembe egyayita – Obusiraamu, Obwannakyemalira n'Obwannakalyako ani – zonna zibadde zikontana-n'Obukristaayo (ng'amaanyi amalala mangi ag'eby'obufuzi n'eddiini bwe gakolera mu nsi leero). Naye, ensi ekyalindiridde oyo Akontana-ne-Kristo, nga bwe kinnyonnyolwa mu 2 Abasasseloniika 2:3-12.

OMUSOMO OGW'EKKUMI N'OMWENDA
Obwakabaka bwa Kristo Okussibwa ku Nsi

ENNYANJULA:
Obwakabaka bwa Kristo ku nsi bugenda kuleetebwa emisango* Gye ku abo bonna abaagaana ekisa kya Katonda n'okuziyiza ebiruubirirwa bya Katonda mu biseera ebyasooka. Ku ludda olulala, abakkiriza bonna abaliba bazuukiziddwa oba abaliba bakyusiddwa mu maanyi g'obwakatonda mu kujja Kwe bagenda kuweebwa ebifo eby'enjawulo eby'obuyinza mu bwakabaka Bwe. Ne Yerusaalemi ng'ekibuga Kye ekikulu, Yesu alifuga waggulu w'amawanga gonna okumala emyaka lukumi, ng'aleeta obwenkanya, emirembe, okukulaakulana, n'okumanya Katonda eri ensi yonna. Eky'enkomerero, Alyewaayo Ye Yennyini n'Obwakabaka Bwe eri Katonda Kitaawe.

Omulimu ogw'Okwejjukanya 2 Timoseewo 2:11-12

☐ Kebera wano oluvannyuma lw'okukwata ennyiriri zino. (Wejjukanye ennyiriri okuva mu masomo agaasooka buli lunaku.)

Ebibuuzo by'Omusomo

A. EMISANGO EGIREETA OBWAKABAKA BWA MASIYA

1. Okujja kwa Yesu okuva mu ggulu kunnyonnyolwa mu 2 Abasasseloniika 1:6-10.
   (1) Alikola atya ababi n'abajeemu? (oluny. 8)
   ....
   (2) Kiki ekiriba ekibonerezo kyabwe? (oluny. 9)
   ....

2. Kiki ekirituuka ku Nsolo (Akontana ne Kristo) ne Nnabbi w'Obulimba? (Kub.19:20)
   ....

3. Ngeri ki Yesu gy'alifugamu amawanga ku nsi? (Kub. 19:11-15) (Zab. 2:7-9)
   ....

4. Yesu bw'alissa nnamulondo Ye ku nsi, b'ani abalikunganyizibwa mu maaso Ge ku lw'omusango*? (Mat. 25:31-32) (Yoweeri 3:1-2)
   ....

5. Amawanga gano galisalirwa omusango okusinziira ku ngeri gye gayisizzaamu ekika ky'abantu ekimu. Ngeri ki Yesu gy'annyonnyolamu ekika kino?
   (1) (Mat.25:40) ....
   (2) (Yoweeri 3: 2) ....

6. Empeera eriba ki ey'emirundi ebiri ey'amawanga ago agakoze Yesu kye yalagira?
   (1) (Mat. 25:34) ....

(2) Mat. 25:46) ....

7. Ekibonerezo kiriba ki eky'amawanga ago agatakoze Yesu kye yalagira? (Mat. 25:41, 46)
....

B. EKIFO KY'ABAKKIRIZA ABAZUUKIZIDDWA*

8. Bwe tuba tugumidde okubonaabona ku lwa Yesu, mpeera ki ebbiri ze tuyinza okusuubira?
   (1) (Bar. 8:17) ....
   (2) (2 Tim. 2:12) ....

9. Kifo ki Yesu kye yasuubiza abatume abaali bagenze mu maaso mu bwesigwa wamu naye? (Mat. 19:27-28)
....

10. Kika kya mukkiriza ki Yesu gw'Aliwa obuyinza okufuga amawanga wamu naye? (Kub. 2:26-27)
....

11. Empeera eriba ki ey'emirundi ebiri Yesu gy'Aliwa abakkiriza abo abalisalibwako emitwe oyo Akontana ne Kristo ku lw'obujulirwa bwabwe eri Yesu? Kub. 20:4-5)
    (1) ....
    (2) ....

12. Yesu yayogera olugero olw'abaddu abaakozesa ssente ezabaweebwa mukama waabwe (Laba Lukka 19:12-27.) Empeera yali ki?:
    (1) Ey'omuddu eyafuna amagoba ag'emirundi ekkumi? (Lukka 19:16-17)
....

(2) Ey'omuddu eyafuna amagoba ag'emirundi etaano? (Lukka 19:18-19)

....

13. Wandiika ebitundu bibiri abakkiriza abazuukiziddwa* bye balifuga ng'abalamuzi mu mulembe ogugenda okujja.
    (1) (1 Kol. 6:2) ....
    (2) (1 Kol. 6:3) ....

C. OKULABA OKW'OBUNNABBI OKW'OBWAKABAKA BWA MASIYA

14. Kika kya muggo ki Yesu gw'Alifuga nagwo? (Zab. 45:6) (Beb. 1:8)

....

15. Lwaki Katonda afuse amafuta ku Yesu okusinga abalala bonna? (Zab. 45:7) (Beb. 1:9)

....

16. Kifo ki Mukama ky'alonze okubeeramu emirembe gyonna? (Zab. 132:13-14)

....

17. Mannya ki agaatuumibwa ekifo Mukama gy'Alifugira nga Kabaka? (Isa. 24:23)
    (1) (Zab. 48:1-2) ....
    (2) (Mat. 5:34-35) ....

18. Mu nnaku ez'oluvannyuma, lusozi ki oluliyimusibwa waggulu w'ensozi ezirwetoolodde? (Isa. 2:2) (Mikka 4:1)

....

....

19. B'ani abalikulugguka okujja ku lusozi luno? (Isa. 2:2) (Mikka 4:1)
   ....

20. Kiki Katonda ky'Aliyigiriza amawanga gano? (Isa. 2:3) (Mikka 4:2)
   ....

21. Bintu ki ebibiri ebirifuluma okuva mu Sayuuni ne Yerusaalemi? (Isa. 2:3) (Mikka 4:2)
   (1) .... (2) ....

22. Masiya bw'Aliramula amawanga, bintu ki ebibiri bye baliba nga tebakyakola nate? (Isa. 2:4) (Mikka 4:3)
   (1) ....
   (2) ....

23. Mbaga ki ey'enjawulo amawanga gye galyambukira e Yerusaalemi buli mwaka? (Zab. 14:16)
   ....

24. Zabbuli 72 eraga nga bukyali ebintu eby'enjawulo eby'obufuzi bw'Omwana wa Dawudi, Masiya. Eky'okulabirako:
   (1) Ngeri ki gy'Alifugamu abaavu? (enny. 2, 4)
   ....
   ....
   ....

   (2) Bika ki ebisatu eby'abantu Masiya b'alinunula*? (oluny. 12)
   (a) .... (b) ....
   (c) ....

515

(3) Muntu wa ngeri ki aliraba omukisa mu bufuzi bwa Masiya? (oluny. 7)

....

(4) Walibaawo bungi bwa ki? (oluny. 7)

....

(5) Bintu ki ebibiri amawanga gonna bye galikolera Masiya?
(a) (oluny.11) ....
(b) (oluny.17) ....

25. Bintu ki eby'enkalakkalira bisatu ebirivaamu mu bufuzi bwa Masiya obw'obutuukirivu? (Isa. 32:17)
(1) ....
(2) ....
(3) ....

26. Ebbanga ery'obufuzi bwa Kristo buno liriba lyenkana ki? (Kub. 20:4, 5)

....

27. Kiki Kristo ky'Alikola ku nkomerero y'ebbanga lino? (1 Kol. 15:24, 28)

....

28. Kiruubirirwa ki ekisembayo ekya Katonda mu bino byonna? (1 Kol. 15:28)

....

Omulimu ogw'Okwejjukanya: 2 Timoseewo 2:11-12
Wandiika ennyiriri zino okuva mu by'ojjukira.

....
....
....
....
....
....
....
....
....

TOVA KU MUKO GUNO OKUTUUSA NGA OMAZE OKUJJUZA EBY'OKUDDAMU BYONNA MU MUSOMO GUNO

EBY'OKUDDAMU EBITUUFU N'OBUBONERO – OMUSOMO OGW'EKKUMI N'OMWENDA

Ekibuuzo	Eky'okuddamu	Obubonero
1	Alyesasuliza ku bo n'omuliro ogwaka Okuzikiriza okw'olubeerera okuva mu kubeerawo kwa Mukama n'okuva mu kitiibwa ky'amaanyi Ge	1 2
2	Balisuulibwa nga balamu mu nnyanja ey'omuliro eyaka n'ekibiriiti	1
3	N'omuggo ogw'ekyuma	1
4	Amawanga gonna	1
5	(1) Baganda bange (2) Abantu bange, obusika bwange Isiraeri	1 2
6	(1) Balisikira obwakabaka bwa Kristo (2) Balifuna obulamu obutaggwawo	1 1
7	Ekibonerezo eky'olubeerera mu muliro ogw'olubeerera ogwateekerwateekerwa Setaani ne bamalayika be	2
8	(1) Tuligulumizibwa wamu naye (2) Tulifugira wamu naye	1
9	Okutuula ku nnamulondo kkumi na bbiri nga balamula ebika ekkumi n'ebibiri ebya Isiraeri	2
10	Oyo awangula n'okukuuma emirimu gya Kristo okutuuka ku nkomerero	2
11	(1) Okufuga ne Kristo okumala emyaka lukumi (2) Okuba n'ekitundu mu kuzuukira okusooka	1 1
12	(1) Obuyinza ku bibuga kkumi (2) Obuyinza ku bibuga bitaano	1 1
13	(1) Ensi (2) Bamalayika	1 1
14	Omuggo ogw'obutuukirivu	1
15	Kubanga Ye ayagala obutuukirivu* era akyawa obubi (obujeemu)	2
16	Sayuuni	1
17	(1) Olusozi Sayuuni (2) Yerusaalemi	1 1
18	Olusozi lw'ennyumba ya Mukama	1
19	Amawanga gonna (abantu bonna)	1
20	Amakubo ge	1

Ekibuuzo	Eky'okuddamu	Obubonero
21	(1) Amateeka (2) Ekigambo kya Mukama	1 1
22	(1) Okuyimusa ebitala byabwe eri amawanga amalala (2) Okuyiga okulwana nate	1 1
23	Embaga ey'Ensiisira	1

24	(1) N'obwenkanya
	(2) (a) Abalina obwetaavu
	  (b) Abaavu
	  (c) Oyo atalina muyambi
	(3) Omutuukirivu*
	(4) Emirembe
	(5) (a) Okumuweereza
	  (b) Okumuyita aweereddwa omukisa
		1
		1
		1
		1
		1
		1
		1
		1

25	(1) Emirembe (2) Okusiriikirira (3) Obukakafu	1 1 1
26	Emyaka lukumi	1
27	Okuwaayo obwakabaka eri Katonda Kitaawe n'okumugondera	2
28	Nti Katonda abeere byonna mu byonna	1

Kebera kaadi yo ey'okwejjukanyizaako ku lw'omulimu gw'okwejjukanya omuwandiike.

Omulimu gwo ogw'okwejjukanya bwe guba nga gutuukiridde mu bigambo, obubonero 4.   **8**

(Salako akabonero 1 ku lwa buli nsobi. Bwe wabaawo ensobi ezisukka mu 3, tewali kabonero ku lw'olunyiriri olwo.)

OMUGATTE 62

eby'okuddamu ebituufu 31 = 50 ku 100
eby'okuddamu ebituufu 43 = 70 ku 100
eby'okuddamu ebituufu 50 = 80 ku 100

ENSONGA ENKULU KU BY'OKUDDAMU EBITUUFU – OMUSOMO OGW'EKKUMI N'OMWENDA

(Ennamba ku muko guno zijuliza emabega ku nnamba eziri ku muko ogw'Eby'okuddamu Ebituufu.)

1. Abasasseloniika eky'okubiri 1:6-10 kiwa ekifaananyi ky'ekitiibwa n'amaanyi ag'okujja kwa Kristo. Abalabe Be bonna baligobebwa olubeerera*, naye ekitiibwa Kye kirirabibwa mu bamalayika abamugoberera ne mu bakkiriza abalikwatibwa waggulu okumusisinkana. (Gerageranya 1 Abasasseloniika 4:16-17.)
2. Okubikkulirwa 13 kiraga nti, ng'omulembe guno bwe gusemberera enkomerero, obubi bw'abantu bulijja ku mutwe mu muntu w'omufuzi omubi asukkiridde, naye ow'amaanyi ayogerwako nga "ensolo" (Kub. 7:11.)
Era ayitibwa "omusajja ow'ekibi (obujeemu) (2 Abasasseloniika 2:3), "omwana ow'okubula" (oluny. 3), era "oyo Akontana ne Kristo" (1 Yok. 2:18) Aliwagirwa omukulembeze w'eddiini omubi ayitibwa "nnabbi w'obulimba" (Kub. 16:13) Bombi awamu, bagenda kunoonya okuzikiriza abagoberezi bonna aba Yesu. (Gerageranya Danyeri 8:23-25.)
3. Okubikkulirwa 19:11-15) kinnyonnyola okujja kwa Yesu nga Kabaka era Omulamuzi, n'amaanyi n'obuyinza ebisukkiridde okukola ku bubi bwonna.
4-7. Omusango gw'amawanga ogwogeddwako wano gugenda kusalawo mawanga ki agalikkirizibwa okuyingira mu bwakabaka bwa Mukama ne galuwa agalisalibwako oguva mu bwo. Omusingi gw'omusango* gwabwe gugenda kubeera ngeri gye baayisizzaamu baganda ba Yesu, abantu Abayudaaya. Yesu atwaala ekintu kyonna ekikoleddwa Abayudaaya – oba kirungi oba kibi – nga ekikoleddwa ku Ye Yennyini.

8-13. Yesu bw'alidda n'assaawo obwakabaka Bwe, abakkiriza bonna abamuweerezza mu bwesigwa mu bulamu buno baligulumizibwa mu bifo eby'ekitiibwa n'obuyinza. Baligabana ne Yesu mu bufuzi bw'ensi yonna n'ebigirimu byonna. (Gerageranya ne Okubikkulirwa 3:21.) Omutindo gw'ekitiibwa n'obuyinza oguliweebwa abakkiriza gugenda kukwatagana n'obwesigwa bwabwe mu kuweereza Yesu mu mulembe guno.

14-15. Ekintu eky'enjawulo eky'embala ya Kristo kigenda kulabisibwa mu bwakabaka Bwe:obutuukirivu*. Awatali butuukirivu* tewayinza kubaawo mirembe gya nnamaddala oba egibeerera. (Gerageranya Abaruumi 14:17.)

16-17. Obwakabaka bwa Mukama buliba n'ekibuga kyabwo ekikulu mu Yerusaalemi, oba Sayuuni. Eno nsonga nkulu lwaki tulina okusabira emirembe gya Yerusaalemi. (Laba Zabbuli 122:6.) Ogutundutundu ogusigaddewo ogw'ensi tegulimanya mirembe okutuusa nga Yerusaalemi kinywezeddwa mu mirembe.

18. Mu kiseera kino, Olusozi Sayuuni luli wansi w'ensozi ezirwetoolodde, naye mu kujja kwa Mukama waffe, enkyukakyuka z'obutonde bw'ensi ez'amaanyi zigenda kuwanika Olusozi Sayuuni waggulu w'ensozi zino ezeetoolodde. (Gerageranya Zakaliya 14:3-11.)

19-23. Yerusaalemi oluvannyuma lw'ekyo kiriba enkulungo y'ensi ku lw'okusinza, ku lwa gavumenti ne ku lw'okuyigiriza mu makubo ga Katonda. Kino kigenda kuleetawo okwambululwako eby'okulwanyisa okw'ensi yonna n'emirembe egy'olubeerera.

24-25. Bino wammanga bintu ebikulu eby'obufuzi bwa Kristo: obutuukirivu*, obwenkanya (naddala ku lw'abatali bulungi mu mbeera ez'obulamu obwa bulijjo); emirembe; okukulakulana; okukkiriza okw'abantu bonna okwa Kristo nga omufuzi omulonde wa Katonda. Okusimbibwa kw'obwakabaka Bwe kye ky'okuddamu kyokka eky'amazima eri ebizibu by'endwadde, enjala, obutali bwenkanya, n'entalo.

26. Ebbanga lyennyini ery'obufuzi bwa Kristo lyogerwako emirundi mukaaga mu Kubikkulirwa 20 – 2, 3, 4, 5, 6, ne 7.

27-28. Okuweebwayo okw'obwakabaka eri Katonda Taata kutuukiriza ennono eyogerwako mu Baruumi 11:36. Ebintu byonna birina ensibuko yaabyo mu Katonda Kitaffe, era ebintu byonna bizuula okutuukirizibwa kwabyo mu Ye. Naye, Taata akolagana n'ensi n'ebigirimu byonna okuyita mu Mwana We, ye Masiya.

>>Okukebera w'otuuse Okusembayo

Okukkiriza* kwo n'obugumiikiriza biweereddwa empeera! Kaakano omalirizza amasomo ekkumi n'omwenda amakulu gonna.Ogwo gwokka ogusigaddeyo mulimu ogw'okussa mu nkola ng'omuntu.

Kye kiseera okusiriikiriramu n'okutunula emabega okulaba wa w'otuuse kampegaano.

Olabye engeri Ekigambo kya Katonda n'Omwoyo wa Katonda, nga bakolera wamu, gye bayinza okukuwa byonna bye weetaaga ku lw'obulamu obubala ebibala n'obuwanguzi mu buweereza Bwe.

Mu Musomo ogwo 4, wayiga omugaso n'obukulu bw'okubatizibwa okw'omu mazzi. Ate, mu Masomo 10 ne 11, wayiga ku bikwata ku buvunaanyizibwa bwo okutwala ekifo kyo mu lukalala oluwanvu era olw'ekitiibwa olw'abajulirwa ba Katonda okuyita mu byasa byonna; era n'ebikwata ku bugabirizi obungi Katonda bw'akoze ku lw'ebyetaago byo ebikwatibwako.

Olabye engeri okutangirira kwa Masiya gye kwagabirira eky'okuddamu eky'obwakatonda ku lw'ebizibu ebikulu ebibiri eby'abaana b'abantu: ekibi n'endwadde. Oyize engeri y'okussa mu nkola eky'okuddamu kino mu bulamu bwo ggwe ne mu bulamu bw'abalala.

Onoonyerezza enteekateeka enkulu ey'ebyafaayo okuva ku ntandikwa yaayo entono mu Ibulayimu okuyita mu bannabbi ne bataata ba Isiraeri okutuuka ku kulabisibwa kwa Masiya-Omununuzi eyasuubizibwa.

Eky'enkomerero, ofunye okulaba okufunda kyokka okukyamula okw'ekintu omulembe guno kye gulikomekkereza nagwo: okudda mu buntu okwa Yesu mu maanyi n'ekitiibwa okusimba obwakabaka Bwe ku nsi.

Mu kukola bino byonna, onoonyerezza ku lulwo mu Baibuli eby'okuddamu eri ebibuuzo eby'enjawulo ebisukka mu 650. Era wejjukanyizza ennyiriri enkulu ez'ebyawandiikibwa amakumi abiri-mu-musanvu.

Okusoomoozebwa kw'Omusomo ogwa 20 kaakano kukulindiridde. Naye nga tonnagenda mu maaso ku gwo, kakasa nti okola n'obwegendereza okuyita mu Kutunulako Emabega Okusembayo ku muko oguddako.

>>Okutunulako Emabega Okusembayo

Nga tonnagenda mu maaso ku Musomo ogwa 20, kikulu gy'oli okukakasa nti otegeeredde ddala eby'okuyiga byonna ebiri mu Masomo okuva ku 17 okutuuka ku 19. Kino kijja kukuyamba okweteekateeka ku lw'okussa mu nkola okw'obuntu okusembayo.

Enkola egobererwa mu kutunulako emabega okusembayo efaanana n'eyo egobererwa mu kw'emirundi esatu okwasoose.

Okusooka, soma n'obwegendereza okuyita mu bibuuzo byonna eby'amasomo asatu agaasoose, awamu n'eby'okuddamu ebituufu ebibyanukula. Kebera nti kaakano omanyi era otegeera eky'okuddamu ekituufu eri buli kibuuzo.

Eky'okubiri, wejjukanye ennyiriri zonna ez'Ebyawandiikibwa mu masomo asatu gano g'oyize ku lw'Omulimu ogw'Okwejjukanya.

Eky'okusatu, soma n'obwegendereza okuyita mu bibuuzo bino ebiddako era olowooze ku ngeri gy'ogenda okubyanukula. Buli kibuuzo kikwatagana mu ngeri emu ku by'okuyiga by'obadde osoma.

1. Bintu ki ebikulu by'olina okukola okweteekateeka ku lw'okudda kwa Kristo?
2. Wandiika obubonero kkumi mu nsi obulaga nti Kristo ajja mangu.
3. Kiki "bafuta ennungi, ennyonjo era emasamasa" ey'omugole (Kub. 19:8) ky'eyogerako? Ekyambalo kyo okitegese?

4. Ngeri ki gy'olikyusibwamu mu kuzuukizibwa?

Eky'enkomerero, wandiika ku lupapula olw'enjawulo eby'okuddamu byo eri ebibuuzo ebyo waggulu.

* * * * *

Tewali bubonero bussiddwawo ku lw'okutunulako emabega kuno okusembayo. Ekiruubirirwa kyakwo kwe kukuyamba okukwatira ddala ebyo byonna by'obadde ovumbula. Bw'oba ng'omatidde nti kino kimaze okutuukibwako, bikkula omuko ogende ku Musomo ogwa 20: Okussa mu nkola okw'Obuntu.

OMUSOMO OGW'AMAKUMI ABIRI

Okutunulako Emabega n'Okussa mu nkola okw'Obuntu

ENNYANJULA:
Ekigendererwa ky'omusomo guno ogusembayo kwe kunywereza ddala mu bwongo bwo amazima amakulu mangi ago g'oyize.

Okutunulako emabega kitundu ekikulu eky'okuyiga kwonna okunywerera. Mu kukola ddaala-ku-ddaala okuyita mu musomo guno ogusembyeyo, ojja kwongerako nnyo ku muganyulo n'omukisa by'ofunye okuva mu musomo guno. Era, ojja kwevumbulira kyenkana ki ky'oyigidde ddala. Tewerabira kukola kutunulako emabega okw'omulimu ogw'okwejjukanya!

Omulimu gw'Okwejjukanya Ogusembayo: Yakobo 1:25
☐ Kebera wano oluvannyuma lw'okwejjukanya olunyiriri olwo.
(Wejjukanye ennyiriri okuva mu masomo agaasooka buli lunaku.)

Okusooka, soma okuyita mu bibuuzo byonna eby'amasomo gali amalala ekkumi n'omwenda, awamu n'eby'okuddamu ebituufu. Beera mukakafu nti omanyi era otegeera eky'okuddamu ekituufu eri buli kibuuzo.

Ekyokubiri, wejjukanye ennyiriri zonna eza Baibuli z'oyize ku lw'Omulimu ogw'Okwejjukanya.

Ekyokusatu, wandiika eby'okuddamu eri Ebitundu A ne B wansi.

Ebibuuzo by'Omusomo

EKITUNDU A:
Mu mabanga agateekeddwa wansi, wandiika amateeka amakulu ana okuva mu Baibuli ago g'oyize mu musomo guno. Mu buli mazima, teekamu okujuliza okw'ennyiriri mu Baibuli amazima ago gye gasangibwa.

Amazima agasooka
....
....
....
....
....
....

Eby'okujuliza mu Baibuli
....
....

Amazima ag'okubiri
....
....
....
....
....
....

Eby'okujuliza mu Baibuli
....
....

Amazima ag'Okusatu

....
....
....
....
....
....
....
....

Eby'okujuliza ebya Baibuli
....
....

Amazima ag'Okuna

....
....
....
....
....
....
....
....

Eby'okujuliza mu Baibuli
....
....

EKITUNDU B:

Mu mabanga agali wansi, nnyonnyola mu bufunze enkyukakyuka enkulu zonna ezibaddewo mu bulamu bwo olw'omusomo guno ogwa Baibuli.

....
....
....
....
....
....
....

GENDERERA: Tewali bubonero buweereddwa ku lw'Ebitundu A ne B waggulu.

> Omulimu gw'Okwejjukanya Ogusembayo: Yakobo 1:25
> Wandiika olunyiriri luno okuva mu by'ojjukira.

....
....
....
....

Kebera kaadi yo ey'okwejjukanya ku lw'omulimu gw'okwejjukanya omuwandiike.
Omulimu gwo ogw'okwejjukanya bwe
guba nga gutuukiridde mu bigambo, obubonero 4.   **4**
(Salako akabonero 1 ku lwa buli nsobi. Bwe wabaawo ensobi ezisukka mu 3, tewali kabonero n'akamu ku lw'olunyiriri olwo.

OMUGATTE 4

Obubonero ku lw'Omusomo

Wandiika obubonero bwo ku lwa buli musomo mu bbanga erissiddwawo wansi mu ssa ery'omukono ogwa ddyo. Gatta omugatte gwo era ogugerageranye n'emitindo egiweereddwa ku lwa Oyise, Okoze bulungi nnyo oba Osukkulumye.

Omusomo Nnamba 1	49
Omusomo Nnamba 2	54
Omusomo Nnamba 3	38
Omusomo Nnamba 4	36
Omusomo Nnamba 5	38
Omusomo Nnamba 6	59
Omusomo Nnamba 7	49
Omusomo Nnamba 8	40
Omusomo Nnamba 9	44
Omusomo Nnamba 10	44
Omusomo Nnamba 11	47
Omusomo Nnamba 12	54
Omusomo Nnamba 13	48
Omusomo Nnamba 14	51
Omusomo Nnamba 15	61
Omusomo Nnamba 16	33
Omusomo Nnamba 17	43
Omusomo Nnamba 18	23
Omusomo Nnamba 19	62
Omusomo Nnamba 20	4
OMUGATTE	877

OYISE = 50 ku 100 n'okusingawo (439)
KIRUNGI NNYO = 70 ku 100 n'okusingawo (614)
KISUKKIRIDDE = 80 ku 100 n'okusingawo (702)

Yogaayoga olw'okumaliriza omusomo!

Kaakano ojja kwagala okuvumbula amazima ga Baibuli okuyita mu kusoma okusingawo okutegeke.

Oluvannyuma lw'emiko gy'Olukalala lw'ebigambo ebizibu n'amakulu gaabyo, ojja kusanga olukalala olw'eby'okukozesa okuyigiriza Baibuli ebijja okukuyamba, ebijja okukulungamya mu kutegeera okusingawo okuba okujjuvu okw'enteekateeka ya Katonda n'obugabirizi Bwe ku lulwo nga Omukristaayo.

>>Olukalala lw'ebigambo ebizibu n'amakulu gaabyo

Adamika ekiva mu Adamu, omuntu eyasooka okutondebwa

okulinnya okugenda waggulu, naddala Yesu ng'ayambuka mu ggulu okuva ku nsi.

okuvvoola okulimba okusobola okwonoona erinnya, ebigambo eby'okuvuma

okwatula okwogerera mu lujjudde

okusumulula, okusumululwa
okusumulula, nga okuva mu nnaku oba obubi

olubeerera, obutaggwawo, emirembe n'emirembe
obudde obutakoma

Bannamawanga amawanga g'abatakkiriza, naddala abantu abatali Bayudaaya

gulumiza, okugulumiza, eyagulumizibwa
okutwala engeri ey'obukulu bwa Katonda

kitukuvu kikozesebwa okunnyonnyola ekintu ekitukuvu

obutafa embeera ey'okubeera omulamu emirembe n'emirembe, obutafugibwa kufa

ekitayonooneka ekitasobola kuzikirizibwa oba okwonoonebwa

omusango okukola okusalawo okusalawo omusango gw'omuntu

okutuukirizibwa okuba ow'eddembe okuva mu musango oba okunenyezebwa, okulangirirwa okuba omutuukirivu

533

abajulizi	abo abaafiirira okukkiriza kwabwe
okufumiitiriza	okulowooza entakera era mu ngeri ey'ebuziba ku kintu kyonna
okunyigiriza	okuyisa abantu mu ngeri ey'ettima bwe batyo ne bataba na ddembe oba miganyulo gye gimu ng'abalala
okuwa obunnabbi	okulagula, okuleeta ekigambo butereevu okuva eri Mukama, emirundi mingi ku biseera eby'omu maaso
empeera	ekintu ekifunibwa ng'okusasulwa oba mpeera, okusasulira
okununulwa	okusumululwa kubanga waliwo eyasasula omutango, okusumululwa okuva mu bubi n'ekibonerezo ky'ekibi
okuggyawo(okw'ebibi)	okusazaamu omusango gwonna oba ebbanja lyonna
weenenye, okwenenya	okukyuka; okukyusa ebirowoozo n'omutima okugobererwa okukyusa mu mpisa
okuzuukira	okuzzibwa mu bulamu; okuzuukira okuva mu bafu
omutuukirivu,	obulungi obw'okubeera omutuufu olw'ekisa kya
obutuukirivu	Katonda
obulokozi	okununulibwa, okusumululwa; mu Byawandiikibwa omwo mwe muli okusonyiyibwa okuwonyezebwa, okukulaakulana, okusumululwa, obukuumi, okutaasibwa okuva mu kabi, okusumululwa okuva mu buwambe, n'okuzzibwawo.
okutukuza,	okwawulwa, okuwaayo, okwawulako

okutukuzibwa	ng'ekitukuvu, okufuula omutukuvu oba okufuuka omutukuvu
obujulirwa	obukakafu, ekiraga ensonga okuba entuufu, oba ekintu omuntu ky'ayinza okwogera okuva mu bumanyirivu bwe okuwagira ekyo kye bakkiriza okuba ekituufu
okwonoona	okumenya etteeka ly'empisa oba ekiragiro
aboonoonyi	ky'enneeyisa
endowooza ya Sayuuni	omugendo ogussa essira ku kuwagira ebirungi ku lwa Isiraeri

>>Ennyongeza y'Eby'Okuyiga A
EBIBUUZO BY'OMUSOMO

Empanyisiganya y'Obwakatonda Ekitundu Ekisooka

JJUZA MU MABANGA

1. Obubaka bwonna obw'enjiri bwekulungulira ku kintu kimu eky'ebyafaayo eky'enjawulo: Okufa kwa Yesu okw'okwewaayo ku m-------.

2. Ssaddaaka eno emu ematiza b--- kyetaago eky'abaana b'abantu *bonna*. Ebyetaago bino mulimu eby'omubiri n'eby'omwoyo. Nga esisinkana buli kitundu kyonna eky'obulamu bwo, emmeeme yo, ebirowoozo byo n'empulira zo, awamu n'ebyetaago byo ebikwatikako n'ebya e------.

3. Ssaddaaka eno emu emaliriza-byonna ebeerawo l-------- n'okuyingira mu butaggwaawo.

4. Amakulu amatuufu ag'omusalaba n'empanyisiganya ey'obwakatonda eyaliwo yali Yesu Yennyini eyeetikka e---- by'abaana b'abantu n'atwaala ekibonerezo ekyali kitugwanira nga fenna bwe tuli a---------. Mu kuddira Katonda atuwa o------------ n'emirembe ne Katonda.

5. Y--- yafa okufa kwaffe ffe tulyoke tufune obulamu Bwe.

Ekitundu Eky'Okubiri
WANDIIKA KITUUFU OBA KIKYAMU

6. _____ Okufuna okukola okujjuvu okw'omusalaba tuteekwa okuba n'okukkiriza.

7. _____ Tewali n'omu ku ffe eyali akoze ekintu kyonna okugwanira ekirabo era tewali n'omu ku ffe aliyinza okukola ekintu kyonna okukifuna. Kiriwo lwa kisa kya Katonda.

8. _____ Eri abo abakkiriza ssaddaaka ya Yesu ku musalaba, ekirabo bwe bulamu obutaggwaawo.

Ekitundu ekyokusatu

LONDAKO EKY'OKUDDAMU EKITUUFU KIMU

9. Yesu yeetikka ensonyi zaffe ffe tulyoke tugabane _____ _____ Kye:
   (a) omusango (b) ekitiibwa
   (c) ebibi (d) okugaanibwa

10. Yesu yagumira *okugaanibwa* kwaffe ffe tulyoke tufune *okukkirizibwa* kwe ne:
    (a) Abaana b'abantu (b) Abakristaayo
    (c) Kitaawe (d) Abatali-Bakristaayo

11. Yesu yagumira _____ bwaffe ffe tulyoke tugabane obungi Bwe.
(a) obwavu (b) okufuba
(c) obunafu (d) ebigendererwa

12. Yesu yafuulibwa ekikolimo ffe tulyoke tuyingire mu:
(a) bugagga (b) kitiibwa
(c) kukkiriza (d) mukisa

Ekitundu Eky'Okuna

JJUZA MU MABANGA

13. Yesu yafumitibwa ffe tulyoke t-----------.

14. Yesu yafuulibwa e---- n'okwonoona kwaffe ffe tulyoke tufuulibwe abatuukirivu n'o----------- Bwe.

Engeri y'Okuva mu Kikolimo okudda mu Mukisa

JJUZA MU MABANGA

1. Waliwo amaanyi ga mirundi ebiri agakolera mu bulamu bwa buli kinnoomu:
  emikisa n'ebikolimo. Agamu ga mugaso amalala g------.
Baibuli erina bingi
 eby'okwogera ku gombi.

2. Katonda ayagala abantu Be okuba n'okutegeera okulungi okwa kino balyoke babeerewo mu b-------- n'okufuna e------ emijjuvu egya Katonda.

3. Omukisa n'ebikolimo bya mu kigera eky'omwoyo ekitalabika. Waliwo ebintu ebikulu bibiri ebibaawo eri byombi:
(a) Biyinza okweyongerayo okuva mu m------ ogumu okudda mu mulala.

(b) Ebivaamu biyinza okusukka ku muntu omu ne bituuka ku bammemba b----, ba-------- baabwe, eggwanga, ate oluusi n'ensi yaabwe okutwalira awamu.

4. Emikisa n'ebikolimo birina amaanyi ag'obwakatonda g------ okuba amaanyi ga K------ oba aga S------yennyini. K------ ye nsibuko ensukkulumu yokka ey'emikisa gyonna.

5. Ensonga lwaki Ibulayimu yafuna omukisa gwa Katonda ku lulwe n'ezzadde lye lyonna yali nti kubanga y-------- eddoboozi lya Katonda ng'awaayo Isaaka, mutabani we, nga ssaddaaka. Twetaaga okuwulira eddoboozi lya Katonda nga tuwulira Ekigambo kya Katonda ekiwandiike, ye Baibuli, ne o------ndera.

6. Engeri emu ey'okufuna ekikolimo bwe buta------ ddoboozi lya K------ n'obutaligondera, buno buba b------.

7. Katonda yalambulula ebikolimo kkumi na bibiri ebyali biyinza okubeera ku
Baisiraeri bwe baayingira mu Nsi Ensuubize singa tebaagonda. Ebikolimo ekkumi n'ebibiri bijja wansi w'emitwe gino ena:
(a) Okusinza ebifaananyi n'okusinza bakatonda a------.

(b) Obut---- k------- mu bazadde

(c) o-------- okutali mu mateeka oba okutali kwa butonde

(okutali kwa musajja na mukazi)

(d) Obutali bwenkanya eri a------ n'abatalina buyambi.

8. Baibuli erabula eri ebya woongo n'ettabi lyabyo e-----, omuli obusamize ebinoonya Setaani era nga obwo bujeemu (mu mateeka ekkumi agasooka Katonda ye Katonda yekka ow'amazima.)

LAGA NTI KITUUFU OBA KIKYAMU KU LWA BULI KIMU KU BINO WAMMANGA

9. Ebikolimo biyinza okukussibwako abantu ab'obuyinza ne mu ngeri endala nga ezo ezirambikiddwa wansi.

_____ *Abazadde*

_____ *Abakulembeze*

_____ *Okwesigama-ku-buntu bwo*

_____ *Bammemba abato ab'omu nnyumba emu*

_____ *Gavumenti yo*

_____ *Ebibiina by'eddiini*

_____ *Abasomesa*

_____ *Abaddu ba Setaani*

_____ *Ffe – ku ffe fennyini olw'enjogera yaffe oba okusaba 'okw'emmeeme'*

_____ *Ebibiina eby'Ekyama nga ba (Free Masons) bammemba*

ab'ekibiina eky'ekyama abeekweka mu bwasseruganda n'okuyambagana

Ku ebyo waggulu by'osazeewo okuba ebituufu, kikolimo ki ekyali kisinga okuba ekizibu ku lwa Katonda okusobola okukuuma abantu Be mu Baibuli?

....

WANDIIKA WANSI BUMEKA KU BUBONERO OMUSANVU OBW'EKIYINZA OKUBA EKIKOLIMO GGWE / OMWAGALWA WO KYE MWETAAGA OKUZUULA OKUSUMULULWA OKUBUVAAMU (Oyinza okuwandiika nga buna)

11. Obubonero omusanvu obw'ekikolimo bwe buno:

- *Okutabuka kw'obwongo oba okw'empulira*
- *Endwadde z'olukonvuba eziddiriŋana*
- *Obugumba, embeera y'okuvaamu embuto oba ebizibu by'ekikyala eby'enjawulo*
- *Okumenyeka kw'obufumbo oba okwawukana okwa famire*
- *Obutamala bw'ensimbi obugenda mu maaso*
- *Okubeera nga ofuna obubenje obwa buli kiseera*
- *Ebyafaayo eby'okwetta ne okufa okutali kwa butonde oba okusalako emyaka*

Erinnya:..

Ekikolimo eky'okumenyebwa..
Erinnya:..
Ekikolimo eky'okumenyebwa..
Erinnya:..

Ekikolimo eky'okumenyebwu..
Erinnya:..
Ekikolimo eky'okumenyebwa..

TEEKA AKAKULUNGO KU KY'OKUDDAMU EKITUUFU

12. Amawulire amalungi gali nti Katonda takkiriza baddu Be kusigala wansi wa kikolimo. Omusingi gw'okusumululwa kwaffe gwesigamizibwa ku byaffe bino:

(a) emirimu emirungi
(b) endowooza
(c) okusoma kw'Ekigambo
(d) okukkiriza mu mulimu gwa Kristo ogw'okununula ku musalaba

13. Okusumulula kwa Katonda okuva mu kikolimo kutwaliramu kitundu /
   bitundu ki eby'obulamu bwaffe ku bino wammanga?
(a) mwoyo gwaffe gwokka
(b) ebitundu byonna emmeeme, omubiri n'omwoyo
(c) omubiri gwaffe ku lw'okuwonyezebwa
(d) emmeeme yaffe

14. Tuteekwa okukola ekitundu kyaffe okusumululwa okuva mu kikolimo nga:

(a) tusaba

(b) tumanya, tuwuliriza n'okugondera eddoboozi lya Katonda – n'Ekigambo ekiwandiike

(c) tugenda eri omukulembeze mu kkanisa entakera ku lw'okusabirwa

(c) twogera ne bajjajjaffe ku byafaayo byabwe.

LAGA KITUUFU OBA KIKYAMU KU LWA BULI KIMU KU BINO WAMMANGA

15. Biruwa ku bino ebiri ekitundu ku madaala omusanvu Katonda g'alagira okusobola okusumululwa okuva mu kikolimo?

_____ Genda mu kkanisa buli kiseera

_____ Yatula okukkiriza kwo mu Kristo n'essaddaaka ye ku musalaba ku lulwo

_____ Weenenye obujeemu bwo n'ekibi kyo

_____ Twaala okusonyiyibwa okw'ebibi byonna

_____ Emirimu emirungi n'okuyamba abalala bijja kukusumulula

_____ Okusonyiwa abantu abalala bonna abaali bakukosezza oba okukusobya

_____ Okuva ku nkwatagana yonna n'eddogo n'ebintu bya Setaani

_____ Okusaba essaala y'okusumululwa Derek gy'agamba ku muko ogw'e 77

_____ Kkiriza nti ofunye era ogende mu maaso mu mukisa gwa Katonda.

_____ Kwaata amateeka ekkumi mu mutima

JJUZA MU MABANGA

16. Okusalawo k----- oba nga tukaayanira okusumululwa okuva mu bulamu bwaffe. Okusalawo kwaffe kuyinza era okukoma ku magenda g'abomu ------- zaffe.

17. Okuwumbawumba kw'emikisa gya Katonda okwogerwa mu Ky'Amateeka 28:2-13
Ok------------
O-----u ob------
Oku-----------
       Ob--------
       O------- bwa Katonda

18. O----- O-------- bw'omunoonya, ajja kuyamba okukulaga bitundu ki bye weetaaga okusumululwa okuvaamu. Ngeri ya mangu ki gy'onoosumululwa eyinza okusinziira okuva ku muntu omu okudda ku mulala. Oluusi kuba kwa m--------.

19. Bwe tuba tumaze okutwaala amadaala okusobola okusumululwa tuteekwa okukola o------- okw'Ekigambo kya Katonda. Okwatula kukolera ku kakwakkulizo kamu singa tutuukiriza obukwakkulizo obukwatagana n'ekisuubizo. Okwatula tekuyinza kudda mu kifo kya b-
------.

20. Okukola "okulangirira" nga twogera n'eddoboozi erya waggulu ebisuubizo bya Katonda biba b-----o ebijjudde amaanyi. Tuteekwa bulijjo okuwa Katonda o------- ku lw'omukisa n'obuwanguzi.

WANDIIKA BULI WA KU BUBONERO OMUSANVU OBULAGA EKIYINZA OKUBA EKIKOLIMO GGWE / OMWAGALWA WO KYE MWETAAGA OKUZUULA OKUSUMULULWA OKUBUVAAMU:

Erinnya: ....
Ekikolimo eky'okumenyebwa: ....

Erinnya: ....
Ekikolimo eky'okumenyebwa ....

Erinnya: ....
Ekikolimo eky'okumenyebwa ....

Omwoyo Omutukuvu mu Ggwe

1. LAGA KITUUFU OBA KIKYAMU KU LWA BULI KIMU KU BINO WAMMANGA

_____ Omwoyo Omutukuvu teyali mukozi era omulamu mu Ndagaano Enkadde.

_____ Omwoyo Omutukuvu muntu.

_____ Abantu abasatu ab'Omutwe ogw'ObwaKatonda be ba Taata, Omwana n'Omwoyo Omutukuvu

_____ Yesu yakozesa amaanyi ag'Omwoyo Omutukuvu okukola ebyamagero nga tannaba kubatizibwa mu Mwoyo Omutukuvu ku Mugga Yoludaani.

_____ Okubeerawo kwa Katonda wonna mu

Butonde ye Mwoyo *Omutukuvu*.

_____ Yesu yasuubiza abayigirizwa Be nti Omwoyo Omutukuvu yandibadde muyambi waabwe ku nsi okubawa okuteesa n'okubeesabeesa.

_____ Omwoyo Omutukuvu yaliwo ku lwaffe ng'abakkiriza mu kiseera kimu kyokka nga Yesu amaze okufa ku musalaba.

_____ Ekkanisa ye mubaka w'Omutwe ogw'ObwaKatonda ku nsi.

_____ Omwoyo Omutukuvu abeera mu kkanisa ne mu mukkiriza
_____ Abakkiriza baafuuka bagumu n'okutegeera okuggya okwa Yesu n'Obuweereza Bwe kasita baamala okujjuzibwa n'Omwoyo Omutukuvu

_____ Twaali bulungi okusingawo Yesu bwe yali ku nsi nga Omwoyo Omutukuvu tannajja

2. KWATAGANYA ENSONGA ZINO WAMMANGA KU KY'OKUDDAMU EKITUUFU

1. *Omwoyo Omutukuvu abikkula ekikula, embala, n'obuweereza bwa*   a. omuntu

2. *Omuwandiisi w'Ebyawandiikibwa*   b. Omuyigiriza w'Ebyawandiikibwa

3. *Omwoyo Omutukuvu ---- gwa ObwaKatonda*   c. omutwegw' Katonda

4. Omwoyo Omutukuvu ye   d. Omwoyo Omutukuvu

5. Ku lunaku lwa Pentekoote e. Yesu Omwoyo Omutukuvu yakka ku nsi nga

6. Omukiise mu buntu owa ------   f. omukka ku nsi

TEEKA AKAKULUNGO KU KY'OKUDDAMU EKITUUFU

(Oyinza okukozesa Baibuli yo. Laba 1 Abakkolinso 3:16 NIV)

3. Omwoyo Omutukuvu abeera mu:
(a) kkanisa
(b) Ekigambo kya Katonda ekiwandiike
(c) omukkiriza
(d) a ne c
(e) ebyo byonna waggulu

4. Ekigambo ky'Oluyonaani 'paraclcte' ekikozesebwa okunnyonnyola Omwoyo Omutukuvu kitegeeza:
(a) anaabanga nammwe bulijjo
(b) anagulumiza Katonda
(c) emigga yy'amazzi amalamu
(d) omuntu omu ku ludda okuyamba

JJUZA MU MABANGA

5. Oluvannyuma Omwoyo Omutukuvu ng'amaze okujja ku lunaku lwa Pentekoote waaliwo ebitundu bisatu ebyafuna ebivaamu eby'amangu. Ekisooka byonna o--------- n'obubaka bwa Yesu bwategeerwa mu ngeri esinga

obulungi, eky'okubiri abayigirizwa baafuna o------.
Eky'okusatu, waaliwo okukakasibwa okw'obwa-------.

KWATAGANYA EBIGAMBO BINO WAMMANGA N'EKY'OKUDDAMU EKITUUFU

6. Omwoyo Omutukuvu atuyamba okusaba mu ngeri zino wammanga:

1. Okwegayirira   a. Tutandika okumanya engeri y'okusaba Okusinziira ku Kigambo kya Katonda

2. Awa obwongo bwaffe   b. okusinda okutannyonnyolekeka okutegeera

3. Atuwa olulimi olutamanyiddwa oluggya   c. ekyo Katonda ky'ayagala tusabire mu kiseera ekyo

4. Ateeka ebigambo   d. olulimi olw'okusaba – olwo obwongo lwe ebituufu mu kamwa kaffe butamanyi

JJUZA MU MABANGA

7. Obulamu bwa Yesu mu Mwoyo Omutukuvu bulabisibwa mu mibiri gyaffe.
Tulina amaanyi mu ffe agatufuula abata------.

8. Okwagala kwa Katonda kufukibwa mu m----- gyaffe olw'O----- O--------. Ekivvuunulibwa *okwagala kwa agape* okw'okwewaayo era okutassaawo b---------- bwonna nti bulina okutuukirizibwa okusooka. (Abaruumi 5:1-5)

9. Omuntu azaaliddwa omulundi ogw'okubiri (okuzaalibwa obuggya) ayolesa okwagala okw'obwakatonda. Ng'okozesa ebigambo ebikulu wansi okukuyamba, wandiika okunnyonnyola okwangu ku ky'okulabirako **kimu** engeri okwagala kuno okw'obwakatonda gye kukomye, oba gye kujja okukoma, ku bulamu bwo.

....
....
....

Eby'okukuyamba: Ekigendererwa ky'obuweereza bwonna obw'Ekikristaayo kwe kwagala. Okwolesebwa kwonna okw'Omwoyo Omutukuvu kugendererwamu kubeera mikutu gya kwagala (kwe kugamba, obunnabbi, okugabira abaavu, okuwonya, n'ebirala). Kubanga okwagala kwa Katonda kuli mu mitima gyaffe, tulina emirembe gya Katonda, ekisa kya Katonda era tusanyukira mu ssuubi ery'ebiseera byaffe eby'omu maaso. Nate era, tusanyukira mu kubonaabona..

MALIRIZA EBIGAMBO BINO

10. Twetaaga okuba nga twegguddewo eri Omwoyo Omutukuvu, naye kitwala empisa n'okutendekebwa. Derek ayogedde ku bukwakkulizo musanvu okuva mu byawandiikibwa:

Twetaaga okw------ ne okuba-------. Weetaaga o------ Kitaffe mu ssaala okujjuzibwa n'Omwoyo Omutukuvu.

Weetaaga okul---- enny----, Katonda tawaliriza mukisa Gwe ku bantu abawulira nga tebagwetaaga. Jangu eri Y--- ye ye mubatiza.

Weetaaga okun--- okugenda mu maaso nga ofuna Omwoyo Omutukuvu ne okwew---- nga tuwaayo omubiri gwaffe ng'ekikozesebwa eky'obutuukirivu.

Eccupa y'Eddagala eya Katonda

JJUZA MU MABANGA

1. Engero 4:20-22 kituwa 'endagiriro' ku ngeri y'okukozesaamu Ekigambo kya Katonda (eddagala).

   Ssangayo omwoyo eri e------- byange.
   Teganga o---- kwo eri okwogera kwange
   Tebivanga ku m---- go.
   Bikuumirenga wakati mu m----- gwo.

2. "Ssangayo omwoyo eri ebigambo byange" – twetaaga okutegeera nti Katonda bw'ayogera gye tuli ayagala ok------- om---- kwaffe okutayingiramu bintu birala.

3. Katonda ayagala okubeera omusawo waffe. Akakwakkulizo akasooka era ekisumuluzo ekikulu okufuna okuwonyezebwa kwe 'k-------' Ekigambo kya Katonda. Essira liri ku kuwuliriza. Tuteekwa okuwa Katonda ok------- om---- kwaffe okutayawuddwamu.

4. Abaruumi 10:17 kitutegeeza nti o--------- kuva mu kuwulira Ekigambo kya Katonda. Okukkiriza kwe kutusobozesa okufuna o------------; kujja lwa kuwulira Kigambo kya Katonda.

5. 'Teganga okutu kwo' kitegeeza okuba n'endowooza

ennungi ng'osoma Ekigambo kya Katonda. Tuteekwa okuba nga tuyi-------- ne okwet------.

LAGA KITUUFU OBA KIKYAMU KU LWA BULI KIMU KU BINO WAMMANGA

6. 'Tuteekwa okukifuna n'obwetoowaze n'okussa ku bbali emputtu.'

(a) Obwetoowaze kitegeeza:
___ Kukkakkana ___ Kuba n'amalala

___ Kuyigirizika ___ Okussaamu ekitiibwa

___ Obugumu ___ Okuba omwavu

(b) Emputtu kitegeeza:

___ Okukaayana ___ Okuba n'amalala

___ Okuyigirizika ___ Obutayigirizika

___ Okuba n'endowooza endala ___ Ebirowoozo by'ogugubiddeko

JJUZA MU MABANGA

7. 'Tebivanga mu maaso go' ke kakwakkulizo ak'okusatu akoogera ku maaso gaffe. Mu Lukka 11:34 Yesu agamba nti omusana gw'omubiri lye l----. Eriiso lyo bwe liba erimu, nga kitegeeza okussaayo omwoyo, omu---- gwo--- guba gujjudde omusana.

8. Omubiri gwonna bwe guba gujjudde omusana, obutuukirivu n'okuwonyezebwa bye biva mu kino, bwe kityo ekibi n'endwadde mirimu gya kiz-----.

KITUUFU OBA KIKYAMU

9. _____ Tulina okusoma Baibuli n'eriiso erimu ery'obwangu n'obwesimbu.

JJUZA MU MABANGA

10. **Derek Prince,** omuwandiisi w'ekitabo kino, atusoomooza okussa ebbali a------ g'ensi. Twetaaga okufuuka abasiru mu maaso ga ---- tulyoke tuyingirire ddala mu magezi ga Katonda.

11. Ensonga lwaki tuyita mu mulyango gw'okutu n'omulyango gw'eriiso okusobola okuyingiza ebyawandiikibwa mu ngeri entuufu kwe kutuuka ku kitundu ekya wakati ekikulu eky'obuntu bw'omuntu Baibuli ky'eyita o------.

12. Eccupa y'eddagala eya Katonda omulundi gwokka gw'ekola gwe gwo nga etuuse ku m-----.

13. Engero 4:23 kitutegeeza nti mu mutima mwe muva ensulo ez'obulamu. Tuteekwa okuzik------ omwo.

14. Ekigambo kya Katonda kisensera mu mubiri gwaffe, emmeeme n'omwoyo, ebitundu ebisinga okuba eby'omunda eby'obuntu bwaffe. N'olw'ekyo tewali ndwadde E------- kya K------ gye kitayinza kuyingiramu.

Olutalo olw'Omwoyo

1. KWATAGANYA ENSONGA ZINO WAMMANGA N'EKY'OKUDDAMU EKITUUFU

1. Omulabe waffe ye   (a) abafuzi ababi ab'ensi etalabika

2. Tetulwanyisa bantu   (b) mu bifo eby'omu ggulu
   naye tulwanyisa

3. Olutalo lulimu   (c) wansi w'obuyinza w'obwakabaka bwa Katonda

4. Ekitebe ky'obwakabaka bwa Setaani kiri (d) Setaani yennyini

5. Dayimooni zigobwa   (e) Abakristaayo bonna

6. Obwakabaka bwa Setaani   (f) butegeke bulungi nnyo

JJUZA MU MABANGA

2. Ekirowoozo kya Derek Prince kiri nti obwakabaka bwa Setaani buli mu ggulu ery'---------- (erisooka, ery'okubiri oba ery'okusatu). Olw'ensonga y'olutalo mu kifo kino, Abakristaayo abeewaddeyo bayinza okulwisibwa mu kuddi----- kw'essaala zaabwe.

3. Entalo z'omwoyo zibeerawo mu bifo eby'omu ----- abantu ba Katonda n'ebiruubirirwa bye nga bikolebwako. Olutalo lwenyigirwamu bama------ era lukoleezebwa s---- - z'Abakristaayo.

4. Eddwaniro liri mu kitundu kya bwongo. Wandiika mu ky'okuddamu eky'emboozi emu oba bbiri lwaki kino kye kitundu Setaani ky'alumba.

....

....

....

5. Ekigo kye kintu -------- obwongo bw'abantu omusana gw'enjiri guleme okubwakiramu.

6. Ebigo ebibiri Setaani by'akozesa kwe kwerowooleza Katonda kye yandyogedde n'----------.

7. Obukuumi bwe tuyinza okukozesa okuwangula Setaani bugwa mu bitundu bibiri, eby'okulwanyisa byaffe eby'obukuumi n'Eby'okulwanyisa byaffe ebya --------.

8. Ensonga emu esinga obukulu nga gwe musingi gw'obuwanguzi bwaffe ye ------. Yamala dda okuwangulira ddala olubeerera ------- n'amaanyi ge gonna amabi n'ab'obuyinza.

TEEKA AKAKULUNGO KU KY'OKUDDAMU EKITUUFU

9. Eky'okulwanyisa ekikulu ekya Setaani gye tuli kye

a) kibi

b) obutakkiriza

c) omusango

d) obutabaawo kusaba

10. Omusango guno gukoleddwako nga

a) obutuukirivu kye kisumuluzo eri obuwanguzi bwaffe

b) Katonda bwe yasonyiwa ebyonoono byaffe

c) olw'okukkiriza kwaffe mu Yesu

d) ebyo byonna waggulu

11. Buvunaanyizibwa bwaffe okwolesa n'okussa mu nkola ---------- bwa Yesu.

Eby'okulwanyisa bya Katonda – Obukuumi

KWATAGANYA ENSONGA ZINO WAMMANGA KU KY'OKUDDAMU EKITUUFU

12. Mu Abaefeso 6:10 -17, Pawulo atuyigiriza okwambala eby'okulwanyisa byonna ebya Katonda. Kwataganya ebigambo bino wammanga n'eky'okulwanyisa ekituufu mu lukalala luno wansi. Oyinza okwetaaga okujuliza emabega mu bye wawandiika edda.

1. Okukkiriza n'okwagala bikuuma omutima. Tuli kaakano obutuukirivu bwa Kristo; emirimu gyaffe giva mu kwagala olw'okukkiriza kwaffe. Okukkiriza okukola olw'okwagala kye kikozesebwa ekikulu.

2. Okwesigika, amazima, okweggula, eddembe mu

kweyogerako, biggyawo obunnanfuusi n'ebikwate by'eddiini.

3. Okubeera abeetegefu okubuulira obubaka bw'enjiri mu kuyiga n'okwejjukanya ebyawandiikibwa.

4. 'Essuubi ly'obulokozi' likuuma omutwe n'obwongo. Essuubi kwe kusuubira okunywevu okusirifu okw'ebirungi okwesigama ku Kigambo kya Katonda.

5. Ekigambo kya Katonda nga kitwaliddwa mu kukkiriza.

6. Okukkiriza – ku lw'obukuumi n'obugabirizi ku lwaffe n'abo bonna Katonda b'atuwadde.

Londa mu lukalala wansi okukwataganya ensonga ezo waggulu

a = Engatto ez'Okweteekateeka okw'Enjiri Eky'okulabirako 3

b = Eky'omu kifuba eky'Obutuukirivu _____

c = Ekitala Eky'Omwoyo _____

d = Engabo Ey'Okukkiriza _____

e = Omusipi ogw'Amazima _____

f = Sseppewo Ey'Obulokofu _____

TEEKA AKAKULUNGO KU KY'OKUDDAMU EKITUUFU

13. Mu ndowooza ya Derek, ngeri ki oba ani akuuma omugongo gwaffe okuva mu bulumbaganyi bwa setaani?

a) Omwoyo Omutukuvu

b) Abakristaayo bannaffe

c) Ebyawandiikibwa

d) Yesu

Eby'okulwanyisa eby'Okulumba

14. Omulimu gw'ekkanisa ekikulu kwe kulumba, si kwekuuma. Setaani alina okwewuunya wa Ekkanisa w'egenda okuddako okumukuba. Jjukira, Katonda okuyita mu Musalaba, yayambulula obwakabaka bwa Setaani, abafuzi n'ab'obuyinza ku lwaffe. (Abaefeso 6:15)

Ng'okozesa eky'okulabirako wansi, wandiika ebigambo ku buli kimu ku bikolwa by'obulumbaganyi bina ebikola gy'oli ne wa gye wandiyinzizza okukozesa obuyinza Kristo bw'akuwadde. Bw'osanga kino nga kizibu, mukubaganye ebirowoozo ne mukwano gwo omu.

Eby'Okulwanyisa ebina eby'Okulumba:

1. Okusaba ....
....
....

2. Okutendereza ....
....
....

3. Okuyigiriza/Okubuulira ....
....
....

4. Obujulizi (eky'okuddamu eky'okulabirako) nja kukutegeeza mukwano gwange asingayo Kristo engeri gy'andokodde n'okuyamba obulamu bwange.
Ayinza atya okwatula essaala y'aboonoonyi okufuna okukulukuta kw'okwagala kwe kumu nga nze kwe nnina.
....
....

TEEKA AKAKULUNGO KU KY'OKUDDAMU EKITUUFU

15. Kitwaala ------ kwaffe okuleetera Ekigambo kya Katonda okukolera mu mwoyo gwaffe n'okusumulula bamalayika ab'okwenyigiramu ku lwaffe.

a) embavu

b) okugumiikiriza

c) kusaba

d) Omwoyo Omutukuvu

16. Akamwa gwe mukutu omukulu ku lw'okusumulula eby'okulwanyisa byaffe eby'omwoyo ng'oggyeeko okusaba, ------------ kyakulwanyisa okusirisa -------, atuloopa

emisana n'----- ng'akozesa omusango.

17. Okutendereza kusinga kukola bwe kugobererwa E------- kya K------.

18. Okukubiriza okusinga okuba okw'amaanyi gye tuli kwe kubuulira E------- kya K------.

TEEKA AKABONERO KA X KU MABBALI G'EKYO EKIKYAMU WAMMANGA

19. Ebikolwa kinnyonnyola ebivaamu eby'obwakatonda eri okubuulira kwa Pawulo. Byaali:

_____ Emyoyo emibi okugobwa

_____ Ssente zaakolebwa olw'okwokya ebitabo by'eddoyo

_____ Eby'amagero

_____ Okumaamira kw'eddogo okumenyebwa ku kibuga ekiramba

JJUZA MU MABANGA

20. **Tuwangula Setaani bwe tujulira mu buntu eri ki Ekigambo kya Katonda kye kigamba omusaayi gwa Yesu kye gutukolera.**

Tununulibwa

T-----------

T--------a

T------------a *(tufuulibwa abatuukirivu)*

T---------- *(tufuulibwa abatukuvu)*

>>Ennyongeza y'Eby'Okuyiga B

EBY'OKUDDAMU BY'OMUSOMO
Empanyisiganya y'Obwakatonda

1. omusalaba

2. buli, eby'ensimbi

3. lubeerera

4. ebibi, okusonyiyibwa

5. Yesu

6. Kituufu

7. Kituufu

8. Kituufu

9. (b) ekitiibwa

10. (c) Kitaffe

11. (a) obwavu

12. (d) mukisa

13. okuwonyezebwa

14. obutuukirivu

Engeri y'okuva mu kikolimo okudda mu mukisa

1. *kirumya*

2. *buwanguzi, mukisa*

3. *(a) mulembe*
   (b) b'ennyumba, ekitundu kyabwe kye balimu

4. *Katonda, Setaani, Katonda*

5. *yawulira, okuliwulira*

6. *obutawulira, lya Katonda, bujeemu*

7. a) kikyamu
   b) obutassa kitiibwa mu
   c) okwegatta mu mukwano
   d) abanafu

8. eddogo

9. Kituufu
   Kituufu
   Kituufu
   Kikyamu
   Kituufu
   Kituufu
   Kituufu
   Kituufu
   Kituufu
   Kituufu

10. Eky'omuntu yennyini

11. Tekikola

12. (d) okukkiriza mu mulimu gw'okununula ogwa Kristo ku musalaba

13. (b) engeri zonna, emmeeme, omubiri n'omwoyo

14. (b) okumanya, okuwuliriza n'okuwulira eddoboozi lya Katonda Ekigambo ekiwandiike

15. Kikyamu
    Kituufu
    Kituufu
    Kituufu
    Kikyamu
    Kituufu
    Kituufu
    Kituufu
    Kituufu

Kikyamu

16. kwaffe, abazzukulu baffe

17. Okugulumizibwa, Obulamu obutaliimu ndwadde, Okukulaakulana, Obuwanguzi, Okuganja

18. Omwoyo Omutukuvu, mbagirawo

19. okwatula, obuwulize

20. bigambo, okwebaza

Omwoyo Omutukuvu mu ggwe

1. *Kikyamu*
   Kituufu
   Kituufu
   Kikyamu
   Kituufu
   Kituufu
   Kituufu
   Kikyamu (Omwoyo Omutukuvu y'ali, laba omuko 96)
   Kituufu
   Kituufu
   Kikyamu

2. 1-e
   2-d
   3-f
   4-b
   5-a
   6-c

3. (d)

4. (d)

5. obuweereza, obugumu, kya bwakatonda

6 1-b
   2-a
   3-d
   4-c

7. abanywevu

8. mutima, Omwoyo Omutukuvu, bukwakkulizo

9. Eky'okuddamu kyo kijja kuba kisinziira ku ngeri gy'olowooza. Ensonga enkulu eri nti olina okutegeera okw'engeri gy'oyinza okussa mu nkola okwagala kuno okwa agape mu buweereza ne mu bulamu bwo / oba mu bulamu bwo obwa bulijjo. Emiko 131-134 mu kitabo eky'Oluzungu. Okujuliza kw'Ebyawandiikibwa (Abaruumi 5:1-8), (I Peetero 22-23), 1 Yokaana 4:7-8, Yokaana 7:37-39. Eky'okulabirako ekimu kyandibadde kussa ku bbali birowoozo byo ng'osabira oba okukolagana n'abalala. Bw'oba ng'owulira nti tojjuziddwa na Mwoyo Mutukuvu, tuteesa nti ofune omukulembeze mu kkanisa yo oba mukwano gwo Omukristaayo okusaba naawe ku lwa kino.

10. weenenye, obatizibwe
    saba,
    ennyonta, Yesu
    nywa, weeweeyo

Eccupa ya Katonda ey'Eddagala

1. ebigambo, okutu, maaso, mutima

2. ebirowoozo

3. kuwulira, okussaayo omwoyo

4. okukkiriza, okuwonyezebwa

5. abayigirizika, abeetowaze

6. (a) Ab'amalala, Abagumu, Okuba abaavu = Kikyamu
Abeetowaze, Abayigirizika, Abassaamu Ekitiibwa = Kituufu

(b) Okuyigirizika kye Kikyamu kyokka

7. liiso, omubiri gwonna

8. kizikiza

9. Kituufu

10. amagezi, ensi

11. omutima

12. mutima

13. kuzikuumira

14. Ekigambo, Katonda

Olutalo olw'Omwoyo

1. 1-d
2-a
3-e
4-b
5-c
6-f

2. ery'okubiri, essaala

3. eby'omu ggulu, bamalayika, okusaba

4. Bw'atyo asobole okuziyiza abantu obutasobola kufuna njiri n'Ekigambo kya Katonda.

5. aziba amaaso

6. ebirowoozo ebirala

7. okulumba

8. Kristo, Setaani

9. (c)

10. (d)

11. obuwanguzi

12. a-3
b-1
c-5

d-6
e-2
f-4

13. (b)

14. Eky'okuddamu kyo kijja kusinziira ku ky'olowooza. Ensonga enkulu ye ggwe okufuna okutegeera okw'engeri ki gy'oyinza okussa mu nkola okusaba, okutendereza, okuyigiriza, obujulizi – byonna bya kulwanyisa eby'okulumba mu buweereza ne / oba mu bulamu bwo obwa bulijjo. Omuko 232 ogw'ekitabo eky'Oluzungu. Ekibuuzo kino, oyinza okumanyira ddala ddi, ngeri ki, lunaku ki lwennyini lw'onossizaamu ebirowoozo byo mu nkola.

15. kusaba, (c)

16. okutendereza, Setaani, ekiro

17. Ekigambo kya Katonda

18. Ekigambo, Katonda

19. *Ssente zaakolebwa mu kwokya ebitabo by'eddogo*

20. *tusonyiyibwa*
tunaazibwa
tutuukirizibwa
tutukuzibwa

>> Ebikwata ku Muwandiisi

Derek Prince (1915-2003) yazaalibwa mu Buyindi mu bazadde Abangereza. Eyasoma nga omukenkufu mu Luyonaani n'Olulattini mu Ttendekero lya Etoni ne Yunivasite ya Cambridge, Bungereza, yafuna Obuwagizi okukenkuka mu Bufirosoofi obw'Emyaka gy'edda n'obw'Omulembe gwe mu King's College. Era yasoma ennimi z'omulembe eziwerako, nga mwe muli Olwebbulaniya ne Aramaic, mu Yunivasite ye Cambridge ne mu Yunivasite y'Olwebbulaniya mu Yerusaalemi.

Mu kiseera mwe yaweerereza mu ggye lya Bungereza mu Ssematalo ow'Okubiri, yatandika okusoma Baibuli era n'afuna ensisinkano ekyusa-obulamu ne Yesu Kristo. Okuva mu nsisinkano eno, yatuuka okutegeera ebintu bibiri: okusooka, nti Yesu Kristo mulamu; eky'okubiri, nti Baibuli kitabo eky'omulembe guno, ekitukwatako, eky'amazima. Okutegeera kuno kwakyusa entambula yonna ey'obulamu bwe, bwe yasalawo okuva mu kiseera ekyo okuwaayo mu kuyiga n'okuyigiriza Baibuli.

Ekirabo kya Derek ekikulu eky'okunnyonnyola Baibuli n'okuyigiriza kwayo mu ngeri ennyangu era etegeerekeka kiyambye okuzimba omusingi ogw'okukkiriza mu bulamu bw'abantu bukadde n'obukadde. Enkola ye etesosola mu madiini, eteyawula mu bantu efudde okuyigiriza kwe okuba nga kukomako kyenkanyi n'okuyamba abantu okuva mu byafaayo bya langi n'amadiini gonna.

Ye muwandiisi w'ebitabo ebisukka mu 50, okuyigiriza okuli ku butambi obuwulirizibwa obuwera 600 n'obulabibwa n'amaaso 100, bungi ku bwo nga bumaze okuvvuunulibwa n'okukubibwa mu kyapa mu nnimi ezisukka mu 100. Obuweereza bwe obw'oku laadiyo obwa buli lunaku buvvuunulibwa mu lulimi Oluwalabu, olwa Bahasa Indonesian, Oluchina (Amoy, Cantonese,

Mandarin, Shangaiese, Swatow), Olucroatia, Olugerman, Malagasy, Mongolian, Olurussia, Samoan, Oluspana n'Olutonga. Enteekateeka ya laadiyo yeeyongera okukoma ku bulamu bw'abantu okwetooloola ensi yonna.

Obuweereza bwa Derek Prince bwongera obuweereza bwabwo obw'okusisinkana abakkiriza mu mawanga agasukka mu 140 n'okuyigiriza kwa Derek, nga butuukiriza obutume okugenda mu maaso "okutuusa Yesu lw'alidda". Kino kituukirizibwa kuyita mu bifo ebya yafeesi za Derek Prince ezisukka mu 30 okwetooloola ensi yonna, ng'ogasseeko emirimu emikulu mu

Australia, Canada, China, France, German, Netherlands, New Zealand, Norway, Russia, South Africa, Switzerland, Bungereza, ne Amerika. Ku lw'amawulire aga kaakano agakwata ku bifo bino n'ebifo ebirala ebiri wonna mu nsi, kyalira omutimbagano ku www.derekprince.com.

www.ingramcontent.com/pod-product-compliance
Lightning Source LLC
Chambersburg PA
CBHW060447090426
42735CB00011B/1936